पारखा

डॉ. एस. एल. भैरप्पा

अनुवाद
उमा कुलकर्णी

मेहता पब्लिशिंग हाऊस

✆ +91 020-24476924 / 24460313 / Mob. No. 9545000513

Email : production@mehtapublishinghouse.com

Website : www.mehtapublishinghouse.com

- *या पुस्तकातील लेखकाची मते, घटना, वर्णने ही त्या लेखकाची असून त्याच्याशी प्रकाशक सहमत असतीलच असे नाही.*

TABBALIYU NEENAADE MAGANE by S. L. BHYRAPPA

© S. L. Bhyrappa

1007 Udayravi Road, Kuvempu Nagar, Mysore 570023

Translated into Marathi Language by Uma Kulkarni

पारखा / अनुवादित कादंबरी

अनुवाद : उमा वि. कुलकर्णी

Email : author@mehtapublishinghouse.com

मराठी अनुवादाचे व प्रकाशनाचे हक्क : मेहता पब्लिशिंग हाऊस, पुणे.

प्रकाशक : सुनील अनिल मेहता, मेहता पब्लिशिंग हाऊस,
१९४१, सदाशिव पेठ, माडीवाले कॉलनी, पुणे ४११०३०.

मुद्रक : ट्रिनिटी ॲकॅडमी फॉर कॉर्पोरेट ट्रेनिंग लिमिटेड

मुखपृष्ठ : फाल्गुन ग्राफीक्स

प्रकाशनकाल : नोव्हेंबर, २०१५ / ऑक्टोबर, २०१६ /
पुनर्मुद्रण : एप्रिल, २०२१

किंमत : ₹ २९५

P Book ISBN 9788184989014

E Book ISBN 9788184989021

E Books available on : amazonkindle Apple Books Google Play Books

---

।। वाचकांशी हितगुज ।।

या कादंबरीचा परिसर कोणता, हा प्रश्न वाचकांच्या मनात येणं स्वाभाविक आहे. ही एका विशिष्ट परिसराची कथा नसल्यामुळे यात विशिष्ट तालुका किंवा जिल्ह्याचा उल्लेख केलेला नाही. यात येणारं 'काळेनहळ्ळी'हे प्रत्येक वाचकाचं गाव असू शकेल. त्याच्या शेजारी असलेल्या अरुणाद्री डोंगराची कल्पनाही वाचक आपल्या गावालगतच्या डोंगर किंवा टेकडीच्या जागी करू शकतील.

तशी ही कथा कोलार जिल्ह्यातील दक्षिणेकडील खेड्यापासून बिदर-कलबुर्गीकडच्या कुठल्याही खेड्यातली कथा असू शकेल. अथवा गाईच्या गाण्यातल्या 'या धरणीच्या मध्यभागी असलेल्या कर्नाटक देशा' ऐवजी 'भारत देश' असं वाचलं तरी चालण्यासारखं आहे. भारतातल्या कुठल्याही प्रदेशातलं हे गाव असू शकेल. तेव्हा गावाच्या नावाचा तपशील थोडा बदलावा लागेल, एवढंच! आणि हे, कल्पनाशक्ती असलेल्या वाचकांच्या दृष्टीनं मुळीच कठीण नाही.

या कादंबरीतील तायव्वा हे पात्र जन्मतः मूक आहे, असं मी म्हटलं आहे. कादंबरी प्रकाशित होताच बेंगळुरूच्या अनंत नारायण या वाचकानं 'जन्मतः मूक असणारे कानांनी बहिरेही असतात,' असा आक्षेप नोंदवला होता. नंतर माझ्या सूचनेवरून त्यांनी बेंगळुरूच्या नाक-कान-घसातज्ज्ञ डॉ. हिरण्यय्या यांच्याशी पत्रव्यवहार केला आणि मला त्यांचेच पत्र पाठवून कळवले, 'तायव्वासारखी एखादी व्यक्ती बहिरी नसतानाही मुकी असणे अशक्य नाही; पण अतिशय दुर्मीळ आहे. अशा व्यक्तीच्या बुद्धीच्या वाढीस काही मर्यादा असतात.'

अशी एक स्त्री मी माझ्या आयुष्यातही पाहिली आहे. पण माझ्या दृष्टीनं हे पात्र वैद्यकीय दृष्ट्या महत्त्वाचे नाही. ती का मुकी आहे हे सुजाण वाचकाला निश्चितच लक्षात येईल. माझ्या दृष्टीनं तेवढं पुरेसं आहे.

डॉ. एस. एल. भैरप्पा

'पारखा'स मिळालेला पुरस्कार

महादेव बाळकृष्ण जाधव पुरस्कार
आपटे वाचन मंदिर, इचलकरंजी
'उत्कृष्ट मराठी अनुवाद पुरस्कार २०१५'

अखिल भारतीय मराठी प्रकाशक संघ
ललित साहित्य विभागातील 'उत्कृष्ट ग्रंथ निर्मिती पुरस्कार २०१५'

।। एक ।।

१

‘या धरणीच्या मध्यभागी
असलेल्या कर्नाटक देशात
राहणाऱ्या काळिंगगोपालविषयी
काय सांगू मी?....’

कोचय्यांच्या मठात किंवा सरकारी शाळांमध्ये मुलं म्हणत असलेल्या गाण्यात आणि आमच्या काळेनहळ्ळीच्या काळिंगगौडाच्या याच गाण्यात फार फरक आहे. मुलांच्या दृष्टीनं या गाण्यातून सांगितलेली कथा म्हणजे पाठ्यपुस्तकातल्या एका धड्याचा भाग. पण काळिंगगौडाच्या दृष्टीनं ती त्याच्या पूर्वजांच्या काळी घडलेली सत्य घटना.

‘पुण्यकोटी नावाची एक गाय रानात चरायला जाते. वाघ समोर येतो. ‘आजच्या आहाराची व्यवस्था झाली!’ म्हणून आनंदित होऊन तो दुष्ट वाघ तिला सामोरा ठाकतो. तेव्हा ती गाय वाघाला म्हणते, ‘जरा थांब. घरात वासरू वाट बघतंय. एका क्षणात त्याला दूध पाजून पुन्हा तुझ्या पुढ्यात येऊन उभी राहीन.’

‘अम्मा, तू का मरतेस? मला का अनाथ करून जातेस? तू जाऊ नकोस!’ वासरू म्हणतं.

'अरे,
सत्य हेच आपले आई-बाप!
सत्य हेच आपले बंधू- बांधव!
सत्य-वाक्याशी द्रोह
जगदीशालाही नाही आवडणार!'

आपल्या वासराला गाय असा धर्मबोध करते, पुन्हा रानात- त्या रानाचा राजा असलेल्या वाघापाशी जाते आणि म्हणते,

'अरे,
हे घे खंड! हे घे मांस!
छातीत गरम रक्त आहे तेही घे
खा, समाधान पाव तू, आणि
राज्य कर आयुष्यभर तू आनंदात!'

हे ऐकून, गाईच्या सत्यपालनाची इच्छा पाहून वाघ गहिवरतो; म्हणतो,

'तू तर माझी भगिनी!
तुला खाऊन मला काय मिळेल?
तुझ्या पायावर लोटांगण घालून
मी माझे प्राण त्यागेन!'

नंतर,

'त्रिमूर्तीला हात जोडून
अष्टदिशांना नजर फिरवून
आकाशात झेप घेऊन
प्राण सोडले व्याघ्राने!'

अशा प्रकारे पुण्यकोटी नावाची ती गाय आपल्या वासरापाशी माघारी परतते आणि

'त्या व्याघ्राला मोक्ष मिळो' अशी
त्या शिवापाशी प्रार्थना करू लागते.

हे सगळं पाहून त्या गोठ्याचा मालक काळिंगगौडा पुण्यकोटी गाईच्या पायावर लोटांगण घालता झाला. त्या वेळी त्या गाईनं आशीर्वाद दिला,

‘माझ्या वंशाच्या गाई,
तुझ्या वंशाचे गोपाल मिळून
येत्या संक्रांत सणाच्या आधी
बाळकृष्णाची पूजा करू या!’

मग त्या काळिंगगौडानंही,

‘आमचा वंश वर्षातून एकदा
संक्रांतीच्या सणाआधी
दुधाचा पोंगल करेल,’ म्हणत
तेव्हा सण साजरा केला!

२

काळेनहळ्ळीचा काळिंगगौडाच त्या पुण्यकोटी गाईच्या मोठ्या गोठ्याचा मालक असल्याबद्दल आजच्या काळींगगौडांकडे अनेक ठोस पुरावे होते. एक तर त्या काळिंगगौडाच्या नावानंच या गावाला काळेनहळ्ळी हे नाव आलंय, हे तर या गावावर संशोधन केलेल्या इंग्लिश साहेबानंच लिहून ठेवलंय. या गावाचा आजही काळिंगगौडाच ‘गौडा’ म्हणजे पाटील आहे. त्याच्या वंशात आजवर न चुकता प्रत्येक दुसऱ्या पिढीच्या थोरल्या मुलाचं नाव काळिंग ठेवायची प्रथा आहे. त्याच्या घरातल्या वंशवृक्षावरून ही गोष्ट सहज स्पष्ट होण्यासारखी आहे. या काळिंगगौडाच्या आजोबांचं नावही काळिंगच होतं, त्यांच्या आजोबांचं आणि त्यांच्या आजोबांचंही नाव तेच होतं आणि या काळिंगगौडांच्या नातवाचं नावही- नुकताच वर्षाचा झालाय तो- काळिंगच ठेवलंय. हा काळिंग मोठा होईल आणि गावाचा यजमान होईल तेव्हा त्यालाही काळिंगगौडाच म्हणण्यात येईल. ‘आमचे गौडाच मागं होऊन गेलेल्या काळिंगगौडाचे वंशज आहेत!..’ असं या गावातले सगळेच मानतात.

यासाठी आणखीही एक सज्जड पुरावा आहे.

पुण्यकोटी गाईची कथा जिथं घडली त्या अरुणाद्रीगिरीच्या एक बाजूच्या उतारावर काळेनहळ्ळी गाव वसलं आहे. आपण त्याला एक सामान्य टेकाड मानून ‘कुणीतरी याला उगाच मोठं नाव दिलंय!’ असं म्हटलं तर गावातले लोक हे मान्य करणार नाहीत. ते पुराव्यादाखल याच पद्यात असलेलं अरुणाद्रीगिरीचं वर्णन आपल्या तोंडावर फेकतील!

‘सृष्टीमधला अरुणाद्रीगिरी
भोवताली सात गिरी

थेट बारा योजने पसरले
घनदाट ते अरण्य!'

खरोखरच आजही गावाच्या भोवताली बारा योजनांपर्यंत सात डोंगर आणि रान पसरलंय. अरुणाद्रीवरून एखाद्या निरभ्र दुपारी पाहिलं, तर तसे सात डोंगर व्यवस्थित दिसतात. एके काळी तो सगळा परिसर घनदाट अरण्यानं भरला असला पाहिजे, हे नाकारायचं काहीच कारण नाही. काळिंग गौडाच्या वयाची माणसं जेव्हा पोरवयाची होती, तेव्हा या भागात भयंकर अरण्य होतं, असं सांगतात. या काव्यात ज्यांचा उल्लेख सापडतो ते 'नागचाफा, आम्रवृक्ष, जांभूळ, बाभळी, बिल्व, वड, पिंपळ, कापूस, संत्री, चंदन.....' हे सगळे वृक्ष स्वतः काळिंग गौडानंही डोंगरात पाहिले होते. पण तो वीस वर्षांचा व्हायच्या आधीच, म्हणजे सुमारे तीस वर्षांपूर्वीच जंगल तोडून ही सगळी झाडं संपवून टाकली होती! तिथली सागाची झाडं शहरातली मोठी घरं बांधायला कामी आली. आंबा- जांभूळ-फणस-बाभळी आणि इतर झाडं गावातल्या लोकांनी जळण म्हणून वापरून, जाळून टाकली. चंदनाची झाडं तेलाच्या कारखान्यात गेली; आणि साबण आणि अत्तराच्या स्वरूपात पार परदेशीही जाऊन पोहोचली. हे मोठाले वृक्षच जिथं टिकले नाहीत, तिथं नागचाफा आणि बेलासारखी लहान झाडं कशी टिकणार म्हणा! वड-पिंपळ राहिले नाहीत आणि त्याच्या पाठोपाठ बेलफळंही नाहीशी झाली. आता काही झाडं राहिलीच, तरी ती किरकोळ इथं-तिथं एखादी दिसतात, एवढंच!

आमच्या या काळिंग गौडाला नुकतीच पन्नास वर्षं झाली. तरीही अजून तो दररोज पहाटे उठून नदीपाशी जातो, नदीत आंघोळ करून कपाळावर गंध लावतो, कमरेला विशिष्ट चड्डी घालून त्यावर चांदीचा करदोटा बांधतो, कनवटीला नाणी लावतो, बोटात मुद्रेची अंगठी घालतो. सणाच्या दिवशी मात्र चंद्रकावेचा अंगरखा घालतो, इंद्रनीलचं पागोटं गुंडाळतो, चंद्रकांतीचं उपरणं अंगावर पांघरतो.

काळेनहळ्ळीच्या वेशीपाशीच काळिंगगौडाचं घर आहे. घराच्या मागंच गोठा आहे. खरं तर त्याच्या घरालाच गोठा म्हणता येईल. घराच्या रस्त्यालगतच्या दारापाशी त्याच्या घराचं वास्तव्य आहे आणि परसू दारालगत गुरांचं वास्तव्य असतं. त्याची बायको, मुलगा, सून, एक वर्षाचं नातवंड- सगळ्यांचं वास्तव्य स्वयंपाकपाण्यापुरतंच इकडच्या रस्त्याकडच्या बाजूला असतं. त्यानंतरचा सगळा वेळ सगळे जण गोठ्यातच असतात. शंभर गुरांच्या गोठ्याची देखभाल करणं म्हणजे काय चेष्टा आहे?

गोठ्याच्या परसूदारी आजही आंब्याचं झाड आहे. त्याच्या खाली असलेला गौड

गुराखी बासरी वाजवत चरायला गेलेल्या गुरांना गोठ्यात बोलवतो.

त्याच्या गोठ्याचे तीन भाग आहेत. एकात नांगर-गाड्या ओढणाऱ्या बैलांना ठेवलेलं असतं. दुसऱ्यात गाई आणि तिसऱ्या भागात वासरं. काळिंगगौडाला प्रत्येक गाईचं नाव ठाऊक आहे आणि प्रत्येक गाईलाही आपलं नाव ठाऊक आहे. गौडानं नाव घेऊन हाक मारली तर ती विशिष्ट गाय मान वर करून त्याच्याकडे पाहते. त्यानं खूण करून जवळ बोलावलं तर ती जवळ जाते, त्याचे हात-अंग हुंगून त्याच्या शरीराचा उघडा भाग जिभेनं चरा-चरा चाटू लागते. गायरानावर तो त्या सगळ्यांना घेऊन गेला की तो त्यांना किती वेळा हाका मारेल याचा हिशेबच नसतो.

'ए पार्वती, शेताकडे जाऊ नकोस! ए लक्ष्मी, गंगे, इकडं ये म्हटलं नव्हं? गौरी! नाचायला काय झालं? माज आलाय काय तुला?.........'

गंगा, पार्वती, तुंगभद्रा, सरस्वती, धर्मदेवी, रंगनायकी, कामधेनू अशी त्यानं सगळ्या देवतांची नावं आपल्या गाईंना ठेवली होती. प्रत्येक गाईला दिवसातून शंभर वेळा हाक मारताना त्याच्या तोंडून दिवसाकाठी किती वेळा देवतांचं नामस्मरण होतं कोण जाणे! दिवसाकाठी एवढं पुण्य गोळा केल्यामुळे मृत्यूनंतर आपल्याला नरक न मिळता स्वर्ग मिळणार, याविषयी त्याची खात्री आहे.

दिलेला शब्द पाळण्यासाठी मोठाल्या वाघाच्या तोंडी जाऊनही शंकराच्या कृपेनं माघारी गोठ्यात परतलेल्या पुण्यकोटी गाईचा वंश आजही काळिंगगौडाच्या गोठ्यात आहे. उंच, नीटस अंगाची ठेवण, पांढरा शुभ्र रंग, सरळ असूनही टोकाला थोडी वाकल्यामुळे कुणालाही अपाय न करणारी शिंगं, चालताना जमिनीवर स्पष्ट पावलं उमटवणारी खुरं, सुंदर महिलेच्या लांबसडक वेणीसारखी असलेली शेपूट, शरीराच्या मानानं जरा मोठी आणि मागच्या दोन पायांमधून दिसणारी सतत भरलेली आचळं, उंच मानेखाली लोंबणारी तलम-मऊसूत कातडी...पुण्यकोटीच्या वंशातल्या गाई नेहमी कुठंही ओळखता येतील अशाच होत्या. पुढं आलेल्याला मारणार नाहीत, मागं आलेल्याला लाथाडणार नाहीत, कुठलंही लेकरू येऊन थानाला लुचू लागलं तरी पान्हा सोडणं हा त्यांचा स्वभाव होता. तिचा पुरुष वाणही तसाच! काम करताना सतत पुढं! कुठंही मारकुटेपणा आणि आळशीपणा न करता सतत उत्साहानं माना डोलावत कामाला सज्ज असायचे.

काळिंग गौडाला राग आला की तो इतर गुरांना रागावतो, 'तुला काही अक्कल आहे की नाही? दोन रट्टे बसतील बघ!' पण पुण्यकोटीच्या वंशजांवर मात्र तो चुकूनही रागावत नाही. यांच्या पूर्वज गाईनंच सत्यवचनासाठी वाघाच्या तोंडी जायचं धैर्य दाखवलं होतं ना! आजही, संक्रांतीच्या दिवशी 'हालु-पोंगल'चा सण साजरा करताना तो सर्वप्रथम या पुण्यकोटीच्या वंशजाची मनोभावे पूजा करतो.

३

या काळिंग गौडाची जात गुराखी, किंवा गोपाल. तो तर म्हणायचा, तो काही एकटाच या जातीचा नाही. प्रत्येक पुरुष हा गुराखीच असतो आणि प्रत्येक स्त्रीही. गाईची पूजा करणाऱ्या सगळ्यांना आणखी काय म्हणायचं? आणि गाई सांभाळणारा गोपाल. तेव्हा तर मोठमोठे ऋषी-मुनीही गो-पालन करायचे. ऋषीपत्नी गो-पूजा करायच्या. तेही गुराखीच नाही तर काय? गंगडिकार, दासगौडा, नोणपा, बणजिगा, ब्राह्मण या सगळ्या पोटजाती त्यानंतर आल्या असल्या पाहिजेत! म्हणजेच या सगळ्या गुराख्यांच्या उपजाती म्हटल्या पाहिजेत. आपापल्या सोयीनुसार कुणी उभं गंध लावू दे, नाही तर आडवं भस्म! या सगळ्यांमध्येही गो-पूजा न करणारा आहे तरी कोण?

काळिंग गौडाही काही शिकलेला नव्हता. तरीही गाईची कथा त्याला तोंडपाठ होती आणि म्हणून तिच्यावर तो उत्तम प्रकारे विवेचन करू शकायचा. याशिवाय 'जैमिनी भारत' आणि 'गदगिन भारत' हे महाभारताचे देशी ग्रंथ त्याला तोंडपाठ नसले तरी कुणी चूक केली तर तो ती पकडू शकत होता.

काळेनहळ्ळीहून दोन मैलांवर असलेल्या अग्रहारामध्ये एक ब्राह्मण जोईस राहत होते. भोवतालच्या गावांचे तेच पुरोहित. काळिंगगौडापेक्षा पाच वर्षांनी लहान असलेले हे नरसिंह जोईस संस्कृत भाषा शिकले तर होतेच, शिवाय त्यांचा वेद-पुराणांचा दांडगा अभ्यास असल्याचं लांबलांबच्या गावचे लोक बोलायचे. नरसिंह जोईस गावी आले किंवा काळिंगगौडा अग्रहाराला गेला की तो जोईसांसमोर सवाल टाकायचा, 'नरसप्पा! तू वेद वाचलेत न्हवं का! तूच सांग, सगळे ऋषी-मुनी गुराखीच होते की नाही?'

यावर जोईसही होकार भरायचे. त्याच्या पुष्टीसाठी ते एक मंत्रही सांगायचे, 'माता रुद्राणाम दुहीता वसुनाम स्व सा ।। सादित्यानामृतस्य नाभीः.....' रुद्राची आई, वसूची पुत्री, अमृताचे भांडार, तेहतीस कोटी देवता तिच्या उदरात असतात. त्यामुळे कुठल्याही देवतेची पूजा केली तरी ती गो-पूजाच झाली! देवाची पूजा करणारे सगळे गुराखीच!..'

आजवर काळिंगगौडानं दुधाच्या आशेपोटी गाई पाळलेल्या नव्हत्या. 'दुधाच्या आशेपोटी कुणी आईला सांभाळतं काय?' असं त्याचं म्हणणं. या संदर्भात त्याची स्वतःची एक तर्कमीमांसा आहे. तो सांगायचा, 'आपल्याला आईनं जन्म दिला. म्हणून आपल्याला त्या दुधावर मोह निर्माण झाला. पण म्हणून दुधाच्या मोहासाठी आईला आणायला जमेल काय? आणि तशी कुणी 'आई' भेटेल काय? गाईचंही तसंच आहे. जन्मदात्री माता, भूमाता किंवा मातृभूमी, गोमाता यांना कोण विकत

आणू शकेल?'

गाय ही आपल्याला दूध देण्यासाठीच आहे, असं कुणी म्हटलं तर त्याला पटायचं नाही. 'जन्मदात्री आपल्या लेकरालाही का कायमचं दूध देत नाही? गाईचं दूध तिच्या वासरासाठीच निर्माण झालेलं असतं. पण आपल्या आईपेक्षा गोमातेचं पुण्य फार मोठं आहे! तिचं थान फार-फार महान आहे! म्हणूनच आपल्या लेकराला पोटभर पाजूनही माणसाला देण्याइतकं दूध तिच्या आचळात असतं. म्हणजे तिच्या लेकराचं पोट भरल्यानंतर राहील ते दूध आपलं!...' असा त्याचा वाद.

त्याच्या गोठ्यातली हीच पद्धत होती. तिथं कुठल्याही वासराला ओढून बांधून ठेवलं जात नव्हतं. एकीकडे वासरू दूध पीत असायचं आणि दुसरीकडे गौडाची बायको किंवा सून मोठ्या कासंडीत दूध काढत असायची.

गाईंना बांधायचीही त्या गोठ्यात खास पद्धत होती. प्रत्येकीसाठी तिथं वेगवेगळा खुंटा आणि डोणी होती. पण वासरांना मात्र ते राहत असलेल्या जागी ठेवलं जात होतं. त्यातही अगदी नवजात वासरं गौडा आणि त्याची बायको-सुना आपापल्या अंथरुणात कांबळ्यावर झोपवून घेत. वासरंही अनेकदा अंथरूण ओलं करत. त्याची त्या कुणालाही किळस नव्हती. 'आपली बाळं नाही का दुपटी ओली करत? आणि माणसाच्या लेकरांच्या मुतापेक्षा वासरांचं मूत्र केव्हाही चांगलं! नाही म्हटलं तरी ते पंचगव्य!' अशीच त्याची भावना होती.

वासरू आणि ते नसेल तर गाईकडून पाठ चाटून घेतली नाही तर गौडाला रात्री झोप यायची नाही. मध्यरात्री जाग आली की तो शेजारी झोपलेल्या वासराला कुरवाळून त्याच्याशी काहीतरी गप्पा मारून कूस बदलायचा आणि पुन्हा घोरू लागायचा.

उजाडताच हात-पाय धुवून उगवतीच्या दिशेला हात जोडल्यावर दुधासाठी वासरांना गाईंपाशी सोडल्यानंतर प्रत्येक वासरू न चुकता आपल्या आईपाशी जाऊन थानाला लुचू लागायचं. हे पाहताना काळिंग गौडांचा संवाद ठरलेला! 'जन्म दिलेल्या आईला विसरायला ती काय मानसावानी बिघडलीत व्हय!'

४

त्या दिवशी काळिंगगौडाची बायको लक्कम्मा गोठ्यात गाईचं दूध काढत होती. सून तायव्वानं आपल्या एक वर्षाच्या रडत असलेल्या लेकराला घेऊन दूध पाजण्यासाठी चोळीची गाठ सोडली. तोंडात बोंड दिलं तरी बाळाचं रडू थांबेना. सासूनं सुनावलं, 'का गं लेकराला रडवतीस? नीट पाज की!'

काय करावं ते न समजून तायव्वानं सासूकडं टकामका पाहिलं. तायव्वाला बोलता येत नव्हतं. ती जन्मतःच मुकी होती.

* * *

तिला सून म्हणून घरी आणली होती, ते दिलेला शब्द पाळायचा म्हणून.

काळिंग गौडाच्या धाकट्या बहिणीची ती मुलगी. तेव्हा ती तीन वर्षांची होती आणि गौडांचा एकुलता एक मुलगा कृष्णा आठ वर्षांचा होता. कुठल्याशा संदर्भात, या तीन वर्षांच्या मुलीला मोठी झाल्यावर सून करून घेईन, असा गौडांनी आपल्या बहिणीला आणि मेहुण्याला शब्द दिला होता. तेव्हा ती मुलगी बोलत नव्हती. कितीतरी मुलं तीन वर्षांची झाली तरी बोलत नाहीत, हे गौडांना ठाऊक होतं. त्यात फार विचार करण्यासारखंही नव्हतं म्हणा!

मुलगी आठ वर्षांची झाली तरी तिला बोलता येईना. मग अनेक देवांना कौल लावण्यात आले, साधू-संतांना विनवण्या सुरू झाल्या. मल्याळी मांत्रिकांकडून मंत्र-तंत्र आणि गंडे-दोरे झाले तरी गुण आला नाही. त्यानंतर 'तायव्वा जन्मजात मुकी आहे' हे सगळ्यांना समजलं. हिला आपल्या घरी सून करून घ्यायचा शब्द दिल्याचा गौडाला काही तसा विसर पडला नव्हता. पण त्यानं आपणहोऊन तो विषयही काढायचा टाळला.

पण जेव्हा बहिणीनं- द्यावक्कानं तो विषय काढला तेव्हा मात्र तो म्हणाला 'बाई गं! मुक्या मुलीला कशी सून करून घेऊ?'

'अण्णा! लेकरांच्या लग्नाचा विषय तर तूच आदी काडला व्हतास! तेव्हा कुटं मुकी म्हणून ठाऊक होतं? तुजी सून म्हणून इतकी वर्षं सांबाळली मी! आता शब्द फिरवलास तर...'

काळिंगगौडा शब्द फिरवणार? हे कसं शक्य होतं? त्या पुण्यकोटीच्या गाण्यातलं आठवलं. सत्य हेच आमचे माय-बाप..सत्य हाच आमचा गोतावळा.. सत्य डावलून वागलं तर तो जगदीश तरी काय म्हणंल? त्याच्याच मालकीच्या असलेल्या गोठ्यात, दिलेल्या शब्दासाठी पुन्हा माघारी वाघाच्या तोंडी परतलेल्या पुण्यकोटीचा वंश असलेल्या गाई अजूनही आहेत! दिलेला शब्द पाळला नाही तर त्या गाईंसमोर कसं जायचं? गाई म्हणजे साधंसुधं प्रकरण नाही! त्यांच्या दोन्ही डोळ्यांत सूर्य-चंद्र असतात! त्यांच्या नजरेतून काय सुटणार आहे?

द्यावक्कानं आपल्या भावाला अडचणीत टाकलं. पण काय करणार? त्यांनी सांगितलं, 'बरं बाई! करून घेतो हिला सून! जोईसांना निरोप पाठवतो आन लगनाची तीथ पक्की करतो; मग तर झालं?'

पण बायकोला- लक्ष्मम्माला या लग्नासाठी पटवणं तितकंसं सोपं नव्हतं.

दिलेला शब्द पाळणं किती महत्त्वाचं आहे, हे तिलाही ठाऊक होतं. लहान वयात बहिणीला असा शब्द देण्यातही काही वेगळं नव्हतं. यात कुणाचीही चूक नाही. पण मुक्या मुलीशी आयुष्यभरासाठी बांधून घेऊन आपल्या लेकराला तरी काय सुख मिळणार?

तिनं मनातला प्रश्न बोलून दाखवताच गौडांनी उत्तर दिलं, 'मुकी असली म्हणून काय झालं? देखणी आहे. कामधामाला उत्तम आहे. बोलता येत नाही, एवढंच! गोमाता काय मुकी आहे?'

'कायतरीच बोलू नगा! ती कशी मुकी आसंल? सगळ्या देवांची आई हाय ती!'

'होय..पण ती बोलती काय?'

'नाही.'

'म्हंजे बोलायला न येणारे सगळे काही मुके नसतात. ही पोर बी तशीच आहे! आपल्या गोठ्यातली गुरं नाहीत काय? मी हाक मारली की जवळ येतात की नाही? त्यांना बोलायची काही गरज आहे काय? केवळ नजरेनं सगळं समजून घेतात की नाही? म्हणजे त्यांना बोलायला येत नाही, असं नाही! बोलायला येतंय; पण ती बोलत नाहीत. का बोलायला पाहिजे? बोलायला ती काय माणसं आहेत? देवानं बोलायला कशाला पाहिजे?'

यावर काय बोलावं ते लक्ष्मम्माला समजलं नाही. गौडानं विचारलं, 'तुझी सासू कोण?'

'तुमच्या आई! कितीतरी वर्षं झाली की त्यांना जाऊन!'

'ती आई नाही म्हटलं मी! गोमाता! ती तुझी सासूच की नाही? ती काय तुला छळते? माझ्याकडे चहाडी करते तुझी?'

'नाही.'

'तसंच हिचं बी हाय, असं समज. गोमातेसारखी सून भेटली तर तीबी तुझ्या मुलाकडं काय बी चहाडी सांगणार नाही. तू सुखात राहा, सगळेच सुखात राहतील. मुकाट्यानं व्हय म्हण!'

लक्ष्मम्मानं लग्नाला संमती दिली. तेरा वर्षांच्या कृष्णेगौडाशी त्याच्या आठ वर्षांच्या आत्तेबहिणीचं- मुक्या तायव्वाचं गुराख्यांच्या पद्धतीप्रमाणे रात्रीच्या मुहूर्तावर लग्न लावून देण्यात आलं. कृष्णेगौडानंही 'मुकी बायको नको' म्हटलं नाही. तसं सांगण्याइतकं त्याचं तरी कुठं वय होतं म्हणा! त्याच्या दृष्टीनं लग्न हा पूर्णपणे आई-वडिलांचा विषय होता. त्यात मुलांनी तोंड घालायची पद्धत नव्हती.

कामाधामाच्या बाबतीत तायव्वा शहाणी होती. बोलायला येत नसलं तरी इतरांचं बोलणं तिला सगळं समजत होतं. लग्नानंतर सहा वर्षांनी ती सासरी नांदायला

आली. पुढं तीन वर्षांत गरोदर राहिली, मुलगा झाला. 'सून मुकी असली म्हणून काय झालं? आणखी काय भाग्य असायचं?...' म्हणत लक्कव्वानं मधलं अंतर आणखी कमी केलं.

* * *

दोन्ही बाजूंना घ्यायचा प्रयत्न केला तरी लेकरू रडायचं थांबेना. तोंडात जबरदस्तीनं बोंड दिलं तरी ते दूर लोटून रडू लागलं. लक्कम्माचं एका गाईचं दूध काढून झालं, ती दुसऱ्या गाईपाशी बसला, तरी नातवाचं रडू थांबेना. सुनेकडे वळून ती म्हणाली, 'येवडं का गं रडवतीस? नीट पाजायला काय झालं?'

सुनेनं खुणा करून सांगताच तिच्या लक्षात आलं, गेल्या सात-आठ दिवसांत दुधाचं प्रमाण कमी होत चाललं होतं; आज सकाळपासून छातीत दुधाचा थेंबही येईना. सासूनं समजावलं, 'कुठंतरी अडकलं असंल. बोटांनी पिळून बघ.'

सुनेनं तेही करून पाहिलं, तरी दूध आलं नाही.

'एका वर्षातच दूध गेलं? तुझ्या आईला बी असंच होत होतं! लेकरांना चार वर्षांपर्यंत दूध पाजायला नाही म्हटलं तर तुमची कसली बाईची जात?'

सासूनं संधी साधली. सुनेनं असहायपणे नजर जमिनीकडे वळवली. इकडं गाईच्या दुधानं मात्र चरवी भरून फेस वरती येत होता.

बाळाला वरचं दूध पाजल्यावर पोट भरत होत; पण आईचं दूध न मिळाल्यामुळे त्याचं रडं काही थांबायला तयार नव्हतं. आजीनं त्याला कडेवर घेतलं, तोंडात गुळाचा खडा दिला, तरी तो गप्प बसेना. दूध काढायचं काम तिथंच थांबलं. लेकराला आजीनं घेताच तायव्वा कामाला लागली.

लवकर उठून पहाटेच काळिंगगौडा शेताकडे गेला होता. आषाढ संपून श्रावण सुरू झाल्यामुळे शेतात नाचणीच्या पेरणीचं काम सुरू झालं होतं. उगवतीला देव चार हात वर आल्यावर तो घराकडे परतला, तेव्हाही लेकरू रडत होतं. त्यानं थोड्या रागातच विचारलं, 'काय बे! अजून का रडतंय लेकरू?'

गौडतीनं तक्रार करत सांगितलं, 'तायव्वाचं दूध आटलंय! वर्षभरातच दूध आटलंय, म्हणजे ही कसली बाईची जात म्हनायची? हिच्या आईचं बी तसंच व्हतं!'

लक्कव्वानं आपल्या मुलाला पूर्ण तीन वर्षं दूध पाजल्याचं काळिंगगौडालाही ठाऊक होतं. तरी तिनं सुनेच्या आईची, म्हणजे त्याच्या बहिणीची दुधावरून जात काढल्याचं त्याला आवडलं नाही. असं कसं? ही असेल चांगल्या जातीची! सगळ्या कशा सारख्या असतील? त्यानं आवाज चढवला,

'आता मुकाट्यानं तोंड बंद करतीस की नाही! सगळ्या गाई काय सारख्याच असतात? सगळ्या गाई सारखंच दूध कुठं देतात?'

गौडती निरुत्तर झाली. तिनं लेकराला गौडाच्या हाती दिलं आणि स्वयंपाकघरात निघून गेली. सून तर आधीच आत जाऊन पावट्याच्या आमटीसाठी मसाला वाटत होती.

आता बाळाला शांत करणं गौडाची समस्या झाली. स्वयंपाकघरात जाऊन त्यानं गौडतीला विचारलं, तर ती म्हणाली, 'त्याला आईच्या दुधाची सवय हाय न्हवं! न्हाई आता ते मिळाल्याबिगर शांत होनार!'

गौडा लेकराला घेऊन वासरांच्या गोठ्यात गेला. वासराबरोबर त्याला खेळायला सोडलं तरी तो रडायचा थांबेना. बैलाच्या गोठ्यात जाऊन एका बैलाच्या पाठीवर बसवलं तरी तो शांत होईना.

शेवटी गौडाला एक उपाय सुचला. जन्म दिलेल्या आईपेक्षा गोमाता श्रेष्ठ आहे! तिचं थान जन्म देणाऱ्या आईपेक्षा मोठं! तो सरळ गाईंच्या गोठ्यात गेला.

सगळ्या गाईंची धार काढून झाली होती. शिवाय लेकरानं थानाला तोंड लावलं तर सगळ्या गाई मुकाट राहणार नाहीत.

पण पुण्यकोटीच्या वंशाविषयी गौडाला अपार विश्वास होता. केव्हाही धार काढायला बसलं तरी ती अजिबात पान्हा न चोरता आपल्यापाशी असलेलं दूध द्यायची. तिच्या कुठल्याही वंशज-गाईला पान्हा चोरायची खोडकर बुद्धी नाही, हे त्याला ठाऊक होतं. शिवाय लाथा मारणं किंवा शिंगावर घेणंही त्यांच्या स्वभावात नाही!....

गौडाच्या गोठ्यात पुण्यकोटीच्या वंशातल्या तीन गाई होत्या. त्यांतली एक पहिल्यांदाच व्यायली होती. या श्रावणात वर्ष झालं होतं. तो गोऱ्हाही या नातवाच्याच वयाचा होता. आईचं दूध प्यायल्यावर तो गोठ्याच्या भिंतीपाशी खुशीत नाचत होता. गौडानं त्याला ओढून आणून त्याच्या आईपाशी सोडलं. गोऱ्ह्यानं पुन्हा आईच्या थानाला तोंड लावलं. गाईनं एकवार मागचे दोन्ही पाय आवळून पान्हा सोडला. गौडानं नातवाचं तोंड गाईच्या थानापाशी नेलं.

काही क्षण नातवाला काही समजलं नाही. गाईचं थान तोंडात घ्यायला त्यानं नाकारलं. गौडानं हलकेच थान नातवाच्या तोंडात पिळलं. ते चविष्ट, धारोष्ण दूध तोंडात जाताच नातवाची खात्री झाली आणि त्यानं ते गाईचं थान तोंडात धरून दूध प्यायला सुरुवात केली.

पुण्यकोटी मुकाटपणे पान्हा सोडत उभी होती. तिनं एकही पाय जागेवरून हलवला नाही.

नातवाचा रडायचा आवाज बंद झाला तेव्हा गौडती हातातलं काम ठेवून गोठ्यात आली. समोरचं दृश्य बघून तिला काहीच आश्चर्य वाटलं नाही. लेकरांनी गाईच्या थानाला तोंड लावून दूध पिण्यात तिच्यासारख्या सतत गुरांबरोबर असणाऱ्या

बाईला आश्चर्य काय वाटणार? पण नवऱ्याला सुचलेला उपाय आपल्याला का सुचला नाही, याची तिला हळहळ वाटली.

लेकराचं दूध पिऊन झाल्यावर त्याचं डोकं एकवार गाईच्या पायाशी टेकवून गौडा गाईला म्हणाला, 'आजपासून तूच या लेकराची आई आहेस! हा रडेल तेव्हा तूच याला दूध देऊन पोसायला पाहिजेस!'

गौडा माघारी वळला तेव्हा जवळ उभी राहिलेली बायको त्याच्या नजरेला पडली. तो म्हणाला, 'काय बाई आहे! लेकरू रडायला लागलं, तर गप करता नाय येत? तू कसल्या जातीची म्हनायची? तायव्वाचा पान्हा आटला म्हनून काय झालं? घरात एवढ्या गाई नाहीत काय?'

गौडतीला हा अपमान वाटला. खाली मान घालून ती रागानं तिथून निघून गेली.

त्या दिवसापासून नातू काळिंगा पुण्यकोटीचंच दूध पिऊ लागला. तेही थानाला तोंड लावून. एकदा व्यायल्यावर पुढं अडीच वर्षं दूध देणारी पुण्यकोटीची जात. पुढं दीड वर्षं लेकरू सुखानं तिचं दूध पीत होतं. कितीतरी वेळा त्याच्या सोबतही कुणी मोठी माणसं यायची गरज नसे. तो एकटाच गोठ्यात जाई आणि दोन वर्षांचा तो मुलगा सगळ्या गाईंमध्ये आपल्या गाय-आईला ओळखून तिच्या आचळाला तोंड घाले. त्या गाईनंही कधी त्याला लाथाडलं नाही की खुराखाली तुडवून दुखावलं नाही. गाईच्या पोटापाशी वाकून पोटभर दूध पिऊन झाल्यावर गालावरचा दुधाचा फेस न पुसता तो घरात यायचा. गाईचं दूध पूर्णपणे थांबायच्या वेळी लेकराचा आईच्या दुधावरचा मोहही पूर्णपणे गेला होता.

।। दोन ।।

१

अरुणाद्रीगिरीच्या पठारावर भरपूर गवत उगवायचं. खरीप पिकाच्या वेळी असलेलं भरपूर भाताचं गवत पोटभर चरल्यावर गाई लहान गाडगंभर दूध द्यायच्या. आषाढापासून कार्तिक-मार्गशीर्षापर्यंत तो सगळा भाग हिरवागार असे. कोणे एके काळी घनदाट अरण्य असलेल्या त्या प्रदेशातलं दाट रान नाहीसं झालं असलं, तरी तो काही ओसाड प्रदेश झाला नव्हता. मोजकी झाडं या काळात फुललेली-फळलेली असत. त्यातही नव्यानं उगवणारी पळसाची झाडं मुबलक प्रमाणात असायची. आता तर त्यांना लालबुंद फुलंही यायला लागली होती.

घनदाट जंगल असताना अरुणाद्रीगिरीवर असणारे वाघ आणि चित्ते आता तिथं नसले तरी ग्रीष्म-शरद ऋतूमध्ये तिथं एखाददुसरं तरस दिसायचं. उपाशीपोटी या तरसानं जवळपासच्या गुरा-वासरांवर किंवा बकऱ्या-मेंढ्यांवर हल्ला केल्याच्याही बातम्या असत; पण माणसांवर मात्र हल्ला करत नसत. दोन-तीन गुराखी एकत्र असतील तर तिकडंही तरसं फिरकतही नसत.

काळिंगगौडाचं स्वतःचं असं दीडशे एकर गायरान होतं. तिथलं गवत राखून तो कार्तिक महिन्यापर्यंत डोंगराच्या पठारावरच आपल्या गुरांना चारत होता. भोवतालच्या खेड्यातले सगळेच तसं करत होते. पन्नाशीच्या काळिंगगौडाला तिथंपर्यंत चढ-उताराच्या रस्त्यानं जाणं दमवत होतं, त्यामुळे अलीकडे त्याचा मुलगा कृष्णेगौडा गुरांना चारायला घेऊन जात होता. शिवाय याच काळात व्यवसायाची बाकी कामंही असल्यामुळे काळिंगगौडाही त्या कामांत गुंतलेला असे. त्यामुळे त्या काळात गुरांची

जबाबदारी पूर्णपणे कृष्णाच बघत असे. तशी कामाला हवी तेवढी माणसं असली तरी गुरांची देखभाल तो स्वतः करत असे.

बापासारखाच कृष्णेगौडाही उंचापुरा आणि आडवा गडी होता. यजमानपददर्शक मोठाल्या अक्कडबाज मिशा सोडल्या तर त्याचा बाकी वेशही बापासारखाच असे. कपाळावर तिलक, गळ्यात बिल्ल्याची माळ, बोटात मुद्रांच्या अंगठ्या. पावा तर तो बापापेक्षा चांगला वाजवायचा. त्याची शीळ तर थेट बासरीसारखीच ऐकू येई. जायफळ, लवंग, वेलदोडे, विड्याची पानं, चुना यांनी सज्ज अशी आपली स्वतंत्र चंची कनवटीला लावून तो बाहेर पडायचा. विड्यानं रंगलेल्या ओठांचा चंबू करून तो पावा वाजवू लागला किंवा शीळ घालू लागला तर गुरं जागच्या जागी स्तब्ध उभी राहायची. गुरांबरोबर डोंगरावरच्या पठारावर जायच्या वेळी तो हातात मोठाला बांबूचा सोटा घेऊन जायचा. त्याच्या एका टोकाला धारदार बर्ची बसवलेली होती.

एक दिवस तो नेहमीप्रमाणे गुरांना डोंगरातल्या पठारावर चरायला घेऊन गेला. इतर खेड्यातल्या गुराख्यांनी तिकडं गुरं न आणल्यामुळे हिरवं गार गवत कमरेपर्यंत वाढलं होतं. त्यामुळे कृष्णेगौडाच्या गुरांची चंगळ चालली होती.

एका खडकावर बसून कृष्णानं एक डुलकी काढली. नंतर त्यानं त्यांना ओढ्यापाशी नेऊन पाणी पाजलं. त्यांना ओढ्याच्या काठावर चरायला सोडून तोही इकडंतिकडं फिरत होता.

चरता-चरता गुरं पळसाच्या झुडपांकडे वळली. भोवताली खेड्यातली इतर गुरंही चरत होती. तिथल्या गुराख्यांबरोबर गप्पा मारत कृष्णानं चंची उघडली. गप्पांपाठोपाठ त्यांनी त्याला पावाही बाहेर काढायला लावला. एव्हाना सूर्य मावळतीला झुकला होता. हळूहळू इतर गुराखी आपापली गुरं घेऊन गावांकडे वळले. कृष्णानंही आपली गुरं गावाकडे वळवली. गुरं निवांतपणे रमतगमत गावाकडे निघाली.

एक उतार उतरून पुढचा चढ चढून काही अंतर चालत कृष्णा गुरांना घराकडं लवकर चलायची घाई करू लागला. त्याच वेळी मागच्या बाजूला एका गाईनं घाबरून हंबरडा फोडल्याचा आवाज कानांवर आला. कृष्णानं आपल्या सगळ्या गुरांवरून नजर फिरवली. त्याच वेळी पुन्हा एकदा गाईचं आक्रंदन ऐकू आलं.

कृष्णा सावध झाला. कुणाची का असेना, एक गाय संकटात सापडलीय, हे तर स्पष्टच होतं. हातातला बर्ची असलेला जाड सोटा घेऊन तो तिकडं धावला. जवळच एका खडकाच्या शेजारी त्याचीच एक पुण्यकोटी गाय थरथर कापत उभी होती. समोरून एक तरस तिच्यावर हल्ला करण्यासाठी सज्ज होतं.

त्यानं पाहिलं, तरस आकारानं नेहमीपेक्षा मोठंच होतं. क्षणभर तो थबकला. पण उशीर झाला तर गोमातेचा जीव वाचणार नाही हे त्याच्या लक्षात आलं. त्यानं

हातातला सोटा पेलला.

त्यानं वार करण्याआधीच तरसानं गाईवर हल्ला केला आणि तिच्या तोंडावर पंजानं वार केला.

आता मात्र विलंब न करता कृष्णानं बर्चीनं तरसाच्या पाठीवर सर्व शक्तीनिशी वार केला. पण तरसानं तो वर चुकवला. आता त्याचा रोख कृष्णाकडे वळला. कृष्णानं चूक सुधारत त्याच्या छातीवर घाव घातला. पण तरसाचा एक पंजा त्याच्या चेहऱ्यावर आणि दुसरा त्याच्या छातीत घुसला. रक्त उसळलं. पण कृष्णानं माघार न घेता पुन्हा एकदा बर्ची तरसाच्या छातीत घुसवली. तरसानंही सर्व शक्तीनिशी पुन्हा कृष्णावर शेवटचा हल्ला केला.

२

रक्तानं माखलेली गाय धावत सुटली, तशा इतरही गाई घाबऱ्या झाल्या. सगळ्याच आपल्या गोठ्याच्या दिशेनं धावत सुटल्या. सगळ्या घाईघाईनं गोठ्यात शिरल्या.

त्यांची धावपळ बघून काळिंगगौडाला आश्चर्य वाटलं. रक्तानं माखलेल्या गाईच्या जवळ जाऊन पाहिलं तेव्हा तिच्या चेहऱ्यावरची पंज्याची खूण दिसली. काय झालं असेल याची त्याला कल्पना आली. पाठोपाठ कृष्णा घरी न परतल्याचंही त्याच्या लक्षात आलं. 'असं कसं त्यानं जखमी गाईला तसंच सोडलं? तिथंच जखमांना दगडी पाल्याचा रस नाही का लावायचा?....त्यानं पाहिलं असतं, तर त्यानं असंच सोडलं नसतं. की गुरांना सोडून हा कुठं गप्पा छाटायला बसलाय?....' काळिंगगौडाला मुलाचा राग आला. पाठोपाठ भीतीही वाटली, तरस त्याच्यावरच चाल करून तर गेलं नसेल?..

त्यानं गोठ्याच्या दारापर्यंत जाऊन पाहिलं. कृष्णा आलेला दिसला नाही. त्यानं सुनेपाशी चौकशी केली. तो आलाच नाही, हे समजलं.

आता मात्र गौडाच्या छातीत धडधडू लागलं.

वेळ न घालवता तो गावात धावला आणि हाका मारून शेतावरून परतलेल्या पंधरा-वीस गावकऱ्यांना सोबत घेतलं. एव्हाना अंधार पडू लागला होता. सगळ्यांनी पलिते पेटवून घेतले. हातात काठ्या, कुऱ्हाडी, कोयते... मिळेल ती हत्यारं घेऊन सगळे डोंगरातल्या पठाराच्या दिशेनं धावले.

गावाची वेस ओलांडल्यावर तीन-चार जणांचे समूह करून सगळे पुढं निघाले. सगळे कृष्णाला मोठमोठ्यानं हाका मारत होते; पण कुठूनच त्याच्याकडून प्रतिसाद येईना. काळिंगगौडाचं मन आशंकेनं भरून गेलं. त्याची डावी भुजा उडत होती.

तसाच त्याचा डावा डोळाही तीन वेळा लवला. तरी तो 'अरं. बगा बिगी बिगी!..' म्हणत स्वतःही एका घोळक्याबरोबर घाईनं पावलं टाकत होता. ते शोध घेत पुढं चालले. एव्हाना रात्र झाली होती.

गौडाचा घोळका पुढं चालला असता मागून एका घोळक्यानं हाक दिली, 'काळिंगमामा! हिकडं या! हाय हिकडं त्यो!...बिगीनं या..' रात्रीच्या गंभीर अंधारात ही हाक अस्पष्टपणे ऐकू आली.

गौडाला नाही म्हटलं तरी हायसं वाटलं. जखमी झाला असंल. उठायला येत नाही म्हणून झोपून राहिला आसंल!...औषदपाणी केलं की होईल नीट!..तो त्या आवाजाच्या दिशेनं धावला. सगळेच त्या दिशेनं धावल्याचं पलित्याच्या उजेडावरून दिसलं.

जवळ जाऊन पलित्याच्या उजेडात पाहिलं, तेव्हा मात्र काळिंगगौडाच्या डोळ्यांसमोर अंधारी आली. बघताक्षणीच समजत होतं, कृष्णा मरून पडला होता. त्याच्या चेहऱ्यावरचं आणि छातीवरचं रक्त साकळून काळं पडलं होतं. उजवा गाल फाडून खाल्ला होता. दोन्ही मांड्यांवरचं मांसही खाल्लेलं दिसत होतं. अंगावरचे कपडेही रक्तानं माखून काळपट दिसत होते. उजव्या डोळ्याच्या पांढऱ्या भागातही रक्त दिसत होतं.

गौडा कृष्णाच्या शवावर कोसळला. सगळ्यांनाच अनावर दुःख दाटून आलं. काळिंगगौडा सगळ्या गावाचा गौडा. त्याचा एकुलता एक मुलगा कृष्णा. त्याच्यासारखा पावा वाजवणारं आख्ख्या गावात कुणीही नव्हतं. पोळ्याच्या दिवशी वेगात बैलांना पळवण्यात कुणीही त्याचा हात धरू शकत नव्हता.

आता गौडांची समजूत कशी काढायची? त्यांच्यापैकी दोघांनी डोक्यावरचं फडकं ओलं करून गौडाच्या डोक्यावर ठेवलं. त्यामुळे तो शुद्धीवर आला आणि मुलाच्या शवाला मिठी मारून रात्रीचा अंधार डहुळून जाईल अशा प्रकारे आक्रंदन करू लागला. तिथं असलेल्यांपैकी सगळ्यात मोठा कोट्टिगेमने चन्नय्या पुढं झाला आणि गौडाला जवळ घेऊन त्याचं सांत्वन करू लागला, 'काळिंगअण्णा, स्वतःला आवर! ते तरस कदाचित इकडंच कुठंतरी लपलं असंल! आदी त्याला मारायला पायजे! चल..ऊठ!..चार-पाच जणांबरोबर याला घरी जाऊ दे. बाकीच्यांनी तरसाला मारायला पाहिजे..'

'माझा मुलगाच गेलाय! आता तरसाला मारून काय होनार?..' गौडा रडत म्हणाला.

'गेलेला मुलगा माघारी येनार नाय; पन तरस राहिलं तर आनखी किती गोमातांना मारंल कोन जाणं! कृष्णाला मारलंय न्हवं का! त्याला तसंच नाय सोडायचं!'

हे ऐकताच काळिंगगौडालाही त्वेष आला. तो उठून बसला. 'तुम्ही थांबा हितंच! मी बगतो त्याच्याकडं! कुटं बी असू दे! त्याचं रक्त सांडल्याशिवाय राहनार नाही!...' म्हणत तो उभा राहिला.

कुणीतरी म्हटलं, 'कृष्णाची बर्ची कुठं आहे?'

चिन्नय्या लगेच म्हणाला, 'कृष्णा उगाच नाही मेला! त्यानं बर्चीनं मारलेलं दिसतंय! बर्चीसहित इकडंच कुठंतरी ते बी मरून पडलं असंल बघा! चला शोधू या!..'

सगळे नको म्हणत असतानाही काळिंगगौडाही त्यांच्याबरोबर निघाला. प्रेतापाशी राखायला चार माणसं उभी राहिली.

चिन्नय्याचा अंदाज बरोबर होता. तिथून शंभरेक फुटांवर एका झुडपाआड जखमी तरस पडलं होतं. त्याच्या पोटावर आणि छातीवर दोन मोठे वार होते. त्यातूनही वाहिलेलं रक्त गोठून गेलं होतं. छातीत घुसलेली बर्ची मात्र तशीच रुतलेल्या अवस्थेत होती. किंचित हललं तरी वेदना होत असल्यामुळे ते न हलता चारही पाय एकीकडे करून पडून होतं. एवढी माणसं जवळ येत असलेली बघितल्यावर ते घाबरलं आणि स्वरक्षणार्थ सर्व शक्तीनिशी त्यांच्यावर चाल करून गेलं. काळिंगगौडाचा राग आता मात्र अनावर झाला. शेजारच्याच्या हातातला भाला ओढून घेऊन तोही तरसावर धावून गेला. ते दोघे एकमेकांना भिडण्याआधी सगळेच तरसावर धावून गेले. पण त्या कुणालाही संधी न देता काळिंगगौडाच्या हातातल्या भाल्यानं तरसाच्या छातीचा ठाव घेतला होता. तरस जमिनीवर कोसळलं. गौडानं पुन्हा एकदा त्याला भाल्यानं भोसकलं.

आपल्या हातानं तरसाचा जीव घेतल्यावर गौडाचं दुःख काहीसं कमी झालं. जवळपास मिळालेल्या वेलींनी त्याचे चारही पाय एका काठीला बांधून त्याला कृष्णाच्या प्रेताच्या जागी आणण्यात आलं. आतापर्यंत सुडानं पेटलेलं गौडाचं मन मुलाचा मृतदेह बघून पुन्हा शोकसागरात बुडून गेलं. तो छाती पिटून आक्रोश करू लागला.

३

त्या रात्री काळेनहळ्ळीमध्ये कुणीच झोपलं नाही. गौडांच्या नातेवाइकांना निरोप पाठवून मृतदेहाला माती द्यायची व्यवस्था करण्यासाठी सगळे रात्रभर जागेच होते. काळिंगगौडा, लक्कव्वा आणि तायव्वा हे तिघंही प्रेताच्या भोवताली बसून सतत रडत होते. तीन वर्षांचा मुलगा मात्र थोडा वेळ रडला आणि त्यानंतर आईच्या मांडीवर झोपी गेला.

सकाळी सूर्यदेव दोन हात वर यायच्या आधीच गौडाचे लांबलांबचे सगळे नातेवाईक गोळा झाले. फार वेळ घालवण्यात अर्थ नाही, हे सगळ्यांनाच समजत होतं. जखमा मोठाल्या असल्यामुळे ऊन्ह वाढेल तशी दुर्गंधी यायला सुरुवात होईल हेही सगळ्यांना समजत होतं. गौडाच्या विस्तीर्ण गायरानाच्या मध्यभागी खड्डा खणून तिथं कृष्णाला माती देण्यात आली.

घरी आल्यावर गौडा एक कोपरा पकडून आडवा झाला. दुसरीकडे लक्कव्वा आणि तायव्वाही आडव्या झाल्या. कुणीही कितीही समजूत सांगितली तरी त्या तिघांनी पाण्याचा घोटही घेतला नाही. शेजारी लेकराला आपल्या घरी घेऊन गेले. वस्तीचा यजमान, जैमिनी भारत वाचून त्यातला अर्थ सांगणारा मोठा माणूस, पंचक्रोशीत कुणावरही काहीही संकट आलं तरी धावून जाणारा काळिंगगौडा! तोच असा झोपून राहिला तर कोण समजूत घालणार?

चिन्नय्या जवळ आला आणि म्हणाला, ‘काय करनार काळिंगण्णा? देवाची इच्छा!...’

तर काळिंगगौडा भडकून म्हणाला, ‘माझ्या मुलाच्या मरणाची इच्छा करणारा कोण रं त्यो देव? माझा मुलगा मरावा म्हणून इच्छा करायला त्याला कसली धाड भरलीय? चरबी वाढलीय की काय त्या देवाची?...’

देवाचा काहीही उपयोग झाला नाही. पूर्वजन्मीचं कर्महीं कामाला आलं नाही. या संदर्भात काळिंगगौडाबरोबर बोलू शकेल एवढी समज असलेलं त्यांच्यामध्ये कुणीच नव्हतं.

त्या संध्याकाळी, सूर्यदेव मावळायला दोन घटका शिल्लक असताना अग्रहारचे नरसिंहजोईस आले. कुठल्याशा कामासाठी ते दुसऱ्या गावी गेले होते. दुपारी घरी परतताच त्यांना कृष्णाच्या मृत्यूविषयी समजलं. त्यांनी घाईनं जेमतेम स्नान उरकलं आणि काहीही न खाता तसेच काळेनहळ्ळीला जायला निघाले. त्यांच्या आणि काळिंगगौडाच्या घरांमध्ये पिढ्या न् पिढ्यांचा विश्वास होता. या दोघांमध्ये तर तो अधिकच गाढ होता. त्यामुळे न राहवून भांडंभर पाणी पिऊन ते निघाले आणि धावतच दोन मैलांवर असलेल्या जोईसांच्या घरी जाऊन पोचले. तेव्हाही गौडा उठला नव्हता. जोईसांना बघून तो जागीच उठून बसला. कुणीतरी जोईसांसाठी एक पाट घातला. पण जोईस त्यावर न बसता जमिनीवरच बसले.

गौडा काहीही न बोलता बसून होता. गौडती मात्र जोईसांपाशी येऊन आपलं दुःख सांगू लागली. सांगता सांगता ती मोठ्यानं रडू लागली. सुनेला मात्र आपलं दुःख व्यक्त करायला काहीच मार्ग नव्हता. तिचा चेहरा मूक रडण्यामुळे मांसाचा गोळा झाला होता.

जोईसांनी शेवटी चिन्नय्यालाच विचारलं, ‘काय झालं?’

चिन्नय्यानं आदल्या दिवसापासून जे काही झालं ते सांगितलं, त्याचबरोबर सकाळपासून यांचं सांत्वन करायला काय-काय केलं तेही सांगितलं.

जोईस अर्धा घटका खाली मान घालून बसले. नंतर त्यांनी विचारलं, 'आणि ती गाय? ती कशी आहे?'

चिन्नय्या म्हणाला, 'तिकडं बघायला कुणाला सुचतंय इथं?'

'चल. आपण बघू या..' म्हणत ते मागच्या बाजूच्या गोठ्याकडे निघाले. पाठोपाठ चिन्नय्या निघाला. त्या दिवशी कुणीच गुरांना चरायला नेलं नव्हतं. गड्यांनी त्यांना कोरडा चारा देऊन डोणीत विहिरीचं पाणी घातलं होतं. तरसाचा मार खाल्लेली गाय बधिर होऊन उभी होती. तरसाची नखं लागलेली जागा सुजली होती. तिनं गवताला तोंडही लावलं नव्हतं. डोणीलाही तोंड लावलं नव्हतं. गड्यानं सांगितलं, 'तिचं वासरू जवळ आलं तरी ही त्याला लाथा मारते. या आधी ही कुणालाही पाय लावत नव्हती!...'

जोईस जवळ जाताच ती गाय त्यांच्याही अंगावर आली. जोईस मागं सरले. ती पुन्हा बधिर होऊन खाली मान घालून उभी राहिली.

'भ्यायलीय ती!..' गड्यानं सांगितलं.

जोईस आत येऊन गौडाला म्हणाले, 'तू एकदा बाहेर येऊन त्या गाईकडे एकवार नजर टाक. तिच्या तोंडावर नखं लागलीत. त्या जागी विष झालंय की काय कोण जाणे! तूच बघायला पाहिजेस! इतर कुणालाही समजणार नाही!'

'होऊ दे काय बी! मला नगा सांगू!' काळिंगगौडानं डोळे पुसत म्हटलं.

'हे तू म्हणतोस, गौडा? गाईचं दुखणं तुझ्याशिवाय आणखी कुणाला समजतंय? मुलगा तर गेला! आता औषधोपचार न करता घरात गोमातेला तू मारणार आहेस काय? या घराला तेही पाप लागू दे काय?' ते लक्कव्वाकडे वळले आणि तिला म्हणाले, 'तू तरी गोठ्याकडे बघ! यजमानीण ना तू?'

आता गौडा उठला. जोईस त्याच्या पाठोपाठ गेले. गौडतीही पाठोपाठ निघाली. पुढं आलं तर कुणाला मारत नाही आणि मागं आलं तर कुणाला लाथाडत नाही, असं सगळे जिचं वर्णन करत होते, तीच गाय आता काळिंगगौडावरही शिंगं उगारू लागली. पण त्यानं दावं धरून तिच्या तोंडावरच्या जखमांचं निरीक्षण केलं. नंतर तोच म्हणाला, 'होय. विष भिनायला सुरुवात झालीय! शेताच्या बांधावर दगडी पाला आहे. तो आणायला पाहिजे.'

'मग पाठव कुणाला तरी!'

'नाही जमणार. कुणालाच ठाऊक नाही ते. मलाच जायला पायजे. आत्ता जाऊन आनतो! तू थांब. जाऊ नगंस!' एवढं सांगून गौडा मागच्या दारानं बाहेर पडला. जोईस आत आले.

गौडाला एकट्याला जाताना बघून आणखी दोघं-तिघं त्याच्या मागोमाग धावले. पण पाला काढताना गौडानं त्यांना लांबच ठेवलं. सगळ्यांसमोर औषधाचा पाला काढायचा नाही, हा त्याच्या शास्त्राचा नियम होता. एका फडक्यात पाला गोळा करून आणून, वाटून, त्यात लसूण, लवंग यासारखे औषधी पदार्थ मिसळून त्याचा लेप त्यानं गाईच्या तोंडावरच्या जखमांना लावला. कालपासून तिनं गवत-पाण्याला तोंड लावलं नाही हे समजून त्यानं एकवार चारा खाऊ घालायचा प्रयत्न केला; पण तिनं तोंड उघडलं नाही. त्यानं बायकोला हाक मारून म्हटलं, 'घाबरलंय, म्हणून असं झालंय! जरा तिची द्रीश्ट काढ बघू!'

तिनं आतून खराटा आणला, गाईच्या तोंडावरून तीन वेळा ओवाळलं, नंतर तिचं टोक पेटवून गाईपुढं उभी केली. खराटा भगाभगा पेटला आणि सगळा गोठा त्या उजेडानं उजळून निघाला. ते पाहून जखमी गायच नव्हे, बाकीच्या गाईही घाबऱ्या झाल्या. गौडा म्हणाला, 'आता जाईल हिचं भय!'

त्या दिवशी कुणीही गाईंचं दूध काढलं नव्हतं. गड्यांनी वासरांना प्यायला सोडलं होतं तेवढंच. लक्कव्वानं आताही वासरांना सोडायला सांगितलं.

आत येऊन गौडा जोईसांना म्हणाला, 'नरसप्पा, आता तू गावाला जाऊ नकोस. हवं तर इथंच मूठभर तांदूळ शिजवून घे.'

'त्याची काही गरज नाही. घराकडं निरोप पाठवायची व्यवस्था कर, उद्या येतो म्हणून!'

त्याप्रमाणे एक गडी अग्रहाराच्या दिशेनं धावला.

४

काळिंगगौडाला पाणी प्यावंसं वाटलं. कुणीतरी आणून दिलेला तांब्या गटागटा पिऊन जवळजवळ रिकामा करून त्यानं ओल्या झालेल्या मिशा पुसून कोरड्या केल्या. त्याला आठवलं, सकाळपासून त्यानं पान खाल्लं नव्हतं. आपली चंची मागून घेऊन त्यानं त्यातली दोन सुपारीची खांडं तोंडात टाकली. अंगठ्याच्या नखानं पानाला चुना लावून त्यानं तंबाखू तळहातावर मळून तोंडात टाकली आणि जोईसांना विचारलं, 'एवढ्या कोवळ्या वयात येवढं वाईट मरण यायला काय पाप केलंतं माझ्या लेकरानं?'

जोईस म्हणाले, 'गौडय्या! एवढा शहाणा तू! तू असं म्हणतोस? तुझ्या लेकराला चांगलं मरण आलंय! वाईट मरण का म्हणतोस?'

'तरसाच्या तोंडी पडून मेलं म्हणजे काय चांगलं मरण म्हनायचं?'

'तो काही उगाच तरसाच्या तोंडी पडून नाही गेला! गोमातेचं रक्षण करताना

त्याचा जीव गेलाय. शास्त्रात सांगितलंय, गाईच्या रक्षणासाठी ब्राह्मण असो वा वैश्य असो, शस्त्र धारण करायलाच पाहिजे...' म्हणत त्यांनी तो संस्कृत श्लोक म्हणून दाखवला. वर सांगितलं, 'अशा वेळी तुझा मुलगा, तोही जातीनं गोपालन करणारा, गोमातेचा जीव वाचवायला धावला. त्यानं जीवही वाचवला! समज, तो पुढं झाला नसता, तर गाय वाचली असती काय? मर्दासारखा तो लढला! शूरपणानं बर्ची खुपसली. तुम्ही सगळ्यांनी मारलं नसतं तरी ते तरस मेलंच असतं! होऊ नये ते घडलं असलं तरी त्याला सद्गती मिळाली असेल, हे नक्की! तुझं नशीब म्हणून गाय वाचली! '

'ती वाचली म्हणून काय झालं; माझ्या मुलाचा तर जीव गेलाच! तो परत कुटं आला?' म्हणत गौडा उंबऱ्यापर्यंत जाऊन तंबाखू थुंकून आला. त्यानं बायको आणि सुनेला हाक मारली, 'आत काय करताय? बाहेर या बघू; नरसप्पा धरमशास्त्र सांगायलाय. ऐका या!'

त्या दोघीही बाहेर येऊन भिंतीला टेकून बसल्या.

जोईस म्हणाले, 'हा तुझा प्रश्नच बरोबर नाही! आणखी एक श्लोक आहे. त्यात सांगितलंय, ज्या घरात गाय दुःखी होते, तो नरकात जातो. समज, ती गाय मरून गेली असती, तर तिचं वासरू दुःखी झालं असतं की नाही? तेव्हा तुझ्या वंशाच्या मागच्या सात पिढ्या आणि पुढच्या सात पिढ्या रौरव नरकात गेल्या असत्या! तरस गाईवर हल्ला करत असल्याचं बघूनही जर तुझा मुलगा काहीही न करता मुकाट्यानं बघत राहिला असता, तर नरकाशिवाय दुसरा पर्यायच नव्हता! तुझ्या मुलानं धैर्य दाखवून पितरांनाही वाचवलं आणि तुला आणि तुझ्या नातवालाही वाचवलं!'

लक्कव्वानं डोळे पुसले आणि ताठ बसली. तायव्वाही त्यांचं बोलणं लक्ष देऊन ऐकू लागली.

जोईस म्हणाले, 'तुला ठाऊक नाही काय? मागं च्यवनऋषी नावाचे एक मोठे ऋषी होते. नदीच्या काठी तपश्चर्या करत असताना पूर आला आणि ते नदीत बुडाले. तरी त्यांची तपश्चर्या भंग पावली नाही. एकदा दोन-तीन कोळ्यांनी मासे पकडण्यासाठी नदीत जाळं टाकलं तेव्हा त्यात हे ऋषी अडकले. भलं मोठं घबाड सापडलं, या आनंदात त्यांनी जाळं काठावर ओढलं तर त्यात हे ऋषी! कोळी घाबरले. पण ऋषींनी सांगितलं, मला तुम्ही मासा म्हणून पकडलंय; तुमची काहीही चूक नाही; मला कुणालातरी विकून तुमचा दाम वसूल करा.'

पण असल्या ऋषींना विकत कोण घेणार? बातमी राजाच्या कानांवर गेली. राजानं हात जोडून त्यांना राजवाड्यात यायला सांगितलं. ऋषींनी सांगितलं, 'मी येईन; पण या कोळ्यांना माझी किंमत दे.' राजापुढे प्रश्न उभा राहिला, या ऋषींची

किंमत कशी करणार? त्यानं सांगितलं, माझं सगळं भांडार देतो. ऋषी म्हणाले, माझी किंमत एवढीच? राजा गोंधळून गेला. त्यानं राज्य देऊ केलं. तरीही ऋषी म्हणाले, 'माझी किंमत एवढीच? सांग लक्कव्वा! आता राजा काय करेल?'

'मला काय समजतंय? तुम्हीच सांगा!' ती म्हणाली.

आता जोईस काळिंगगौडाकडे पाहू लागले. तो मात्र म्हणाला, 'मला ठाऊक हाय!'

'तर मग सांग!'

'एक गोमाता आणून दे, म्हणून सांगितलं असंल ऋषींनी!'

'बघ, तू ओळखलंस उत्तर! तेच सांगितलं ऋषींनी. गाय म्हणजे ब्रह्मांडाच्या समान. त्या ब्रह्मांडात असणारा एक जीव मी! माझ्यासारख्या कोट्यवधी ऋषींना एकत्र केलं तरी गाईची बरोबरी होणार नाही, असं सांगितलं ऋषींनी!'

गौडा बायको आणि सुनेकडे वळून म्हणाला, 'ऐका, नीट ऐकून ठेवा!'

जोईस पुढं म्हणाले, 'जनक राजाचं नाव ऐकलंस की नाही?'

'सीतम्माचा बाप, न्हवं का?'

'होय, तेच. त्यांना राजर्षी म्हणायचे, एवढा मोठा माणूस! सिंहासनावर बसून राज्य करायचे, तरीही ऋषीसमान होते. त्यांनी जाणतेपणी एकही पापकर्म केलं नव्हतं. भरपूर म्हातारपण आल्यावर त्यांनी योगबळानं शरीर विसर्जित केलं. म्हणजे शरीर सोडून निघाले; पण त्यांच्या आत्म्याला नरकाच्या दाराशी घेऊन जाण्यात आलं. तेव्हा जनक राजांनी विचारलं, मी एकही पाप केलेलं नाही. मग मला इथं का आणलंत? त्यांना उत्तर मिळालं...' जोईसांनी श्लोक सांगितला,

'एकदा तु चरंती गां वारयामास वै भवान् ।
तेन पापविपकेन निरयद्वारदर्शनम् ।।'

एवढं सांगून त्यांनी खुलासा केला, 'मागं तुम्ही एकदा चरणाऱ्या गाईला हाकललं होतं. त्या पापासाठी तुम्हाला नरकाच्या दाराचं दर्शन घडवणं आवश्यक होतं.'

'ऐकलं की नाही? नीट लक्ष देऊन ऐका! गाईंची निगा राखायला तुम्हीही कधी कधी टाळाटाळ करता!' आता गौडाच्या आवाजात फरक पडला होता.

त्या रात्री जोईस झोपले नाहीत. गाईच्या शरीरात तेहतीस कोटी देवतांचं वास्तव्य आहे हे सांगत गोपूजेचं माहात्म्य सांगताना ते अधूनमधून श्लोकांची पेरणी करत होते. त्यांचा अर्थही सांगत होते. पहाट होता होता त्यांनी सांगितलं, 'गौडम्मा! तू नीट लक्षात ठेव. यानंतर रडायचं नाही. तुझ्या मुलानं गोसंरक्षण करताना जीव दिला आहे! तरीही त्यानं गाईचा जीव घेणाऱ्या तरसाचीही आहुती घेतलीच. त्यानं गाईचा जीव वाचवला आणि स्वतः मरण पावला. तुमचा हा पुढचा वंश आहे ना,

हा मुलगा; हे पुण्य या लेकराचं रक्षण करेल. आता डोळे पुसून त्या जखमी गाईची शुश्रूषा करा बघू! तूच तुझ्या सुनेलाही समजावायला पाहिजे. तू यजमानीण आहेस. तुलाच उठून सगळं बघायला पाहिजे!'

कालच्या दिवसात जोईसांच्या पोटात काहीच गेलं नव्हतं.

त्यांनी सांगितलं, 'गौडय्या, सगळे आंघोळ करा बघू! आणि काहीतरी घासभर पोटात जाऊदे. त्या गाईची शुश्रूषा करून तिचा जीव वाचवायला पाहिजे! बहुतेक रात्री ती नीट झोपली नसेल. वेगळा काही उपचार करायचा असेल तर त्याचाही विचार कर.' आणि आपल्या अग्रहाराकडे निघून गेले.

गौडा उठला आणि गोठ्यात गेला. पाठोपाठ गौडतीही गेली. गाईच्या जखमांजवळची सूज उतरली होती, तरीही तिनं चारा-पाण्याला तोंड लावलं नव्हतं. भयामुळे अजूनही तिचं अंग ताठरलं होतं. तिच्या तोंडावरून हात फिरवून तिच्याशी समाधानाच्या चार गप्पा केल्यानंतर गौडा बायकोकडे वळला आणि म्हणाला, 'शेताकडं जाऊन पाला घेऊन येतो. हिच्या पोटात काय बी गेलेलं नाही. एक-दोन शेर तांदूळ भिजत टाक. दोन नारळ घे. सगळं नीट वाटून बांबूच्या नरसाळ्यानं हिच्या पोटात घालायला पाहिजे. दोन दिवस उपाशी आहे. असं झालं तर घराला बरं नाही!'

गौडम्मा तांदूळ-नारळ वाटायला घरात गेली. जखमी गाईच्या वासराला दुसऱ्या गाईचं दूध पाजल्यानंतर गौडा औषधी पाला आणायला शेताकडे गेला.

५

अकराव्या दिवशी सगळं घर गाईच्या शेणानं सारवून जमलेल्या गावकऱ्यांना अन्नदान आणि गोदान देऊन कृष्णाचे दिवस करण्यात आले. पंचक्रोशीतल्या दहा हजारांहून जास्त संख्येनं जमलेल्या लोकांना नाचणीच्या उकडीसहित परमान्नाचे जेवण वाढण्यात आले. आलेली माणसं माघारी गेली.

आता काळींगगौडाच्या घरातल्या प्रत्येकाच्या मनात काळजी निर्माण झाली होती. तरसाच्या तोंडी पडलेल्या गाईच्या जखमा पूर्णपणे बऱ्या झाल्या होत्या, पण तरीही तिचा बधिरपणा काही कमी होत नव्हता. अजूनही ती चारा-पाण्याला तोंड लावत नव्हती. नजरेतही पहिली चमक आणि चैतन्य दिसत नव्हतं. तिथं अजूनही मृत्यूचं अस्तित्व दिसत होतं. पोटात काही नसेल तर जीव राहणार नाही या भीतीपोटी दोन्ही वेळेला दोन-दोन शेर तांदूळ आणि नारळ वाटून बांबूच्या नरसाळ्यावाटे तिच्या पोटात घातलं जात होतं.

गौडानं आपल्याला ठाऊक असलेला सगळा औषधोपचार केला. गाईच्या संदर्भात त्याच्याइतके उपचार ठाऊक असणारं त्या पंचक्रोशीत कुणीही नव्हतं. मंत्र-

तंत्र करणाऱ्यांनाही बोलावून मंत्र टाकण्यात आले. गोठ्यावरून कोहळा उतरवून टाकला तरी गुण आला नाही.

दिवसेंदिवस गाईची शक्ती वठत चालली होती. ती उभीही राहीनाशी झाली. झोपलेल्या जागीच तिला तांदूळ-नारळ-पाणी देण्यात येत होतं. ती पडल्या-पडल्याच पातळ शेण आणि मूत्रविसर्जन करू लागली. पडून राहिल्यामुळे आता तिच्या पोटाला आणि छातीलाही जखमा होऊ लागल्या. गौडाला जखमांवरची औषधं ठाऊक होती; पण गाय त्याच जखमांवर झोपत असल्यामुळे काहीही उपयोग होत नव्हता.

गौडती गयावया करायची, 'अव्वा, माझ्या लेकरा! तू कशापायी जीव देतीस? तू तरी जग बाई! तू पण गेलीस तर माझं लेकरू फुकाट मेल्यागत होईल गं!'

गौडाही म्हणायचा, 'अव्वा! तुला काय पायजे ते तरी सांग! अशी मुकाट झोपून राहिलीस तर आमाला कसं समजणार? माझ्या बुद्धीला समजलं तेवढं करतोय. तुझ्या मनात आसंल ते तोंड उघडून सांग बाई!'

तायव्वाला बोलायलाच येत नसल्यामुळे ती काही सांगायचा प्रश्नच नव्हता. नवरा गेल्याचं दुःखही ती आतल्या आत सहन करत होती. रडण्याशिवाय तिच्याकडे दुःख व्यक्त करायचा दुसरा मार्ग नव्हता. माहेरची माणसं बोलवायला आली तरी ती माहेरी गेली नाही. गाईच्या गळ्यात पडून ती आणि गाय एकमेकींचं दुःख वाटून घेत असाव्यात. गाईलाही बोलायला येत नव्हतं.

असे वीस दिवस गेले. शेवटी-शेवटी गाईनं तांदळाचं पीठ पिणंही सोडून दिलं होतं. जबरदस्तीनं घातलं तरी ती पोटात घेईनाशी झाली. घरातल्यांनी तिची आशा सोडून दिली. रात्रीही कुणी ना कुणी तिच्यासाठी जागं राहायचं.

मरायच्या आधीही तिनं तडफड केली नाही... हात-पाय हलवले नाहीत. मागं कधीतरी जीव गेलाच होता; आता देहाचा व्यापार पूर्णपणे थांबवावा, तशा प्रकारे तिनं आपला शेवटचा श्वास टाकला. पुन्हा श्वास घेतला नाही.

गाय मरणार हे सगळ्यांना आधीच ठाऊक होतं, तरीही ती गेली तेव्हा घरातल्या सगळ्यांनी एकवार मोठ्यानं आक्रोश केला. बावीस दिवसांपूर्वी घरचा मुलगा गेला. गाईच्या नव्या दुःखापुढे ते मुलाचं दुःख जुनं होऊन गेलं.

गौडम्मानं गाईला मिठी मारत आक्रोश केला, 'शेवटी मरून गेलीस की गं बाई!..'

गौडाच्या घरात याआधी कधीच गाय मेली नव्हती, असं नाही. योग्य निगा राखल्यामुळे, एखाद्या रोगाला बळी पडून त्याच्या गोठ्यातल्या गाई लहान वयात मरायच्या नाहीत. त्या परिसरात कुठल्याही जनावराला रोगानं ग्रासलं तर गौडा

जाऊन औषधोपचार करून यायचा. आपली असो, ओळखीच्या घरची असो, अनोळखी घरातली असो किंवा अगदी शत्रूच्या घरातली असो; एखादी गाय आजारी असल्याचं समजलं की तो धावायचाच. गाय आजारी असल्याचं समजून जर आपण औषधोपचार केले नाहीत तर आपल्याला कुठल्या नरकात जावं लागेल, या केवळ विचारानंही तो घामेघूम व्हायचा.

तरीही काही वेळा औषधोपचार करूनही गाई मरायच्या. तरी त्याच्या संपूर्ण आयुष्यात त्याच्या गोठ्यातलं एकही जनावर अशा प्रकारे रानटी जनावराच्या तोंडी जखमी होऊन मेलं नव्हतं. अशा वेळी आता ही गाय, त्यातही पुण्यकोटीचा वंश! तसं म्हटलं तर तरसाच्या जखमांमुळे गाय मरण पावली नव्हती. तरसानं केलेली जखम बरीही झाली होती; तरीही गाय जगली नव्हती. औषध-पाणी-मंत्र-तंत्र कशाचाच उपयोग झाला नव्हता.

का गेली ती? माझ्या मुलानं जीव दिला ते काय खोटं होतं? त्याला काहीच किंमत नाही काय? त्यानं भेदरटपणे जीव दिला काय? नाही! माझा मुलगा भित्रट नव्हता! मर्द गडी होता तो!

मृत गाईंना शेतात किंवा मळ्यात पुरायची आणि त्यावर एक झाड लावायची गौडाची नेहमीची पद्धत होती. पण गौडानं या मृत गाईला बैलगाडीत ठेवलं आणि त्याच्या विस्तीर्ण गायरानाकडे निघाला. आपल्या मुलाला जिथं माती दिली होती त्या जागी जाऊन त्यानं शेजारी खड्डा खणला. त्यात गाईचा देह झोपवला. त्यावर नवी साडी-चोळी पांघरली. शेरभर तांदूळ, मीठ आणि नारळ ठेवले. वर लोटाभर पाणी ओतलं. वर माती लोटून गाईच्या समाधीवर डोकं ठेवत गौडा हात जोडून मनोमन म्हणाला, 'आई! तुझ्या कुशीत तुझा मुलगा झोपलाय! तुला वाचवायला म्हणून त्यानं जीव दिलाय! तुझं लेकरू गेलं म्हणून तूही जीव दिलास! लेकराच्या माघारी जगायची तुला इच्छा राहिली नाही. तू पुण्यवान! मी करंटा! मुलगा गेला माजा! तरी तुझ्यासारखा जीव न देता अजून जिता हाय बग! तुझ्या लेकराला या नंतर काही त्रास झाला तर बघायला तू आहेस म्हणून तुला बी त्याच्यासंगं झोपवलंय! आता मला माज्या लेकराची चिंता न्हाय! तू हायेस की त्याच्याकडं बघायला!'

६

गौडासमोर आणखी एक चिंता उभी राहिली.

त्याच्या गोठ्याची देखभाल करणारा गडी सांगत आला, 'अवं, त्या कपिलेचा गोऱ्हा का कुणास ठाऊक, रोड व्हायलाय बगा! नीट चारा-पानी बी घीना झालंय.'

गौडानं जाऊन पाहिलं तर खरोखरच चार दातांचा बऱ्यापैकी मोठा गोऱ्हा

हडकल्यासारखा झाला होता. डोळ्यातली चमक कमी झाली होती. तोही म्हणाला, 'खरंच की! असं का झालंय हे?'

'चार दातं आली तरी आईवर लई जीव होता. आईविना पारखा झालाय जनू!'

हा गोऱ्हा काही अगदी लहान नव्हता. चांगला तीन वर्षांचा होता. दोन महिन्यांपूर्वी याची आई पुन्हा व्यायली होती. मुलाच्या दिवस-कार्याच्या दिवशी गौडानं त्या गाय-वासराला जोईसांना दान म्हणून दिलं होतं. आणखी एक वासरू झालं असलं तरी हा गोऱ्हा आईशी फार चिकटला होता. रात्री त्याला इतर गोऱ्ह्यांबरोबर बांधत असले तरी उजाडताच तो आईकडे धाव घ्यायचा. आई-गोऱ्हा थोडा वेळ एकमेकांना हुंगायचे-चाटायचे. आता आई तिथं नव्हती. गोऱ्हा का रोड होत चाललाय, त्या मागचं हे कारण गौडाच्या पटकन लक्षात आलं.

'काय करायचं' हा यापुढचा खरा प्रश्न होता. कारण त्याच्या आईला तर दान देऊन झालं होतं. ती आता पुन्हा या गोठ्यात कशी येणार?

या गोऱ्ह्याला लवकरच नांगराला जुंपायचा गौडाचा विचार होता. आणि आता हा दूधपित्या वासरासारखा आईच्या आठवणीनं झुरून रोड होत चाललाय! गौडा विचारात पडला. आईचा घोर लावून घेऊन यानंही जीव सोडला तर... या विचारानं गौडा घाबरा झाला.

रात्रभर या विचारानं त्याला झोप लागली नाही. मध्यरात्र उलटली. थोडा डोळा लागून भल्या पहाटे पुन्हा खडबडून जाग आली. जाग येताच उठून त्यानं गोऱ्ह्याचं दावं सोडलं आणि अग्रहाराच्या दिशेनं चालू लागला. वाटेत ओढ्यापाशी त्याला एका झाडाला बांधून त्याच झुडपामागं प्रातर्विधी संपवले. ओढ्याच्या पाण्यात हात-पाय-तोंड धुऊन त्यानं उगवतीच्या दिशेनं हात जोडले. गोऱ्ह्याचं दावं धरून तो अग्रहाराकडे निघाला.

तो तिथं पोहोचला तेव्हा जोईसांची बायको सुब्बम्मा दानात मिळालेल्या गाईची धार काढत होती. त्यांचा पाच वर्षांचा मुलगा तिच्या मागं उभा राहून दुधाची वाट पाहत होता. जोईस फुलं-पत्री-दुर्वा आणण्यासाठी नदीच्या काठी गेले होते. वेगळा गोठा नसल्यामुळे गाईला घराच्या समोरच्या बाजूलाच बांधण्यात येत होतं.

आपल्या गोऱ्ह्याला बघताच गाय हंबरली. आईला पाहताच गोऱ्हाही तिकडं धावला. आपल्या आईला हुंगू लागला. अचानक हे असं घडताच सुब्बम्मा हातातली चरवी घेऊन पटकन उभ्या राहिल्या. आता गौडाही पुढं होऊन म्हणाला, 'माय-लेकरांचं नातं! कसं विसरेल?...' गौडानं सुब्बम्मांना सगळी हकिगत सांगितली.

घरी परतलेल्या जोईसांनी सगळी हकिगत ऐकली आणि ते म्हणाले, 'काही वेळा माय-लेक परस्परांना फारच चिकटलेले असतात. त्यांना दूर करणं योग्य नाही. एक कर.'

'बोला.'

'ही गाय तू मला दान म्हणून दिलेली आहेस. दिलेलं दान माघारी घेऊ नये. खरेदी म्हणून तू मला एक रुपया दे आणि गाय घेऊन जा.'

'छे:! एक रुपया असो किंवा एक लक्ष रुपये असोत; दान दिलेली गाय माघारी कशी घेऊन जाऊ? त्याऐवजी मी सांगतो ते ऐक. हा गोऱ्हाच तुला दान म्हणून देतो. तूच ठेवून घे! माय-लेक एकत्र राहतील.'

आता जोईस विचारात पडले आणि म्हणाले, 'असंही करता आलं असतं म्हणा! पण शास्त्र बघायला पाहिजे.'

'त्यात कसलं शास्त्र?'

'दान घ्यायच्या संदर्भात एक श्लोक आहे....

युवानामिंद्रियोपेतं शतेन सहयूथपम् ।
गवेंद्रं ब्राह्मणेंद्राय भूरि श्रुंगनलंकृतम् ।।'

'हे बघ! मला तुझा श्लोक नको सांगू! काय अर्थ आहे त्याचा?'

'हा गोऱ्हा आहे. म्हणजे शेकडो गाईंना वासरं देणारा तरुण पती आहे हा! हा वयात येत आहे. म्हणजे हे 'गो' नाही, हा गवेन्द्र आहे! गवेन्द्राचं दान घेण्यासाठी ब्राह्मणेन्द्रच हवा! म्हणजे, गोत्र-प्रवर्तक असण्याची शक्ती असलेला ब्राह्मण! असा वृषभ म्हणजे निम्म्या गोवृंदाच्या समान. एक वृषभदान शंभर गोदानाच्या समान असतं. ज्याची शंभर गाईंचं दान स्वीकारायची शक्ती आहे, केवळ तोच वृषभदान स्वीकारू शकतो! माझ्यासारख्या साध्या ब्राह्मणाला एक गोदानही पेलायची शक्ती नाही! तुझ्या वयात येणाऱ्या गोऱ्ह्याला मी कसा स्वीकारू?'

आता काळिंगगौडा क्षणभर निरुत्तर झाला. पण लगेच वाद घालत म्हणाला, 'नरसप्पा, तू गोदान घेतलंस; त्याच्याबरोबर मग वासरू घेतलंस! तोही गोऱ्हाच आहे की!'

'हे बघ, गोदान म्हणजे दुभत्या गाईचं दान. वासरू नसेल, तर गाय पान्हा कशी सोडेल? मग ते वासरू काहीही असलं तरी आईबरोबर येणारच. आणि तो गोदानाचाच एक भाग असतो. फक्त वासराचं कुणी दान देत नाही! वासरू दूध प्यायचं सोडतं, त्या वेळी आईचा पान्हा आटलेला असतो. आणि पान्हा आटलेल्या गाईला दानात द्यायचं नसतं.'

गौडाला काय बोलावं ते सुचेना. डोक्यावरचं मुंडासं सोडून तो बसून राहिला. यावर काहीच उपाय नाही का? एव्हाना गाय आणि गोऱ्हा एकमेकांचं अंग चाटण्यात मग्न होते.

गौडानं विचारलं, 'हीही लेकराची आठवण काढत होती काय?'

'कोण जाणे! परवा एक दिवस मात्र चरायला घेऊन गेलो तेव्हा दावं सोडवून

घेऊन तुमच्या गावाच्या दिशेनं जायला निघाली होती. मी ओढून आणलं. तेव्हा मला वाटलं, जन्मलेल्या घराच्या आठवणीनं निघाली असेल.'

'कोण जाणं! की लेकराची आठवण झाली असंल? आता सांग, माय-लेकरांना जवळ आणायचं आसंल तर काय करायचं?'

जोईस विचारात पडले. नंतर आत जाऊन त्यांनी एक चांदीचा रुपया आणून गौडाच्या पुढ्यात ठेवला आणि म्हणाला, 'ऊठ. हा रुपया घे आणि त्या गोऱ्ह्याचं दावं माझ्या हातात दे. मी तुझा गोऱ्हा विकत घेतो.'

हे गौडांना पटलं. त्यानं आनंदानं तो रुपया कनवटीला लावला. उठून त्यानं गोऱ्ह्याचं दावं धरलं. एव्हाना सूर्य तीन हात वर आला होता. त्यानं दावं सूर्याच्या दिशेला दाखवत म्हटलं, 'या सूर्याच्या आणि हितं उभ्या असलेल्या या त्याच्या आईच्या, गोमातेच्या साक्षीनं मी हा माझा गोऱ्हा तुला विकत देत आहे!'

।। तीन ।।

१

तीन वर्षं गेली. गौडाचा नातू आता त्याच्या संसाराचा केंद्रबिंदू झाला होता. सहा वर्षांच्या नातवाचं नावही काळिंगच होतं. नातवाला आजोबाचं नाव ठेवायची पद्धत या घरात पिढ्यानुपिढ्या चालत आली होती. मागं पुण्यकोटी गाय वाघाच्या तोंडून जिवंत माघारी आली तेव्हा असलेल्या काळिंगगौडाचं नाव या घराण्यात आजही चालत आलं होतं. या घराण्यात आजोबा काळिंगा आणि नातूही काळिंगाच. पण आजोबा आणि वडील हयात असेपर्यंत नातवाच्या नावापुढे गौडा हे बिरुद लावलं जायचं नाही.

या नातवाला घरातल्या बायका नावानं हाक मारू शकायच्या नाहीत. कशा हाक मारणार? गौडम्माच्या दृष्टीनं ते नवऱ्याचं नाव, आणि सुनेच्या, तायव्वाच्या दृष्टीनं सासऱ्याचं. शिवाय मुकी असल्यामुळे ती काही हाक मारायचा प्रश्नच नव्हता म्हणा!

गावचे लोक मात्र त्याला 'पुट्ट काळिंग' म्हणजे छोटा काळिंग म्हणायचे. घरातले त्याला फक्त पुट्टाच म्हणायचे.

सहा वर्षांचा पुट्टा आजोबांबरोबर गायरानावर जायचा. गड्यांबरोबर शेतात आणि मळ्यात जाऊन यायचा. तो लहानपणी ज्या पुण्यकोटी वंशातल्या गाईचं दूध प्यायचा, ती पुन्हा गाभण राहून आता तिला पुन्हा वासरू झालं होतं. आताही त्याच्या मनात आलं की गायरानावर गाई चारायला गेला असता तो त्या गाईच्या आचळाला तोंड लावून दूध प्यायचा. त्यानं आचळाला तोंड लावलं तर ती गाय इकडं-तिकडं न हलता निश्चल उभी राहायची.

त्याच्या आजीशी भरपूर गप्पा चालायच्या. ती ताक घुसळायला बसली की ताज्या लोण्यावर त्याचा हक्कच असे. मधूनच त्याला हट्ट येई आणि तो आईच्या मागं लागे, 'तू का बोलत नाहीस?'

तिच्या खाणाखुणा समजल्या नाहीत, की तो आजीकडे मोर्चा वळवी, 'आजी, अम्मा का बोलत नाही?'

आजी सांगायची, 'द्येवानं तिची जीभ काढून घेतलीय, पुट्टा!'

तर तो आईच्या मांडीवर चढून जबरदस्तीनं तिचं तोंड उघडून दाखवायचा आणि सांगायचा, 'खोटं! अम्माला जीभ आहे; ही काय!'

यावर सासू-सून एकमेकींकडे बघून कौतुकानं हसायच्या.

नातू जन्मला तेव्हापासूनच याला चांगलं शिकवायचं, असं गौडानं ठरवलं होतं. गौडा 'जैमिनी भारत' वाचण्याइतका शहाणा होता. मुलाला- कृष्णाला शिकवण्यासाठी त्यानं एका मास्तराला घरी आणून ठेवलं होतं. पण कृष्णा काही फारसा शिकला नाही. पावा आणि बासरी वाजवायची कला त्याला कुणीही न शिकवता आत्मसात झाली होती. यक्षगानामधली पावलं टाकणंही तो बघताक्षणीच आत्मसात करायचा. इतकी, की बघणारे दंग होऊन जायचे. विडा-सुपारी खायची, यक्षगानातली गाणी म्हणायची आणि पावा-बासरी वाजवत आपली गुरं चारायची, याशिवाय त्याला आणखी कशातही रस नव्हता. यानं किमान एकदा तरी 'जैमिनी भारत' वाचलं असतं, तर गौडाचं मन तृप्त झालं असतं. पण तसं घडलं नाही म्हणून गौडा काही फार निराश झाला, असंही नव्हतं म्हणा! कुणी काही म्हटलं तर उलट तोच सांगायचा, 'काय कमी नाही माझा कृष्णा! आणि आम्हा गुराख्यांना काय करायचंय म्हणा जास्तीचं ज्ञान?'

गौडा स्वतः पुट्टाला अक्षरओळख करून देऊ शकला असता, पण त्यानं तसं केलं नाही. आपण ओक्कलिग! आपल्याला शिक्षण द्यायचा हक्क नाही, अशी त्याची मनोमन भावना होती. चार वर्षांपूर्वीच अग्रहारात सरकारी शाळा सुरू झाली होती. तिथं एक सरकारी मास्तरही आले होते. तिथं मुलांसाठी बसायला पाटांची व्यवस्था होती. तिथं मुलांना अंगावर वळ उठतील असं मारत नाहीत, अशीही बातमी पसरली होती. कोलदांडाही लावत नाहीत. आपल्या लाडक्या नातवाला तिथं पाठवलं, तरी त्याला मार बसणार नाही याचा गौडाला आनंद होता. त्यानं पुट्टाला त्या शाळेत घालायचं ठरवलं.

जोईसांना विचारलं तेव्हा त्यांनीही याच विचाराला अनुमोदन दिलं. त्यांचा आठ वर्षांचा मुलगा वेंकटरमणाही त्याच शाळेत जात होता.

पुट्टाला एखाद्या नोकराकरवी सकाळी शाळेत पोहोचवलं की पुरे. दुपारचं जेवण

जोईसांच्या घरीच करायचं ठरलं. संध्याकाळी एका गड्यानं त्याला घरी घेऊन जायचं, असं गौडय्यानं ठरवलं. जोईसांनी पंचांग बघून चांगला दिवस काढला आणि त्या दिवशी नवे कपडे घालून शाळेत नेण्यात आलं. मास्तरांच्या समोर त्याला जमिनीवर आडवं पडून नमस्कार करायला लावला. मास्तरांना दहा नारळ आणि दहा शेर तूप दक्षिणा म्हणून देण्यात आली. नंतर स्वतः गौडानंही हात जोडून मास्तरांना नातवावर लक्ष ठेवायला सांगितलं.

सगळ्या शाळेत ओचय्या हे एकटेच मास्तर होते. ते काय शिकवतात, या उत्सुकतेपोटी गौडा घटकाभर शाळेच्या ओसरीवर बसला आणि त्यानं चंची उघडली. त्याच्याबरोबर आलेले जोईस दान आणण्यासाठी दुसऱ्या गावाला निघून गेले.

पुट्टण्णाला ओचय्यांनी 'अ आ इ ई' गिरवायला दिल्याचं बाहेर गौडय्याला ऐकू आलं. त्याच्या मनात क्षणभर धन्यतेचा भाव निर्माण झाला. नंतर ओचय्या सांगत होते, 'दुसरीतल्या मुलांनो, पुस्तक उघडा बघू! काल सांगितलेली कविता नीट म्हणा बघू!..म्हणा माझ्याबरोबर!..'

गौडाच्या मनात उत्सुकता निर्माण झाली, 'जैमिनी भारत' तर सांगणार नाहीत म्हणायला? पण आतून वेगळीच कविता ऐकू आली.

'थापलं तर गोवरी झाले
जाळलं तर विभूति झाले
नुसतं टाकलं तरी खत झाले
तू काय झालास रे मानवा?'

गौडाचे कान ताठ झाले. हे तर गाईचं गाणं! वा! सरकारी शाळा असली तरी चांगलं शिकवताहेत. गौडा चुटक्या वाजवत कविता ऐकू लागला.

'दोहलं तर दूध झाले
विरजलं तर दही झाले
साय घुसळली तर लोणी झाले
कढवलं तर तूप झाले
तू काय झालास रे मानवा?'

कविता म्हणायचे आवाज थांबले. आत मास्तरांचा आवाज ऐकू येत होता, 'आता सगळ्यांनी याचा अर्थ लिहून काढायचा! उद्या पुढचं शिकवतो. चुका करायच्या नाहीत! समजलं?'

न राहवून गौडा आत गेला आणि त्यानं मास्तरांना विचारलं, 'मास्तर, गानं लई छान हाय! मला बी शिकवा!'

या अनपेक्षित घटनेनं क्षणभर मास्तर गडबडले. त्यांनी दुसरीच्या इयत्तेचं एक पुस्तक उघडून त्याच्या हातात देत म्हटलं, 'वाचायला येत असेल तर तुम्हीच

वाचा. नाहीतर मी वाचून दाखवतो.'

गौडानं पुढची कडवी वाचली. त्यात न समजण्यासारखं काहीच नव्हतं. 'जैमिनी भारता'एवढं तर मुळीच कठीण नव्हतं. तरी किती छान होतं! शेवटचं कडवं वाचताना तर त्याचे डोळे ओले झाले होते.

'रस्त्यात वाटेत पडलेले
काड्या-कचरा खाऊन
घरी जाऊन मी अमृत देते
तू काय देतोस रे मानवा?'

वाचल्यानंतर ओचय्यांनी सांगितलं, 'तुम्हाला ही कविता फारच आवडली असली तर मी ही एका कागदावर लिहून तुमच्या नातवाबरोबर पाठवून देतो.'

गौडाला मास्तरांविषयी कृतज्ञता वाटली. त्यानं त्याची बाकी चौकशी केली. ओचय्यांना 'जैमिनी भारत' पूर्णपणे तोंडपाठ तर होतंच, शिवाय त्यांना 'गदग भारत'ही तोंडपाठ होतं आणि ते त्याचं विवरणही करू शकायचे. त्यांना चांगलं संस्कृतही येत होतं. ज्योतिषविद्येतही त्यांना गती होती.

गौडानं मास्तरांचा निरोप घेतला, पुट्टालाही 'संध्याकाळी द्यावा गडी न्यायला येईल, दुपारी नरसप्पाच्या घरी जा,' असं सांगितलं आणि गावी परतला.

रस्ताभर गौडाच्या मनात एक प्रश्न छळत होता. रस्त्यात मिळणारे काड्या-कचरा शोधून इतरांना अमृत देणारी गोमाता! आणि माणूस? सगळ्या बाबतींत गोमातेवर अवलंबून असणारा मानव कुणावर कसले उपकार करणार आहे? सगळं सगळं त्यालाच पाहिजे! धन, सोनं-नाणं सगळं माझंच म्हणतो हा! गुरं-ढोरं, शेत-जमीन सगळं यालाच पाहिजे. यानं कुत्रं पाळलं तर तेही आपलं घर राखायला... गाय राखली तरी तिचं दूधदुभतं मिळावं म्हणून! हा कुणावर कसले उपकार करणाराय? छे! सगळ्यात बेकार जन्म मानवाचा. सगळ्यात उत्तम आणि पुण्यवान जन्म गोमातेचा. किती पुण्य केल्यानंतर गोमातेचा जन्म मिळतो कोण जाणे! देवा रे! मला पुढच्या खेपेला गोमातेचा जन्म देशील काय?

पण असं कसं शक्य आहे? मी आयुष्यात काहीही पाप केलंच नसेल काय? मग असा कसा मी म्हणतो म्हणून गोमातेचा जन्म मिळेल? गोमाता म्हणून जन्माला यायचं म्हणजे देवच व्हायचं! गाय तर देवापेक्षा मोठी नाही काय? मीच ढ आहे! पुढच्या जन्मी गोमाता होण्याइतका मी कुठं पुण्यवान आहे?

* * *

त्या दिवशी अकरा वाजता शाळा सुटली. जोईसांचा मुलगा वेंकटरमण पुट्टाला घेऊन नेहमीप्रमाणे आपल्या घरी गेला. अकरा ते दोन सुट्टी. जोईसांच्या बायकोनं

सुब्बम्मानं पळसाच्या पानावर पुट्टाला जेवायला वाढलं. जेवण करून पुट्टानं पान काढून ती जागा शेणानं सारवून घेतली. त्यानंतर दररोज दुपारचं जेवण त्यानं तिथंच करायचं ठरलं होतं. सुब्बम्मानं त्याला प्रेमानं वाढलं.

तिचा मुलगा वेंकटरमणा पुट्ट काळिंगापेक्षा तीन वर्षांनी मोठा होता. आता तो तिसरीत शिकत होता. शाळेतल्या शिक्षणाबरोबर त्याचे वडील त्याला संस्कृतही शिकवत होते. गेल्या वर्षी मुंज होण्याआधीच त्याला संस्कृत व्याकरण, अमर, नीतीशास्त्र वगैरे शिकवलं होतं. आता त्याचं वेदाध्ययन सुरू होतं. सरकारी शिक्षण घेतलं नाही तर पुढच्या काळात जगणं कठीण होणार आहे, याची कल्पना असल्यामुळे जोईसांनी त्याला शाळेत घातलं होतं.

पुट्टा हुषार मुलगा होता. शाळेत ओचय्या शिकवत होतेच, शिवाय दुपारच्या वेळी वेंकटरमणाही त्याला काही ना काही शिकवत होता. त्यामुळे पंधरा दिवसांतच सगळी चौदाखडी आणि सगळी मुळाक्षरं लिहायला-वाचायला शिकला. दोन अक्षरी शब्द तो वाचायला आणि लिहायलाही शिकला.

२

एक दिवस दुपारी काळिंगगौडा जेवण संपवून ताक पीत असताना जवान आला आणि त्यानं गौडाची सही घेऊन एक सरकारी हुकूम त्याच्या हाती ठेवला. गौडानं विचारलं, 'काय रे हे?'

यावर पोस्टाच्या जवानानं सांगितलं, 'काही नाही गौडाज्जा! तुझं दीडशे एकर गायरान आहे की नाही? ते जमा करायला पाहिजे म्हणून वरून हुकूम आलाय. तू जमा केला नाहीस तर सरकारवाले काढून घेऊन आणखी कुणाला तरी देणार आहेत म्हणे!'

'माज्यावर सरकारचा कशापायी कोप?'

'फक्त तुझ्यावर नाही आज्जा! तुमच्या गावच्या कोटिगेमने चिन्नय्यालाही असाच एक हुकूम पोहोचलाय. त्याचं पण शंभर एकर गायरान आहेच की! बाकीच्या गावांमध्येही मोठाली गायरानं असलेल्या शेतकऱ्यांनाही सरकारी हुकूम आलेत. देशात माणसं जास्त झालीत. लोकांना खायला अन्न नाही. गुरांसाठी गायरान ठेवण्यापेक्षा त्याच जमिनीवर पिकांची लागवड केली, तर लोकांना पोटाला तरी मिळंल म्हणून सरकारनं हुकूम काढलाय.'

'कोन रं हा सरकार म्हणायचा? .....' गौडानं भडकून विचारलं.

'अरे! सरकारला असं म्हणू नये आज्जा! कुणाला समजलं तर जेलमध्ये टाकतील!..'

गौडाच्या घरातच हात-पाय धुवून घासभर जेवून जवान कोटिगेमने चिन्नय्याच्या घरी नोटीस द्यायला गेला.

त्याची पाठ फिरताच गौडय्यानं एकवार तो कागद वाचायचा प्रयत्न केला. पण त्यातलं मोडी अक्षर त्याला समजलं नाही. सगळ्या गावात बऱ्यापैकी लिहिणारा-वाचणारा म्हणजे तोच होता. त्यालाच समजलं नाही, ते इतरांना काय समजणार?

त्याच वेळी चिन्नय्याच आपल्याला मिळालेला हुकूम घेऊन धावत आला. तोही मोडी अक्षरांत लिहिलेला कागद होता. आता नरसप्पा जोईसांकडे जाण्याशिवाय पर्याय नाही हे लक्षात येऊन, दोघंही अग्रहाराच्या दिशेनं धावले.

जोईसांनीही दोन्ही कागद वाचून तोच मजकूर सांगितला. लोकांना अन्नधान्य पुरत नसल्यामुळे या जमिनी शेतकऱ्यांना देऊन त्यावर शेती करायचा हुकूम द्यायचं सरकारनं ठरवल्याचं त्यांनीही सांगितलं. जमीनदारांनी या जमिनी आपणहोऊन दिल्या तर ठीक; नाही तर सरकार त्या काढून घेऊन शेती करायची इच्छा असलेल्या शेतकऱ्यांना वाटून देणार असल्याचंही त्यांनी सांगितलं. संबंधित गायरानधारकांनी तालुक्याला जाऊन अंमलदार धन्यांना भेटून तसं लिहून द्यायला हवं होतं. तिथं आलेल्या शाळामास्तरांनीही वाचून तोच सारांश सांगितला.

'पण मी म्हनतो, गोधनासाठी गायरान देऊन काही पुण्यात्मे पुण्य गाठीशी बांधतात! आन हे रांडिचे, दिलेलं गायरान काढून घेताहेत! असलेल्या जमिनींवर नीट घाम गाळला तर चांगलं पीक येनार नाही काय? सगळीकडे मानसाचंच धान्य काडायचं म्हटल्यावर बिचाऱ्या गाईंनी कुटं जायचं चरायला?'

मास्तरांनी सांगितलं, 'तुम्ही तालुक्याला जा आणि अंमलदारापाशी जे काही सांगायचं ते सांगा. चांगला माणूस आहे तो! ते तुम्हाला त्रास होणार नाही, असं बघून घेतील.'

पण तालुक्याला गौडा आणि चिन्नय्या दोघंच जाणं शक्य नव्हतं. त्यांनी मास्तरांना सोबत यायला सांगितलं. पण त्यांनी सांगितलं, 'नको. मी लहान सरकारी नोकर. मी आलो तर काम बिघडेल. तुम्ही जोईसांना घेऊन जा. ते बरं होईल.'

एव्हाना शाळेची वेळ झाली. मास्तर निघून गेले.

चिन्नय्याला सरकार-कायदा-तालुका या कशाचीच काही माहिती नव्हती. गौडा आणि जोईस बराच वेळ यावर बोलत राहिले. 'सरकारला ही 'विपरीत बुद्धी' का सुचली असेल? असला हुकूम करणाऱ्याचं अजिबात बरं होणार नाही!...' या चालीवर त्यांच्या काही वेळ गप्पा चालल्या. अशा बाबतीत उशीर करू नये, दुसऱ्या दिवशीच तालुक्याला जाऊन यावं; यावर त्या दोघांचंही एकमत झालं. याला चिन्नय्यानंही दुजोरा दिला. तरीही तालुक्याला जाऊन साहेबासमोर उभं राहायच्या विचारानं त्याच्या हाता-पायांना कंप सुटला होता.

३

ठरल्याप्रमाणे दुसऱ्या दिवशी दोघंही कावळा ओरडायच्या वेळी अग्रहारात दाखल झाले. तिथूनच तालुक्याला जायचं ठरलं होतं. दिवस माथ्यावर यायच्या वेळेपर्यंत तिघंही शहरात येऊन दाखल झाले. जोईसांच्या हातात काहीच सामान नव्हतं. छोटा पंचा, खांद्यावर एक शाल, दुसऱ्या एका पंचात गुंडाळलेला एक सोललेला नारळ आणि मूठभर मंत्राक्षता होत्या, बस. पण गौडाच्या हातात बारा शेरांची लोण्याची तपेली होती. चिन्नय्याकडे दहा शेर लोण्याची बरणी सुतळीनं बांधून आणली होती.

जोईसांना शहराचा परिचय होता. तालुक्याच्या कचेरीत ते कामासाठी या आधीही आले होते. त्यामुळे त्यांना हे वातावरण परिचयाचं होतं. ते तिथं पोहोचले तेव्हा कचेरीची दारं बंद होती. खजिन्याच्या पहाऱ्यासाठी उभे असलेले पोलीस मात्र उभे होते. जोईसांनी त्यांच्याकडे चौकशी केली तेव्हा समजलं, त्या दिवशी रविवार असल्यामुळे सरकारी ऑफिस बंद होतं.

रविवारी सुट्टी असते हे जोईसांना ठाऊक होतं. पण गाव सोडताना हे त्यांना सुचलं नव्हतं. आदल्या दिवशी त्यांनी पंचांगात बघून निघायचा मुहूर्त काढला होता तो तर उत्तम होता.

झालेली निराशा न लपवता गौडानं विचारलं, ‘सरकारच्यांनी रविवारी कशाला सुट्टी ठेवलीय? सगळ्या देशाला सोमवारी सुट्टी, नाही काय? सगळ्या खेड्यांमध्ये सोमवारी कुणीही नांगर जुंपत नाही. सोमवारी बसवण्णाला म्हणजे नंदीला कामाला जुंपायचं नाही म्हणून शास्त्रच आहे की नाही?’

पहाऱ्यावरच्या कपाळावर विभूती आणि त्यावर कुंकू लावलेल्या पोलिसानं सांगितलं, ‘खरंय तुमचं आज्जा! पण सरकार युरोपियन लोकांचं हाय ना! त्याच्या जातीला सोयीचं होतं म्हणून त्यांनी रविवारची सुट्टी ठरवलीय. तुमच्या गावचा सोमवार सरकारात नाय चालणार!’

जोईसांनी त्यांना विचारलं, ‘अंमलदारसाहेबांचं घर कुठलं ते जरा दाखवता काय?’

कचेरीच्या शेजारीच मोठ्या कंपाऊंडमध्ये दोन-तीन मोठमोठी घरं होती. तिथं असलेलं एक कौलारू घर त्यांनी दाखवलं. या दोघांना घेऊन जोईस त्या बंगल्याच्या बागेच्या गेटपाशी गेले, तेव्हा तिथं उभ्या असलेल्या एका गृहस्थानं विचारलं, ‘कोण पाहिजे? काय काम आहे?’

जोईसांनी पाहिलं, त्या गृहस्थाच्या कपाळावर विभूतीबरोबरच भ्रूमध्ये कुंकूही होतं. त्यांच्या खांद्यावरचं जानवं त्यांच्या तलम अंगरख्यातून दिसत होतं. कानाच्या

पाळीवर खडा होता. सोनेरी जरीच्या रुंद काठाचं धोतर नेसलेले ते पन्नाशीचे गृहस्थ सुदृढ होते. हे अंमलदार असल्याची ओळख पटून जोईस पटकन म्हणाले, 'आपल्या हद्दीत असलेल्या अग्रहाराचा मी वैदिक पुरोहित आहे. आपल्याला आशीर्वाद देण्यासाठी म्हणून आलो आहे!'

'आणि हे दोघं?'

'आमच्याच गावचे शेतकरी आहेत. आपल्या भेटीसाठी आले आहेत ते.'

जोईसांची सूचना लक्षात येताच गौडांनी हातातलं तपेलं जमिनीवर ठेवून त्यांना दंडवत घातला. चिन्नय्यानंही तेच केलं.

'आत या!..' म्हणत अंमलदार आत वळले. जोईस त्यांच्याबरोबर आत गेले. गौडा आणि चिन्नय्या मात्र दारापाशीच उभे राहिले. व्हरांड्यातल्या चार खुर्च्यांपैकी एकावर अंमलदार बसले. त्यांनी जोईसांना सांगितलं, तरी ते खुर्चीवर बसले नाहीत. त्यांनी पंचातून आणलेला नारळ आणि मंत्राक्षता हातात घेतल्या. मंत्र म्हणून त्यांनी मंत्राक्षता अंमलदारांच्या डोक्यावर टाकल्या. अंमलदार उठले आणि त्यांनी नम्रपणे जोईसांकडून नारळाचा स्वीकार केला. नमस्कारही केला.

नंतर विचारलं, 'आपलं संध्यावंदन झालं?'

'होय. स्नान-संध्या संपवूनच आम्ही गाव सोडलंय.'

'तर मग मुटका नेसा. आधी जेवून घ्या.' नंतर त्या दोघांकडे वळून ते म्हणाले, 'चला! आधी जेवून घ्या.'

अंमलदार साहेबांच्या घरी जेवायच्या कल्पनेनं ते दोघं रोमांचित झाले. हे त्यांच्या ध्यानीमनीही नव्हतं. आतून त्यांचा स्वयंपाकीही बाहेर आला आणि एका मोठ्या पातेल्यात त्यानं त्या दोघांनी आणलेलं लोणी काढून घेतलं.

४

सगळ्यांची जेवणं झाल्यावर अंमलदार आतल्या अंगणात एका लाकडी खुर्चीवर बसले. जोईस वेताच्या खुर्चीवर बसले. काळिंगगौडा आणि चिन्नय्या धन्यांच्या समोर भिंतीपाशी जमिनीवर मुटकुळं करून बसले. ते पाहून अंमलदार म्हणाले, 'गौडय्या, जेवताना जोईसांशी बोलतानाही मी हेच सांगितलं; हा कायदा वरून आलाय. माणसांना आहार कमी पडायला लागलाय, यावर काय करायचं, असा प्रश्न पडलाय. तेव्हा एक कमिटी नेमण्यात आली होती. त्यांनी सुचवलंय, सगळी गायरानं लागवडीखाली आणावीत, खासगी गायरानांवर शेती करावा. तसा हुकूम केला पाहिजे, अशी त्यांनी शिफारस केलीय. तशी दिवाणसाहेबांकडून रेव्हेन्यू कमिशनरांकडे ऑर्डर आलीय. माझ्या हातात काहीही नाही.'

जोईस सावरून घेत म्हणाले, ‘धन्यांचं बोलणं लक्षात आलं. दिवाणसाहेबांची भेट घेण्याइतकी आम्ही प्रभावी माणसं नाही. आम्ही आम्हा सगळ्यांचं म्हणणं तुमच्या कानांवर घालतो; तुम्ही ते वरपर्यंत पोहोचवाल तर बरं. संस्कृत श्लोक आहे,

धनुःशतं परिहारो ग्रामस्य स्यात् समंततः ।
शम्यापातास्त्रयो वापि त्रिगुणो नगरस्य तु ।।
तत्रापरिहृतं धान्यं विहिंस्युःपशवो यदि ।
न तत्र प्रणयेद्दंडं नृपतिः पशुरक्षिणाम् ।।

त्याचा अर्थ असा, गाईसाठी भूमी देणारा कुणीही स्वर्गापासून च्युत होत नाही. गाईचं रान स्वतःसाठी वापरणारा किंवा गाईंना तिथं चरण्यापासून वंचित ठेवणारा स्वतःसहित मागच्या-पुढच्या एकवीस पिढ्यांना रौरव नरकात धाडतो. तसं शास्त्रच आहे! तसंच, गाईच्या चाऱ्याचं पाणी तोडणाऱ्याला महाभारतात ब्रह्मपातकी म्हटलं आहे!’

अंमलदार जोईसांचं बोलणं लक्ष देऊन ऐकत होते. सनातनी विचार आणि दररोज धार्मिक आचरण असणाऱ्या अंमलदाराचा धर्मग्रंथांवर गाढ विश्वास होता. जोईस पुढं सांगत होते,

‘गावाभोवती शंभर धनूंच्या म्हणजे चारशे कोळगाच्या, म्हणजे एक दंड तीनदा फेकल्यावर होईल एवढी जागा गाईंसाठी म्हणून सोडण्यात आली पाहिजे; शहराच्या भोवताली याच्या तिप्पट जमीन सोडली पाहिजे, या जागेवर कुणी शेत करायचा प्रयत्न केला आणि जर त्या शेतात एखादी गाय चरायला शिरली, तर त्या गाईच्या मालकाला राजानं दंड करता कामा नये, असाही आपल्याकडे नियम होता. गोमातेची फसवणूक करून आपण भूमातेचा वापर करता कामा नये! भूमातेच्या अंगावर उगवणारं गवत गोमातेनं सेवन केलं तरी ते दुधात रूपांतरित होऊन पुन्हा आपल्यालाच मिळतं. आईचं दूध तिच्या लेकरांनाच मिळणार ना!’

यावर होकारार्थी मान हलवत अंमलदार म्हणाले, ‘शास्त्रीबुवा, खरंय तुमचं! तुमचं बोलणं ऐकायला लागलं की तुमच्यासारख्यांकडून आपलं सनातन शास्त्र काय सांगतं, ते समजावून घ्यायची फार इच्छा होते बघा! माझ्या घरात नेहमी चार-पाच गाई असतातच. किमान दोन तरी गाई नेहमी दूध देत असतातच, तशी आम्ही काळजी घेतो. हात-पाय धुवायला तुम्ही परसदारी गेला होता, तेव्हा तुम्हीही पाहिलंय ना! माझी बायको रोज सकाळी उठल्यावर सोवळ्यानं गाईची पूजा केल्याशिवाय घरातल्या नातवंडांनाही घोटभर दूध देत नाही. पण काय करायचं! राज्यकर्ते वेगळेच आहेत. त्यांना सल्ला देणारी मंडळी वेगळीच असतात. इंग्लंडमधली माणसं! नाहीतर तिथं जाऊन आलेली माणसं! माझ्यासारख्या तालुक्याच्या अंमलदाराचं

दिवाणसाहेब कसं ऐकतील? मी हुकमाचा ताबेदार! मी काय करणार?'

एव्हाना काळिंगगौडाच्या मनातलं अंमलदारांविषयीचं भय आणि धास्ती नाहीशी झाली होती. तोही म्हणाला, 'मीही बोलू काय? जरा ऐक माझं बी!'

जोईसांनी सांगितलं, 'गौडा! धन्यांना असं एकेरी बोलायचं नसतं!'

अंमलदारच म्हणाले, 'असू दे! अडवू नका त्याला. हं..बोल गौडय्या!'

गौडय्या म्हणाला, 'चुकलं माझं! लक्षात नाही आलं. मला सांगायचंय ते असं, माझं दीडशे एकर गायरान आहे. या चिन्नय्याचं पन्नास एकर आहे. यावर आमची नावं आहेत, एवढंच. पण आजवर गावातलं कुठलंही जनावर त्यावर चरायला येतं. गावालगतच्या डोंगरावरचं गवत संपलं की पुढं गावातल्या सगळ्या गाई आमच्या गायरानावरच चरतात. आम्ही कधीही, एकाही गाईला हटकलं नाही. त्यासाठी कुणी आम्हाला विचारायलाही आलं नाही. कुणाची गाय झाली म्हणून काय झालं? सगळ्या माताच की नाही!'

यावर अंमलदारांनी समाधानानं मान हलवली.

गौडय्या पुढं म्हणाला, 'माझं नाव काळिंगगौडा! 'या धरनीच्या मध्यभागी' हे गाईचं गाणं ठाऊक आहे की नाही? त्यातल्या काळिंग वंशातला मी आहे. आमच्याच घराच्या गोठ्यातली पुण्यकोटी गाय वाघाच्या तोंडून माघारी परतली होती. अरुणाद्रीच्या लगतच आमचं गाव आहे. माझ्या गोठ्यात आजही पुण्यकोटीच्या वंशातल्या गाई आहेत. माझा मुलगाही गाईचं रक्षण करताना प्राणास मुकलाय!..'

मध्येच जोईस म्हणाले, 'खरंय! हा सांगतोय, त्यातलं अक्षर न् अक्षर खरं आहे! त्या काळिंगगौडाचाच हा वंशज आहे. त्यावरूनच गावाला काळेनहळ्ळी नाव पडलं ना! तिकडच्या भागात आलात तर या काळिंगगौडाचा गोठा बघायला मुद्दाम वाकडी वाट करून या. त्यानंतर काशी-रामेश्वरला जायची गरजच नाही. कुठल्याही पुण्यक्षेत्रापेक्षा कमी नाही पुण्यकोटीचा वंश असलेला याचा गोठा!'

अंमलदार आणखी भारावून गेले. त्यांनी मनापासून सांगितलं, 'जरूर! तुमच्या पंचक्रोशीत येईन तेव्हा नक्की येईन. बायकोलाही घेऊन येईन. पुण्यकोटीच्या वंशजगाईंची पूजा करायला मिळाली तर जन्माचं सार्थक झालं, असंच म्हणावं लागेल! आधी कळवून येऊ. शास्त्रोक्त पूजा करायची म्हटलं तर तुम्हीही पाहिजेच. सामान आम्ही घेऊन येऊ.'

खरोखरच अंमलदाराच्या मनात गौडय्याच्या गोठ्याविषयी भक्ती निर्माण झाली होती. तरीही त्याच्या गायरानाचं रक्षण करायला ते असमर्थ होते. कुठल्याही गायरानाचं रक्षण करायचं त्यांच्या मनात कितीही असलं तरी त्यांच्या हातात तेवढे अधिकार नव्हते.

विचार करून त्यांनी सांगितलं, 'हे पाहा, कायद्यानुसार मी काहीही करू शकत

नाही! पण तुम्हाला एक उपाय सांगतो. 'गायरान लागवडीखाली आणलंय, पण त्यात कस नाही; तरीही मी जमेल तेवढ्या भागात शेती करत आहे,' अशा मजकुराचा एक अर्ज माझ्या नावे पाठवून द्या. त्यावर गावाच्या शानभोगांचीही सही असू द्या. पाहणी करून, या जमिनीवर फारसं पीक येत नाही, असा शेरा मारला तरी पुरेसा आहे. त्यावर मी चार आणे कर ठेवण्यात यावा, असा शेरा मारेन. म्हणजे तू वर्षाकाठी साडेसत्तावीस रुपये कर भरलास तर पुरे. या चिन्नय्यागौडाला साडेबारा रुपये भरावे लागतील. याहून जास्त काहीही करता येणार नाही. माझ्या हातात इतकंच आहे!.....'

जोईस म्हणाले, 'हे दोघंही धर्मानुसार चालणारे आहेत. इतर गायरानांचे मालक कसे आहेत, देव जाणे! यांच्याकडून धर्माचं पालन होईल याची मी खात्री देतो! काय गौडय्या?'

गौडय्या आणि चिन्नय्यालाही हे पटलं. एवढा कर भरणं दोघांनाही अगदी सहज शक्य होतं.

पुन्हा एकदा अंमलदारांना गावी यायचं निमंत्रण देऊन ते दोघंही नमस्कार करून निघाले. अंमलदारांनी दिलेला विडा आणि दक्षिणा घेऊन जोईसही मोठ्या समाधानानं गावाकडे परतले.

।। चार ।।

१

सरकारी कामासाठी अंमलदार त्या भागात आले असता त्यांनी सहकुटुंब येऊन काळिंगगौडाच्या गोठ्यातल्या सगळ्या गाईंची पूजा तर केलीच; शिवाय ते, पुण्यकोटी आपला शब्द पाळण्यासाठी जिथं गेली, तिथं असलेल्या वाघाच्या गुहेपाशीही जाऊन आले. याच जागी वाघानं सत्यवचनी गाय जिवाची पर्वा न करता आलेली बघून जीव दिलेली घटना त्यांना आठवली. या जागी एखादा मंडप तरी उभा करावा आणि तिथं वर्षातून एकदा तरी गाईची पूजा करून उत्सव करावा, अशी त्यांनी इच्छा व्यक्त केली. काळेनहळ्ळीच्याच लोकांनी हे करावं, असंही ते म्हणाले. एवढ्यावरच न थांबता, त्यांनी लगोलग पंचवीस रुपये वर्गणीही काढून दिली.

गोपूजेसाठी म्हणून आणलेले बारा पायली तांदूळ, पंचवीस नारळ, गूळ आणि केळी पाण्यात मिसळून त्यांच्या बायकोनं सगळ्या गाईंना खाऊ घातलं. गावातल्या बसवण्णाच्या देवळात आपल्या स्वयंपाक्याबरोबर उतरलेल्या अंमलदारांसाठी काळिंगगौडानं खास स्वयंपाक बनवायला लावला. ते जायला निघाले तेव्हा त्यांच्याबरोबर गाडगं भरून लोणी पाठवलं.

काळेनहळ्ळीची गायरानं राहिली खरी; पण भोवतालच्या खेड्यांतल्या गवळ्यांनी आपापल्या गायरानाची जमीन लागवडीखाली आणली. कुणी त्यात मोसमी पिकं घेतली, तर कुणी त्यात नाचणी घ्यायला सुरुवात केली. काही खासगी गायरानाच्या मालकांनी तर सरकारच्या हुकमाच्या आधीच तिथं शेती करायला सुरुवात केली

होती. सरकार दरबारी त्यांची गायरान म्हणून नोंद करायच्या ते मागं लागले होते, कारण त्यामुळे कर कमी बसणार होता. ज्यांच्या केवळ नावावर हे रान होतं ते दरखास्त होऊन तिथं असणाऱ्यांनी बळकावलं आणि शेती करायला सुरुवात केली. त्यातही, प्रत्यक्ष शेती करून धान्य पिकवण्यापेक्षा जमिनी आपापल्या नावावर करून घेण्यासाठी सगळ्यांची लगबग सुरू झाली.

याचा परिणाम काळिंगगौडा आणि चिन्नय्यांच्या गायरानांवर झाला.

भोवतालच्या खेड्यांचं गायरान नष्ट होऊन तिथं शेतं उभी राहिली. त्यामुळे त्या गावच्या गाईंना चरायला रान राहिलं नाही. राहिलेल्या जमिनीवरचा चारा खाऊन गुरांचं पोट भरेनासं झालं होतं. त्यामुळे सगळे आपापली गुरं डोंगरावरच्या पठारावर चरायला नेऊ लागले.

भोवतालच्या सगळ्याच गावची गुरं चरायला यायला लागल्यावर तिथला चारा तरी किती दिवस टिकणार? एकाच महिन्यात तिथलं गवत मुळासकट संपून गेलं. आता त्यांनी काळेनहळ्ळीच्या गायरानावर गुरं वळवायला सुरुवात केली.

सुरुवातीला काळिंगगौडानं तिकडं लक्ष दिलं नाही. आपल्या गायरानावर इतरांनी गुरं चारली, तर त्यात तो कधीच आडकाठी करायचा नाही. 'भूमातेवर गोमाता पोट भरत असेल तर माझं काय जातंय आन माझ्या बापाचं काय जातंय?' अशी त्याची भूमिका होती. शिवाय स्वतःचं गायरान असताना कोण कशाला इतरांच्या गायरानात गुरं घुसवेल?

पण चिन्नय्यानं सगळी बातमी विस्तारानं सांगितली तेव्हा काळिंगगौडा संतापला. 'चोर लेकाचे! हे बरं आहे; यांच्या जमिनीत पिकंही यायला पाहिजेत आणि यांच्या गाईनं दूधही द्यायला पाहिजे! तळपट होऊ दे त्यांचं! थांब, उद्या आपण पाळत ठेवू या आणि बघू या कशी ती गुरं आपल्या जमिनीत चरतात ते!'

त्याप्रमाणे दुसऱ्या दिवशी तो आपल्या आणि चिन्नय्याच्या गड्यांना घेऊन गायरानावर गेला. जाऊन पाहतोय तर संपूर्ण माळ गाईंनी भरलं होतं. ती काही एखाद्या वाडीची, एखाद्या गावाची नव्हती. त्यांच्याबरोबर आलेले गुराखी बिड्या ओढत आणि शीळ घालत फिरत होते.

'कुणी रे तुम्हाला जन्माला घातलंय? इकडं गुरं घेऊन आलात ते? मुकाट्यानं गुरं घेऊन इथून काळं करता की नाही?..' गौडा गरजला तेव्हा सगळे दचकून काही क्षण स्तब्ध राहिले. पण त्यांच्यापैकी काही जण पुढं होत म्हणाले, 'आज्ज्या, तुझी जमीन आसंल तर कुंपण घालायचं!'

'ए शाण्या! कुणी गायरानाला कुंपण घालतंय काय? तुझ्या बापानं कधी गुरं पाळली होती काय?' गौडानं रागानं विचारलं.

'ए गौडज्जा! तोंड आवरून बोलायचं, सांगून ठेवतोय!' त्यातला एक जण

म्हणाला, 'गायरानावर पिकं काढायला सरकारनंच कायदा केलाय! आता गायरान नावाचं काहीच नाही. हां! तुझं शेत आसल तर कुंपण घाल!'

आता मात्र गौडाचा राग मस्तकात शिरला. त्यानं हातातली जाडजूड काठी त्याच्या दिशेला फेकली. सुदैवानं तो तरुण सावध असल्यामुळे त्यानं वाकून ती चुकवली. चिन्नय्याच्या मुलानं, यंक्टानं गुरं पळवून लावायला सुरुवात केली. तेव्हा गौडा त्याच्याकडे वळून म्हणाला, 'काय रे? यांनी पाप केलंय म्हणून तू गोमातेला मारायला निघालास काय? कुणाची झाली म्हणून काय झालं? सगळ्या गोमाताच आहेत की! ती काठी घे आन या रांडेच्यांच्या डोक्यात हाणा रे!'

त्याप्रमाणे यंक्टा काठी उगारून त्या गुराख्यांच्या दिशेनं धावला. सगळ्या गुराख्यांनी काढता पाय घेतला. सगळ्यांनी गुरांना पळवून लावलं आणि माघारी परतले.

पण तरीही दुसऱ्या दिवशीही हा चारा चोरण्याचा खेळ सुरूच राहिला. आजूबाजूच्या गावचे चोरून गुरांना चरायला सोडतच राहिले.

२

या वर्षी काळिंगगौडाच्या गुरांना ताज्या चाऱ्याची काहीशी कमतरता जाणवली. दोन वर्षांच्या चाऱ्याची सतत बेगमी करून ठेवायची गौडाची पद्धत असल्यामुळे जनावरांना बाहेर अर्धपोटी राहावं लागलं तरी घरात-गोठ्यात पोटभर चारा मिळत होता. पण मोकळ्या माळावर मोकळेपणानं फिरत चारा रवंथ करायचं सुख बंदिस्त गोठ्यात कसं मिळणार? त्याचा परिणाम त्यांच्या केवळ पोट भरण्यावरच झाला नाही, दूध देण्यावरही झाला होता. पुढच्या वर्षीही गायरानावरचं ओलं गवत अशाच प्रकारे इतर गावकऱ्यांनी संपवलं, तर आपल्या गाईंचं कसं होईल, हा त्याच्यापुढचा प्रश्न होता. तसंच स्वतःच्या मालकीचं गायरान नसताना काळिंगगौडाच्या गायरानावर आपल्या गाई चारणाऱ्या गावातल्या मंडळींपुढंही हा प्रश्न आ वासून उभा राहिला.

एक दिवस याच विषयावर काळिंगगौडा आणि चिन्नय्यांची चर्चा चालली.

चिन्नय्या म्हणाला, 'पुढच्या वर्षी आपल्या गायरानांवर यांनी आपल्या गाई सोडल्या, तर त्यांच्यापैकी चार-दोन जणांचा खून करू या! म्हणजे घाबरून कुठलाही रांडलेक आपल्या वाट्याला येणार नाही!'

'ए बावळटा! डोकं ठिकाणावर आहे काय? खून केला तर सरकार आपल्याला फासावर नाही काय लटकावणार?'

'मग? तुमच्या त्या सरकारनं त्या चोरांना अक्कल शिकवायला नको काय?'

सरकार म्हणताच काळिंगगौडाला अंमलदारांची आठवण झाली. सगळी परिस्थिती

त्यांच्या कानांवर घातली तर काहीतरी उपाय सांगतील, अशी आशाही वाटली. त्यांना गावी येऊनही वर्ष-दीड वर्ष झालं होतं. ते अजूनही तालुक्याच्या गावीच आहेत की तिथून त्यांची आणखी कुठं बदली झालीय, याचीही त्यांना कल्पना नव्हती. त्यानं दुसऱ्या दिवशी अग्रहारातल्या शाळेत जाऊन मास्तरांकडे चौकशी केली. तिथं समजलं, 'तिथंच आहेत. बदली आली होती; पण आता ते निवृत्त होताहेत ना, म्हणून त्यांना हलवलं नाही. आणखी सहा महिने राहिलेत त्यांचे.'

काळिंगगौडानं लगोलग भेटायचं ठरवलं. पण एकट्यानं कसं जायचं? आपण अडाणी! सोबत जोईस असतील तर बरं!काळिंगगौडानं चिन्नय्या आणि जोईसांना सोबत घेऊन तालुक्याची वाट धरली. मान म्हणून त्या दोघांनी सोबत लोण्याची गाडगी घेतली. जोईसांनीही नेहमीप्रमाणे एक नारळ आणि मंत्राक्षता सोबतच्या पंचाच्या टोकाला बांधून घेतल्या.

तोही रविवारच होता. घरी साहेबांशी मनातलं बोलता येतं हे लक्षात आल्यामुळे, या खेपेला जोईसांनी मुद्दाम तो वार निवडला होता. अकराच्या सुमारास हे पोहोचले तेव्हा अंमलदार घरातच होते. त्यांनी या तिघांचं स्वागत करत म्हटलं, 'या या! त्या नंतर मला तिकडं यायला जमलं नाही. तुमच्याकडचंही काही समजलं नाही. बोला! मंडप उभारण्याचं काम कुठवर आलंय?'

तिघांची जेवणं झाल्यावर त्यांनी पुन्हा मंडपाचा विषय काढला. ते म्हणाले, 'खरं तर तिथं एक देऊळच बांधायला पाहिजे! ते जाऊ दे. निदान मंडप तरी होऊ दे! कुठवर आलं काम?'

गौडानं सांगितलं, 'आमच्या गावातले पैसे जमलेत. चंद्रेनहळ्ळीच्या शिवलिंगाचार्याला निरोप पाठवला होता. तो येऊन जागा बघून गेलाय. तो म्हणतोय, फक्त देऊळ बांधून चालणार नाही; समोर एक पुष्करणीही खोदायला पाहिजे. म्हणजे तिथं गोधनाची पाणी प्यायचीही सोय होईल.'

'अरे वा! चांगली सूचना आहे! तसंच करा. पैसा आणखी लागला तरी काहीतरी करता येईल! मीही करेन काहीतरी. मी निवृत्त व्हायच्या आधी काम सुरू करा, म्हणजे व्यापारी आणि इतर श्रीमंत माणसांकडून काही पैसा गोळा करून देईन.'

'कशाला? आमच्या गावाच्या देवळाला तुमच्या गावाचा पैसा कशाला घेऊ? मी त्या काळिंगगौडाच्या घराण्यातला आहे! माझ्याच गोठ्यातली न्हवं का पुण्यकोटी गाय? माझ्याकडचे हजार घालावे लागले तरी मी घालेन! पैशाचा प्रश्न नाही. घरटी एकेक बाई आन पुरुष राबायलाही येतील. तोही प्रश्न नाही.'

'मग अजून काम का सुरू केलं नाही?'

'आता शिवलिंगाचारी नागेनहळ्ळीमध्ये एक देऊळ बांधायला लागलाय. आणखी

सहा महिन्यांनंतर तो आमच्या गावी येनार आहे. दगडाचीच थोडी अडचण येनार आहे. आमच्या डोंगराचा दगड देऊळ बांधायला तेवढा शुद्ध नाहीये म्हणे. आतल्या भागाला तर तो अजिबात नको म्हणे. आचार्यानं सांगितलंय. म्हणजे दगड दुसरीकडून आणायला पाहिजे. बेट्टीकेरेचा दगड चालणार आहे. आमच्या गावापासनं बारा मैल होतंय ते. एक मात्र आताच सांगून ठेवतो. तू कुठल्याही गावात असलास तरी प्रतिष्ठापनेला यायलाच पाहिजे.'

'वा फार छान!' अंमलदार समाधानानं म्हणाले, 'देवळासमोरची पुष्करणी थोडी मोठीच होऊ द्या. म्हणजे दर वर्षी तिथं गुरांची जत्राही भरवणं सोयीचं होईल. संक्रांतीला पाल-पोंगल करायला पुण्यकोटी गाईनं तुमच्या पूर्वजाला सांगितलं होतं ना? दर संक्रांतीला तिथं मोठा सण होऊ शकेल. सावली आणि पाण्याची सोय असेल तर माणसं मोठ्या आनंदानं येतील!'

या नव्या विचारानं काळिंगगौडाच्या मनात उत्साह आणि आनंद निर्माण केला. गुरांची जत्रा त्याच्या डोळ्यांसमोर साक्षात उभीच राहिली.

'वाघाच्या गुहेपाशी भरपूर सावली आहेच. भरपूर झाडी आहे तिथं! त्या जागेत हवी तेवढी जत्रा भरू शकेल!' चिन्नय्याही म्हणाला.

अंमलदारांनी आता हे का आले आहेत याची चौकशी केली. काळिंगगौडानंच कारण सांगितलं. सगळं ऐकल्यावर ते म्हणाले, 'मला वाटलंच होतं असं होईल म्हणून! सगळ्या गावानं एकच पीक घेतलं तर कुणाच्याही शेतात चोरी होत नाही. आपापली जमीन पड टाकली तर सगळ्यांची नजर असलेल्या पिकावरच जाणार! तसंच आहे हे. भोवतालच्या गावच्या लोकांनी आपापल्या गायरानांवर शेतं पिकवली आहेत. त्यांच्याकडे चारा कुठला? पण त्यांचा गुरांवरचाही मोह सुटत नाही!'

'पण यांना अकला नकोत काय?' गौडय्यानं विचारलं.

'त्यांना काय विचारायचं? सरकारला विचारायला पाहिजे! माणसांना आहार पाहिजे म्हणून जास्त जमीन लागवडीखाली आणायची म्हणताहेत! त्यासाठी यांना गुरं पाहिजेत. त्या गुरांचं शेण यांना त्याच शेतीसाठी खत म्हणून पाहिजे; पण त्या गुरांना चरायला गायरान नको! अशी आहे यांची अक्कल! सरकारात तज्ज्ञ म्हणवणारेच हे असले हुकूम काढायला लावतात! याला काय करणार?'

'आम्हाला मात्र तुम्हीच काहीतरी मार्ग सांगा!'

अंमलदार काही वेळ विचारात पडले. नंतर त्यांनी विचारलं, 'तुमच्या गावात गोठा नाही?'

'असं काय विचारता? माझा मोठा गोठा तुम्हीही पाहिलाय! चिन्नय्याचाही आहे!...असेच आणखी चार-पाच लहान गोठे असतील. बाकीचे घरातच एखाद्या कोपऱ्यात बांधतात.'

'ते नाही मी विचारलं! पांजरपोळ आहे काय?'

'म्हणजे?'

'शेतात बेवारशी गुरं शिरली तर त्यांना बंद करून ठेवायला गावचा सार्वजनिक गोठा, म्हणजे कोंडवाडा नाही काय?'

जोईस म्हणाले, 'आहे ना! रंगेगौडानं नाही काय लिलावात घेतलाय तो! पण काळेनहळ्ळीत नाही तो.'

आता गौडय्या आणि चिन्नय्याच्या लक्षात आलं. अंमलदारांनी एक सल्ला दिला, 'तुम्ही एक अर्ज द्या, आमच्या गावातही एक पांजरपोळ हवाय म्हणून! त्यावर गावाच्या पोलीसपाटलाची सही हवी. मी तो अर्ज मंजूर करेन. तुमच्या गावातल्या कुणीतरी तो दहा रुपयांच्या लिलावात घेतला की काम झालं. तुमचं गायरान आता नाहीतरी सरकार-दफ्तरी शेत म्हणूनच आहे! त्यात किंवा तुमच्या गावाच्या मालकीच्या कुठल्याही जमिनीवर दुसऱ्या गावचं कुठलंही जनावर घुसलं की त्याला पकडून या पांजरपोळात बांधून ठेवत जा. दर दिवसाचे आठ आणे दंड आकारायला सुरवात करा. आठ दिवसांत कुणीही सोडवायला आलं नाही तर ग्रामपंचायतीच्या सोयीनं त्याचा लिलाव पुकारायचा. आलेला पैसा सरकारी खजिन्यात जमा करायचा. असं चार-पाच जनावरांच्या बाबतीत घडू द्या! त्यानंतर कुणीही आपली जनावरं या दिशेला येऊ देणार नाहीत!'

जोईसांनीही अंमलदारांच्या या सूचनेला पुष्टी दिली. गौडय्या आणि चिन्नय्यालाही हे पटलं.

३

लिलावात बारा रुपये भरून शिंग्रेगौडानं पांजरपोळ ताब्यात घेतला. कायद्यानुसार भोवतालच्या सगळ्या खेड्यांमध्ये तशी दवंडीही पिटवली.

तरीही पुढचा पावसाळा संपल्यावर गावाच्या गायरानावर शेजारच्या गावातली गुरं येतच राहिली. एकदा सगळ्या गावकऱ्यांनी मिळून गावच्या सगळ्या गायरानांवरून एकंदर तीनशे गुरं पकडून आणली. त्या संध्याकाळी गुरांच्या मालकांनी एकत्रितपणे दंगा करायची धमकी दिली. चिन्नय्याचा मुलगा यंक्टा आणि इतर जण शेजारच्या गावी जाऊन पोलिसांना सांगून आले. दोन पोलीस मागोमाग आले. मारामारी करायला आलेले घाबरले. शेवटी प्रत्येक गुरामागे आठ आणे याप्रमाणे दीडशे रुपये देऊन ते आपल्या गुरांना सोडवून घेऊन निघून गेले. एवढ्या लांबून आलेल्या पोलिसांनी त्यातल्या शंभर रुपयांवर आपला हक्क सांगितला. शिंग्रेगौडाला तरीही पन्नास रुपये राहिले. हेही काही कमी नव्हते म्हणा! त्यानं सरकारला बाराच रुपये

दिले होते!

त्या दिवशी शिंग्रेगौडाला एक नवा उद्योगच मिळाला! त्यानंतर सकाळ झाली की तो स्वतःच गावाबाहेरच्या शेतजमिनींवर शोध घेऊ लागला. अगदी एक गाय सापडली तरी तेवढेच आठ आणे! आता शिंग्रेगौडाच्या नजरेतून शेजारच्या गावचं एकही जनावर सुटेनासं झालं. सगळा अरुणाद्री डोंगरच काळेनहळ्ळीच्या हद्दीत येतो, तसा अंमलदारांचा हुकूम आहे, असं तो सांगत फिरू लागला. त्यामुळे तो दिवसाकाठी किमान दोन-तीन रुपये कमवू लागला.

यानंतर मात्र एक-दोन दिवसांत इतर खेड्यांतली गुरं तिकडं यायचं थांबलं. शिंग्रेगौडाची कमाईही तेवढ्यालाच थांबली. पण काहीही कमाई नसताना तो कॉण्ट्रॅक्टर कसा म्हणवला जाणार? एक दिवस त्यानं गावातलेच दोन बैल पकडून पांजरपोळात डांबले. ते बैल काळिंगगौडाच्या गायरानावर चरत होते. बैलांचा मालक तिथं पोहोचला तेव्हा शिंग्रेगौडानं रुपया द्यायला सांगितलं. बैलाचा मालक काळिंगगौडाकडे धावला.

काळिंगगौडाही म्हणाला, 'अरे, आपल्या गावचेच बैल आहेत. त्यांच्याकडून कशाला पैसे घेतोस?'

'अरेच्चा! तू असं म्हन्लास तर मी कसं पोट भरायचं?'

गौडाला राग आला, 'तू काय फावडा-कोयता घेऊन राबून खायला निघालास? गुरं बांधून ठेवून पैसे कमावणार होय! तुझे बारा रुपये आत्ताच्या आत्ता द्यायला लावतो चल! आम्ही जी गुरं आणून देऊ तेवढीच बांधून ठेवायची! शेतकऱ्याच्या पोटी जन्मलास न्हवं? आणि शेतात राबायच्या ऐवजी गुरं कोंडून पोट भरतोस?'

यावर शिंग्रेगौडा काही बोलला नाही. तरी त्यानं मनोमन ठरवलं, जाऊ दे! या नंतर दुसऱ्या गावची गुरं आली तरी मी धरणार नाही! मी बंदोबस्त केला म्हणून या आज्ज्याला मस्ती आलीय!...

एक दिवस दुसऱ्या गावची एक गाभण गाय शिंग्रेगौडानं आणून कोंडवाड्यात कोंडली. त्या दिवसभरात कुणीही तिला घेऊन जायला आलं नाही. गाभण गाय आहे, हे समजताच काळिंगगौडा तिथं जाऊन पोहोचला. त्यानं पाहिलं, गाईचे दिवस अगदी भरत आले होते. दिवसभरात शिंग्रेगौडानं तिला चारा-पाणी दिलं नव्हतं.

हे पाहून गौडाच्या डोळ्यांत पाणी आलं. त्याचा शिंग्रेगौडावरचा राग अनावर झाला. थेट त्याच्या घरी जाऊन त्यानं विचारलं, 'काय रे! तुला मुलं-बाळं आहेत की नाही? आहेत न्हवं? असलं पाप केलंस तर तुझी मुलं-बाळं जगतील काय? हरामखोर कुठचा! दिवसाचे आठ आणे घेतोस न्हवं? गोमातेला चारा घालायचीही अक्कल नाही तुला? तसा सरकारी हुकूमच आहे! '

शिंग्रेगौडानं वैतागानं कोंडवाड्याची चावी त्याच्या हातात देत म्हटलं, 'आज्जा! मला हे कंत्राटही नको आन ही डोकेदुखीही नको! सगळ्या जगाच्या गुरांना चारा-पाणी करण्यासाठी मी काही कोंडवाड्याचा कंत्राटदार झालो नाही! तूच सांभाळ हा कोंडवाडा!'

गौडानं चावी घेतली, कोंडवाड्याचा दरवाजा उघडला आणि त्या दिवस भरलेल्या गाईला त्यानं आपल्या घरचा चारा-आंबोण आणून खाऊ घातलं. गाईनं आधी दोन डोण्या अंबोण खाल्लं, त्यानंतर चाऱ्याला तोंड लावलं. गौडानं तिच्या अंगावरून हात फिरवला, मान खाजवली. नंतर चडफडला, 'काय मानसं हायेत! गाई राखतात आन त्या चुकल्या तर शोधायला येन्याइतके कष्टही घ्यायला कुनी येत नाहीत! गाभण गाय राखता येत नाही तर कशाला गोधन राखायच्या फंदात पडायचं?'

तेवढ्यात गाय पाय नाचवत इकडून तिकडे फिरू लागली. अंगावरून हात फिरवणाऱ्या गौडावर शिंगं उगारू लागली.

गौडा गडबडून म्हणाला, 'काय झालं हिला? खाणं जास्त झालं की काय?' त्यानं तिला एकीकडे बांधायचा प्रयत्न केला. त्याच्या लक्षात आलं, तिची प्रसव-वेळा जवळ येत चालली होती.

त्यानं तिला समजावलं, 'काही काळजी करू नगंस बाई! सुखरूप बाळंत हो. मी आहे. सगळं बघून घेईन.'

गाय दोनदा हुंकारली. गौडा घरी गेला. लक्ष्मम्मानं उकड धुवून ठेवली होती. तिला सगळं सांगून तो दोन लिंबू, ओले दाणे, हळद, ओला कापडाचा बोळा आणि पाण्याचं गाडगं घेऊन पुन्हा तिथं आला. पण गाय पुन्हा त्याच्यावर शिंगं रोखू लागली. तो काही अंतरावर उभा राहून वाट बघू लागला.

तास उलटला तरी ती व्यायली नाही. मधूनच तिचं हंबरणं सुरूच होतं.

एवढ्यात लक्ष्मम्मा तिथं आली. तिला गौडानं सांगितलं, 'केव्हाची वाट बघतोय! अजून व्यायलीच नाही! उलट माझ्यावर शिंगं उगारतेय!'

तिनं गाईजवळ जाऊन पाहिलं, वासरू बाहेर यायची घटका जवळ आली होती. ती नवऱ्याकडे वळून म्हणाली, 'तुमाला काही कळतंय की नाही? पुरुषाच्या समोर ती कशी वील? तुमी आधी बाहेर जा बगू!'

गौडालाही वाटलं, इतकी साधी गोष्ट आपल्याला कशी सुचली नाही? तो मुकाट्यानं बाहेर आला आणि बाहेरच्या वडाच्या झाडाखाली सावलीत उभा राहिला. चिन्नय्याही तिथं आला. त्यानंही विचारलं, 'काय गौडय्या! इथं बसलास?'

गौडानं शिंग्रेगौडाचं वागणं कसं होतं ते सांगितलं. चिन्नय्याही म्हणाला, 'खरंय! हा तर कोंडवाडा म्हणजे पैसे मिळवायचं साधन समजतोय! पोटाला दिलं

नाही तर गोधन उपासपोटी कसं झोपेल?'

दोघंही विचारात पडले. यावर काय करायचं? त्यांनी ठरवलं, शिंग्रेगौडा कामाचा नाही. त्याऐवजी चिन्नय्याच्या मुलाकडे हे काम सोपवायचं. तिथं पाणी भरायला वर्षाकाठी दहा रुपये देऊन वेगळाच गडी नेमायचा. चाऱ्याचा खर्च कापून सरकारला द्यायच्या बारा रुपयांची कपात केल्यानंतर राहतील ते पैसे डोंगरातल्या गुहेसमोर बांधल्या जाणाऱ्या देवळासाठी द्यायचे.

तेवढ्यात गौडतीनं बाहेर येऊन सांगितलं, 'गोऱ्हा झालाय! फार छान आहे! गाईचं अंग धुवायला आणखी पाणी पाहिजे.'

त्याप्रमाणे चिन्नय्यानं दोन गाडगी पाणी आणून दिलं. गाय आणखी कुणालाही जवळपास फिरकू देत नव्हती. गौडानं तिचं दावं घट्ट धरून ठेवलं. लक्ष्मम्मा आणि चिन्नय्यानं तिचं अंग स्वच्छ धुतलं. लक्ष्मम्मानं वासराला स्वच्छ केलं. त्यानंतर तिनं बाळंतिणीच्या कपाळाला आणि शिंगांना हळद-कुंकू लावलं. दृष्ट लागू नये म्हणून एक नारळ ओवाळून टाकला. बाहेरच्या एका जळक्या काटकीची काजळी बोटानं गाईच्या तोंडाला लावली. ओल्या बाळंतिणीला आणि लेकराला या कोंडवाड्यात कसं सोडायचं? लक्ष्मम्मानं वासराला उचलून घेतलं आणि गौडानं आईचं दावं पकडलं. दोघं घराकडे निघाले. लक्ष्म्माच्या हातातल्या वासराला चाटत बाळंतीण चालली होती. कोंडवाड्यात राहिलेल्या चिन्नय्यानं एक जुना लाकडाचा तुकडा आणि जुनं सूप घेऊन बाळंतपणाचा कचरा उचलून टाकला.

घरच्या गोठ्यात आल्यावर लक्ष्मम्मानं वासराच्या सर्वांगाला हळदीचा लेप लावला. गौडानं शेताकडे जाऊन दगडी पाला आणून त्याचा रस गाईच्या योनीच्या मुखाला लावला. मुक्या तायव्वानं दोन शेर तांदळात दोन नारळ घालून शिजवून गाईला खायला दिलं.

तेवढ्यात गाईचा मालक गाईला शोधत तिथं येऊन पोहोचला. त्या पंचवीस वर्षांच्या तरुणाला पाहताच गौडा भडकून म्हणाला, 'कुठल्या गावचा शेतकरी रं तू? गाभण गाईची दोन-दोन दिवस चौकशी पण करायला आला नाहीस? विसरून निवांत राहिलासच कसा? दूध प्यायला पाहिजे आन गाईची निगा घ्यायला नको?'

'हिकडं आलीय म्हणून नाय समजलं आमास्नी! आमी तिकडं स्वारेनहळ्ळी-सुरगीहळ्ळीकडे शोधत बसलो न्हवं का!'

'तुमचं कुटलं गाव?'

'आमी द्यावलापुराचे'

गौडानं सांगितलं, 'म्हणजे कोसभर लांब हाय! ओल्या बाळंतिणीला चालवत नेऊ नकोस. दोन दिवस गाय-वासरू आमच्या घरीच राहू दे. परवा येऊन घेऊन जा! समजलं? तू जेव चल..'

जेवून तो माघारी निघून गेला. तिसऱ्या दिवशी तो दोघांना न्यायला आला. निघताना लक्ष्मम्मानं गाईच्या कपाळावर कुंकू लावलं. गाईच्या मालकानं कोंडवाड्याचे पाच रुपये बाहेर काढताना बाळंतपणाच्या खर्चाची चौकशी केली.

गौडा संतापलाच.

'अरे वा रे वा! जगात फक्त तुझ्याकडेच पैसे आहेत काय? अरे! घरच्या लेकमाणसासारखी ती माझ्या घरी आली! बाळंतपण करून घेऊन, लेकरू घेऊन निघालीय! आन मी पैसे घेऊ? शानाच हायेस! जा मुकाट्यानं!'

गाईचा मालक गप्प बसला. काळिंगगौडानं सांगितलं, 'हे बघ, गाईचं दावं धरायची काहीही गरज नाही. कोवळ्या वासराला चालवू नगंस! त्याला हातात घेऊन तू पुढं-पुढं चालत राहा. ती मुकाट्यानं मागोमाग येईल!'

।। पाच ।।

१

अग्रहारातल्या शाळेत चार वर्षं काढल्यानंतर इंग्लिश शिकण्यासाठी पुट्ट कार्ळिगाला तालुक्याच्या गावी पाठवायचा सल्ला जोईसांनी दिला. पण एकुलत्या एक नातवाला तिथं पाठवायचा विचार गौडाला अजिबात पटला नाही. काय करायचंय याला इंग्लिश शिकून? अग्रहाराच्या शाळेत शिकल्यामुळे नातू आता 'नळ चरित्र' वाचू शकतोय. जैमिनी भारत तेवढं राहिलंय. तेवढं कुणाकडून तरी शिकवलं तर आणखी काय शिकायचं राहिलं? पण जोईसांनीच आग्रह केला, 'ते असू दे. पण आजच्या काळाच्या गरजेनुसार थोडं इंग्लिश आलं म्हणून काय बिघडलं?'

जोईसांचा मुलगा वेंकटरमणा पुट्ट कार्ळिगापेक्षा तीन वर्षांनी मोठा. तो तालुक्याच्या गावी तिसऱ्या वर्गात इंग्लिश शिकत होता. एव्हाना त्याची मुंज झाली होती. वडिलांकडून काही प्रमाणात वेदपाठही तो शिकला होता. जेवणासाठी भिक्षान्न मागून तो तिथल्या नरसिंहदेवाच्या देवळाच्या ओसरीवर मुक्काम करून होता. दरवाजाची व्यवस्था असलेल्या त्या ओसरीवर आणखी चार-सहा ब्राह्मण मुलंही राहायची. त्यांच्याबरोबर तो देवळात सकाळ-संध्याकाळी चालणाऱ्या संस्कृत पाठाचाही फायदा घ्यायचा. डोक्याच्या पुढच्या भागाचं क्षौर करून मागच्या जाड केसांची घट्ट गाठ बांधून, कपाळावर गोपीचंदन लावून डाव्या काखेत पांढरी झोळी लटकवून उजव्या हातात सारासाठी एक भांडं घेऊन तो भिक्षेसाठी निघाला, की मागच्या काळातल्या ऋषीकुमारासारखा दिसायचा.

जोईसांनी गौडाज्ज्याला सांगितलं, 'हे बघ, तुझ्या मुलालाही तिथं पाठव. अलीकडे तिथं ओक्कलिग मुलांसाठीही वेगळं हॉस्टेल सुरू केलंय म्हणे. वर्षाला दोन पायली नाचणी, दोन शेर पावटे, पन्नास शेर तांदूळ आणि वर पंचवीस रुपये दिले की दोन्ही वेळेला चांगलं जेवण देतात तिथं! आमचा वेंकटरमणाही आहेच अडीनडीला! इथं जसा अडलेलं शिकवत होता, तसा तिथंही शिकवेल. तू काही विचार करू नकोस.'

मग मात्र गौडा नातवाला तालुक्याच्या गावी जाऊन तिथल्या माध्यमिक शाळेत घालून आला. तालुका म्हणजे काही साधीसुधी जागा नाही! अंमलदारांची कचेरी असलेली जागा! आधीचे अंमलदार आता निवृत्त होऊन आपल्या गावी श्रीरंगपट्टणला गेले होते. स्वतः गौडानं बैलगाडी जुंपली आणि नाचणी-पावटे-तांदूळ नेऊन नातवाची सारी व्यवस्था लावून आला.

आता गौडाला एकच चिंता राहिली होती. पुण्यकोटी ज्या स्थळी वाघाच्या तोंडी जाण्यासाठी गेली होती, त्या गुहेच्या तोंडाशी एक देऊळ बांधून त्याच्या समोर एक पुष्करणी बांधायला पाहिजे. पण यामध्ये शिवलिंगाचारी दुसऱ्या एका देवळाचं काम अंगावर घेऊन नंजनगुडच्या भागात निघून गेला होता. जाताना सांगून गेला होता, 'कशाला काळजी करतासा? मी सांगितले तसले दगड आणून ठेव. बाकी सगळं मी बघून घेईन.' तरीही तो स्वतः समोर येऊन उभा राहीपर्यंत गौडाला त्याची खात्री वाटत नव्हती.

पुट्ट काळिंग चांगल्या प्रकारे इंग्लिश शिकत होता. वेंकटरमणा अडलेल्या जागी मदत करत असल्यामुळे दुसऱ्या शिक्षकाची शिकवणी ठेवायची गरज नव्हती. नातवाची प्रगती बघून गौडाला कौतुकाबरोबरच अभिमानही वाटत होता. इंग्लिश म्हणजे काय चेष्टा आहे? अंमलदारी करायची असेल तर इंग्लिश यावं लागतं, म्हणतात! म्हणजे, कदाचित आमचा पुट्टाही उद्या अंमलदार होऊ शकेल. त्याहूनही मोठा साहेब होऊ शकेल. म्हणजे कुणीही गायरानाला हातही लावू शकणार नाही. भूमातेचा चारा केवळ गोमातेलाच मिळण्याचा काळही येईल तेव्हा!..गौडाचं अनेकदा स्वप्नरंजन चाले.

या स्वप्नरंजनामागेही एक कारण होतं. गायरान लागवडीखाली आणल्यानंतर गवताचे भाव आकाशाला भिडले होते. तो लहान असताना त्या परिसरात कुणीही गवत विकायचं नाही. नंतर विकायला सुरुवात केली, तरी भाऱ्याला दोन रुपये दर होता. आता नाचणीचा चारा तर दहा-बारा रुपये झाला होता. गवताचे भाव वाढल्यामुळे शहरात दुधा-तुपाचे भावही वाढले होते. हे उत्तम झालंय! गायरान ठेवायला नको म्हणतात नाही काय! हीच माणसं तसा कायदा करा म्हणणारी. यांना

खायला लोणीच मिळता कामा नये.

पुट्टा इंग्लिश शिकायला लागून दोन वर्षं झाली. आता तो काही इंग्लिश शब्द आज्ज्यापुढे बोलून दाखवत होता. काळिंगगौडाला कौतुकाचं भरतं यायचं. अंमलदार म्हणजे आणखी काय!

वेंकटरमणाची माध्यमिक शाळा संपून तो आता पुढच्या शिक्षणासाठी मैसूरला गेला होता. तिथल्या संस्कृत पाठशाळेत त्याचं वेदाध्ययन सुरू होतं. तिथं तो जोतिषशास्त्र आणि पौरोहित्य शिकत होता. शिवाय हायस्कूलचं शिक्षणही सुरू होतं. तो संस्कृत शिकत असल्यामुळे महाराजांच्या धर्मशाळेत त्याला फुकट जेवण मिळायचं.

आता पुट्टा तालुक्याच्या गावी चांगलाच रुळला होता. तो एकटा गावात कुठंही फिरू शकत होता. आजीनं कढवून दिलेली तुपाची बरणी तो सतत बाळगत असल्यामुळे दररोज जेवताना स्वतःच्या पानावर तो दोन चमचे तूप वाढून घेत होता. गावी आला, की तो स्वतः गाई हाकत चरायला घेऊन जायचा. आज्ज्याशी गप्पा मारत बसायचा. आजीशी गप्पा मारायचा. गडीमाणसांशीही बोलायचा. पण आईशी मात्र अजिबात बोलायचा नाही. तिच्या जवळही फिरकायचा नाही.

ही गोष्ट तायव्वाच्या मनाला फार लागायची. मुलगा आला की ती मोठ्या प्रेमानं त्याच्या शेजारी जाऊन उभी राहायची. तो मात्र तिची अजिबात दखल घ्यायचा नाही; मग तिच्या डोळ्यांत पाणी उभं राहायचं. हे बघून लक्ष्मम्मानं तिला कारण विचारलं, तेव्हा तिनं खुणेनं आपलं दुःख सांगितलं. तिनं ते गौडाच्या कानावर घातलं. गौडानं आधी 'पोरकटपणा!' म्हणून दुर्लक्ष केलं, तरी पुढच्या खेपेला मात्र तो म्हणाला, 'काय रे पोरा! घरी आल्यावर तुझ्या आईसंगं का नाही बोलत?'

'आज्ज्या! तिच्याबरोबर कसं बोलायचं?'

'कसं म्हणजे? आमच्यासंगं कसा बोलतोस? तसंच!'

'तू बोलतोस म्हणून मी बोलतो. पण मुक्याबरोबर कसं बोलायचं?'

गौडा निरुत्तर झाला. तो तसाच गुरं चारायला गेला. मनातला प्रश्न तसाच घोळत होता. मध्येच गुरं जवळच्या शेतात शिरायला लागली. ते पाहताच तो ओरडला, 'ए! कुठाय ध्यान?....'

हे ऐकताच गाई पुन्हा आपल्या जागी परतल्या. त्यातली एक गाय त्याच्या जवळ आली आणि त्याच्या डोक्यावर आपली मान घासू लागली. त्याच्याकडून मान खाजवून घ्यायची तिची रोजची सवय होती. तोही उद्गारला, 'अरेच्चा! विसरलो होतो की! तूच आलीस होय आठवण करून द्यायला!' दुसरीचीही मान खाजवून दिल्यावर त्या दोन्ही गाई त्याची पाठ चाटू लागल्या. त्या दोघींच्या माना खाजवत तो त्या

दोघींशी गप्पा मारू लागला.

त्याला एकाएकी नंदीबैलवाल्या कोलेबसवाच्या राम-सीतेची आठवण झाली. ती दोघं किती छान बोलताता! रामदेवांना 'सीतम्मादेवींशी लग्न करणार काय?' म्हणून विचारलं तर छानपैकी मान हलवतो. पोपटांना जीभ नसते असं कोण तो शहाणा म्हणतो?...

सकाळपासून छळणाऱ्या प्रश्नाला आता उत्तर मिळालं होतं! त्याची सून तायव्वा मुकी असेलही; पण ती घरी आल्यापासून सगळे तिच्याशी बोलतात! तीही सगळ्यांशी बोलते. बोलायला जीभच पाहिजे, असं कुठं आहे? आपल्या पुट्टूला एवढंही कसं समजत नाही? इंग्लिश शाळेला जाणाऱ्या मुलाला एवढंही समजत नाही की काय?

गाईंशी बोलता बोलता त्याचे विचार सुरूच होते.

गाई त्याच्याबरोबर बोलायच्या. सून तायव्वाही त्याच्याशी बोलायची. ती मुकी आहे हे त्याच्या डोक्यातही कधी यायचं नाही. आता या नातवानं ही गोष्ट आपल्याला सांगून द्यायची काय?

त्या दिवशी संध्याकाळी घरी गेल्यावर त्यानं नातवाला जवळ बसवून विचारलं, 'पुट्टा, तुझ्या आईला मुकी म्हणतोस! मी नाही काय तिच्याशी बोलत?'

'तू बोलतोस. पण ती उत्तर देते काय?'

'मला तर देते बाबा! तुझ्या आजीपेक्षा तिची बुद्धी जास्त तरतरीत आहे! मला तिचं सगळं बोलणं समजतं!'

यावर पुट्ट काळिंगा काहीच बोलला नाही. आज्जाच म्हणाला, 'तिला मुकी म्हणू नकोस. तुझा बाप होता, तोही कधी तिला तसं म्हणाला नाही. तो तिच्यासंगं भरपूर गप्पा मारायचा. तीही बोलायची. तिला तिच्या नवऱ्यानं मुकी मानलं नाही, सासू-सासऱ्यानं मानलं नाही. तिच्या पोटी जन्मलास! तुला ती मुकी वाटते?'

यावर काय बोलायचं ते न सुचून नातू गप्प बसला.

'बावळट कुठचा! येवढासा आहेस तू! तुला या सगळ्या गोष्टी कुठून समजायला! जन्म देणारी माय आणि गोमाता, दोघीही सारख्याच. गोमातेला तरी कुठं बोलायला येतंय? समजलं? तुझी आई तेवढीच मुकी नाही!' आपण नेमकं काय सांगतोय, त्याचा पूर्ण अर्थ गौडज्जालाही समजत नव्हता.

असं त्याला कितीतरी वेळा व्हायचं. तो आपला बोलत राहायचा. नंतर स्वतःच त्याचा अर्थ काय, म्हणून विचार करत राहायचा. आता त्याच्या नातवालाही त्याचा अर्थ समजल्याचं काहीही लक्षण त्याच्या चेहऱ्यावर दिसत नव्हतं.

२

पुट्ट काळिंगनं आता माध्यमिक शाळेतली पाच रुपये देऊन द्यायची परीक्षाही दिली होती. आपणही आता वेंकटरमणासारखं मैसूरला जाऊन पुढं शिकायची त्याच्या मनात इच्छा होती. पण त्याच्या आज्जानं मात्र पुढचं शिक्षण घ्यायला नकार दिला. दुसरा विचार न सुचल्यामुळे पुट्ट काळिंग अग्रहाराकडे धावला. त्यानं जोईसांसमोर आपलं मन व्यक्त केलं. जोईसही गौडज्जाच्या घरी गेले. तेव्हा आज्जा म्हणाला, 'भाऊ! मी काय दिवसेंदिवस लहान होणाराय? माजी साठी उलटून दोन वर्सं झाली आता! गड्यांसंगं मी आणखी किती दिवस असाच राबत राहू? याला पुढं शिकून अंमलदार कशाला व्हायचंय? उगाच आपला गोठा राखून राहिला तरी खूप झालं!'

पुट्टानं डोळ्यांत पाणी आणलं. जोईसांनी पुन्हा त्याची शिफारस केली. वर सांगितलं, 'शिकणाऱ्या मुलांना शिकायला दिलं नाही तर सरस्वती रागावते...' हे मात्र गौडज्जाला पटलं. त्यांनी पुढं सांगितलं, 'मैसूरमध्ये वेंकटरमणाही आहे. यंदा त्याचं शेवटचं वर्ष. तो पुट्टाकडे लक्ष देईल. वक्कलिग हॉस्टेलवर पुट्टाची बाकीची व्यवस्था होईल...'

दिवसभर नाना प्रकारे समजावल्यावर गौडज्जानं मान्य केलं.

पुट्टा मैसूरला जायला निघाला. निघताना त्यानं तायव्वालाही, 'जाऊन येतो...' असं सांगून निरोप घेतला. तो आपल्याशी बोलला याचाच तायव्वाला कितीतरी आनंद झाला.

मैसूरला गेल्यानंतर तो नवरात्रीच्या सुट्टीतही गावी आला नाही. मैसूरची दसऱ्याची मिरवणूक बघायला गेल्यावर तो कसा गावाकडे येणार? एकेक वय असतं!... गौडज्जानं स्वतःची समजूत काढली.

उन्हाळ्याच्या दिवसांत तो सुट्टीवर गावी आला तेव्हा त्याचा सगळा अवतारच बदलला होता. तालुक्याच्या गावी राहिल्यामुळे त्याचा चेहरा तरतरीत दिसत होता. सगळं सोडून दिल्याचा भाव त्याच्या चेहऱ्यावर दिसू लागला होता.

आज्जानं त्याला विचारलं, 'इस्कूलात काय शिकवतात रे? तू कधी जैमिनी भारत वाचणार?'

'तिकडं काही जेमिनी भारत शिकवत नाहीत! आग कशी पेटते, हवेत काय-काय आहे, प्राणी कसे उत्पन्न झाले, कुठल्या-कुठल्या देशाचे लोक कसे असतात, हे सगळं शिकवतात!...'

'अरेच्चा! ते सगळं घेऊन तुला काय रं करायचं? जैमिनी भारत वाचायलाच येनार नसंल तर काय करायचंय तुजं शिक्षण? जोईसांचा वेंकटरमणा संस्कृत

शिकतोय म्हणं! रामायण-महाभारत संस्कृतमध्ये वाचतोय म्हणं! ते सगळं तू केव्हा शिकनार?'

'तो जोईसांचा मुलगा! त्याला ते सगळं आलंच पाहिजे. मी काय करू ते सगळं शिकून? मी सायन्स शिकतोय'

'म्हणजे काय रे?'

'सांगितलं नाही काय? आग कशी पेटते...'

'चकमकीचे दगड घासले की आग पेटते. हे शिकायला शाळेत कशाला जायला पायजे?'

पुट्टा यावर काही बोलला नाही. तो विषय तिथंच थांबला.

पुट्टा चौदा वर्षांचा झाला होता. खरं तर आता याचं लग्न करायचं होतं. याचा बाप कृष्णा तर दहाव्या वर्षीच सगळी गुरं गावाबाहेरच्या पठारावर चरायला घेऊन जायचा. तेव्हा गावाबाहेरच्या कपारीत काही वेळा तरसं यायची. कृष्णा गेल्यानंतर त्यातलं एकही या भागात फिरकलं नव्हतं.

पण पुट्टा मैसूरला जाऊन आल्यावर एकदाही आपणहोऊन गुरं चरायला घेऊन गेला नव्हता. एकदा गौडज्जानं घेऊन जायला सांगितलं तेव्हा तो म्हणाला, 'मला तिकडं कंटाळा येतो. तिकडं कोण संध्याकाळपर्यंत एकटाच राहणार? तिकडं कुणीही नसतं.'

'अरेच्चा! सोबत कशाला कोण पाहिजे? गुरं नसतात काय!'

'गुरं असली तर सोबत कशी होईल? गुरं काय माणसं असतात?'

गौडज्जाला लगेच उत्तर सुचलं नाही. अनुभवात खोलवर मुरलेल्या सत्याविषयी कुणी प्रश्न उपस्थित केला तर लगेच कसं उत्तर देणार? त्यात गौडज्जाला तर ते आणखी कठीण होतं. त्यानं वेगळ्या पद्धतीनं नातवाला समजावलं, 'कंटाळा आलाच तर तू स्वतःपुरता पावा वाजवायचा.'

'मला नाही वाजवता येत! आणि मला ते आवडतही नाही!'

काळिंगगौडाला हे ऐकून वाईट वाटलं. तो म्हणाला, 'बिघडलास लेकरा तू! गवळी आहेस आणि पावा वाजवायला येत नाही? वर आवडत नाही, म्हणतोस? काय समजतोस स्वतःला? सगळं विसरून गाईंसाठी पावा वाजवणाऱ्या गोपालाला मुक्ती मिळेल, असं स्वतः कृष्ण परमात्म्यानं सांगितलंय, तेही विसरलास?'

हे ऐकून तर हायस्कूलमध्ये शिकणाऱ्या नातवाला हसूच फुटलं. त्यानं सांगितलं, 'मी म्हैसूरला, वेंकटरमणाला भेटायला जात असतो ना, तेव्हा काही वेळा तो सुरात मंत्र म्हणत असतो. हे काय म्हणून विचारलं तर तो सांगतो, हे वेद आहेत! त्यांचा अर्थ समजून व्यवस्थित म्हटले, तर मुक्ती मिळते म्हणतोय तो! आणि तू

म्हणतोस, नुसता पावा वाजवला तर मुक्ती मिळते! यातलं काय खरं? की दोन्ही खोटंच?'

'अरे, काय म्हणतोस तू? मूर्ख! वेंकटरमणाच्या जातीसाठी त्यानं सांगितलं ते खरं आणि आपल्या जातीसाठी पावाच खरा आहे! तुझा बाप काय पावा वाजवायचा, म्हणून सांगू! कोवळी विड्याची पानं खाऊन ओठ लालबुंद करायचा आणि हातात पावा घेऊन उभा राहिला तर प्रत्यक्ष कृष्णच उभा असल्यासारखा दिसायचा! त्याचा पावा ऐकला की, कितीही वांड गुरं असली तरी पाय दुमडून झोपी जायची. एवढा चांगला पावा वाजवायचा, म्हणूनच गाईला वाचवताना त्यानं जीव दिला! पावा वाजवायची ताकद नसेल तर जीव द्यायची छाती कुठून येणार? त्याच्या त्या भक्तीमुळेच भगवंतानं त्याला पायाशी बोलावून घेतलं!'

वडिलांची आठवण निघताच पुट्ट कािंगच्या मनात विशाद आणि प्रेम अशा मिश्र भावना उमटल्या. ते तरसाच्या तोंडी पडून मरण पावल्याचं त्यालाही ठाऊक होतं. ते देवाच्या पायाशी कसे गेले, हे काही त्याला कळत नव्हतं. शिवाय केवळ पावा वाजवल्यामुळे असं धैर्य आलं, हा युक्तिवादही त्याला समजत नव्हता, पटतही नव्हता.

आज्ज्या सांगत होता, 'गाईला वाचवायला म्हणूनच तुझ्या बापानं जीव दिला तर काय! पावा वाजवत नसता, तर गाईचा जीव वाचवायची बुद्धी तरी कुठून सुचणार? आपला जीव वाचवायची तेवढी बुद्धी असते!'

'आज्ज्या! मला तर तुझं बोलणंच समजत नाही!'

गौडानं पुन्हा एकदा आपलं बोलणं आठवून पाहिलं. आता ते त्याचं त्यालाही समजलं नाही. तरीही आपण काहीतरी फार 'अर्थपूर्ण' बोलल्याचा त्याला भास झाला. हेच जोईसांना विचारलं, तर ते याचा अर्थही समजावून सांगतील. हा त्याचा कितीतरी वेळचा अनुभव होता. म्हातारा काळिंगगौडा काहीतरी बोलून जायचा आणि जोईस त्याच्या अर्थाचं विवरण करून 'ही फार मोठी गोष्ट आहे!' असं म्हणायचे. मग गौडज्जा मोठ्यानं हसायचा आणि म्हणायचा, 'मी आपला एक अडाणी गोपाल! मनात येईल ते बोलतो! त्यात काय आहे दगड?'

त्या दिवशी पुट्टा गुरांना घेऊन गेला खरा; पण दिवसभर तो अगदी कंटाळून गेला होता. त्यानं पावा वाजवायचा प्रयत्न केला, तरी त्यात त्याचं मन रमत नव्हतं. गाई जवळ आल्या तरी त्यांच्याशी संवाद साधण्याचं कुठलंही कौशल्य त्याच्यापाशी नव्हतं.

यंदा हायस्कूलचं पहिलं वर्ष संपलं होतं. सुट्टी संपल्यावर त्याला त्याचे ऐच्छिक विषय निवडायचे होते. कला शाखा निवडायची की विज्ञानशाखा? त्याचा कल विज्ञानाकडे होता. वेंकटरमणा सांगत होता, 'संस्कृत शीक. मी तुला शिकवीन!'

पण त्याचा जीव जीवशास्त्र-रसायनशास्त्रात रमून गेला होता. संस्कृत शिकण्यातही त्याला अजिबात रस नव्हता.

३

पुट्ट काळिंगचा हायस्कूलचा निकाल लागला. पुढं कॉलेजला जाऊन शिकायला आज्जा परवानगी देणार नाही, याची आधीच कल्पना असल्यामुळे तो आधीच जोईसांकडे गेला. नेहमीसारखी आधी भरपूर चर्चा करून अखेर काळिंगगौडानं मान्यता दिली.

हायस्कूलचं शिक्षण संपल्यावर वेंकटरमणानं महा पाठशाळेत प्रवेश घेतला होता. पहाटे ब्राह्म मुहूर्तावर उठून तो प्रातर्विधी आटोपून स्नान-संध्या करायचा. नंतर वेदोपनिषदाचा पाठ व्हायचा. त्यानंतर महा पाठशाळेचे वर्ग. एकूण, त्याला अजिबात वेळच नसायचा. सुट्टीच्या दिवशी जो असायचा तो वेळ मिळायचा. पण त्याच्या सुट्ट्या पुट्ट काळिंगच्या सुट्टीच्या दिवशी यायच्या नाहीत. त्यामुळे त्या दोघांच्या भेटी विरळ होत चालल्या होत्या. भेट झालीच तर गावाकडच्या पाऊसपाण्याव्यतिरिक्त त्यांच्याकडे विषय नसायचे. त्याच्या जीवशास्त्र-रसायनशास्त्रातलं याला काही कळायचं नाही आणि याच्या पुराणकथा-वेदांमध्ये त्याला रस नव्हता.

वेंकटरमणा आताही कमरेला मौंजी गुंडाळायचा. आत लंगोटी बांधून वर लुंगी गुंडाळायचा. नारळाएवढाली मोठी केसांची गाठ त्याच्या मानेवर रुळत असायची. बाहेर जायचं नसेल तर कमरेला धोतर आणि खांद्यावर केवळ एक पंचा टाकून असायचा. त्याला तेव्हा शर्टाची गरज भासत नसे.

काळिंगा सिटी ख्रिश्चन कॉलेजात शिकत होता. अभ्यासाबरोबरच त्याचा खेळातही बराच पुढाकार असे. इंटरच्या वर्गात पोहोचेपर्यंत तो कॉलेजचा उत्तम खेळाडू म्हणून प्रसिद्धी पावला होता. व्हॉलीबॉल-कब्बड्डीबरोबरच धावायच्या स्पर्धेत तो कॉलेजमध्ये पहिला आला होता. ज्युनियर बीएस.सी.त शिकत असताना तो मैसूरमधल्या सगळ्या कॉलेजांमध्ये चांगलाच चमकला होता. त्या वर्षीच्या एमजीएस टुर्नामेंट्समध्ये खेळण्यासाठी त्याला बेंगळुरुला पाठवण्यात आलं. तिथंही तो धावण्याच्या स्पर्धेत सर्वप्रथम आला. तसंच कबड्डी-व्हॉलीबॉलमध्येही तो उत्तम खेळाडू ठरला. अशा प्रकारे त्याचं नाव क्रीडाजगतात चांगलंच दुमदुमू लागलं.

कॉलेजच्या प्रिन्सिपॉलचाही तो लाडका झाला. इतरांना त्यांची भेट घ्यायची असेल तर आधी चिठ्ठी पाठवावी लागे; पण काळिंग मात्र थेट त्यांच्या केबिनमध्ये जाऊ शकायचा.

सिनिअर बी.एस्सीत शिकत असताना तो कॉलेजच्या व्हॉलीबॉलच्या टीमचा कॅप्टन झाला होता. बंगळुरूमधल्या एका कॉलेजशी एक मॅच ठरायची होती. त्या संदर्भात एका कागदावर प्रिन्सिपॉल साहेबांची सही व्हायची होती. काम अर्जंट होतं आणि प्रिन्सिपॉल अजून कॉलेजला आले नव्हते. शेवटी काळिंगाच सायकलवरून प्रिन्सिपॉल साहेबांच्या घरी गेला.

तो पोहोचला तेव्हा ते जेवायला बसायच्या तयारीत होते. सही करून झाल्यावर त्यांनी विचारलं, 'बॉय! जेवण झालं का?'

'नाही.' त्यानं उत्तर दिलं.

त्यांनी त्याला आपल्याबरोबर जेवायचा आग्रह केला. सुरुवातीला त्यानं संकोचानं नकार दिला. पण त्यांनी फार आग्रह केल्यावर तो जेवायला तयार झाला. टेबलावर प्रिन्सिपॉल साहेबांशेजारी त्याच्यासाठीही चिनी मातीची प्लेट मांडण्यात आली. बटलरनं त्यात त्याच्यासाठी जेवण वाढलं. साहेब काट्या-चमच्यानं जेवू लागले. काटे-चमच्याची सवय नसल्यामुळे तो गडबडला. हे लक्षात येताच साहेब म्हणाले, 'तू हवं तर तुझ्या पद्धतीनं हातानं जेव.'

तो हातानं जेवू लागला. जेवण मांसाहारी होतं. काळिंगा काही शुद्ध शाकाहारी नव्हता. मारम्माच्या जत्रेच्यावेळी त्यांच्या घरीही बोकड कापला जाई. शिजवलाही जाई. पण बाहेरच्या न्हाणीघरात चुलाणावर हा स्वयंपाक केला जाई. त्यासाठी वेगळी भांडीही होती. आतल्या स्वयंपाकघरात त्याला प्रवेश नसायचा.

जेवण झाल्यावर प्रिन्सिपॉल कारमधून कॉलेजला गेले. काळिंगाही सायकलवरून पत्र पोस्टात देऊन आपल्या वर्गावर गेला. घरातलं मांसाहारी जेवण आणि इथल्या जेवणात त्याला काहीतरी फरक जाणवला होता. घरातल्या मांसाहारात घमघमणारा मसाला असायचा. लांबून वास घेतला, तर त्याची आजी बनवत असलेल्या पावट्याच्या घमघमणाऱ्या वासात आणि त्या तोंडीलावण्यात फारसा फरक जाणवायचा नाही. पण प्रिन्सिपॉलसाहेबांच्या घरातल्या मांसाला फारसा मसाला लावला नव्हता. ते पूर्णपणे शिजल्यासारखंही वाटत नव्हतं.

त्याला केवळ आठवणीनं कसंसंच झालं. पाठोपाठ मनात एक विचार तरळून गेला; प्रिन्सिपॉल ख्रिश्चन होते. गोरा माणूस. ते गाईचं मांस खातात. आपल्यालाही गाईचं मांस तर खाऊ घातलं नसेल?.....

हा विचार मनात येताच त्याच्या पोटात ढवळल्यासारखं झालं.

तास संपल्याची घंटा होताच तो बाहेर पडला. सायकलवरून तो प्रिन्सिपॉल-बंगल्याकडे आला. विश्रांतीसाठी आडव्या झालेल्या देशी बटलरनं बेलचा आवाज ऐकून दरवाजा उघडला. त्याला काळिंगानं स्पष्टच विचारलं, 'आज मला खाऊ घातलं ते कशाचं मांस होतं?'

त्यानं उत्तर दिलं, ‘बीफ!’

‘बीफ? गोमांस? मला का नाही सांगितलंस?’

‘त्यात काय सांगायचं?’

काळिंगा निरुत्तर झाला. बटलरनं पुन्हा विचारलं, ‘का? काय झालं?’

यावर काहीही न बोलता तो बाहेर आला. सायकलवरून कॉलेजकडे निघाला. दोन फर्लांग जाईपर्यंत पोटातली मळमळ पराकोटीला पोहोचली. सायकल बाजूला घेऊन शेजारच्या झाडाला टेकवून तो खाली बसला. त्याला भडभडून उलटी झाली. घशात बोट घालून त्यानं आणखी उलटी काढली. पोटातल्या गोमांसाबरोबरच त्या आधी हॉटेलमध्ये मसालाडोशाबरोबर खाल्लेली बटाट्याची भाजीही त्यातल्या कांद्यासह बाहेर पडली. त्याला काहीसं शांत वाटलं. चूळ भरल्याशिवाय पूर्णपणे बरं वाटणार नाही हे त्याला समजत होतं. त्यात सारं अंग घामेजल्यासारखं झालं होतं. आंघोळ केल्यावरच बरं वाटेल, असा विचार करून तो हॉस्टेलच्या दिशेनं वळला.

आंघोळ झाल्यावर त्याला बरं वाटलं. तरी मनातली अस्वस्थता तशीच होती. आपण काळिंगगौडाच्या घराण्यातले! गाय म्हणजे आपल्या दृष्टीनं देवच! असं असताना आज मी गोमांस खाल्लं! ख्रिश्चन लोक, त्यातही गोरे पाद्रीही गोमांस खातात. ही गोष्ट जेवताना मी कसा विसरलो? छे:! काय घडलं हे! पाप घडलंय माझ्या हातून!

किती वेळ लोळत पडलं तरी मनातला हा विचार मागं हटायला तयार नव्हता. काय पाप घडलं हे!

पाप म्हटल्यावर पाठोपाठ प्रायश्चित्ताचा विचार मनात आला. यावर काय प्रायश्चित्त? पाठोपाठ वेंकटरमणाची आठवण येणं अपरिहार्य होतं. काळिंगा या विचारासरशी ताडकन उठून सायकलसहित संस्कृत महा-पाठशालेपाशी आला.

वेंकटरमणा त्या दिवशी रिकामाच होता. आपल्या खोलीत बसून तो काही मंत्र दौत-टाकानं एका वहीत उतरवून घेत होता. त्यानं काळिंगाचं स्वागत करत म्हटलं, ‘काय रे! तीन महिने झाले ना आपल्याला भेटून? काय रे, चेहरा का उतरलाय तुझा? काय झालं? बरं नाही काय?’

काळिंगानं घडलेली सगळी हकिगत त्याच्या कानावर घातली. नंतर म्हणाला, ‘यावर जे काही प्रायश्चित्त असेल ते सांग. तूच करवून घे.’

वेकंटरमणानं क्षणभर विचार करून विचारलं, ‘पण त्यांच्या घरात तू का जेवायला गेला होतास? परक्या जातीच्या घरी जेवू नये असं शास्त्र आहे ते काय खोटं आहे?’

‘सांगितलं ना लक्षात आलं नाही म्हणून! लक्षात आलं असतं तर मी का जेवलो असतो? व्हायचं ते घडून गेलंय. आता यावर प्रायश्चित काय, ते सांग.’

'तू काही जाणीवपूर्वक हे पाप केलेलं नाहीस म्हणा! शिवाय तुला तुझ्या चुकीची जाणीवही झाली आहे. त्यामुळे त्यात फारसा दोष नाही. उद्या सकाळी पंचगव्य घे. तोवर तोंडात पाण्याचा थेंबही घेऊ नकोस.'

'तूच दे ना! मी कुठं ते शोधत जाऊ? ते कसं करतात तेही मला ठाऊक नाही.'

'राजवाड्याच्या गोशालेत गोदधी, गोक्षीर, गोमूत्र, गोशकृत, गोमय मिळतं. मी घेऊन येईन. उद्या पहाटे पहिल्या बसनं पश्चिमवाहिनी नदीपाशी जाऊ या. तिथं अंघोळ कर आणि ते घे.'

दुसऱ्या दिवशी दोघांनीही तसं केलं. दोघांची आंघोळ झाल्यावर वेंकटरमणानं संध्यावंदनही उरकलं. नंतर त्यानं काळिंगाला पंचगव्य प्राशन करायला दिलं. काळिंगानं वेंकटरमणाला चांदीचा रुपया दिला. नदीत पावली टाकल्यावर प्रायश्चित्त घेतल्याच्या समाधानात दोघंही माघारी वळले.

४

काळिंगगौडज्जा आता अडुसष्ठ वर्षांचा झालाय असं जोईस सांगत होते. गौडज्जाच्या मते सत्तरी झाली होती. आता त्याला एकाच विषयाचा ध्यास लागला होता. पुण्यकोटीचं देवस्थानाचं बांधकाम पुरं करणं. गोठ्यामुळे आता पहिल्यासारखं उत्पन्न मिळत नसलं तरी यंक्टाजवळ आतापर्यंत शंभर रुपये जमले होते. गावात सगळे त्यासाठी वर्गणी द्यायला तयार झाले होते. मागं अंमलदारांनी त्यासाठी म्हणूनच दिलेले पंचवीस रुपये गौडज्जापाशी होते. पण तेवढ्यात देऊळ आणि समोरची पुष्करणी बांधून होणार नाही, हे त्यांना समजत होतं. 'माझ्या वंशाच्या गोठ्यातली गाय! तिच्या सत्यवचनाच्या स्मरणासाठी देऊळ बांधायचं. ते माझ्याच खर्चानं बांधायचं,' असा विचार अलीकडे त्याच्या डोक्यात प्रबल होत चालला होता.

बेट्टीकेरेच्या दगडी डोंगरातून देवळाच्या आतल्या भागाला लागणारा दगड वाहून आणण्यासाठी गावकरी आपापल्या गाड्या द्यायला तयार होते. बांधकामाच्या वेळीही घरटी दोन-दोन माणसं यायचं ठरलं होतं. त्यामुळे आता पैशाची सगळी जबाबदारी आपणच घ्यायची, अशा निर्णयापर्यंत तो पोहोचला होता.

त्यातच एक दिवस ती घटना घडली. अग्रहारचे जोईस शेजारच्या खेड्यात दानासाठी म्हणून गेले होते. दानात मिळालेलं गाठोडं खांद्यावर वाहून ते दुपारच्या उन्हात घरी येऊन पोहोचले. आल्या-आल्या त्यांनी प्यायला पाणी मागितलं. हे आश्चर्य होतं. कारण ते कधीच बाहेरून आल्या-आल्या ओवळ्यात पाणी पीत नसत. सुब्बम्मांना आश्चर्य वाटून त्या म्हणाल्या, 'ओवळ्यानंच पिणार?'

'मला तेवढं समजत नाही काय? आधी पाणी दे! इकडं जीव चाललाय

माझा!...' ते कसंबसं म्हणाले.

सुब्बम्मांनी मोठं तांब्याचं फुलपात्र भरून पाणी दिलं. ते पिता-पिता त्यातलं निम्म्याहून जास्त पाणी पोटात जाण्यापेक्षा बाहेरच सांडलं. छातीवर हात ठेवत 'रामा-रामा' म्हणत ते जमिनीवर लवंडले. आपण सोवळ्यात असल्याचं भान सोडून आता सुब्बम्माही 'काय झालं?-काय झालं?' म्हणत त्यांच्यापाशी बसल्या. हलवून पाहिलं तर सारं शांत झालं होतं.

जोईसांना कुठलाही रोग नव्हता. त्यांची प्रकृती उत्तमच होती. पहिली बातमी गौडज्जांनाच कळवण्यात आली. जोईस गौडज्जांपेक्षा पाच वर्षांनी लहान होते. गौडज्जाही याही वयात उन्हात गाई राखायला माळावर जायचा. तसंच जोईस दान आणायला गावोगावी फिरायचे. त्यांच्या दृष्टीनं हा त्यांच्या घराण्याचा व्यवसायच नव्हता, तर ती एक प्रकारची जीवनसाधनाच होती. पण उन्हात गाईंमागून फिरणं हे गौडज्जाच्या दृष्टीनं 'जीवनसाधना' नव्हती; तो त्याचा जीवनधर्म बनला होता. त्याच्या घरात नोकरमाणसं होती; त्यांच्याकडूनही हे काम करून घेता आलं असतं. पण तो एक दिवसही या 'धर्माचरणा'पासून वंचित राहत नव्हता. 'गोमूत्रापासून स्नान, फक्त गाईपासून मिळणारं दूध-दही यांपासून उदरपोषण, गाईच्या मागोमाग चालणं, गाईचं भोजन झाल्यावरच आहार घेणं, ही गोव्रताची पद्धत' अशा अर्थाचा श्लोक गौडज्जानं त्याच्या लहानपणीच ऐकला होता. या जोईसांनीच त्याला तो मंत्र सांगून त्याचा अर्थ सांगितला होता. आपल्याला ठाऊक असलेल्या पद्धतीनं तो आपल्या घराण्यात चालत आलेलं हे गोव्रत काटेकोरपणे पाळत होता.

आता जोईस मरण पावले होते! गौडज्जा धावला आणि त्यानं त्यांच्या पत्नीचं आणि मैसूरहून धावून आलेल्या त्यांच्या मुलाचं सांत्वन केलं. आत्मा म्हणजे काय, अंगरखा बदलावा तसा आत्मा देह बदलतो, त्यालाच मृत्यू असं नाव आहे, ज्याला हे समजतंय, त्यानं मृत्यूचं दुःख वाटून घ्यायचं कारण नाही. ...... असं सुचेल ते सांगून गौडज्जानं त्यांचं समाधान केलं. वेंकटरमणानं तर्कमीमांसा-वेद-वेदान्ताचा अभ्यास केला होता. वडिलांच्या मार्गदर्शनाखाली त्यानं सगळा अभ्यास केला असला, तरी आता वडिलांच्या मृत्यूप्रसंगी यातील कुठल्याही ग्रंथातील ज्ञानाची मदत होत नव्हती. पण आता गौडज्जाच्या तोंडून ऐकताना मात्र ते सगळं पटत होतं.

'बाळा, तू एवढं सगळं शिकून शाणा झालास! पन येवडं बी समजंना काय तुला? पडून राहिला नाही, विव्हळत पडला नाही. सुखानं मरून गेला! पुण्यवान तुझा बा! त्याला वैतरणी ओलांडायला मदत करायला आदी गोदान कर, नंतर पुढचं सगळं कर. असा हात-पाय गाळून बसून राहू नकोस...!' असं त्यांनी वेंकटरमणाला बजावलं आणि सुब्बम्माचं सांत्वन करून त्या दोघांनाही कर्तव्य करायला प्रवृत्त केलं. त्यांना कमी पडेल ते धनधान्य देऊन श्राद्धकर्म पार पाडायची व्यवस्था केली. केसांचं

संपूर्ण मुंडन केलेल्या वेंकटरमणानं वैकुंठसमाराधानाच्या दिवशी गोदान केलं आणि वडिलांना स्वर्गापर्यंत पोहोचवलं.

वेंकटरमणाचं संस्कृत पाठशालेत दहा वर्षं अध्ययन झालं होतं. आणखी दोन वर्षं शिकल्यावर शिक्षण पुरं होणार होतं. नंतर त्याच पाठशाळेत शिक्षक म्हणून राहणंही सहज शक्य होतं. किंवा कुठल्या तरी हायस्कूलमध्ये संस्कृत पंडित म्हणून सुखानं पगार घेत राहणं शक्य होतं. दोन वर्षं शिकण्यात कुठलीही अडचण येणार नव्हती. महाराजांच्या धर्मशाळेत मोफत जेवण, पाठशाळेत राहायची व्यवस्था; शिवाय वर दर महिन्याला बारा रुपये शिष्यवृत्तीही मिळत होती. राजवाड्यात विशेष पूजा असलेल्या दिवशी कर्मठ ब्रह्मचारी म्हणून त्याला आमंत्रण येई आणि पळी-पंचपात्रासह दोन रुपये वेगळी दक्षिणाही हाती पडे. त्यामुळे गावी असलेल्या आईला तो दरमहा सात-आठ रुपये पाठवू शकत होता. अशा प्रकारे दोन वर्षं काढणं काहीच कठीण नव्हतं. घर आणि पाच-सहा गाई सोडल्या, तर त्यांची अग्रहारात कुठलीच संपत्ती नव्हती. अंगात शक्ती असेपर्यंत भोवतालच्या खेड्यांमधून पौरोहित्य करणं, हा एकच त्यांच्यापुढचा जगण्याचा मार्ग होता.

जोईस मरण पावलेल्या दिवशी पुट्ट काळिंग गावातच होता. दिवस संपल्यावर एक दिवस तो अग्रहाराकडे गेला. पुढं काय करायचं या विषयावर त्याचं आणि वेंकटरमणाचं बोलणं झालं. त्या वेळी त्यानं सांगितलं, 'हे बघ, काळ कसला आहे हे तुलाही ठाऊक आहे. धर्म आणि शास्त्राविषयी लोकांच्या मनातली श्रद्धा कमी होत चालली आहे. तुझ्या वडिलांचा काळ वेगळा होता. कुणी काही दान दिलं तरी त्यात आज-काल काय येतं? देणारेही फार फार तर नऊ पाव धान्य, एक शेर तांदूळ आणि एखादा रुपया देतात. एवढ्यासाठी भर उन्हात चार-सहा मैल पायपीट करावी लागते. याला काय अर्थ आहे? मुकाट्यानं दोन वर्षं शिक्षण घे. एखाद्या शाळेत संस्कृत पंडित म्हणून नोकरी धर. सुखानं जगशील!'

हे वेंकटरमणालाही पटलं. गावाकडं आईची राहायची व्यवस्था करून आपण शहरात राहायचा त्यानं निश्चय केला.

पण दुसऱ्या दिवशीच गौडज्जा अग्रहारला आला आणि त्यानं वेंकटरमणाला विचारलं, 'बाळा, म्हैसूरला जाणार आहेस म्हणे! खरंय?'

'मग काय करू मी?'

'तू निघून गेलास तर आमच्या गावात शास्त्र-संबंध कोण बघणार? जोईसांचा जुना वंश तुमचा! जन्मलेल्या गावी जन्माचं कसब करत राहायचं सोडून तू का गाव सोडून परदेशी व्हायला निघालास?'

'ते खरंय. पण यात पोट तर भरायला नको काय? दिवस पहिल्यासारखे कुठं राहिलेत?'

‘त्याचा मीही विचार केलाय. तुझं सहज पोट कसं भरेल याची काहीतरी योजना करता येईल.’

‘ म्हणजे काय?’

‘मी ते माझ्या तोंडानं सांगणार नाही! तू इकडं ये!’ म्हणत गौडज्जा त्याला त्याच्या घरामागं घेऊन गेला. तिथं उभ्या असलेल्या गाईची शेपूट हातात घेऊन तो म्हणाला, ‘हिची शपथ घेऊन सांगतो, मी काहीतरी व्यवस्था करेन. तू गाव सोडून जाऊ नकोस. तू लग्न कर. तुझ्या संसाराला काहीही त्रास होणार नाही असं करायची जबाबदारी माझी!’

तिथंच असलेल्या वेंकटरमणाच्या आई हे सारं ऐकून म्हणाल्या, ‘बाळा! गौडज्जाचं ऐक! बोललेला शब्द कधीही खाली न पडू देणारा हा यजमान आहे!’

‘आईचं ऐक रे लेकरा!’ गौडज्जाही म्हणाला.

वेकटरमणा पुढं शिकायला गेला नाही. एक दिवस तो फक्त मैसूरला जाऊन आपल्या गुरुजींना भेटून सगळ्या परिस्थितीविषयी सांगून, त्यांचे आशीर्वाद घेऊन आपलं सामान घेऊन कायमचा गावी आला. गौडज्जाच्या मनात नेमकं काय होतं ते मात्र कुणालाच ठाऊक नव्हतं. कुणी त्याला त्याविषयी पुन्हा विचारलं नाही. त्यानंही काही सांगितलं नाही.

पण एक दिवस गाडीत दोन पोती भात आणि पायलीभर नाचणी आणून देऊन त्यानं आपणहोऊनच सांगितलं, ‘आधी सुगी होऊ दे, त्या नंतर मला काय करायचंय ते मी करेन.’

वेंकटरमणा आपल्या वडिलांपेक्षा मोठा विद्वान असल्याचं त्या पंचक्रोशीत सगळ्यांना ठाऊक होतं. त्यातही पत्रिका बघून भविष्य सांगण्यात त्याचा कुणीच हात धरू शकत नाही, अशी त्याची ख्याती होती. त्यामुळे पौरोहित्य आणि भविष्यामुळे त्याला दिवसातून तीन-चार रुपये मिळू लागले.

५

एक दिवस चंद्रेनहळ्ळीचा शिवलिंगाचारी काळेनहळ्ळीला आला आणि गौडज्जाला म्हणाला, ‘माझं सगळं काम झालं. आता तुमचं तेवढं राहिलं. चटपट देवळाचं काम संपवू या. तुमची सगळी तयारी आहे की नाही?’

देवळासाठी आवश्यक ती सगळी तयारी झाली होती. म्हणजे कामाला माणसं, दगड वाहून आणायला बैलगाड्या, खर्चासाठी पैसा या गोष्टी तयार होत्या. दगडाच्या कामासाठी वडार माणसं तेवढी ठरवायचं राहिलं होतं.

'ते काम माझ्यावर सोपव! मी त्यांना घेऊन येतो. गर्भगृह बांधायची जागा दाखव. ती जागा ठरवताना एखाद्या उत्तम ज्योतिष्याला विचार. एकूण देवस्थानाची सगळी मापं पक्की कर. नंतरचं सगळं मी बघून घेईन.' शिवलिंगाचार्यानं सांगितलं.

काळिंगज्जानं वेंकटरमणाला बोलावलं. चिन्नय्या आणि इतर चार मुख्य ग्रामस्थांना घेऊन वेंकटरमणा गावाची वेस ओलांडून गावाबाहेरच्या वाघानं जीव दिलेल्या गुहेपाशी गेला. याआधी ती जागा न पाहिलेलं त्यांच्यामध्ये कुणीच नव्हतं. आचार्यानं वेंकटरमणाला सांगितलं, 'शास्त्री, आधी गर्भगृहाची जागा पक्की करा. त्यानंतर मी देवस्थानाचा आकार केवढा होईल ते सांगतो.'

वेंकटरमणा म्हणाला, 'आचार्य, आणखी कुठली जागा असती तर भूशुद्धी करायचा प्रश्न होता. जिथं पुण्यकोटीच्या सत्यामुळे प्रभावित झालेल्या दुष्ट वाघानं जीव दिलाय, तिथली जमीन म्हणजे पुण्यभूमीच नाही काय? या जागेची वेगळी शुद्धी करायची गरजच नाही. मागं त्या वाघाची गुहा आणि समोर पूर्वाभिमुख देवळाचा नकाशा आखा.'

'खरंय-खरंय!' गौडज्जासह तिथं जमलेले सगळेच उद्गारले. आचार्यांनाही हे पटलं. वेंकटरमणा म्हणाला, 'आता देवळासमोरची पुष्करणी बांधायच्या जागेची पाहणी करायला पाहिजे. देवस्थानाच्या पूर्वेला, तिकडं खालच्या बाजूला पुष्करणी बांधायला हरकत नाही, असं वाटतंय. तिकडं हजारेक माणसं सहज जमू शकतील अशी जागाही आहे. तिथं नेमक्या कुठल्या जागी बांधायची, हे जरा बघून सांगतो.'

'बरं! देवळातली मूर्ती कशी पाहिजे?' आचाऱ्यानं विचारलं.

'वाघानं प्राण सोडला, तेव्हा हरी आणि हरानं कौतुक केलं, त्याचबरोबर स्वतः ब्रह्मदेवानंही कौतुक केलं, सुरवरांनीही कौतुक केलं, असा गाण्यात उल्लेख आहे. त्रिमूर्ती एका रांगेत उभे असू देत. त्यांच्या पुढ्यात पुण्यकोटी उभी असू दे. शेजारी मेलेला वाघ पडलेला असू दे. होय की नाही?'

'होय...छान छान!' काळिंगज्जानं ही कल्पना क्षणार्धात उचलून धरली.

काळिंगज्जाच्या सूचनेनुसार देवळाचा नकाशा पक्का करण्यात आला. सगळ्यांनीच त्याला अनुमोदन दिलं. आचाऱ्यानं आणखी आठवड्यानं येऊन पूजा करून कामाला सुरुवात करत असल्याचं सांगितलं. पूजेच्या तयारीविषयी सांगितल्यावर त्यानं सांगितलं, 'उद्यापासून डोंगरातले दगड आणायच्या कामाला सुरुवात करायला हरकत नाही.'

नंतर वेंकटरमणा त्याला आपल्या घरी जेवायला घेऊन गेला, कारण त्याच्या जातीमुळे तो काळिंगज्जाच्या घरी जेवू शकत नव्हता. खरं तर कर्मठ विश्वकर्मा जातीची माणसं ब्राह्मणाच्या घरीही जेवत नाहीत, पण शिवलिंगाचारी काही तेवढा कर्मठ नसल्यामुळे त्याला तेवढं चालत होतं. त्या जागेपासून अग्रहार दीड मैलावर होता.

गेल्या आठ दिवसांपासून पुट्ट काळिंगा गावात नव्हता. म्हैसूरला गेला होता. बी.एस्सी. झाल्यावर पुढं काय करणार आहे, याविषयी तो आज्ज्याशी काहीच बोलला नव्हता. घराण्याचंच त्यानं काम पाहावं, असं आज्यानं ठरवलं होतं. शिवाय त्याचं लग्न करायचंही अजून बाकी होतं.

आचाऱ्यानं बोलणी पक्की करून निघून गेल्याच्या संध्याकाळी पुट्ट काळिंगा म्हैसूरहून परतला. आल्या-आल्या त्यानं आज्ज्याला सांगितलं, त्याला अमेरिकेत शिकण्यासाठी स्कॉलरशिप मिळाली होती. प्रवासाचा आणि इतर खर्चही अंगावर येणार नव्हता. तिथं दोन वर्षं थांबून त्यानं कृषिविज्ञान शिकून येणं अपेक्षित होतं.

नातवाचं बोलणं आज्ज्याला अजिबात पटलं नाही. तो म्हणाला, 'भरपूर शिकलास की! आणखी किती शिकनार? आता माझी सत्तरी उलटली. आनखी किती दिवस मी राबायचं? गुमान घरात ऱ्हा आन गोठा बग!'

'आणखी फक्त दोनच वर्षं! तू काही हातून पैसा द्यायची गरज नाही! सगळं तेच देताहेत. आमच्या कॉलेजच्या प्रिन्सिपॉल साहेबांनी शिफारस केलेय माझ्यासाठी! कसल्या-कसल्यांना मिळत नाही, मला मिळालीय! तिकडं शिकून आलं, तर आपल्या जमिनीत सोनं पिकवता येईल!'

तरीही आज्ज्याला हे पटलं नाही. हा इतक्या सुलभपणे ऐकणार नाही हे पुट्ट काळिंगालाही ठाऊक होतं. तो वेंकटरमणाकडे अग्रहाराकडे धावला.

काळिंगा अमेरिकेला जात असल्याचं ऐकून वेंकटरमणाला आनंद झाला. तरीही त्याच्या मनात एक शंका निर्माण झाली.

'अरे, तो गोऱ्या माणसांचा देश आहे. तिथं सगळे गोमांसच खातात म्हणे! त्याशिवाय काहीच खायला-प्यायला नसतं म्हणे! कशी काढशील तिथं दोन वर्षं? एकदा न कळत गोमांस खाल्लं होतंस तू! त्यावर प्रायश्चित्तही घेतलं होतंस; पण आता तुला समजून-उमजून गोमांसभक्षण केल्याशिवाय दुसरा मार्गच राहणार नाही. कशाला ते पाप माथी मारून घेतोस? घरीच का राहत नाहीस? देवानं तुला काय कमी केलंय?'

काळिंगाला याही प्रश्नाची अपेक्षा होतीच. मनाशी तयारच असलेलं उत्तर त्यानं सांगितलं, 'सगळं खोटं आहे. तिथं हवं तर गोमांस खाऊ शकता; पण तिथं गेलेल्या सगळ्यांनी खाल्लंच पाहिजे, असं काही नाही! कितीतरी ब्राह्मणही जातात ना अलीकडे! ते कुठं खातात? तिथं हवं तेवढं दूध-ब्रेड मिळतो म्हणे. आणि मांस खाणाऱ्यांना बकरी-बोकडाचं मांसही मिळतं. मी अजिबात गोमांस नाही खाणार! हवी तर तुझी शपथ! एकदा चुकून गोमांस खाल्लं तर तुझ्याकडून पंचगव्य घेऊन प्रायश्चित्त घेतलं, नाही काय?'

वेंकटरमणाचा आपल्या मित्राच्या बोलण्यावर विश्वास बसला. नंतर पुट्ट

काळिंगानं आपली अडचण त्याच्यासमोर मांडली आणि म्हणाला, 'काही तरी कर आणि आज्ज्याला पटव! तिथं शिकून आलो तर आपल्या जमिनीत सोनं पिकवता येईल! आपली गुरं दहा शेर दूध देतील असं करता येईल! राजवाड्यातली जनावरं पाहिलीस की नाही? तिथं त्याचं शास्त्रच शिकवतात. फक्त दोन वर्षं माझ्या आज्ज्याला गप्प राहायला सांग.'

वेंकटरमणानं विचार केला. काळिंगा सांगत होता त्यात काहीच गैर नव्हतं. व्यवसाय वैज्ञानिक दृष्टीनं केला तर केव्हाही चांगलंच. हा म्हणतोय तसं पीकपाणी आणि दूध-दुभतं चांगलंच येणार! शिवाय त्यासाठी खर्च करायचीही गरज नाही. आपणहोऊन संधी चालून आली असताना नको कशाला म्हणायचं? इतके दिवस गौडज्जा एकटाच जमीन आणि गाईंकडे बघत होता. आणखी दोन वर्षंही तो बघू शकेल.

'माझ्याकडून मी तुझ्या आज्ज्याला सांगेन...' असं वेंकटरमणानं आश्वासन दिल्यावर निश्चिंत मनानं काळींग घराकडे गेला.

दुसऱ्या दिवशी वेंकटरमणा काळेनहळ्ळीला जायच्या विचारात होता. पण सकाळी गौडज्जाच अग्रहाराला आला आणि त्यानं नातवाचा विषय काढला. त्यामुळे, त्याला पाठवणं योग्य होईल, त्यामुळे भूमाता-गोमाता दोघींचंही कल्याण होईल वगैरे सांगताच गौडज्जा म्हणाला, 'बाळा, तू म्हणत असशील तर हरकत नाही. पन गोऱ्या लोकांच्या देशाला गेलं तर भूमाता व्यवस्थित पीक देईल काय? आमचं मुत्तुगाचं शेत आहे की नाही; त्याच्यावर एक कट्टा बांधता येईल. पावसाळ्यात पावसाचं पाणी तिथं अडेल. पानी साठवलं तर दोन पिकं सुखात काढता येतील. रानात होंगे झाडं आहेत. गोठ्यात रोज दोन गाड्या शेण पडतंय. भूमाता तर उत्तम आहे! गंगामाईला अडवून भरपूर घाम गाळला तर पीक यायला नाही म्हणतंय काय? त्यासाठी यानं गोऱ्या देशाला कशाला जायला पायजे?'

यावर काय उत्तर द्यावं ते वेंकटरमणाला समजलं नाही. तो म्हणाला, 'तुझंही खरंय म्हणा! पण तो जाऊन जास्तीचं शिकून आला तर काय त्रास आहे?'

'बाळा! तुला व्यवहार नाही समजत! त्यानं सांगितलंय म्हनून त्याची माझ्यापाशी शिफारस करतोयस? अरे! तो खरोखरच राबणारा मुलगा असता, तर घरातच काहीही केलं असतं! आता काय कमी शिकलाय? हा काही उन्हातान्हात राबणारा गडी नाही! म्हणूनच चुकारपणा करून आणखी शिकायचं म्हणतंय! याला शिकायला पाठवलं, तेच चुकलं! माझ्या कृष्णाला कुठं शिकवलं होतं? तो कुठं कमी पीक आणि दूध काढत होता?'

वेंकटरमणा गप्प बसला.

गौडज्जाच पुढं म्हणाला, 'शहर बघून सोकावलाय तो! आता मी नको म्हटलं

तरी तो ऐकणार नाही! जाऊ दे; काय करणार? जाऊन ये म्हणून सांगून निरोप देतो झालं!'

एवढं बोलून तो गप्प बसला. दहा मिनिटं तशीच शांततेत गेली. तो पुन्हा म्हणाला, 'काम करणाऱ्यानं आधी इकडं शिकून नंतर तिकडं शिकायला नको काय? गुरांच्या कुठल्या आजाराला काय औषध द्यायचं, हे त्याला ठाऊक आहे काय? कधी माझ्यापाशी बसून तो हे शिकलाय काय? गोमूत्रातूनच गाईची औषधं करता येतात हे तरी याला ठाऊक आहे काय?'

वेंकटरमणा आता गंभीर होऊन विचार करू लागला. त्याला गौडज्जाचं बोलणंही पटत होतं. ज्यानं घरातलं ज्ञानच समजावून घेतलेलं नाही, तो परदेशातून काय आणि किती शिकणार आहे?

गौडज्जा पुढं काही बोलला नाही. सुब्बम्माशी सुख-दुःखाच्या चार गोष्टी बोलून तो निघून गेला. वेंकटरमणानंही काळिंगाशी भेटून बोलायचं ठरवलं. पण दुपारी कुणीतरी पत्रिका दाखवायला आल्यामुळे त्याला जमलं नाही. नंतर आणखीही काही गावकरी घरी आले. दुसऱ्या दिवशी एका खेड्यात गृहप्रवेशासाठी जायचं होतं. दोन दिवसांनंतर तो काळेनहळ्ळीला गेला, तेव्हा काळिंगा परगावी गेला होता. त्याच्या विदेशप्रवासासाठी आज्ज्यानं परवानगी दिली होती. आणखी दोन महिन्यांत तो परदेशी जायचं पक्कं झालं होतं. आता आपण बोलून काहीही उपयोग नाही, काळिंगा आपलं जाणं थांबवणार नाही, हे उमजून तो गप्प राहिला.

नातू परदेशी जाणार म्हटल्यावर लक्ष्मम्मा त्याच्या सुरक्षिततेविषयी काळजीत पडली होती. मुकी तायव्वा तर बोलता न आल्यामुळे मुकाट्यानं वेंकटरमणाच्या पुढ्यात येऊन नुसतीच उभी राहिली. त्या दोघींना, 'काही होणार नाही. जहाजावर कसलीच भीती नाही. जहाज म्हणजे एक मोठं गाव असल्यासारखं असतं. त्यात समुद्राचं पाणी येत नाही. अजिबात घाबरू नका!...' असं सांगून वेंकटरमणा गावी परतला.

।। सहा ।।

१

आठ दिवसांत येतो म्हणून सांगून गेलेला आचारी तीन महिने झाले तरी तिकडं फिरकला नाही. शेवटी काळिंगज्जाच गाडी जुंपून चंद्रेनहळ्ळीला गेला आणि त्याला बोलावून घेऊन आला. आचाऱ्याबरोबर दहा वडारही आले.

आता मात्र संपूर्ण काळेनहळ्ळी देवळाच्या कामात गुंगून गेलं. बेट्टीकेरे अरुणाद्रीगिरीपासून बारा मैलांवर होतं. देवळाला लागणारे दगड तिथून आणायचे होते. कारण अरुणाद्रीगिरीचा दगड थोडा पिठूळ होता. त्याचा उपयोग फक्त पुष्करणीच्या पायऱ्यांसाठीच करणं शक्य होतं. गावाच्या साठ शेतकऱ्यांपैकी चाळीस शेतकऱ्यांकडे स्वतःच्या बैलगाड्या होत्या. त्या प्रत्येकाला दररोज एकापेक्षा जास्त मोठाले दगड आणणं शक्य होत नव्हतं. त्या आधी बेट्टीकेरेच्या डोंगरात वडारांबरोबर राबायला गडीमाणसांची गरज होती. दगडी खांब आणि फरशा गाडीत चढवून इथं उतरवून घेण्यासाठी अनुभवी माणसांची गरज होती. या सगळ्यांच्या जेवण-खाणाची व्यवस्था होणं आवश्यक होतं.

गौडज्जानं आपल्या खासगी पेवातली नाचणी बाहेर काढली. गावकऱ्यांनीही त्यात यथाशक्ती भर टाकली. ती नाचणी सगळ्यांच्या घरी पोचवण्यात आली. प्रत्येक घरातल्या बाईनं ती दळायला घेतली. दररोज तिची उकड काढून तिच्यासोबत वालाची उसळ आणि लोणी-ताक देवळाच्या ठिकाणी पोचती करायची जबाबदारी गावातल्या बायकांवर होती.

सगळ्या कामाचे आचाऱ्याला तीन हजार द्यायचे ठरले. देवळाच्या रचनेबरोबरच

गर्भगृहातली मूर्ती, समोरचा नंदी, खांबांवरची आणि भिंतींवरची चित्रं काढून द्यायची जबाबदारीही त्याचीच होती. दहा वडारांनाही वेगळे चार हजार द्यायचे ठरले. बेट्टीकेरेतच दगड हव्या त्या आकारात घडवून आणून ते देवळात आचारी सांगेल त्या प्रकारे बसवायचे, तिथले दगड घडवून पुष्करणीच्या पायऱ्यांना बसवून द्यायचे ही त्यांची जबाबदारी होती. गाऱ्याच्या कामासाठी एक वेगळाच माणूस हज़ार रुपयांत ठरवण्यात आला होता. देवळाच्या आणि पुष्करणीच्या कामासाठी आवश्यक तेवढा चुना-गाऱ्या घोटून द्यायचं त्याचं काम होतं. त्यासाठी आवश्यक ती वाळूही जवळच्या गावात मिळत असल्यामुळे तोही प्रश्न नव्हता.

शिवाय आचाऱ्याच्या स्वयंपाकाची व्यवस्था व्हायची होती. ती वेंकटरमणाच्या घरी करायचं ठरलं.

पण केवळ एवढाच खर्च नव्हता. आचारी आणि वडारांना बिड्या आणि काड्यापेट्या लागायच्या. देवळाचं काम संपल्यावर त्याला दरवाजा, कळस, घंटा, ग्रहप्रतिष्ठापना वगैरे याचा खर्च पंधरा हजारावर जाईल, असा आचाऱ्यानं अंदाज दिला होता.

एकूण खर्चासाठी गावाकडून वर्गणी काढायचा विचार पुढं येताच गौडज्जानं तो फेटाळून टाकला. गावाच्या कोंडवाड्यात जमा झालेले तीनशे आणि पंधराशे, चौदा वर्षांपूर्वी अंमलदारांनी दिलेले पंचवीस रुपये सोडले, तर त्यानं आणखी कुणाकडूनही दमडीही घ्यायचं नाकारलं. आपल्या माजघरात मोठ्या हंड्यात पुरून ठेवलेल्या हंड्यातली नाणी त्यानं बाहेर काढली आणि त्यानं खर्च करायला सुरुवात केली.

पुट्ट काळिंगा अमेरिकेला जाऊन सहा महिने झाले होते. सगळं क्षेम असल्याचं तो पत्रातून कळवत होता. पण त्यात देवस्थानाच्या कामाविषयी काहीही चौकशी नसे. आज्जाही आपल्या पत्रातून त्याविषयी काहीही कळवत नव्हता. त्याला लिहायला-वाचायला येत असलं, तरी पत्र लिहायचं काम मात्र वेंकटरमणाकडेच असे. त्यात पत्ता तर इंग्लिशमध्येच लिहावा लागे ना! 'जैमिनी भारता'त हे सगळं कुठं येतं?

देवळाचं काम सुरू होताच गौडज्जाच्या घरात याआधी कधीही नव्हता एवढा उत्साह ओसंडून वाहत होता. चढावरून चालून येताना गौडज्जाला दमणूक जाणवत असली, तरी तो कंटाळा न करता काठीच्या आधारानं किंवा एखाद्या बैलगाडीत बसून देवळाचं बांधकाम चाललेल्या जागी जाऊन बसत होता. बसल्या-बसल्या त्याच्या आचाऱ्याशी शिल्पशास्त्राविषयी गप्पा चालत. तो वडारांना पान-सुपारी-तंबाखू द्यायचा. ते विश्रांती घेत असतील तर सुधन्वाच्या युद्धाचं वर्णन करणारं पद त्यांना म्हणून दाखवायचा. गावातल्या बायका नाचणीची उकड घेऊन आल्या की आज्जा त्या बायकांनाही ओरडून सांगायचा, 'उन्ह आहे! डोक्यावर पदर असू दे बायांनो!....'

गौडज्जी आज्ज्यापेक्षा पाच वर्षांनी लहान. पण त्याच्याइतकी शक्ती तिच्या अंगी नव्हती. तरी तीही दोन-तीन दिवसांतून एकदा तरी तिथं येऊन जात होती. असं देवळाचं काम चाललेल्या ठिकाणी रिकाम्या हाती यायचं नसतं, म्हणून तीही येताना ओच्यातून काम करणाऱ्यांसाठी पान-सुपारी घेऊन यायची. ते जमलं नाही तर वाटीतली मूठभर वाळू तरी घेऊन येऊन गाऱ्याच्या चुनखडीत 'खारीची सेवा' म्हणून आणून टाकायची.

तायव्वाच्या उत्साहाविषयी तर बोलायलाच नको! कुणी काही म्हटलं तरी न ऐकता ती दररोज ताकाचा डेरा उचलून देवळापाशी नेऊन द्यायची. सोबत येणाऱ्या गावातल्या इतर बायकांबरोबर हावभाव करून तिच्या भरपूर गप्पा चालत. तिला कुणी 'देवळाचं काम कुठवर आलंय?' असं विचारलं की ती हातानंच त्याचं उत्तर द्यायची. एकदा पीठ घेऊन जात असताना सोबत असलेल्या कल्लव्वानं एक जागा दाखवून विचारलं, 'तायव्वा, याच जागी कृष्णण्णा गेला न्हवं? आन त्या ओढ्यापाशीच तरस मरून पडलं होतं! न्हवं का?'

तायव्वाचे डोळे भरून आले. तिनं पदरानं डोळे पुसले.

कल्लव्वाच म्हणाली, 'कशाला डोळ्यात पाणी आणतीस? अठरा वर्षं होऊन गेली न्हवं का! कृष्णण्णा पुण्यवान! चांगलं मरण आलं. आमच्या घरात बोलत होते. फक्त पैसा आहे म्हणून देऊळ बांधायला होत नाही. पदरी पुण्य नसेल तर काहीही जमत नाही! गौडज्जाच्या मागं कृष्णण्णाचं पुण्य हाय न्हवं का! म्हणूनच त्यांना देऊळ बांधायला जमतंय! होय की नाही?'

आता तायव्वाच्या चेहऱ्यावर समाधान दिसलं. नवऱ्याविषयीचा अभिमान तिच्या चेहऱ्यावर उमटला.

एकदा गौडज्जाला तिम्मय्यानं विचारलं, 'सगळा खर्च अंगावर घेऊन तू देऊळ बांधायलायस! त्यात दररोज पूजा नको काय व्हायला?'

मनात हसून गौडज्जा म्हणाला, 'तुला काय वाटलं? मी त्याचा विचार केला नसंल?'

'काय विचार केलाय?'

'कशाला मी बोलून दाखवू? तूच बघशील!'

२

वेंकटरमणानं दाखवलेल्या जागी बांधलेल्या पुष्करणीला भरपूर पाणी लागलं. तेहतीस फूट लांब आणि तेहतीस फूट रुंद अशा चौरसाकृती आकाराच्या पुष्करणीच्या चारही बाजूंना निमुळत्या होत जाणाऱ्या पायऱ्या बांधल्या होत्या. त्याचबरोबर

भोवताली एकूण पन्नास दगडी डोणी केल्या, त्यामुळे जनावरांची चांगलीच सोय झाली. त्यांनी आत उतरणं त्यांच्या दृष्टीनं धोक्याचं होतं. शिवाय पाणीही खराब झालं असतं. दगडाच्या त्या जागी शहाळ्यातल्या पाण्यासारखं थंडगार आणि गोड पाणी लागलं होतं.

देवळाचं बांधकाम संपून गर्भगृहात शिवलिंगाचारीनं निर्माण केलेल्या मूर्तीही सगळ्यांना आवडल्या. गौडज्जाच्या गोठ्यात असणाऱ्या पुण्यकोटीच्या वंशातल्या गाईंचं व्यवस्थित निरीक्षण करून तिची प्रमुख लक्षणं नजरेत भरतील अशा प्रकारे आचाऱ्यानं तिथल्या गाईच्या मूर्तीची निर्मिती केली होती. समोरच्या नंदीचा चेहराही पुण्यकोटीच्या पोटी जन्मलेल्या गोऱ्ह्यासारखाच दिसत होता. पंचधातूनं बनवलेला देवळाचा झळाळणारा कळसही देवालयावर स्थापित व्हायला तयार झाला होता.

दोन बलदंड गड्यांनाही उचलायला कठीण जाईल आणि वाजवली तर त्या सगळ्या प्रदेशात नाद पसरवणारी घंटा! शांत वेळी वाजवली, तर भोवतालच्या दहा गावांत ऐकू जाईल अशी घंटाही मुशीतून काढून सज्ज झाली होती. आचाऱ्यानं ती मुद्दाम मैसूरहून आणवली होती. ती देवळाच्या आतल्या मांडवाच्या छतावर चढवून लोखंडी कडीला लटकावण्यात आली.

मूर्तीची प्रतिष्ठापना करायची जबाबदारी वेंकटरमणावरच होती. त्याला आगम शास्त्राचा ओझरता परिचय होता; पण त्याचा त्यात गाढ अभ्यास नव्हता, त्यामुळे मैसूरला जाऊन तो आपल्या गुरुजींनाच घेऊन आला. तसंच, गौडज्जाच्या सांगण्यावरून वाटेत श्रीरंगपट्टणाला जाऊन त्यानं निवृत्त अंमलदारांची चौकशी केली. तीन वर्षांपूर्वी त्यांना देवाज्ञा झाल्याचं त्याला समजलं.

संक्रांतीच्या दिवशीच मूर्तीची प्रतिष्ठापना करायचं ठरलं होतं. त्याच दिवशी तिथं गुरांची जत्राही सुरू करायचं ठरवून भोवतालच्या गावांमध्येच नव्हे, तर तालुक्याच्या गावीही दवंडी पिटण्यात आली. वेंकटरमणाच अंमलदारापर्यंत जाऊन जत्रेचं लायसन्स घेऊन आला होता. प्रतिष्ठापनेच्या दिवशी येणाऱ्या सगळ्यांना जेवण द्यायचं ठरलं. काही नाही म्हटलं, तरी दहा हजार माणसं येतील असा सगळ्यांचाच अंदाज होता. त्या दृष्टीनं सगळी तयारी करण्यात आली.

संक्रांती दहा दिवसांवर आली असता, एक दिवस सकाळीच गौडज्जा आणि चिन्नय्या गाडी जुंपून अग्रहारात आले. वेंकटरमणाच्या घरापुढे गाडी उभी करून गौडज्जा आत आला आणि म्हणाला, 'बाळा, जरा रजिस्टर आफिसात जायचंय. तूही चल.'

'आता कसलं काम काढलंय, गौडज्जा?'

'सांगतो, चल! नंतर जायचा विचार होता. पण रात्री वाटलं, आजच जायला

पाहिजे! म्हणून चिन्नय्यालाही चल म्हटलं. आम्ही आमची उकड घेतलीय. तुलाही तुझी भाकरबिकर घ्यायची असंल तर घे. तोवर मी शानभोगांना घेऊन येतो.'

अर्ध्या तासात वेंकटरमणाची अंघोळ झाली. त्याच्या आईनं तेवढ्यात नाचणीचं थालीपीठ करून ठेवलं होतं. नारळाच्या चटणीसोबत तिनं ते बांधून दिलं. तेवढ्यात गौडज्जा शानभोगांबरोबर येऊन दाखल झाला. सगळे गाडीत चढल्यावर गाडी निघाली, तेव्हा वेंकटरमणानं पुन्हा कामाचा विषय काढला.

शानभोगांनी सांगितलं, 'गौडज्जा आपल्या तोंडानं सांगणार नाही! मी सांगतो. त्यात लपवण्यासारखं काहीच नाही. आता गौडज्जानं देवळाची सगळी जबाबदारी स्वतःकडे घेतली आहे हे सगळ्या गावाला ठाऊक आहे. त्यात पुढं न चुकता कायम पूजा व्हायला पाहिजे. ती जबाबदारी तू घ्यावीस अशी त्याची इच्छा आहे. तो आपल्या जमिनीतली पाच एकर, दोन एकर बागायत आणि पन्नास नारळींची बाग तुझ्या नावावर करून द्यायला निघालाय. त्या जमिनीचा तू वंशपरंपरेनं उपभोग घेऊ शकतोस. पण तुझ्या वंशात पुढंही कुणी विकू शकणार नाही. पूजेचा आणि जमिनीचा हक्क घराण्यातल्या थोरल्या मुलाकडे राहील. त्यानं नाही म्हटलं तर दुसऱ्या मुलाकडे जाईल. एकूण काय, देवस्थानाची पूजा खंड न पडता चालत राहिली पाहिजे.'

वेंकटरमणाला आश्चर्यच नव्हे, संकोचही वाटला. तो म्हणाला, 'देवाची पूजा मी करेन; पण ही जमीन कशाला?'

'पोटासाठी! पोटाला काही नसेल तर उपाशी राहून पूजा करायला सुचेल काय? तू पुन्हा म्हैसूरला जाऊ नकोस, इथंच राहा, म्हणून मी तुला सांगितलं होतं की नाही? तेव्हाच मी हा विचार केला होता. देवाचं काम हातून करायला पाहिजे, केवळ बोलता कामा नये, म्हणून आधी बोललो नाही.' एवढं बोलून गौडज्जा गाडी हाकणाऱ्या तरुण मुलाकडे वळून म्हणाला, 'काय रे होन्ना! ऐकतोयस की नाही?'

'काय आज्ज्या?' त्यानं मागं वळून विचारलं.

'हे बघ, जोईसांच्या नावानं लिहिलेली सगळी जमीन अग्रहारापाशीच आहे. ती सगळी तूच वाट्यानं कसायची! इतके दिवस तू माझ्याकडे राबत होतास. तुला एक घर बांधून देतो. एक बैलगाडी बांधून देतो. एक बैलाची जोडी आणि दोन गाई देतो. या लग्नाच्या दिवसांत कुठली तरी चांगल्या घरची मुलगी बघून लगीन लावून देतो. तू सुखानं ती जमीन कस. तू निम्मं खा आणि प्रामाणिकपणानं निम्मं जोईसांना दे. समजलं की नाही?'

हे ऐकून होन्ना मूक होऊन गेला.

होन्ना तिथून दहा मैलांवर असलेल्या कंचीनहळ्ळीचा. तो सहा वर्षांचा असताना त्याचे आई-वडील मरण पावले होते. इकडं-तिकडं भटकत दहाव्या वर्षी तो

काळेनहळ्ळीला येऊन पोहोचला होता. गेली बारा वर्षं तो गौडज्जाच्या घरी काम करत होता. त्यानं कधी आपणहोऊन पगार मागितला नाही आणि गौडज्जानं काही दिलं नव्हतं. आता तो घरच्यासारखाच जेवण-खाण आणि सणावारी कपडा-लत्ता घेऊन समाधानानं राहत होता. विश्वासानं कामं निभावत असलेला होन्ना देवळाच्या कामाचीही जबाबदारी पार पाडत होता.

चिन्नय्या म्हणाला, 'होय होय! नवरा-बायको दोघं मिळून नीट राबले तर चार वर्षांत स्वतःचीही दोन एकर जमीन घेता येईल. होन्ना मुळात कष्टाळू आहे!'

तालुक्याला पोहोचून तळ्याकाठी सगळ्यांचं जेवण झाल्यावर शानभोगांनी गौडज्जाच्या नावानं स्टॅम्पपेपर आणला. त्यावर त्यांनी विस्तारानं दानपत्र लिहिलं.

पत्र रजिस्टर करून सगळे गावी जायला निघाले, तेव्हा हुबळीचे शेखदार त्यांच्यापाशी आले. शानभोगांना ओळखून ते म्हणाले, 'तुमच्या गावाला येणार होतो. काळेनहळ्ळीची एक केस आहे.'

'केस? ती कुठली?' शानभोगांनी विचारलं. आपल्या गावाचं नाव ऐकताच गौडज्जा आणि चिन्नय्याचे कान टवकारले गेले. शेखदार म्हणाले, 'काळिंगगौडा नावाचा कुणीतरी अरुणाद्री डोंगरावर एक देवालय आणि एक पुष्करणी बांधायला लागलाय म्हणे! सरकारी जमिनीवर परवानगी न घेता असं चाललेलं बांधकाम साहेबांच्या नजरेला आलंय. स्पॉट इन्स्पेक्शन करून रिपोर्ट करायला मला सांगितलंय.'

'हाच काळिंगगौडा!' नंतर शानभोगांनी वळून विचारलं, 'गौडज्जा! देवालय बांधायच्या आधी तू सरकारची परवानगी घेतली नव्हती काय?'

'माझ्या वंशाची गाय जिथं सत्यामुळे वाघाला जिंकून आली, त्या जागी गावासाठी देऊळ बांधायला मला कुठल्या सरकारची कशाला परवानगी पाहिजे? मी काय त्या जमिनीत नाचणी पिकवून घरची पेवं भरायला लागलोय?'

'तसं नाही गौडय्या! तरीही सरकारच्या जागेवर काहीही करायचं असेल तर सरकारची परवानगी घ्यायला पाहिजे! तू असं म्हणत बसलास तर उद्या तुझ्याविरुद्ध पोलीसकेस होईल!'

'पोलीस काय करणार आहे?'

'सरकारची ऑर्डर निघाली तर देऊळ पाडून टाकतील!'

'अरंच्चा!' गौडज्जा भडकलाच, 'देऊळ पाडून तो जिवंत राहील काय? देऊळ बांधायला पुण्य लागतं! आणि ते पाडणाऱ्याचा वंश निर्वंश झाल्याशिवाय राहणार नाही! शेखदार, तुमची जात कुठली?'

संयम बाळगून शेखदार म्हणाले, 'असं रागावू नये, गौडय्या! सरकारी कायदा मी तुम्हाला सांगितला. तुम्ही आताही एक अर्ज दिला तर सगळं ठीक करता येईल! सरकारला काही फी द्यावी लागेल, एवढंच!'

शेखदारांनी शानभोगांना थोडं लांब नेलं आणि समजावलं. माघारी आलेल्या शानभोगांनी सांगितलं, 'गौडज्जा, शंभर रुपये दिले, तर काहीही अडचण येणार नाही असा फैसला करू असं म्हणताहेत. काय करायचं?'

'देवाचं काम करायला या रांडेच्च्यांना का पैसे द्यायचे?' गौडज्जा म्हणाला. पण हे प्रकरण इथंच थांबवलं नाही, तर पंधरवड्यावर येऊन ठेपलेल्या प्रतिष्ठापनेच्या उत्सवात आणि जत्रेत अडथळा यायची शक्यता होती. शानभोगांनी मध्यस्थी केली. अखेर गौडज्जानं शेखदाराच्या हातात पंचवीस रुपये ठेवले. अर्ज लिहून घेऊन शानभोगांनी अंमलदारांच्या हाती दिला आणि पुढचा मार्ग मोकळा केला.

३

प्रतिष्ठापना आणि जत्रेचा कार्यक्रम गौडज्जाच्या अपेक्षेपेक्षा उत्तम झाला. आधी गंगापूजा करून पुष्करणीचं पाणी पवित्र करण्यात आलं. देवळाच्या कळसाची स्थापना झाली. नंतर विधीयुक्त मूर्तीची स्थापना झाली. एवढ्या मोठ्या संख्येनं एवढा वेळ ब्राह्मणांनी मंत्रपठण केल्याचं गौडज्जानंच नव्हे, तर त्या परिसरातल्या कुणीही ऐकलं नव्हतं. अपेक्षेपेक्षा जास्त माणसं जमली असली तरी बनवलेला स्वयंपाक सगळ्यांना पुरून आणखी शिल्लक राहिला होता. कुठलंही पुण्यकार्य करताना स्वयंपाक पुरल्याशिवाय राहत नाही, हा तर सगळ्यांचाच अनुभव होता. सुरुवातीला सगळ्या अन्नावर प्रोक्षण केलेलं असल्यामुळे अन्न पुरतं, असं मैसूरहून आलेल्या मोठ्या पुरोहितांनी आपल्या अनुभवाच्या आधारे सांगितलं.

जत्रेसाठी सात-आठशे जनावरं आली होती. नंतर लिलाव पुकारला तेव्हा सरकारला केवळ शेणाचेच तीनशे रुपये मिळाले.

आता गौडज्जाला कसलीच चिंता नव्हती. त्यानं नातवाला पत्र लिहून देवालयाचं काम पूर्ण झाल्याचं आणि त्याच्या देखभालीसाठी जमीन लिहून दिल्याचं कळवलं. यावर त्यानंही फार काही न लिहिता, आपल्यालाही आनंद झाल्याचं कळवलं.

चैत्र महिन्यात होन्नाचं लग्न झालं. जमिनी अग्रहाराच्या जवळ असल्यामुळे गौडज्जानं तिकडंच मोठा गोठा असलेलं घर बांधून दिलं. त्याची बैलगाडीही तयार झाली. पावसाळा सुरू झाल्यावर होन्नानं त्या जमिनीत राबायला सुरुवात केली.

जोईसांना जाऊन एव्हाना दोन वर्षं झाली होती. गौडज्जानं पुढाकार घेऊन वेंकटरमणाचंही लग्न लावून दिलं.

आता अग्रहारात 'न्यू टाईप मिडलस्कूल' आलं होतं. त्यात शिकवायला एक एस.एस.एल.सी. शिकलेले इंग्लिश मास्तर आले होते. सोवळं-ओवळं सांभाळत संसार करणाऱ्या या मास्तरांची एक लग्नाची मुलगी होती. त्यांना वेंकटरमणा

विवाहयोग्य तरुण वाटला. पत्रिकाही जुळली. गौडज्जाच्या समोर बोलणी होऊन लग्न ठरलं, आणि झालंही.

बघता बघता दोन्ही संसार बहरू लागले.

त्याच वर्षी इंग्लिश शाळेला आणखी एक मास्तर हवे होते. ही वेंकटरमणाच्या दृष्टीनं सुयोग्य संधी होती. त्याच्या सासऱ्यांनी त्यात रस घेतला. वर जाऊन आवश्यक त्या सगळ्या गोष्टी केल्यानंतर त्याला ती नोकरीही मिळाली. महिन्याला बेचाळीस रुपये पगार मिळू लागला.

आता तो पहाटे लवकर उठून स्नान-संध्या उरकायचा, फूल-पत्री घेऊन डोंगरातल्या पुण्यकोटी देवळाला जायचा. मधल्या रस्त्यानं ते दीड मैलांचं अंतर होतं. केरवारे, पूजा संपवून त्याला घरी परतायला दहा वाजत. त्यानंतर तो शाळेत जायचा.

देवळाच्या भोवतालीच गौडज्जाचे गडी फुलं आणि बेलाची झाडं लावून वाढवत होते. पुष्करणीच्या खालच्या बाजूला चर खणून तिथलं पाणी त्यासाठी वापरत होते. सकाळच्या वेळी पूजेच्या वेळी वेंकटरमणानं वाजवलेल्या घंटेचा आवाज काळेनहळ्ळीत भरून राहत होता. गौडज्जा आणि त्याच्या घरातले त्या वेळी जिथं असतील तिथून नम्रपणे नमस्कार करायचे.

।। सात ।।

१

गेल्या महिन्याभरात गौडज्जी लक्कम्मानं अंथरूण धरलं होतं.

गौडज्जीला अधूनमधून ताप येत होता. मधूनच पावलांवर सूज येत होती. पुन्हा सूज उतरायची आणि बरं वाटायचं. पण उठून फिरायची शक्ती मात्र राहिली नव्हती. घरची सगळी जबाबदारी तायव्वाच्या अंगावर पडली होती. गौडज्जी पासष्ठ वर्षांची झालीय, असा गौडज्जाचा हिशेब होता. गौडज्जीला तिचं वय विचारलं तर नीट सांगता यायचं नाही. ती सांगायची, 'माझ्या लग्नात आमच्या गौडांना मिसरूड फुटलं होतं आणि मी चिरडी नेसायला सुरुवात केली होती. तूच हिशेब कर काय असेल माझं वय!'

याआधी कधीही आजारी पडली तरी ती इतकी झोपली नव्हती. तेव्हा अशी पायांना सूजही यायची नाही म्हणा! गौडज्ज्यांना मात्र या खेपेला वाटलं, हा हिचा शेवटचा आजार असला पाहिजे. 'जगून झालं. छान जगली. देवळाचंही एवढं मोठं काम झालं! आता तिला-मला न मरायला काय कारण आहे?' या विचारानं तो काहीशा अनासक्तीनं तिच्या आजाराकडे बघत होता.

पण एकुलता एक नातू अजून गोऱ्या देशातून परतला नव्हता. त्याला जाऊन तीन वर्षं होऊन गेली होती. आणखी सहा महिन्यांनी येत असल्याचं त्यानं कळवलं होतं. चार वर्षांसाठी गेलाय, गावाकडच्या म्हाताऱ्यांची याला आठवण नको काय? गोठ्याची आठवण? जाऊ दे! तो गावी आला तरी काही करणार नाही! तो कसला गोठ्याची उसाभर करतोय! तो काही त्याच्या आईपाशी बसून चार सुख-दु:खाच्या

गोष्टी बोलणार नाही! 'मुक्या आईशी काय बोलायचं?' म्हणतो आधीच!

हे विचार गौडज्जाला अस्वस्थ करत.

त्यात आता होन्नाची बायको गरोदर होती. वेंकटरमणाची बायकोही गर्भार असल्याची बातमी कानांवर आली होती. त्याच्या मनात यायचं, याचंही लग्न झालं असतं, तर आतापर्यंत यालाही दोन मुलं झाली असती! पण तो कुठं आमचं ऐकतोय? गौडज्जीशी बोलताना हा विषय न चुकता वर येत होता.

हुबळीमधल्या सरकारी डॉक्टरांना बोलावून त्यांच्याकडून इंजेक्शन दिलं असलं तरी हा आजार आपल्याला फार काळ जगू देणार नाही, हे गौडज्जीलाही उमजलं होतं. तिला मरायचं अजिबात दुःख नव्हतं; पण मरायच्या आधी नातवाला बघायची इच्छा तशीच होती. एवढ्या अवधीत त्याचं लग्न करून चार पणतवंडांना अंगा-खांद्यावर खेळवायचं तिचं स्वप्न शिल्लक राहिलं होतं. आपण मेल्यावर आपल्या या मुक्या सुनेकडे कोण बघणार, याचीही तिला काळजी वाटत होती. म्हातारपणी हात-पाय गाळून पडून राहिलं तर गौडज्जाकडे कोण बघणार, या चिंतेनंही ती जास्तच गळून जात होती.

सतत झोपून तिच्या पाठीला जखमा होऊ लागल्या होत्या. घरातल्या भट्टीत काढलेलं चंदनाचं तेल लावून गौडज्जा त्या जखमा कमी करायचा प्रयत्न करत होता. पण एकीकडची जखम भरून यायच्या आधीच दुसरीकडे जखम होत होती. दररोज वेंकटरमणा येऊन तासभर बसून गप्पा मारून जात होता.

एक दिवस गौडज्जा त्याला म्हणाला, 'बाळा! याला, तुझ्या आजीचं असं-असं आहे, लवकर आला नाहीस तर तुला तिचं तोंड बघायला मिळणार नाही, असं एक पत्र लिही! रांडेच्चा आला तर येईल, नाही तर मरू दे!'

त्याप्रमाणे वेंकटरमणा हुबळीला गेला आणि पत्र लिहून पोस्ट करून आला.

तेवढ्यात गौडज्जासमोर आणखी एक अडचण उभी ठाकली. त्यांच्या तालुक्यातून शेजारच्या तालुक्याला रस्ता बनवून त्यावरून रोज एक तरी बस पळवायचा सरकारचा विचार पक्का झाला होता. याचा परिणाम म्हणून त्या भागातल्या लोकांना तालुक्याच्या गावी जाणं सुकर होणार होतं.

ही एवढी बातमी काळिंगज्जाला अडचणीची वाटण्याचं कारण नव्हतं. त्याला याचं काही महत्त्वही नव्हतं. त्याला काही वरचेवर तालुक्याला जायची गरजही नव्हती. जावं लागलंच, तर अलीकडे वयोपरत्वे पायी जाणं शक्य नसल्यामुळे तो बैलगाडीनं जाऊ शकत होता. पण त्याबरोबरच आणखी एक बातमी आली, ती मात्र त्याला काळजीत टाकणारी होती.

अरुणाद्री गिरीवरच्या पठारावरून जाणारा नवा रस्ता त्याच्या गायरानाला दुभागून जाणार असल्याचं त्याच्या कानावर आलं. सरकारच्या लोकांनी मोजणी

केल्याचंही चिन्नय्याच्या मुलानं- व्यंकटनं पाहिल्याचंही सांगितलं. शेजारपाजारच्या गावांची गायरानं लागवडीखाली आणली होती. पण गौडज्जानं आपलं गायरान राखण्यात यश मिळवलं होतं. तरी गेली वीस-पंचवीस वर्षं त्याची सरकार-दरबारी शेतजमीन म्हणूनच नोंद होती. गौडज्जा त्याचा शेतसारा भरत असला, तरी ती अखंड गोग्रास म्हणूनच राहिली होती.

आता त्याच्यामधून रस्ता गेला, तर जी जमीन नष्ट होईल, त्या हिशेबात कदाचित सरकारकडून सरकारी किमतीत पैसेही मिळतील. पण त्या माळाच्या मधून गावकऱ्यांचा वावर सुरू झाला, तर दोन्हीकडच्या जमिनीवर कुठलं जनावर चरायला लागलं तरी कोण विचारणार?

हे समजल्याच्या दुसऱ्या दिवशी दुपारी हुबळीच्या शेखदारांचा शिपाई आला आणि गौडज्जाच्या हाती सरकारी नोटीस देऊन गेला. त्यातही हाच मजकूर कळवण्यात आला होता, '...सरकार नवा रस्ता बनवत आहे... हा रस्ता कळिंगगौडाच्या जमिनीच्या मध्यातून जाणार आहे...सरकारकडून त्या जमिनीचा हिशेब करून पैसे दिले जातील...यावर जमीनदाराची काही तक्रार असेल, तर महिन्याच्या आत सादर करण्यात यावी...' वगैरे..

त्या रात्री गौडज्जाला झोप लागली नाही. त्याला कळत नव्हतं, आपल्या गायरानाच्या राशीलाच का हा एक ना दुसरा त्रास सुरू आहे? महिन्यापूर्वी गावातल्या सगळ्या गुरांना चप्पे रोगानं ग्रासलं होतं. त्यानं गावातल्या सगळ्या गाईंना औषधपाणी केलं असलं तरी, त्याच्याच गोठ्यातल्या दोन गाई मरण पावल्या होत्या. अजून तेच दुःख ताजं होतं. आता तर गायरानाचीच दोन शकलं व्हायचा प्रसंग समोर ठाकला होता! कशाला पाहिजे मोटार आणि तिच्यासाठी रस्ता? बैलगाडीतून नाही काय जाता येत?...

गौडज्जी एकाच कुशीवर झोपली होती. ती व्यवस्थित शुद्धीवर होती. तायव्वाही जागीच होती. गौडज्जानं न राहवून मनातली खदखद त्यांच्यापुढे बोलून दाखवली. त्याला काही सांगून समजावण्यासाठी तायव्वाकडे तोंडच नव्हतं. गौडज्जीच्या अंगात बोलण्याइतकं त्राण नव्हतं.

सकाळी उठल्या उठल्या गौडज्जानं अग्रहाराची वाट धरली. त्यानं नोटीस वेंकटरमणाला दाखवली. दोघंही विचार करू लागले. काहीतरी करून हे संकट टाळता येईल असं केलं पाहिजे, यावर दोघांचं एकमत झालं.

वेंकटरमणानं पाहिलं, नोटीस वीस दिवसांपूर्वीची होती. ती पोचायलाच बराच कालावधी गेला होता. होन्नाची गाडी जुंपून दोघंही तातडीनं हुबळीला गेले.

शेखदार आणि सब-ओव्हरसियरना भेटल्यावर शेखदारांनी सांगितलं, 'रस्त्याची मोजणी झाली आहे. सगळी पूर्वतयारी झालीय. इकडच्या तालुक्याकडून कामही

सुरू झालंय. वाटेतल्या खासगी जमिनींवरचा ताबा घ्यायचीही ऑर्डर आलीय. तुमची जमीन गेली, तरी सरकार तुम्हाला काही प्रमाणात कॉम्पेन्सेशन देईल. जमिनीची किंमत आणि तिचा सुपीकपणा याविषयी तुम्ही एक अहवाल सादर करा.'

'अरं माज्या बाबा! काय तरी करून आमच्या गायरानाला मोकळं सोडता येणार नाही काय?' गौडज्जानं विचारलं.

'नाही! काहीही करता येणार नाही! सगळं प्रोजेक्ट एक्झिक्युटिव्ह इंजिनिअरनं अप्रूव्ह केलंय. दोन्ही तालुक्यांकडून कामही सुरू झालंय! विनाकारण लांबच्या रस्त्यानं फेरा घेऊन रस्ता ठेवायला सरकारला वेड लागलंय की काय!'

इथं काम होणार नाही हे लक्षात येताच तीच गाडी घेऊन ते तालुक्याला गेले. गौडज्जाच्या मनात आलं, बावीस वर्षांपूर्वी असलेले अंमलदार आज असते तर त्यांनी काहीतरी करून गायरान वाचवलं असतं!...आताचे कसे आहेत कोण जाणे!....

तरीही वेंकटरमणानं अर्ज लिहिला. तो हातात घेऊन गौडज्जा आत निघाला तेव्हा वेंकटरमणा बाहेरच थांबला. आता तो शाळामास्तर होता. सरकारी नोकर. 'तू कसा या संदर्भात आलास? तुझ्या खात्याला कळवतो..' असा अंमलदारांनी दम भरला तर?

गौडज्जानंच अंमलदारांच्या हातात अर्ज देऊन दंडवत घातला.

'अरे वा रे वा! तुझ्या गुरांची चरायची जागा राहावी म्हणून सरकारचा प्लॅन बदलायला सांगतोयस काय रे थेरड्या! काय वाटलं तुला सरकार म्हणजे!..' तिथं असलेल्या पोरगेल्याशा अंमलदार साहेबांनी दरडावून विचारलं.

'अरे असं काय करतोस? गोमाता आपली आई! काहीतरी कर आणि तिचं अन्न राख! तुला पुण्य भेटेल! आईला उपाशी ठेवणं पाप आहे! '

गौडज्जानं एकेरीत संभाषण सुरू केल्यामुळे, किंवा पाप-पुण्याचा विषय काढल्यामुळे, किंवा आणखी काही कारणानं अंमलदार साहेब संतापले. ते ओरडले, 'तुला अक्कल आहे की नाही, म्हाताऱ्या! कुठलं गाव तुझं?'

म्हातारा घाबरा झाला. घसा कोरडा पडला. त्याच्या तोंडून शब्द फुटेना. त्याच्या मनात काय आलं, कोण जाणे! इकडं साहेबांची बडबड चालूच होती, 'सरकारनं काही करायचं म्हटलं की या गावकऱ्यांची कटकट सुरूच होते! जा तू! नंतर मी करायचं ते करतो!'

'अरं माज्या बाबा!...'

'सांगितलं ना मी? आधी तू बाहेर हो बघू!' साहेबांनी हुकूम सोडला.

बाहेर येऊन गौडज्ज्यानं डोक्यावरच्या पटक्यानं चेहरा पुसला. बाहेर दाराशी उभं राहून सगळं ऐकत असलेल्या वेंकटरमणाला पुन्हा सगळं सांगायची गरज नव्हती.

वेंकटरमणा गौडज्ज्याला असिस्टंट इंजिनिअरच्या ऑफिसात घेऊन गेला. आणखी एक अर्ज लिहून देऊन त्यानं गौडज्जाला आत पाठवलं. आधी गौडज्जा भीतीमुळे आत जायला नाहीच म्हणत होता. वेंकटरमणानंच समजावलं, 'असं कसं? गायरान राहायला नको काय? तो एक डोकंफिरका होता, म्हणून सगळे साहेब तसेच असतात काय?'

नाइलाजानं गौडज्जा आत गेला आणि अर्ज देऊन त्यानं दंडवत घातला.

साहेबांनी अर्जावरून नजर फिरवली आणि गौडज्जाचं सगळं बोलणं ऐकून घेतलं. नंतर शांतपणे म्हणाले, 'ठीक आहे! मी विचार करेन!'

पुढं बोलायची भीती वाटून म्हातारा गौडज्जा बाहेर आला. वेंकटरमणानं तिथल्या कारकुनाला भेटून काम झाल्यावर गौडज्जाकडून बक्षिसी मिळवून देण्याचं कबूल केलं. तसंच आपणही सरकारी नोकर असल्याचं सांगत एक तारखेला पगारासाठी आलो असता पुन्हा भेट घेत असल्याचं सांगितलं.

निघताना दोघांच्याही मनात थोडी खात्री निर्माण झाली होती. दोघंही एकमेकांना 'देव नक्कीच चांगलं करेल..' असा विश्वास देत दोघं गाडीत बसले. 'त्यांच्या तोंडाला थोड्या पैशांचा लेप लावला तर सगळं ठीक होईल. पन्नास-शंभर रुपये जातील, एवढंच!..' या वेंकटरमणाच्या बोलण्यावर गौडज्जाही म्हणाला, 'किती का खर्च होईनात! गायरानाचे तुकडे व्हायला नकोत...'

२

गौडज्जीची परिस्थिती आणखी बिघडत चालली होती. ती जगणार नाही याची हळूहळू सगळ्यांना खात्री होत चालली होती. पण ती कधी शेवटचा श्वास घेईल हे कुणालाच सांगता येणं शक्य नव्हतं. ती सतत झोपून राहत असली तरी शुद्ध मात्र व्यवस्थित होती. पण कुणी काही सांगितलं तर न समजल्यासारखे भाव चेहऱ्यावर असायचे. क्वचित कधी ओठातून एखादा शब्द अस्फुटपणे उमटायचा. नाहीतर उजव्या हाताची बोटं किंचित हलवून ती काहीतरी सांगायचा प्रयत्न करायची. तिचं हे बोटांद्वारा बोलणं इतर कुणाला उमजलं नाही, तरी तायव्वाला स्पष्ट समजायचं. त्याप्रमाणे ती गौडज्जीच्या तोंडात पाणी किंवा दूध घालायची, किंवा कूस पालटून द्यायची. तसंच तिचे डोळे उघडे असतील तेव्हा सुनेच्या हातवाऱ्याची भाषा तिला समजायची.

गौडज्जा वेंकटरमणाच्या बरोबर तालुक्याला जाऊन येऊन पंधरवडा लोटला होता. बायकोचा शेवटचा क्षण कधी येईल हे अनिश्चित असल्यामुळे तो बाहेर पडणं टाळत होता. गुरांना चरायलाही गडीमाणसंच घेऊन जात होती. वेंकटरमणा मात्र न

चुकता दररोज संध्याकाळी गौडज्ज्याच्या घरी जाऊन गप्पा मारून येत होता.

एक दिवस दुपारच्या वेळी निंगा धावत येऊन सांगू लागला, '....धनी!..तिकडं आपल्या गायरानावरचं रस्ता खोदायचं काम सुरू झालंय!..दोन्ही बाजूनं खोदायला लागलेत!..आन..आन...धाकल्या धन्यास्नी...कृष्णागौडान्‌ला पुरलं होतं न्हवं का!.. त्याच्यावरनं रस्ता जायलाय!..'

हे ऐकताच गौडज्जाचा जीव कळवळला. त्यानं पुन्हा एकदा विचारलं, तेव्हा निंगा गड्यानं पुन्हा सगळं सांगितलं. गौडज्ज्यानं स्वतःला कसंबसं सावरलं, हातात काठी पेलली आणि त्याच्यासह गायरानाच्या दिशेनं निघाला. रणरणत्या उन्हात ओढा ओलांडून तो चढ चढून तिथं जाऊन पोहोचला तेव्हा तो थबकलाच. तिथं शंभराहून अधिक माणसं काम करत होती. धडधडत्या छातीनं आणखी जवळ जाऊन पाहिलं तेव्हा त्याच्या लक्षात आलं, कुणीही त्याच्या जवळपासच्या गावातलं नव्हतं. 'अरे! इथं काय करताय?...' म्हणत त्यांना आवरायला गेला तर त्यांच्यापैकी एकानं आपल्याला भाषा समजत नसल्याचे हातवारे केले.

सगळे कामगार तमीळ होते. पण त्यांचा मेस्त्री कन्नड भाषक होता. गौडज्जा त्याच्याशी जाऊन बोलला तेव्हा तो म्हणाला, 'इकडं काम सुरू होऊन तीन दिवस झाले. सरकारनं अर्ध्या-अर्ध्या मैलासाठी एकेकाला कॉण्ट्रॅक्ट दिलंय. आमच्या धन्याला त्या तिकडच्या दगडापासून इथल्या वडाच्या झाडापर्यंतचं कॉण्ट्रॅक्ट मिळालंय.'

'पण माझ्या गायरानावर रस्ता करू नका म्हणून अर्ज दिला होता मी!'

'आम्हाला ते काही माहीत नाही! '

तेवढ्यात निंगानं दाखवलं, 'तिकडं बघ आज्जा! धाकट्या गौडाची समाधी उखडून टाकलीय! .....'

गौडज्जानं जवळ जाऊन पाहिलं.

त्याचा मुलगा कृष्णा आणि त्यानंतर मरण पावलेली पुण्यकोटीच्या कुळातली गाय जिथं कायमचे झोपले होते, तिथं एक उंचवटा करून त्यावर एक फरशी अंथरली होती. तेवढी जागा सोडून सगळीकडे गवत माजलं होतं. आता तिथली फरशी काढून टाकून एकीकडे ठेवली होती. शिवाय तो उंचवटाही भुईसपाट करण्यात आला होता. रस्त्याच्या इतर भागाप्रमाणे तिथलीही जमीन हातभर खोदून सारखी करून टाकली होती. आता त्या भागावर खडी टाकून त्यावरून रोडरोलर फिरवायचं काम तेवढं राहिलं होतं.

ते दृष्य पाहून गौडज्जानं तिथंच बसकण मारली. त्याला कुणाशी काय बोलावं ते सुचलं नाही. कृष्णा या ठिकाणी त्याची आई पुण्यकोटी आणि इतर गाईंच्या सहवासात शांतपणे झोपी गेला होता. गेली वीस-बावीस वर्षं गौडज्जा जेव्हा-जेव्हा त्या जागी यायचा, तेव्हा तेव्हा त्याच्या मनात हीच भावना असायची. गाईचं रक्षण

करताना प्राण देणारा कृष्णा! त्याचा निष्प्राण देहही याच गायरानावर पडला होता. तो इथं असताना या भागात वाघ-चित्ते इकडे कसे फिरकतील? कृष्णाच्या मरणानंतर या भागात कधीच तरस फिरकलं नव्हतं. आता यांनी त्याची समाधी भुईसपाट करून त्यावरून मोटर धावण्याची व्यवस्था केली आहे!......

गौडज्जा स्वतःला सावरत पुन्हा उठला आणि तिथल्या मेस्त्रीजवळ जाऊन म्हणाला, 'माझ्या बाबा! तिथं माझ्या लेकराला आणि माझ्या गाईला मूठमाती दिली होती. ते तर सगळं काढून टाकलंय! रस्ता थोडा तिकडून घ्यायला जमणार नाही काय? माझ्या गायरानाची तर शकलं झाली! निदान ती जागा तरी राहील असं कर बाबा!'

मेस्त्री सहानुभूतीनं म्हणाला, 'हे पाहा गौडा! रस्ता कुठून कसा जाणार आहे, हे आधीच सगळा प्लॅन करून ठरवलेलं असतं! सगळं वरच्यांनी ठरवलंय. आता आपण काहीही केलं तरी त्यात बदल होणार नाही. तुम्ही आधी डेप्युटी कमिशनरपाशी जाऊन स्टे-ऑर्डर आणायला पाहिजे. त्या नंतर एक्झिक्युटिव्ह इंजिनिअरबरोबर बसून रस्त्याचा प्लॅन बदलायला पाहिजे. पण तेव्हाही हे जमेल की नाही कोण जाणे! कारण आणखी दोन महिन्यांत हा रस्ता मोटारवाहतुकीसाठी तयार व्हायला पाहिजे म्हणून वरून हुकूम आलाय!'

यावर गौडज्जा काही बोलला नाही. बोलायची शक्तीच वठून गेली की बोलून काही उपयोग नसल्याचं त्याच्या लक्षात आलं, कोण जाणे! मुकाट्यानं त्यानं हातातली काठी पेलली आणि तो गावाकडं निघाला. निंगाही त्याच्या पाठोपाठ निघाला.

ते दोघं उतार उतरून खाली ओढ्यापर्यंत आले, तेव्हा त्यांनाच शोधायला निघालेला घरगडी गोरवा भेटला. तो डोळे पुसत म्हणाला, 'गौडज्जी देवाघरी गेली, धनी!...'

गौडज्जानं मान वर करून एकदा त्याच्याकडे पाहिलं. निंगानंच चौकशी केली तेव्हा गोरवा म्हणाला, 'तू धाकट्या धन्यांच्या समाधीवरून रस्ता करताहेत म्हणून सांगायला आलास न्हवं का; त्या वेळी मी तिथंच होतो. तुम्ही दोघं गेलात तेव्हा गौडज्जीनं काय म्हनून विचारलं. मी तिच्या कानापाशी जाऊन सांगितलं. ते ऐकल्यावर ती काहीच बोलली नाही. डोळ्यात थेंबभर पाणी आलं. नंतर मी डोणीत पाणी भरायला विहिरीवर गेलो. मी नंतर गेलो तेव्हा तायव्वा शेजारीच बसली होती. गौडज्जीचा जीव राहिला नव्हता.'

निंगाही आता डोळे पुसू लागला. पण गौडज्जा काहीच न बोलता, तसाच पुढं चालत राहिला.

ते घरी पोहोचले तेव्हा घर माणसांनी भरून गेलं होतं. हाडांचा केवळ सापळाच होऊन राहिलेल्या सासूचा देह घट्ट धरून तायव्वा मूकपणे आक्रोश करत होती. हे पाहून निंगा रडत म्हणाला, 'मी तसं सांगितलं नसतं तर गौडज्जी गेली नसती!.. मीच मारलं गौडज्जीला!...'

गौडज्जा तरीही काही बोलला नाही. तसाच नुसता खांबाला टेकून बसून राहिला. जमलेली माणसं त्याच्याशी नाना प्रकारे बोलत होती, तरी तो मात्र मुक्यासारखा बसून राहिला होता. नंतर अचानक उठून म्हणाला, 'सगळे असे कशाला बसून राहिला? पुढचं सगळं करायला नको काय? मढं असंच किती वेळ घरात ठेवून घेऊन बसायचं? गेलेला जीव काय पुन्हा येनार हाय?'

जवळच बसलेला चिन्नय्याचा मुलगा म्हणाला, 'सोयरे नको काय यायला? कुठल्या-कुठल्या गावांना सांगावा धाडायचा?'

'सगे नको आन सोयरे नकोत! उठा! आदी लौकर मढं घेऊन जायची व्यवस्था करा!..' त्याचा आवाज थोडा तीव्र झाला होता.

बांबूचं वाहन तयार करण्यात आलं. गौडज्जाच म्हणाला, 'अरे! म्हातारी अहेवपणी गेलीय! मळवट भरा तिचा! केसांत फुलं घाला. नवं लुगडं कुटं आहे बघा!..'

गौडज्जीला आंघोळ घालून नवं लुगडं पांघरण्यात आलं. गालाला भरपूर हळद माखून कुंकवाचा मळवट भरण्यात आला. छोट्याशा अंबाड्यावर भरपूर फुलं माळण्यात आली. तिरडी उचलताना भोवळ येऊन पडलेल्या सुनेला आधार देऊन आत न्यायला सांगून गौडज्जा तिरडीपुढं गेला. त्याच्या सांगण्यावरून या खेपेला गायरानाऐवजी त्याच्या मळ्यात सगळी व्यवस्था करण्यात आली होती. आलेल्या प्रत्येकानं तांदूळ टाकल्यानंतर शवावर माती सारण्यात आली.

३

संध्याकाळी जवळचे-लांबचे असे कितीतरी नातेवाईक भेटायला आले. बातमी समजताच वेंकटरमणा शाळा निम्म्यावर सोडून धावून आला. गायरानाचंही सगळं त्याला समजलं. तो म्हणाला, 'जाऊन भेटून येतो. रस्ता थोड्या अंतरावरून घेतात काय बघतो.'

'नको!' गौडज्जानं निक्षून सांगितलं.

'तसं नव्हे. आपण करायचे ते प्रयत्न करू या ना! तालुक्याच्या गुमास्त्यानं काहीही केलं नाही. वरच्या इंजिनिअरला भेटून काहीतरी करता येईल.'

'भ्रम आहे तुझा! गप्प राहा बघू!' एवढंच बोलून गौडज्जा पुन्हा गप्प बसला.

वेंकटरमणानं तो विषय तिथंच सोडला. अजून गौडज्जीचे दिवस करायचे होते. मुलगा असता तर मुंडन करून सगळे विधी करायचा तोच अधिकारी असला असता. आता नातवाचं ते कर्तव्य.

वेंकटरमणानं विचारलं, 'काळिंगाला टेलिग्राम द्यायचा काय? तालुक्याला गेलं की करता येईल. त्याला लगेच बातमी कळेल. विमानानं यायला निघाला, तर दोन दिवसांत येऊन पोहोचेल. अकराव्या दिवसाच्या आधी जरी तो आला तर आजीची तिथी तो करू शकेल.'

मिनिटभर विचार करून गौडज्जा म्हणाला, 'त्या रांडेच्च्याला यायचं नसेल, तर नको यायला! तिथी करणं हे आपलं कर्म आहे एवढंच! तो येऊन काय करणार आहे?'

'तसं नव्हे! कळवणं आपलं कर्तव्य! कळवल्यावर तो नक्की येईल!'

'बरं! कळव!'

गौडज्ज्यानं अंदाजानं दिलेले शंभर रुपये घेऊन तो त्याच रात्री बैलगाडीनं तालुक्याला निघाला.

अकरावा दिवस उजाडला तरी काळिंगा अमेरिकेहून परतला नाही. या विषयावर गौडज्जानं अवाक्षर काढलं नाही. पण जमलेल्या नातेवाइकांच्यात मात्र त्याशिवाय दुसरा विषय नव्हता. नात्यातलाच एक जण पुढं झाला आणि त्यानं मुंडन करून पुढचे सगळे विधी केले. त्या रात्रीच्या जेवणाला चार-पाच हजार माणसं जमली होती. काहीही कमी पडणार नाही अशा प्रकारे गौडज्ज्यानं बायकोचं क्रियाकर्म केलं.

४

गायरानावर कृष्णा आणि पुण्यकोटीच्या समाधीवरून रस्ता गेल्याचं पाहून आल्यापासून गौडज्ज्यानं बोलणंच टाकलं होतं. त्याच्या हाता-पायातली शक्तीही वठून गेल्यासारखी झाली होती. बायकोचे दिवसकार्य संपेपर्यंत त्याचा असलेला थोडाफार उत्साह आता पूर्णपणे नाहीसा झाला होता. सगळे जमलेले पाहुणे निघून गेल्यावर तो कांबळं पांघरून आडवा झाला, तो दुसऱ्या दिवशीही नेहमीच्या उत्साहानं उठला नाही. मधून मधून घराकडे चक्कर टाकणारा वेंकटरमणा काही तरी बोलून त्याचा जीव रमवायचा प्रयत्न करत होता. पण त्यालाही हा जेवढ्यास तेवढं उत्तर देऊन पुन्हा गप्प राहत होता.

तसं पाहिलं, तर गौडज्ज्याला ना ताप होता, ना थंडी वाजत होती. सांगता येण्यासारखा काहीही आजार त्याला जाणवत नव्हता. आपल्याला काय झालंय, हा त्याचा त्यालाही प्रश्न पडत होता.

गौडज्जाची मनःस्थिती वेंकटरमणाला समजत होती. न चुकता तो दररोज त्याच्याकडे येऊन जात होता. काहीतरी वेदांतातल्या चार गोष्टी सांगून गौडज्जाची समजूत काढायचा प्रयत्न करत होता. आत्मा कसा जीर्ण झालेल्या शरीराचा त्याग करून दुसरं शरीर धारण करत असतो, वगैरे सांगत होता. त्याचा काही उपयोग होत नाही असं वाटलं तर, 'काळ बदलत चाललाय..हे कलियुग आहे!...हे संपल्यावर प्रलय होणार आहे...त्यानंतर पुन्हा सत्ययुगाचा प्रारंभ होणार आहे..तेव्हा पुन्हा सगळ्या जगात गोपूजा केली जाईल..' असं काही ना काही सांगत होता.

त्याचं बोलणं गौडज्जा शांतपणे ऐकत असायचा. पण पूर्वी जसा तो अशा बोलण्यावर अनेक प्रश्न विचारून अधिक माहिती मिळवायचा, तसं आता होत नव्हतं.

कधी कधी गौडज्जा स्वतःलाच विचारायचा, 'काय झालंय मला?' जेवणावर इच्छा राहिली नव्हती. घर-गोठा, जमीन याविषयी आस्था राहिली नव्हती. मुख्य म्हणजे गोठ्यातल्या गाईंविषयीही पहिल्यासारखी कळकळ राहिली नव्हती. दिवसातून दोन-चारदा गोठ्यात फिरून गाईंचं निरीक्षण करणं, त्यांनी नीट चारा-पाणी घेतलंय की नाही हे पाहणं हा त्याच्या जीवनाचाच एक भाग होता. आता गोठ्याकडे फिरकण्याचाही उत्साह वाटत नव्हता.

गौडज्ज्याला समजत होतं, आपल्याला एक प्रकारच्या बधिरपणानं ग्रासलं आहे. तो स्वतःला जाणीवपूर्वक ओढून आणून जेवणाच्या ताटासमोर बसवत होता. सुनेनं समोर आणून ठेवलेले चार घास पोटात जबरदस्तीनं ढकलून वर लोटाभर ताक पिऊन पुन्हा कांबळं ओढून झोपी जात होता. पोटात आहार जात राहिला तरी त्याची जीवनशक्ती मात्र दिवसेंदिवस कमीच होत चालली होती.

कृष्णा आणि पुण्यकोटीच्या समाधीवरून रस्ता गेल्याचं आठवत असताना एकदा त्याला पुण्यकोटी कशी मरण पावली ते आठवलं. तिच्या चेहऱ्यावर तरसाच्या पंज्याचा घाव बसला होता. तिला घरी आणून औषध-पाण्यानं तिच्या जखमा बऱ्या केल्या, तरी तिच्या मनावर झालेला आघात शेवटपर्यंत बरा झाला नाही. आता सून जशी आपल्याला खाऊ-पिऊ घालते, तसं तिलाही खाऊ-पिऊ घातलं तरी तिच्या मनाला बसलेला धसका कमी झाला नाही. तिच्या नजरेतला जीव गेल्यासारखाच झाला होता.

आता आपल्यालाही तसंच झालंय! पुण्यकोटीची तशी अवस्था व्हायला तरस कारणीभूत झालं, म्हणता येईल; पण आपल्याला का तसं व्हावं? कशाचा आपल्याला एवढा धसका बसला असावा? गाय आणि माणूस; दोघांची बुद्धी सारखीच असते की नाही, असा त्याला प्रश्न पडायचा. त्याला त्याचं उत्तरही सुचायचं. किती केलं तरी गाईची बुद्धी माणसापेक्षा श्रेष्ठच म्हणायला पाहिजे. देवाची

जात ती! माणसाची जातच वाईट!

वर्षापूर्वी चिन्नय्या मरण पावला होता. त्याचा मुलगा यंग्टेगौडाच त्या घराचा यजमान होता. एक दिवस गौडज्ज्यानं यंग्टाला निरोप पाठवला. यंग्टा येताच गौडज्ज्यानं गाडी जुंपायला लावली आणि आपल्या शेतापाशी घेऊन गेला. तिथं बांधावर आणि ओढ्याकाठी माजलेली हिरवी मुळं-वेली एकेक करून दाखवत त्याचा गाईंना कुठल्या आजारावर कसा गुण येतो, कसं आणि कशाबरोबर ते द्यायचं, त्यात आणखी काय-काय किती प्रमाणात मिसळायचं, त्याचबरोबर रोगाच्या लक्षणांविषयीही विस्तारानं सांगत राहिला. शेवटी सांगितलं, 'कुठल्याही गाईला आजार झाला तरी औषध द्यायचं! तुझ्या नावडत्या माणसांची गुरं असली तरी औषधाला नाही म्हणायचं नाही! आणि औषध दिल्याचे कधीही पैसे घ्यायचे नाहीत! गाईच्या औषधाचे पैसे घेतले, तर तुझा वंश टिकणार नाही बघ!..' तसं त्यानं हातावर हात ठेवून वचनही घ्यायला लावलं. तिथून घरी परतल्यावर तो पुन्हा कांबळ्यावर लवंडला.

थोडा वेळ शांततेत गेला. नंतर त्यानं विचारलं, 'तो रांडेच्चा केव्हा येणार आहे... येणाराय की नाही... तो आला तरी घरात राहणार आहे की नाही कोण जाणे! माझ्या गोठ्याची निगा यानंतर तूच बघायची!..'

यंग्टा कळवळून म्हणाला, 'कशाला वाईट बोलतोस गौडज्जा!..' पण त्यानं तसं हातात हात घेऊन वचन दिल्याशिवाय गौडज्जा शांत बसला नाही.

यानंतर तीन दिवसांनी गौडज्जा वेंकटरमणाला म्हणाला, 'बाळा, उद्या-परवा दिवस चांगला आहे काय बघ. मला गोदान करायचं आहे.'

वेंकटरमणा म्हणाला, 'आता काय आहे? गौडज्जीच्या दिवसकार्याच्या वेळी गोदान झालं होतं ना!'

'गोदान करायला कशाला काय पाहिजे?' खोल निःश्वास टाकत गौडज्जा म्हणाला, 'खरं काय ते सांगतोय. इतके दिवस झाले, यजमानकी हातात आल्यावर मी किमान वीस-पंचवीस वेळा तरी गोदान केलंय; पण एकाही पुण्यकोटीच्या वंशाचं दान दिलेलं नाही! देवळात मूर्तीची प्रतिष्ठापना झाली, तेव्हाही दोन गोदानं दिली. त्या वेळी पुण्यकोटीचा वंश द्यायचं मनात होतं. पण लोभ! तो कुठला सुटायला? तेव्हा वेगळीच गाय दिली मी! आता मी राहणार नाही. मरायच्या आधी पुण्यकोटी गाय दान म्हणून देऊन मरायची इच्छा आहे.'

वेंकटरमणानं हिशेब करून परवा सकाळचा मुहूर्त काढला. त्या दिवशी गौडज्जा सकाळीच बैलगाडीतून तायव्वालाही सोबत घेऊन पुण्यकोटी देवस्थानाला गेला. मागोमाग दोन-चार वर्षांच्या गाई आपापल्या दोन वासरांसह आल्या. देवळात पूजा संपल्यावर पुष्करणीतलं पाणी घेऊन वेंकटरमणा सांगत असलेल्या मंत्राबरोबर

दोन्ही गाईंची पूजा करून गौडज्जानं त्या वेंकटरमणाला दान म्हणून दिल्या. नंतर गाई आणि ब्राह्मणाच्या पायांना स्पर्श करून तायव्वानं तोच हात डोळ्यांना लावला. गौडज्जा म्हणाला, 'चला! मनात एक चोर लपून बसला होता; त्यालाही हाकललं! ज्यात जास्तीत जास्त जीव गुंतलेला असतो, त्याचंच दान द्यायला पाहिजे, न्हवं का!'

वेंकटरमणा त्या गाईंचं दावं धरून सरळ आपल्या अग्रहाराला गेला. गौडज्जा सुनेबरोबर गाडीतून घराकडं परतला. घरात आणखी सहा पुण्यकोटी गाई होत्या. तो सुनेला म्हणाला, 'बाळा, सगळ्या गाई पुण्यकोटीच! तरीही ही जात आपल्या वंशाची. तू यांची नीट काळजी घ्यायला पाहिजे. समजलं?'

तायव्वानं भक्तीनं मान हलवली.

दुसरे दिवशी त्या गावात 'कोले बसवण्णा'चा खेळ करणारे आले. गौडज्ज्याच्या घरासमोर त्यांनी 'सीता कल्याण'चा खेळ मांडला. 'काय रामण्णा! सीतम्माबरोबर लग्न करणार काय?' असं विचारताच राम बसबण्णा उत्साहानं पुढं होऊन मान डोलावू लागला. 'जा जा! तुला नाही मुलगी देणार!' म्हटल्यावर तो खाली मान घालून मागं गेला. नंतर 'शिवधनुष्य कोण वाकवणार?' म्हटल्यावर त्यानं शेपूट ताठ करून वाकवून दाखवली. नंतर सीतम्माच्या शेजारी जाऊन उभा राहिला. नंतर सोबत आणलेल्या गाईला त्यांनी विचारलं, 'रामचंद्राशी लगीन करणार काय, सीतम्मा?' यावर ती सीतम्मा गाय बाईसारखी लाजून मान हलवत खाली मान घालून उभी राहिली. सोबतच्या वाजंत्रीवाल्यानं वाजंत्री वाजवून सीतेचं लग्न 'सुफळ संपूर्ण' केलं. नंतर घरोघरी ही मिरवणूक गेली. घरोघरी सूप-सूपभर तांदूळ किंवा नाचणी देण्यात आली. बायकांनी सीता-रामाला हळद-कुंकू लावलं.

सगळ्या गावात भिक्षा गोळा करून झाल्यावर 'कोले बसवण्णा'वाले पुन्हा गौडज्ज्याच्या घरी आले. त्यांच्यापैकी एक लग्न व्हायचं होतं. नवरा-नवरी त्यांच्याबरोबरच होते. पण लग्नाचा खर्च करायला त्यांच्यापाशी पैसा नव्हता. गौडज्जानं पन्नास रुपये कर्जाऊ दिले, तर पुढच्या दोन वर्षांत ते पैसे परत करू, असं त्यांनी सांगितलं. त्यांच्या प्रमुखांनी विनवलं, 'तू मोठा गवळी आहेस. हे मोठं शुभकार्य आहे. म्हणून तुला विचारतोय. तुला पुण्य लाभेल, गौडज्जा!'

'अरे वा! तुमचं नाव-गाव काहीही ठाऊक नाही! माझे पैसे माघारी येतील याची काय खात्री?' गौडज्ज्यानं विचारलं.

कोले बसवण्णाचा यजमान आधी काही बोलला नाही. त्यानं एका तरुण-तरुणीला आणि सीतम्मा-रामचंद्राला आत बोलावून घेतलं आणि त्या दोघांनाही सीतम्मा गाईच्या शेपटीला स्पर्श करायला लावून म्हणाला, 'गौडज्जा, याच

जोडप्याचं लग्न करायचंय. त्यांनी या सीतम्माची शपथ घेतलीय बघ! तुझे पैसे परत करेपर्यंत ते संसार करणार नाहीत.'

गौडज्जा पुढं काही बोलला नाही. त्यानं सुनेला हाक मारून आतून पन्नास रुपये आणून द्यायला सांगितले. ते न मोजताच त्यानं झोपलेल्या जागेवरून त्यांना दिले. 'या घराचं कल्याण होऊ दे! यांच्या शेतात सोनं पिकू दे! तुझ्या गोठ्यात हजार गाई जन्मू देत!...' असे आशीर्वचन सांगत ते सगळे निघून गेले.

त्याच रात्री गौडज्ज्यानं यंग्टाला निरोप धाडला. यंग्टा येताच म्हणाला, 'बाळा, पावा ऐकायची फार इच्छा झालीय. जा. तुझा पावा घेऊन ये.'

यंग्टानं पावा आणला. त्याचा कसाबसा आधार घेऊन गौडज्जा सावकाश गोठ्यात गेला. प्रत्येक गाईपुढच्या डोणीत पाणी आणि समोर चारा असल्याची यंग्टाकडून खात्री करून घेतल्यावर तो गोठ्याच्या मधोमध बांधलेल्या बांबूच्या चौथऱ्यावर कांबळं अंथरून आडवा झाला. गोठ्यातल्या सगळ्या गाई पोटभर चारा खाऊन रवंथ करत होत्या. उजव्या बाजूच्या गोठ्यातले बैल मात्र अजून चारा खात होते. खिडकीतून चांदणं गोठ्याचा तो भाग प्रकाशित करत होतं. गौडज्ज्याच्या सांगण्यावरून यंग्टा त्याच बांबूच्या चौथऱ्याच्या एका टोकाला बसून पावा वाजवू लागला.

दमदार श्वास असेपर्यंत गौडज्जा त्या परिसरात कुणीही वाजवणार नाही, इतक्या उत्तम प्रकारचा पावा वाजवत होता. नंतर त्याचा मुलगा कृष्णाही त्याच्या नावाचं सार्थक वाटावं इतक्या उत्तम प्रकारे पावा वाजवायचा. ओठातून तांबुलाचा रस ओघळेल इतकी पान-सुपारी चघळून पावा वाजवताना देहभान हरपून जायचं. त्याची ती देहभान विसरून पावा वाजवणारी मूर्ती पाहणं, हेच आनंदाचं असे. आता असलेल्यांमध्ये हा यंग्टाच चांगलं वाजवायचा.

अर्धा तास वाजवलं तरी, का कोण जाणे, वाजवणं रंगलं नाही. गौडज्ज्यानं विचारलं, 'काय रे! पान नाही का खाल्लं?'

गौडज्ज्याच्या घरात पानं नव्हती. यंग्टानं आपल्या घरी जाऊन पानांची चंची आणली. त्यानं एक विडा करून तोंडात सारला. थोड्या वेळात त्याच्या गळ्याच्या शिरा ताणल्यासारख्या झाल्या. तो ताठ बसला. नंतर त्यानं पाव्याला ओठ लावले. आता तिच्यात शक्ती संचारली होती.

त्या शांत वातावरणात निवांतपणे रवंथ करणारी गुरं एकदम शांत झाली. तिथल्या पणतीची वात सारखी करून तायव्वानं त्यात तेल ओतलं. पाव्याचा स्वर वर-वर चढत होता. त्या वाजवण्याचा शास्त्राशी काहीही संबंध नव्हता. लहान असताना श्रीकृष्णही असाच बासरी वाजवून वातावरण भारून टाकायचा म्हणे! त्या

स्वराशी चित्त एकरूप झाल्यावर तिला 'माया' तरी कशाला म्हणायचं म्हणा!

नदीच्या काठी चांदण्यात गाई रवंथ करत बसल्या आहेत..कोवळी वासरं जवळच आनंदानं बागडत आहेत...वातावरण प्रसन्न आहे..पण तेवढ्यात काही मस्तवाल वळू तिथं घुसताहेत. शिंगं रोखून ते एकमेकांवर हल्ला करताहेत..त्यांच्या खुरांमुळे भूमातेची धूळ उठली आहे..त्या धुळीमुळे चांदणं मलूल झालं आहे..ज़खमी वळूंच्या शरीरांतून रक्त वाहत आहे..काही जणांची शिंगं मोडली आहेत..तरीही त्यांची भांडणं सुरूच आहेत..घाबरलेल्या गाई आपल्या वासरांसह कृष्णाला शरण जाताहेत...

मंद हसत कृष्ण आपला पावा बाहेर काढतो. एकदा तो जोरात वाजवतो... तो आवाज ऐकताच वळू भांडण थांबवतात..त्यांच्या माना त्या दिशेला वळतात.. त्यांचा एकमेकांवरचा राग निवळला जातो..उधळलेली माती बसून वातावरण स्वच्छ होतं.. सगळ्या वातावरणात पाव्याचा नाद भरून जातो.. सगळी गुरं कान टवकारून, डोळे मिटून पावा ऐकू लागतात. त्या स्वरांना अडथळा नको म्हणून नदीही खळखळाट थांबवून शांत होते.. त्या स्थिर पाण्यात चांदणंही गोठून शांतपणे पहुडतं..त्या वातावरणात पाव्याचा स्वर मात्र एखाद्या दीपज्योतीप्रमाणे ताठ उभा राहिल्याचा भास होतो...

गौडज्जा डोळे मिटून कितीतरी वेळ पावा ऐकत झोपला होता.

यंग्टा मध्यरात्र संपून आकाशात शुक्राची चांदणी दिसेपर्यंत वाजवत होता. कितीतरी दिवसांनी तो वाजवण्यात एवढा तन्मय झाला होता. काळिंगगौडज्ज्याच्या गोठ्यात गौडज्ज्याची इच्छा म्हणून वाजवताना तन्मयता आली नाही, तरच नवल! तो वाजवायचा थांबला, तेव्हा गौडज्जा गाढ झोपी गेला होता. तायव्वा मात्र दोन्ही कान भरून जातील असा पाव्याचा स्वर ऐकत बसली होती.

यंग्टानंच विचारलं, 'उठवून आत घेऊन जाऊ या?'

तिनं खुणेनंच 'नको' म्हणून सांगितलं.

'तर मग मी घरी जातो. तू इथंच थांबणार आहेस काय?' त्यानं जाता-जाता विचारलं. तायव्वानं दाराशी अंगणात झोपलेल्या घरगड्याला, निंगाला गोठ्यात झोपायला सांगितलं आणि ती घरात झोपायला गेली. तोही मिटलेल्या डोळ्यानंच आपलं कांबळं घेऊन गोठ्यात गौडज्ज्याच्या शेजारी झोपला.

गोठ्यातला दिवा शांतपणे जळत होता. गौडज्जाही शांतपणे झोपला होता.

आत जाऊन झोपल्यावरही तायव्वाला झोप लागली नाही. पावा ऐकत असताना तिला नवऱ्याची आठवण येत होती. कितीतरी वर्षं झाली असली, तरी तिला त्याच्या पाव्याचा विसर पडला नव्हता. तिच्या मुलाला मात्र पाव्याला ओठ लावायचंही ठाऊक नव्हतं.

चार-सहादा कूस पालटून झाल्यावर तायव्वा पुन्हा गोठ्यात गेली. दिव्यातलं तेल संपत आलं होतं. ज्योत अगदी मिणिमिणी जळत होती. त्या अस्फुट उजेडात गौडज्ज्याच्या चेहऱ्याकडे तिचं लक्ष गेलं. झोपेत अजूनही तो पावा ऐकत असावा असं तिला वाटलं. शेजारी झोपलेला निंगा घोरत होता. पुन्हा पणतीत तेल घालून तायव्वा आत येऊन झोपली. आता मात्र तिला लवकरच झोप लागली.

५

दिवस उजाडला तरी तायव्वा उठली नव्हती. निंगा आत येऊन तिला घाबऱ्या-घाबऱ्या हाक मारू लागला, 'तायव्वा!.....तायव्वा!....'

ती जागी झाली.

'तायव्वा! .....बघ! गौडज्जा मेलाय!....झोपला होता तसाच गेलाय बघ!.....'

तायव्वाला हे ऐकून धसकल्यासारखं झालं. ती उठून गोठ्यात धावली. निंगानं सगळ्या गुरांना बाहेर आणून बांधलं. गौडज्जा मात्र काल झोपलेल्या जागी तसाच झोपला होता. अजूनही त्याचा चेहरा पावा ऐकत असल्यासारखाच दिसत होता. रात्री झोपेतच केव्हातरी त्याचा जीव गेलेला दिसत होता.

तायव्वाला काहीच कळेना. निंगा खोटं बोलत असेल असंही तिला वाटलं. तिनं जवळ जाऊन पाहिलं, अंग थंड गार पडलं होतं. हात-पाय आखडले होते. श्वास तर कधीच थांबला होता.

।। आठ ।।

१

गौडज्जीच्या दिवस-कार्यासाठी आलेले सगळे गौडज्ज्याच्या दिवस-कार्यासाठीही आले. पण तेव्हा सगळं बघून घेण्यासाठी गौडज्जा होता. आताची परिस्थिती मात्र तशी नव्हती. सगळ्यावर देखरेख करायला मुक्या ताय्यव्वाशिवाय कुणीही नव्हतं.

पण वेंकटरमणा सकाळ-संध्याकाळी तिथं येऊन जात होता. पण अनेकदा पैशाचा प्रश्न असल्यामुळे त्यालाही स्वतंत्रपणे निर्णय घेता येत नव्हते. ताय्यव्वानं एकदा आतून एक गंजभर रुपयाची नाणी आणून त्याच्यासमोर ठेवली होती. त्यानं ती मोजून पाहिली. एकूण आठशे वीस रुपये होते. तेवढ्यातच दिवस-कार्याचा खर्च करायचा होता. पण सगळे पैसे आताच खर्च करून टाकले, तर पुढं कसलातरी पैसा येईपर्यंत घराचा खर्च कसा चालवायचा, हाही प्रश्न होता.

पण एवढं समर्थ जीवन जगलेल्या गौडज्ज्याचे दिवस-कार्य कंजूषपणानं करता कामा नये, असं सगळ्यांनाच वाटत होतं. एवढ्या मोठ्या गौडज्ज्याच्या दिवसांसाठी किमान आठ-दहा हजार लोकांना तरी अन्नदान नको का करायला? पण देवाची प्रतिष्ठापना आणि त्यानंतर गौडज्जीच्या दिवस-कार्यासाठी बराच खर्च झाला होता. आता पेवात नाचणी नव्हती, भातही तळाला गेलं होतं.

परिस्थितीची सगळ्यांनाच कल्पना आली होती. त्यामुळे नातेवाइकांनी गावाकडून नाचणी, भात, गूळ, डाळ वगैरे पदार्थ आणले. भोवतालच्या गावांमध्ये हलगी वाजवून निरोप पोहोचवण्यात आले. एकूण, मोठ्या थाटात अकरावा दिवस करायची सगळी तयारी झाली. 'तो काही सामान्य गौडा नव्हता! देऊळ बांधणारा होता तो!..'

असा अभिमान केवळ नातेवाइकांतच नव्हे, तर गावकऱ्यांच्या मनातही होता.

दहावा दिवस होता. सगळं घर नातेवाइकांनी भरून गेलं होतं. दुसरे दिवशी होणाऱ्या महा-संतर्पणासाठी घरासमोरच्या मोठ्या मैदानात चूल मांडण्यापासून मोठ-मोठी भांडी घासून स्वच्छ करण्यापर्यंत विविध कामं सुरू होती.

तेवढ्यात सगळं अंग धुळीनं माखलेली एक कार दारात येऊन उभी राहिली. सगळे जण आश्चर्यानं तिकडं पाहत असताना त्यातून एक तांबूस रंगाचे उंच साहेब खाली उतरले. शर्ट, कोट, हॅट आणि बूट अशा थाटातले ते साहेब सरळ गौडज्ज्याच्या घरातच शिरले. नातेवाइकांपैकी कुणालाच त्यांची ओळख पटली नाही.

पण तायव्वाला मात्र ओळख पटली. तिच्या चेहऱ्यावर हसू उमटलं. पण तो माणूस कोण हे ती कशी सांगणार?

आलेल्या व्यक्तीनंच विचारलं, 'आज्जा कुठं आहे?'

आता मात्र सगळ्यांना ओळख पटली. तो गोऱ्या लोकांच्या देशात गेलेला काळिंगा होता!

काळिंगानं कारमधलं आपलं सामान खाली उतरवलं. ड्रायव्हरचे पैसे दिल्यावर ती निघून गेली. आपले कोट, पँट, शर्ट वगैरे कपडे उतरवून पट्ट्याचा पायजमा घालून तो पलंगावर बसला. त्याच्याशी काय बोलायचं हे कुणालाच समजेना. संकोच आणि भयामुळे सगळेच मागं सरले. एवढ्यात यंग्टा तिथं आला. त्यानं विचारलं, 'केव्हा आलास भाऊ?'

'आजीचे दिवस अजून संपले नाहीत?'

यंग्टानं घडलेली सगळी हकिकत त्याच्या कानांवर घातली, नंतर सांगितलं, 'आजीला जाऊन पंचवीस दिवस झाले. उद्या आज्ज्यांचे दिवसकर्म करायचंय.'

मुलगा घरी आला याचं तायव्वाला समाधान वाटलं. तिनं त्याला खुणेनंच आत बोलावून गंजातले रुपये त्याच्या पुढ्यात ठेवले. खुणेनं ते सहाशे रुपये असल्याचं सांगितलं. बहुतेक तेवढं केल्यावर आपली जबाबदारी संपल्यासारखं तिला वाटलं असावं. काळिंगा पुन्हा पलंगावर आडवा होऊन विश्रांती घेऊ लागला. यंग्टा खाली जमिनीवर बसून त्याच्याशी बोलत होता. अर्ध्या तासात तायव्वानं गरम भात करून त्याला जेवायला उठवलं. तो उठला.

त्याला स्वयंपाक फारच तिखट लागला असावा, कारण तो वरचेवर पाणी पित होता. शेवटी कालवलेला सार-भातही त्यानं निम्मा टाकलाच, नंतर दुसरा भात दह्यात कालवून तो खाऊन उठला.

जेवण संपलं, तेव्हा वेंकटरमणा आला होता. घरभर जमलेली माणसं कितीही

काम करत असली, तरी त्यांना हवा तो सल्ला द्यायचं काम त्याच्याकडेच होतं. काळिंगाला पाहताच त्याला आश्चर्याबरोबर समाधानही वाटलं. त्यानं चौकशी केली, 'केव्हा आलास? माझी तार मिळाली ना?'

'होय. नंतरच निघून आलो.'

'पण इतके दिवस का लागले?'

'टेलीग्राम आला तेव्हा मी गावात नव्हतो. मी जिथं होतो, तिथं त्याला पोचायला वेळ गेला.'

'चला! आता तरी आलास ना! आता आम्हालाही जरा हलकं होईल. तूर्त उद्याची सगळी तयारी झाली आहे. माणसं भरपूर आहेत. सगळे काही ना काही करताहेत. काही काळजी करायचं कारण नाही. उद्या विधी करायला कोण बसणार, याचाच मी विचार करत होतो. तुझा तो अधिकार! आता तू आलास; काळजी संपली!'

दोघं बराच वेळ एकमेकांशी गप्पा मारत बसले होते. काळिंगा परदेशी निघून गेल्यानंतर इथं जे काही घडलं, ते सगळं वेंकटरमणा विस्तारानं सांगत होता. देवालय बांधल्यापासून आजोबा-आजी मरण पावल्याची सगळी हकिकत त्यानं विस्तारानं सांगितली. तसंच त्यानं अमेरिकेतल्या बातम्या विचारल्या. पण त्याविषयी जास्त बोलायची काळिंगाची इच्छा दिसली नाही. इथल्या घटना जाणून घेण्यात त्याचं मन गर्क झालं होतं.

'दोन वर्षांत येतो म्हणून सांगून गेला होतास ना? जवळ जवळ चार वर्षं झाली! एवढी वर्षं काय करत होतास?' वेंकटरमणय्यानंच विचारलं.

'आधी ॲग्रिकल्चर शिकलो. नंतर आणखी एक फेलोशिप मिळाली. ॲनिमल हसबंडरी. म्हणजे पशूंचं रक्षण करणं, त्यांचे रोग, उपचार, त्यामागची कारणं हे सगळं शिकण्यात वर्ष गेलं. त्यातला एक डिप्लोमा केला. त्यानंतरचं एक वर्ष तिथंच एका डेअरीत प्रॅक्टिकल ट्रेनिंग घेत होतो..' त्यानं सांगितलं.

एव्हाना संध्याकाळ झाली. वेंकटरमणा आपल्या अग्रहाराकडे परतला.

२

दुसऱ्या दिवशी सात वाजायच्या आत वेंकटरमणा दर्भाच्या जुडग्यासहित हजर झाला. तेवढ्या अवधीत गाईच्या शेणानं सगळं घर सारवलं होतं. आतल्या अंगणात नवग्रहासाठी डाळी, केळीची पानं, आंब्याच्या डहाळ्या, दान देण्यासाठी धोतरजोडी, तपेलं वगैरे सामान एकत्र करून ठेवण्यात आलं होतं. तायव्वानं दुभत्या, पुण्यकोटीच्या वंशातल्या एका गाईला स्वच्छ आंघोळ घालून वासरासह गोदानासाठी म्हणून

आणून, रस्त्यालगतच्या दाराजवळ बांधून ठेवलं होतं.

वेंकटरमणानं एका मोठ्या पातेल्यात दूध, दही, तूप, गोमूत्र आणि शेण एकत्र करुन पंचगव्य तयार करून ठेवलं. तेवढ्यात वेगवेगळ्या गावचे सात-आठ ब्राह्मण आले. जमलेल्या सगळ्या नातेवाइकांच्या आंघोळी झाल्या. पंचगव्य झालं, नवग्रहादी विधी झाल्यानंतर दानाचा विधीही पार पडला. नंतर सगळ्यांनी मृतदेह पुरलेल्या जागी जाऊन दूध-तूप सोडायचा विधी करायचा होता. वेंकटरमणा केळीच्या पानावर डाळी त्यांच्या विशिष्ट जागी मांडायची तयारी करत होता. त्याच वेळी काळिंगा आंघोळ करून आला. डाळी मांडणाऱ्या यंग्टाला वेंकटरमणानं विचारलं, 'क्षौर करणाऱ्याला बोलवायचं विसरलास की काय?'

'बोलावलंय. पडवीत खांबापाशी बसलाय.

'तर मग, काळिंगगौडा, तू जा आणि संपूर्ण डोकं स्वच्छ करून घे जा.'

वेंकटरमणाच्या या बोलण्यावर काळिंगा काहीच बोलला नाही. पाच मिनिटांनंतर वेंकटरमणानं पुन्हा तीच आठवण करून देताच तो म्हणाला, 'केस काढले नाहीत तर काम होणार नाही काय?'

जमलेले ब्राह्मण उद्गारले, 'असं कसं होईल? असं कसं चालेल? शिरमुंडन झाल्यानंतरच सगळे विधी सुरू होतील ना!'

जमलेल्यांतले थोरले गौडाही म्हणाले, 'असं कसं होईल रे भाऊ? केस काढायलाच पाहिजेत!...'

वेंकटरमणाही समजुतीच्या स्वरात म्हणाला, 'माझे अप्पा वारले तेव्हा मीही मुंडन केलेलं तू पाहिलं होतंस ना; तसंच हेही. तू फॉरेनला जाऊन आलास! तुला सगळे केस काढायचे नसतील तर नको. पुढचे थोडे कमानीसारखे काढ. नंतर ते वाढेपर्यंत हवी तर तुला टोपी किंवा हॅट घालता येईल.'

क्षणभर काळिंगानं विचार केला. नंतर म्हणाला, 'माझा असल्या गोष्टींवर विश्वास नाही. बाकी सगळं होऊ द्या.'

'पण शिरमुंडन झाल्याशिवाय बाकीचं सगळं कसं होईल?' परगावाहून आलेल्या ब्राह्मणांनी आक्षेप घेत विचारलं. नात्यातली एक म्हातारीही म्हणाली, 'हे काय रे लेकरा! अशी कशी तुझी बुद्धी फिरली? असं कसं म्हणायलास?'

काळिंगाचा चेहरा पडला. तरी तो केस काढायला तयार झाला नाही. शेवटी यंग्टानं विचारलं, 'जोईस, मी केस काढले तर चालेल काय?'

'चालेल. नाही तरी तू गौडाज्ज्याला मुलासारखाच होतास. पण तसं झालं तर नवग्रहांच्या समोर बसून बाकीचे विधीही तूच करायला पाहिजेस! चालेल काय रे, काळिंगगौडा?' वेंकटरमणानं विचारलं.

'माझी काहीच हरकत नाही!' काळिंगानं सांगितलं. यामुळे प्रश्न मिटला. पण

कुणालाही याचा आनंद झाला नाही. तायव्वा तर अतिशय कष्टी झाली. मुलाला काही समजावून सांगावं म्हटलं तरी तिला ते शक्य नव्हतं. बोलता आलं असतं तरी एवढ्या माणसांसमोर तिनं आपल्या मुलाला समजावलं असतं काय, हा प्रश्नच होता म्हणा!

मग यंग्टानंच पूर्ण डोकं स्वच्छ केलं. गुडघ्यापर्यंत येणारं नवं वस्त्र नेसून उजव्या हाताच्या बोटात जोईसांनी दिलेली दर्भाची पवित्रा घालून नवग्रहांसमोर बसला आणि वेंकटरमणा सांगेल तसे मंत्र म्हणत नवग्रहांची पूजा केली. त्याच बरोबर पंचगव्याची पूजा झाली. आधी काळिंगा आणि तायव्वानं पंचगव्य घ्यायचं होतं. यंग्टानं पंचग्रहांसमोर बसून सगळे विधी केले असले, तरी सुतक काही त्याचं संपायचं नव्हतं. त्यामुळे काळिंगाच्या हातात वेंकटरमणानं आंब्याच्या पानाची पळी करून एकदा पंचगव्य घातलं. तो दुसऱ्यांदा देऊ लागताच काळिंगा म्हणाला, 'नको. एकदाच पुरे!'

नंतर तो एका खांबाआड जाऊन प्यायचा प्रयत्न करू लागला. पण त्यातल्या गोमूत्राच्या आणि शेणाच्या वासाची किळस येऊन त्यानं खांबाला हात पुसला.

हे इतर कुणाच्या लक्षात आलं की नाही कोण जाणे; पण वेंकटरमणानं मात्र तिरक्या नजरेनं ते टिपलं. खांबाच्या दुसऱ्या बाजूला असलेल्या तायव्वाच्याही लक्षात आलं. नंतर तायव्वा पुढं झाली. तिनं वाकून दोन्ही तळवे एकमेकावर ठेवून पुढं केले. तीनदा घातलेल्या पंचगव्यानं तिचा पसा भरला. मोठ्या भक्तीनं डोळे बंद करून तिनं त्याचं प्राशन केलं. नंतर तोच हात डोक्यावर पुसून तिनं स्वतःभोवती प्रदक्षिणा घातली आणि नवग्रहांसमोर साष्टांग दंडवत घातलं. त्यानंतर जमलेल्या इतरांनीही त्याचा स्वीकार केला.

त्यानंतर काही मंत्रपठणानंतर ब्राह्मणांना दानदक्षिणा देण्यात आली. वेंकटरमणाला गोदान देण्यात आलं. त्याच वेळी अग्रहारातून वेंकटरमणाची आई आणि बायकोही तिथं त्याच्या वर्षाच्या मुलीबरोबर येऊन पोहोचले. आलेल्या ब्राह्मणांसाठी स्वयंपाक करायची जबाबदारी त्या दोघींवर होती.

सुब्बम्मांनी तर काळिंगाला एके काळी स्वयंपाक करून जेवू घातलं होतं. त्यांनी 'कसा आहेस? बरा आहेस ना?' अशी चौकशी केली. त्यानंही सौजन्यानं हात जोडून त्यांची चौकशी केली. वेंकटरमणाच्या बायकोची, मीनाक्षीचीही त्यानं चौकशी केली.

समाधीला दूध-तूप सोडल्यानंतर सगळे नातेवाईक पुण्यकोटीच्या देवस्थानाला गेले. तेवढ्यात वेंकटरमणाही तिथं गेला होता. पुष्करणीत आंघोळ करून विशेष पूजाही झाली होती. तिथं आलेला प्रत्येक जण किमान एकदा तरी तिथली घंटा वाजवत होतं. तिचा नाद भोवतालच्या सगळ्या खेड्यांमध्ये भरून राहत होता.

संध्याकाळच्या जेवणासाठी तर अपरिमित माणसं जमली होती. देऊळ बांधलेल्या गौडाची तिथी म्हणून. ज्या खेड्यांमध्ये निरोप पाठवला नव्हता, त्या खेड्यांमधूनही माणसं आली होती. सगळी जबाबदारी पेललेल्या यंग्टाचीही थोडी घाबरगुंडी उडाली. पण तिथंच असलेल्या वेंकटरमणानं त्याला समजावून धैर्य दिलं, 'देवाच्या समाराधनेच्या वेळी कधीच अन्न कमी पडत नाही! काळिंगाज्ज्याची तिथी म्हणजे कुठल्याही देवाच्या कार्यापेक्षा कमी नाही! काही घाबरू नकोस तू!'

खरोखरच सगळ्यांना अन्न पुरलं, एवढंच नव्हे, शिल्लकही राहिलं. अखेरीस विड्याची पानं अपुरी पडली तेव्हा मात्र थोडी गडबड उडाली, तेवढंच.

३

रात्री झोपायला उशीर झाल्यामुळे काळिंगाला सकाळी उठायला उशीर झाला. तिथीसाठी आलेली माणसं पद्धतीप्रमाणे निरोपाच्या कुठल्याही उपचाराशिवाय रात्रीच निघून गेली होती. घरात आई-मुलगा दोघंच राहिले होते.

काळिंगाला घाईनं काही पत्रं लिहायची होती. एवढ्यात नव्यानं अग्रहारात पोस्टऑफिस आलं होतं. हे समजताच अंगात शर्ट चढवून तो तिकडं गेला. पण त्या छोट्या ऑफिसात परदेशी पाठवायची पत्रं नव्हती. तिथून वेंकटरमणाच्या घरी तो जाऊन पोहोचला तेव्हा वेंकटरमणा पूजा संपवून नुकताच आला होता आणि इंग्लिश पेपर वाचत बसला होता.

ते बघून काळिंगानं विचारलं, 'हे काय? तूही इंग्लिश पेपर वाचतोस?'

'हो. गेली दोन वर्षं झाली. आमच्या शाळेत पेपर येतो ना! वाचलेलं व्यवस्थित समजतंही! ये. बैस.'

काळिंगा चटईवर बसला. सुब्बम्मानं त्याला उप्पीट दिलं. त्याला हवी असलेली पत्रं दुसऱ्या दिवशी मागवून देता येतील, असं वेंकटरमणानं सांगितलं.

त्यांच्या गप्पा व्यवहाराकडे वळल्या. काळिंगानं विचारलं, 'अम्मानं घरात फक्त सहाशे रुपये आहेत म्हणून सांगितलं. घरात एवढी माणसं जमली होती. काही कमी-जास्त झालं असेल की काय? तुला काय वाटतं?'

'छे छे! तसं अजिबात काहीही झालेलं नाही! गौडज्जा गेला तेव्हा घरात आठशे वीस रुपये होते. कालच्या तिथीसाठीही सगळ्या नातेवाइकांनी आपापल्या घरून धान्य आणलं होतं. शिवाय सगळे आपापल्या कुवतीप्रमाणे भरपूर राबले!'

'आज्ज्यापाशी किती पैसा होता हे मला कधीच ठाऊक नव्हतं. पण एवढी जमीन आणि एवढा मोठा गोठा असलेल्या घरात फक्त आठशे रुपयेच कसे असतील?'

'काळिंगा! तुझा कुणावर संशय आहे काय? स्पष्टच बोल! तूही घरात नव्हतास. गौडज्जा गेल्यावर मीच दररोज दोनदा तुमच्या घरी जाऊन तुझ्या आईचं सांत्वन करत होतो हे खरं!.. तुझ्या घरातली एक दमडीही जर मी चोरून घेतली असेल तर माझा वंश राहणार नाही!'

'तसं नव्हे वेंकटरमणा! उगाच गैरसमज करून घेऊ नकोस. मी काही तुझ्यावर संशय घेत नाही. मी तुला, तुझ्या वडिलांना चांगलं ओळखतो. खरं ते सांगतो. मला आता इथल्या सगळ्या गोष्टी समजावून घ्यायच्या आहेत. अम्माला बोलायला येत नाही. मधल्या इतक्या वर्षांत इथं काय काय घडलंय, हे मला तुझ्याशिवाय आणखी कोण सांगणार?'

वेंकटरमणानं इथं घडलेल्या सगळ्या व्यवहाराविषयी बारकाईनं सांगितलं. तो गेल्यानंतर देवालय बांधून प्राणप्रतिष्ठा करायला पंधरा हजार खर्च झाले होते. 'या खर्चाविषयी गौडज्ज्यानं कधीच सांगितलं नव्हतं. धर्मासाठी झालेल्या खर्चाविषयी काहीही बोलू नये, असं शास्त्रच आहे. मी सगळंच जवळून पाहत होतो. त्यामुळे मला त्याचा अंदाज आहे. त्यानंतर होन्नाचं लग्न. त्यानंतर गौडज्जीच्या दिवस-कार्याचा खर्च..! तुलाही यावरून अंदाज येईल.'

त्यानं पुढं सांगितलं, 'घरातलं सोनं-नाणं मात्र तसंच आहे. पण तुमच्या घरात आधीपासूनच कमी सोनं आहे. असं सोनं घ्यायला गौडज्ज्याचाच विरोध होता ना! तरीही गौडज्जीचं थोडंफार सोनं घरात असलं पाहिजे. शिवाय तुझ्या वडिलांच्या गळ्यातली जाडजूड साखळी आणि हातातलं कडंही असलं पाहिजे. गौडज्जाच्या हातातलं बारा तोळ्याचं कडं शेवटी-शेवटी त्यानं काढून ठेवलं होतं. तेही घरातच असणार.'

शिवाय देवालयात प्राणप्रतिष्ठा झाल्यानंतर देवळातला सगळा जमाखर्च लिहायची जबाबदारी आपल्याकडे दिल्याचंही त्यानं सांगितलं. नंतर काळिंगानं विचारलं, 'आमच्या गायरानावरून रस्ता गेलाय ना, त्यासाठी सरकारकडून काही कॉम्पेन्सेशन मिळणार नाही काय?'

'मिळायला पाहिजे. मीही ऐकलंय तसं. तू प्रयत्न करायला हरकत नाही. एखाद्या दिवशी अंमलदार-डेप्युटी कमिशनरच्या ऑफिसला जाऊन येऊ या.'

साडेअकरा वाजेपर्यंत ते बोलत बसले होते. वेंकटरमणाच्या शाळेची वेळ झाली. तेव्हा दोघं उठले. काळिंगा घराकडं परतला.

घरात आदल्या दिवसासाठी जमा केलेली भांडी प्रत्येकाच्या घरी घासून परत करायच्या कामात यंग्टा गुंतला होता. तायव्वानं मुलासाठी भात-कालवण करून ठेवलं होतं. कालवणात कमी तिखट घालायला लावून त्यानं कसं-बसं जेवण केलं.

तायव्वानं त्याला चार-पाच वेळा हातानं खाणाखुणा करून काही प्रश्न विचारले;

पण त्याला काहीच समजलं नाही.

तिच्याकडून त्यानं चावी घेतली आणि अंधाऱ्या खोलीतल्या लाकडी पेटीत ठेवलेली जमिनीची कागदपत्रं काढून घेऊन तो बाहेरच्या उजेडात आला. त्यानं सावकाश त्यातला एक-एक कागद काढून पाहिला. पंचवीस-सव्वीस वर्षांपूर्वी आपल्या गायरानाचं शेतात रूपांतर झाल्याची सरकारी नोंद झाली आहे; त्यानुसार सरकारी कर भरल्याचा कागद मिळाला. तो त्यानं आपल्या बॅगमध्ये काढून ठेवला.

दुसऱ्या दिवशी गायरानावर जाऊन त्यानं मधोमध केलेल्या रस्त्याचं निरीक्षण केलं. रस्ता माळाच्या मधून गेला होता. मोठी खडी रोड-इंजिनानं दाबून बसवून वर खडीचा चुरा पसरूनही दाबायचं काम झालं होतं. रस्त्याच्या दोन्ही बाजूंना वडाची झाडं लावण्यासाठी खड्डे खणायचं काम सुरू होतं. उजवीकडे मैल आणि फर्लांगाचे दगड रोवले होते. तालुक्याहून इथवरचं अंतर सोळा मैल असल्याचं समजत होतं.

शर्ट-बूट-हॅट घातलेल्या काळिंगाला बघताच खड्डे खणणारे कामगार काम थांबवून त्याच्याकडे वळून नमस्कार करू लागले. तिथंच एका बाजूला बसलेला मेस्त्रीही त्याच्याकडे धावला. त्यानंही 'नमस्कार सर!' म्हणत हात जोडले. त्यानं पुढं सांगितलं, 'आणखी पंधरा दिवसांनी, म्हणजे एक तारखेला या रस्त्यावरून मोटारसर्विस सुरू होणार आहे!'

काळिंगानं विचारलं, 'तुझ्याकडे टेप आहे?'

'होय. ही घ्या सर!'

काळिंगानं त्याच्या मदतीनं रस्त्याची रुंदी मोजली. दोन्ही बाजूंना लावलेली वडाची झाडं वाढल्यावर ती किती जागा व्यापतील, याचाही त्यानं हिशेब केला. रस्त्यासाठी आपल्या गायरानाची किती जागा गेली याचा काटेकोर हिशेब करून त्यानं त्याची मेस्त्रीकडूनच मागून घेतलेल्या एका कागदाच्या कपट्यावर नोंद केली. तिथून तसाच चालत तो देवळापाशी जाऊन पोहोचला. तो चालत असताना सगळा परिसर बुडून टाकेल एवढा आवाज करत घंटेचा नाद झाला.

हा पोहोचला तेव्हा देवळाचा दरवाजा उघडा होता. वेंकटरमणा बागेतली फुलं पूजेसाठी गोळा करत होता. काळिंगाला पाहताच त्याला आनंद झाला. तो म्हणाला, 'ये ये! बरोब्बर पूजेच्या वेळी आलास!'

तो पाणी आणण्यासाठी पायऱ्या उतरून पुष्करणीपाशी गेला. काळिंगाही त्याच्याबरोबर गेला. ती विशाल पुष्करणी पाऊणएवढी भरली होती. पाणीही नितळ आणि स्वच्छ होतं. पायऱ्याही उत्तम होत्या. त्यावरून नजर फिरवताना काळिंगा विचारमग्न झाला होता.

देवळात जाऊन वेंकटरमणा फुलं-गंध-धूप-नैवेद्य यासह पूजा करण्यात गढून गेला. गाभारा मंत्रांनी भरून गेला.

पूजा संपायच्या वेळी काळिंगाही तिथं आला. तेव्हा वेंकटरमणा मंगळारतीची वात पेटवत होता. त्याच्या डाव्या हातात लहानशी घंटा होती. काळिंगाला बघताच तो म्हणाला, 'अगदी योग्य वेळी आलास! मी मंगळारती करतोय. तू बाहेरची घंटा वाजव.'

घंटा फारच मोठी होती. पण तिच्या जिभेला एक दोर बांधला होता. तो ओढून तिला काठावर आदळणं हा एक गमतीचा अनुभव होता. काळिंगा उत्साहानं घंटा वाजवू लागला. वेंकटरमणानं सांगेपर्यंत त्यानं वाजवणं थांबवलं नाही. नंतर त्यानं मंगळारतीवरून हात फिरवून दिलेलं फूलही घेतलं. वेंकटरमणानं आतून एका कल्हई केलेल्या भांड्यातून प्रसाद आणला. काळिंगानं बाहेरचं एक पळसाचं पान आणलं आणि त्यात वेंकटरमणानं दिलेला प्रसाद घेतला. हातात घेतल्यावर विचारलं, 'काय आहे हे?'

'मुगाच्या डाळीची खिचडी. आणि गूळ-खोबरं.'

आधी खिचडीचा घास खात काळिंगानं विचारलं, 'याला मिरी घातलीय ना?'

'होय.'

'मस्त झालीय! पाश्चात्त्य देशात आपल्यासारखी मिरची खात नाहीत. त्याऐवजी तिखटपणासाठी मिरी वापरतात. शरीरासाठी मिरची चांगली नाही. आमच्या अम्मानं दोन दिवस तोंडीलावणं केलं, ते मला खायला नाही जमलं. यानंतर मिरी घालायला सांगायला पाहिजे.'

'तुला तिकडच्या खाण्याची सवय झालीय ना! पुन्हा इकडच्या खाण्याची सवय व्हायला पुन्हा एखाद-दुसरा महिना जायला पाहिजे.'

त्याचं खाणं झाल्यावर वेंकटरमणानं आणखी थोडी खिचडी वाढली.

काळिंगानं विचारलं, 'रोज असंच घेऊन येतोस?'

'रोज काही खिचडीच नाही आणत. कधी कोशिंबीर आणतो. कधी उसळ आणतो. कधी डाळ-भात किंवा दही-भातही चालतो. घरात काही अडचण असेल तर मात्र फक्त नारळ आणतो.'

'पण रोज आणलेल्या प्रसादाचं काय करतोस?'

'बहुतेक वेळा पूजेच्या वेळी कुणी ना कुणी असतं. कुणीच नसलं तर पक्ष्यांसाठी म्हणून समोरच्या या बसवण्णाच्या शेजारी थोडं ठेवून जातो. तोंडात घासभर घालून बाकीचा घरी प्रसाद म्हणून घेऊन जातो.'

वेंकटरमणानं देवळाचा दरवाजा बंद केला आणि तो घरी निघाला. काळिंगा मात्र देवळाच्या बाजूला असलेल्या पठारावर थोडा वेळ फिरला. त्यानं तिथल्या परिसराचं आणि जमिनीचं निरीक्षण केलं.

तो घरी परतला, तेव्हा दुपार झाली होती.

४

काळिंगा संध्याकाळी अग्रहाराकडे गेला. त्यानं शानभोगांकडून कालेनहळ्ळी आणि टेकडीचा नकाशा मागून घेतला आणि निरीक्षण केलं. दुसऱ्या दिवशी बैलगाडी जुंपून तो तालुक्याच्या गावी गेला. तिथून मोटारीनं तो जिल्ह्याच्या गावी गेला.

दुपारी दीड वाजता डेप्युटी कमिशनर आपल्या ऑफिसमध्येच होते. काळिंगानं आपलं व्हिजिटिंग कार्ड आत पाठवलं. त्यावरच्या 'बी.एस्सी., एम.एस., (ॲग्रि.), डी.ए.एच.(यू.एस.ए.)' वगैरे डिग्र्या वाचल्यावर त्यांनी त्याला लगेच भेट दिली. सुटा-बुटातल्या टाय बांधलेल्या काळिंगानं हॅटही घातली होती.

औपचारिक बोलणी करून एक सिगारेट ओढून झाल्यावर काळिंगानं आपल्याकडचा नकाशा त्यांच्यासमोरच्या टेबलावर पसरून सगळा तपशील सांगत म्हणाला, 'ही आमची शेतजमीन आहे! मी परदेशी असताना मॅनेजमेण्ट बघायला कुणी नसल्यामुळे आमच्या आजोबांनी जमीन पड ठेवली होती. पण गेली पंचवीस वर्षं ती लागवडीखाली होती. या त्याच्या टॅक्स भरल्याच्या पावत्या. माझ्या शेतजमिनीतून सरकारी रस्ता गेलाय! माझं प्रचंड नुकसान झालंय!'

'अंदाजे किती नुकसान झालंय?'

'पुढच्या काळात रस्त्याच्या कडेनं लावलेली झाडं उद्या व्यापतील ती सगळी धरली तर, एकूण सव्वीस एकर जमीन गेलीय माझी! फक्त जमिनीचाच मला हिशेब सांगायचा नाही! माझा एक अखंड डाग होता, त्याचे आता दोन तुकडे झालेत! मध्ये रस्ता आल्यामुळे दोन्हीकडच्या पिकांच्या सुरक्षिततेचा प्रश्नही आहे!'

'म्हणजे तुमची एकूण नुकसानभरपाईची मागणी काय आहे?'

'शेतकरी आहे मी! या मातीचं लेकरू! नुकसानभरपाई म्हणून फक्त पैसा दिला तर मला काहीही उपयोग नाही! त्याऐवजी मला सरकारकडून जमीनच मिळाली तर मी शेती करू शकेन. मला नुकसानभरपाई मिळेल आणि देशालाही अन्नधान्य मिळेल!'

काळिंगाचं हे बोलणं ऐकून डेप्युटा कमिशनरांना अतिशय आनंद झाला.

काळिंगा पुढं म्हणाला, 'व्यावसायिक शेती करायचं शिक्षण घेण्यासाठी म्हणूनच मी अमेरिकेला गेलो होतो. तिथल्या चार वर्षांच्या शिक्षणात मी शेतीबरोबरच पशुवर्धनाचंही शिक्षण घेऊन आलोय! पण माघारी येऊन बघतोय, तर माझी जमीनच नष्ट होऊन गेलीय! काय करणार?'

'तुमच्यासारख्यांनी शेतीचा व्यवसाय करणं हे देशाच्या दृष्टीनंही शुभचिन्हच आहे! ठीकाय! पण तुम्हाला देण्यासारखी कुठली जमीन तुमच्या नजरेत आहे काय?'

नकाशा दाखवत काळिंग म्हणाला, 'इथं टेकडीच्या माथ्यावर पश्चिमेकडे

दिसतंय ना, तो माझ्या शेतालगतचाच भाग आहे. सुमारे सत्तर एकरचा आहे. हा संपूर्ण प्लॉट दिलात तर बरं होईल. तरीही नंतर या जमिनीची मशागत करण्यासाठी मला वीस-पंचवीस हजारची व्यवस्था करायला लागणारच आहे!'

हे सगळंच साहेबांना पटलं. तसा टाईप केलेला अर्ज द्यायची विनंती करून साहेब म्हणाले, 'कदाचित तुम्हाला ठाऊक नसेल म्हणून सांगतो. जमिनीच्या मशागतीसाठी सरकारही विविध प्रकारची कर्जं देतंय. व्याजाचा दरही कमी असतो. जमिनीचा दाबा मिळाल्यावर तुम्ही कर्जासाठीही अर्ज द्या. सहज मिळून जाईल!'

नंतर त्या दोघांच्या अमेरिकेतील जीवनपद्धती यांसारख्या विषयांवर गप्पा झाल्या. कारण साहेबांचा छोटा भाऊ आणखी तीन महिन्यांनी अमेरिकेला जाणार होता. तिथलं जेवणखाण आणि कपडालत्ता याविषयी त्यांनी काही प्रश्न विचारले. तोही ओहियो विद्यापीठातच जाणार होता.

'तुम्ही अजिबात काळजी करू नका! तिथं माझे बरेच मित्र आहेत. अगदी जवळचेच आहेत. मी त्यांना आधीच पत्र लिहून ठेवेन. तुमच्या बंधूंना काहीही अडचण येणार नाही.' काळिंगानं आश्वासन दिलं.

'तुम्ही आजच्या आज जमिनीसाठी अर्ज द्या. हवं तर मीच ड्राफ्ट करतो. नंतर तिकडचा रिपोर्ट मागवण्यात येईल. नंतर ऑर्डर काढेन. सगळं मिळून महिन्याभरात ऑर्डर निघेल!' साहेबांनीही आश्वासन दिलं.

५

काळिंगानं आपल्या गोठ्यातल्या सगळ्या जनावरांची पाहणी केली. त्यात साठ गाई होत्या; पण त्यांतल्या फक्त बारा गाई दूध देत होत्या. दहा गाभण होत्या. तेरा कालवडी अशा होत्या, की संबंध आला की त्या गाभण राहिल्या असत्या. इतर तेवीस गाई एवढ्या वर्षांत वासरं आणि दूध देऊन म्हाताऱ्या झाल्या होत्या.

नंतर त्यानं बैलांचीही पाहणी केली. तिथल्या बैलांपैकी फक्त आठ जोड्या राबत होत्या. अजून नीट वयात न आलेले सोळा गोऱ्हे होते. इतर बत्तीस काहीही काम करायला जमणार नाही, इतके म्हातारे झाले होते.

या म्हाताऱ्या तेवीस गाई आणि बत्तीस बैल; म्हणजे एकूण पंचावन्न जनावरं काहीही उपयोगाची नसताना जो चारा संपवतात, त्यांचं प्रमाण काय पडेल... त्याच्यासाठी किती मजूर राबतात...काळिंगाचा हिशेब सुरू झाला.

पुढच्या खेपेला तालुक्याला गेला असताना काळिंगानं एका मुसलमान खाटकाला गाठलं आणि पंचावन्न जनावरांचा दर जनावर पंधरा रुपये अशा दरानं व्यवहार पक्का केला.

त्यांच्या घराण्यात गुरं विकणं ही काही नवी गोष्ट नव्हती. गौडज्ज्याच्या काळातच नव्हे, त्या मागच्या लोकांनीही कालवडी आणि गोऱ्हे विकले होते. शेतात पिकवलेला मका आणि इतर धान्य खाऊ घालून गोऱ्ह्यांना धष्टपुष्ट करायचं आणि नंतर त्यांना जनावरांच्या जत्रेत विकायचं, हे त्यांच्या दृष्टीनं नेहमीचं होतं. ती जनावरंही कुणी शेतकरी किंवा घरात दुभती गाय हवी असणारं कुणीतरी घेत होतं.

पण त्या गावात, वय झालेली जनावरं, गाय वा बैल, कुणीही कधीही विकत नव्हतं. काम न करणाऱ्या बैलाला किंवा दूध न देणाऱ्या गाईला कशाला कोण पैसे देऊन विकत घेईल? ज्यानं तारुण्यात त्यांच्याकडून कामं करवून घेतली किंवा दूध वापरलं, त्यानंच त्यांना म्हातारपणी सांभाळायला पाहिजे! जन्म दिलेल्या आई-वडिलांना म्हातारपणी नाही का सांभाळत?

अलीकडे काही खेड्यांमध्ये म्हातारी जनावरं मुसलमान खाटकांना विकायला सुरुवात झाली होती. विकत घेणारे त्यांचं मांस आणि कातडं विकून लाभ मिळवायचे.

काळिंगानं एकाच दिवशी पंचावन्न जनावरं दिली तेव्हा सुरुवातीला तायव्वाला काहीच समजलं नाही. पण संध्याकाळी गोठा रिकामा दिसू लागला, तेव्हा तिला शंका आली. तिनं खुणेनं मुलाला विचारलं, तेव्हा त्यानंही तिला खुणेनं, 'काही नाही; तू आत जा' असं सांगितलं.

तायव्वाचं समाधान झालं नाही. तिनं पुन्हा हातवारे करत काही-काही सांगितलं. पण काळिंगा पुढं काहीच बोलला नाही.

तिनं तेवढ्याला सोडलं नाही. ती तशीच यंग्टाच्या घराकडे गेली. यंग्टाला तिचं म्हणणं समजलं. शिवाय एक मुसलमान खाटीक गौडज्ज्याच्या गोठ्यातून जनावरांचा मोठाला तांडा घेऊन गेल्याचं त्याच्या घरातल्या मुलांनीही त्याला सांगितलं होतं.

यंग्टा काळिंगाच्या घरी आला आणि त्यानं विचारलं, 'हे काय रं भाऊ? आसं कुनी खाटकाच्या हातात जनावरं देतात होय?'

'तुला कुणी सांगितलं तो खाटीक होता म्हणून?'

'म्हातारी गुरं खाटकांशिवाय आणखी कोण विकत घेणार?'

हे काळिंगालाही ठाऊक होतंच. पण या संदर्भात बाहेरचं कुणीतरी असा जाब विचारेल याची त्याला अपेक्षा नव्हती. त्यातही आपल्या आईनं असं परक्याच्या पुढ्यात आपली तक्रार करावी, याचा त्याला राग आला. पण तो दाखवून न देता तो म्हणाला, 'जाऊ दे रे!'

'असं कसं जाऊ देतात रं? चार दमड्या मिळत्यात म्हनून गोठ्यातली जनावरं

खाटकाच्या दाव्याला बांधायची होय रं? गौडज्जा असता तर मुकाट राहिला असता?'

'केवळ चार दमड्यांचा प्रश्न नाही; ती जनावरं रोज खात असलेल्या चाऱ्याची किंमत किती होते! त्याचा नको हिशेब करायला?'

यावर यंग्टा अवाक् झाला. त्याला काय बोलावं तेच सुचेना. आयुष्यभर दूध देणारी गाय आणि आयुष्यभर आपल्याच शेतात राबणारा बैल यांच्या चाऱ्याचा हिशेब त्यानं आयुष्यात कधी केला नव्हता. नव्हे, ते त्याच्या कधी डोक्यातही आलं नव्हतं. घरात कोण किती जेवतंय, याचा कधी हिशेब करायचा असतोय काय?

तो म्हणाला, 'ह्ये काय रं तुजं? तुझ्या घरात आता तुजी आई म्हातारी होत चालली. थोड्या दिवसांनी तिच्या हातूनही कामं होनार नाहीत! तेव्हा ती किती अन्न खातेय, याचा बी तू हिशेब करनार काय?'

यावर काय उत्तर द्यावं ते काळिंगाला सुचलं नाही. जनावराविषयीचा सगळ्या खेड्यांमध्ये घातला जाणारा हा वाद त्यानं एवढ्यात ऐकला होता. लहान असताना आपल्या घरात किंवा शिकत असताना जोईसांच्या घरात त्यानं ऐकला होता. पण अमेरिकेला गेल्यानंतर त्याचे विचार बदलले होते.

आपले विचार या खेड्यात कुणी ऐकणार नाही हे ठाऊक असतानाही त्यानं विचारलं, 'काय हे? माणूस आणि जनावरं यांना एकच कायदा लावतोस? जनावरं कशासाठी असतात? माणसाच्या उपयोगासाठीच की नाही?'

हे ऐकून यंग्टा आश्चर्यचकित झाला. माणसांसाठी जनावरं असतात की जनावरांसाठी माणसं? कोण कुणाच्या उपयोगासाठी, हा प्रश्नच कधी त्याच्या मनात आला नव्हता. घरात जन्मलेला मुलगा जसा शेतात राबतो, तसा बैलही राबतो. आई मुलांना दूध देते, तशी गाय घरच्या लेकरांना दूध देते. घरातला मुलगा किंवा आई जशी घरात जेवते, तशी ही जनावरं चारा खातात. यात कुणाचा कुणाला उपयोग? याहून जास्तीचा काही विचार करायला पाहिजे, असं त्याला वाटलं नाही.

तरीही तो म्हणाला, 'तू शिकलेला! तुझ्यासारख्यानं आमच्यासारख्या खेडवळांना धर्म-कर्म शिकवायचं! ते सोडून तूच असं करायलास तर वंश कसा राहील? जरा नीट वागायला शीक!'

या बोलण्याचा राग आला, तरी काळिंगानं तो बोलून दाखवला नाही. या खेडवळांना काय सांगायचं? विचार करायची कुवत नाही! त्यांच्या श्रद्धांविरुद्ध काही सांगायला गेलं की असं काहीतरी टोकाचं शहाणपण शिकवायला येतात! राग आवरून तो म्हणाला, 'बरंय वेंकण्णा! तुझ्या घरचा व्यवहार तू बघून घे! माझ्या घरचं सुख-दुःख मी बघून घेतो!'

यंग्टा भडकून म्हणाला, 'मी काय तुझ्या घरावर डाका घालायला आलोय?

चार चांगल्या गोष्टी सांगायला गेलं तर तुझं घर-माझं घर म्हणत तुकडे करायला निघालास? तुझं घर म्हणे! कुठाय तुझं घर? घरचं गोधन खाटकाला विकून पैसा करणारा तू! हे गावभर केलं तर तुझ्या या घरात कुणी पाऊलही ठेवणार नाही! हे गौडज्ज्याचं घर म्हणून मी गप्प राहतोय, लक्षात ठेव! तू शिकलेला म्हणून माझ्या घरची बायको-पोरं तुला घाबरत नाहीत!' आणि तो रागानं निघून गेला.

यंग्टाला राग येणं स्वाभाविक होतं म्हणा! आता तोही पन्नाशीला आला होता. गौडज्जा मरण पावल्यावर गावात त्याच्यापेक्षा तिघं-चौघं मोठे असले तरी त्याच्याइतकं जाणकार कुणी नव्हतं. शिवाय गौडज्जा सोडला तर गावातला मोठा गोठा यंग्टाचाच होता. त्यामुळे गावापुरती यजमानकी त्याच्याकडेच होती. त्याच्यापुढे या काळिंगाचं वय ते काय! फार-फार तर अठ्ठावीस. यंग्टाचा तर मुलगाच या वयाचा होता!

काळिंगाचा चेहरा पडला. पण त्यानं स्वतःला सावरलं.

तायव्वानं गोठ्यात जाऊन प्रत्येक जनावराचं निरीक्षण केलं. सकाळी गोठ्यात पुण्यकोटी वंशाच्या तीन म्हाताऱ्या गाई होत्या. त्याही काळिंगानं खाटकाला विकल्या होत्या! दुःखावेग अनावर होऊन तिच्या डोळ्यांत पाणी आलं. याचा परिणाम म्हणून घरात काहीतरी वाईट घडेल असं वाटून तिचा जीव तळमळला.

ती काळिंगा बसला होता त्या खाटेपाशी त्याच्यासमोर येऊन उभी राहिली आणि हातवारे करून आपला राग आणि दुःख व्यक्त करू लागली. यंग्टानं सांगितलं त्याहून ही आणखी काय नवं सांगणार आहे, असा विचार करून काळिंगानं तिकडं दुर्लक्ष केलं. शिवाय केवळ आपण असमाधान व्यक्त न करता दुसऱ्या घरातल्या यंग्टाला बोलावून हिनं आपल्याला बोलणी खायला लावली, याचंही असमाधान त्याच्या मनात होतं.

६

महिन्याभरात पठारवरची सत्तर एकर जमीन काळिंगाच्या नावे झाली. रस्त्याच्या पश्चिमेची सुमारे साठ एकर जमीन मिळून एकूण एकशे तीस एकर सुपीक जमिनीचा एक भला मोठा डागच तयार झाला.

या कामांसाठी तो तालुक्याला आणि जिल्हा-कचेरीला जायचा तेव्हा त्याला आणखी एक गोष्ट समजली.

त्याच्या आजोबानी बांधलेलं देऊळ आणि तिथल्या पुष्करणीची जागाही अजून कुणाच्याही नावानं निश्चित करण्यात आली नव्हती. कायदा ठाऊक नसल्यामुळे आजोबांनी सरकारच्या जागेवर देवालय आणि पुष्करणी बांधून भोवताली झाडंही

लावली होती. आता ही गोष्ट सरकारच्या लक्षात आल्यामुळे त्याची चौकशी सुरू झाली होती. तेव्हा तिथल्या अधिकाऱ्यानं गौडज्ज्याकडून लाच घेऊन तसं दाखवलं होतं; पण तसा पक्का कागद बनवला नव्हता.

काळिंगानं आता सरकारकडे ती सगळी आपल्या नावानं करायची मागणी केली. एव्हाना चांगल्यापैकी ओळखीच्या झालेल्या डेप्युटी कमिशनरला त्यानं सांगितलं, 'माझ्या आजोबांनी हे देऊळ धर्मादाय बांधलं होतं. त्याचा सगळा खर्च आजपर्यंत आम्हीच करत आलोय. पुजाऱ्यासाठीही आम्ही आमचीच जमीन दिली आहे. आता ही जागा आमच्या नावानं करून द्या.'

त्यांच्या सूचनेप्रमाणे काळिंगानं दोनशे रुपये सरकारला भरले आणि तीही जागा आपल्या नावानं करून घेतली. त्यामुळे त्या संदर्भातल्या बाकी कटकटीही आपोआप शांत झाल्या.

हे एकदा झाल्यावर आपल्या सगळ्या जमिनीवर सरकारकडून या जमिनीच्या सुधारणेसाठी म्हणून पंचवीस हजारांचं कर्ज काढलं. पठारावरच्या जमिनीच्या मध्यावर त्यानं एक मध्यम आकाराचं घर बांधायला सुरुवात केली. त्यावर झिंकचा पत्रा घातला. घराला दारं-खिडक्या झाल्या. सगळी कामं झाल्यावर तो 'तीन-चार दिवसांसाठी शहराकडे जाऊन येतो,' म्हणून निघून गेला.

बाकी घरची सगळी कामं नेहमीप्रमाणे चालली होती. नोकरमाणसं शेतात कामं करत होती. नेहमीप्रमाणे रब्बीच्या ज्वारीची पेरणी करण्यात आली. आता काळिंगा मिनिटभरही मुकाट्यानं न राहता सतत काही ना काही करत होता. तो सतत शेतात फिरत असायचा. काही ना काही काम निघालं, की तालुक्याला जाऊन यायचा. गेल्या महिन्यात गावालगतच्या सुरू झालेल्या रस्त्यावरून रोज मोटार फिरत होती.

जणू काही तो रस्ता आणि त्यावरून धावणारी मोटार मुद्दाम काळिंगासाठीच होती, इतका तो त्यांचा उपभोग घेत होता. सतत सुटा-बुटात असणाऱ्या काळिंगानं हात केला की मोटार पटकन थांबायची आणि तिचा खाकी कपड्यातला धनी त्याला पुढच्या सीटवर बसवायचा.

सगळ्या गावकऱ्यांना काळिंगाविषयी केवळ आश्चर्यच नव्हे, तर एक प्रकारचं भय आणि आदर वाटत होता. सरकारकडून डोंगराचा सगळा पूर्वेचा भाग त्यानं लीलया विकत घेतला होता. ते पाहून तर त्यांच्या मनात त्याच्याविषयी आश्चर्य निर्माण झालं होतं. तो गेला, तर जिल्ह्याचा धनी त्याला खुर्चीवर बसायला सांगतो, ही बातमी तर अग्रहाराच्या शानभोगांनीच सांगितली होती.

चार दिवसांत काळिंगानं एक ट्रॅक्टर आणला. आधी दोन-तीन दिवस त्यानं स्वतः तो चालवला. रस्त्याच्या पलीकडच्या गायरानावर तो चालवून त्यानं जमीनही

नांगरून पाहिली. नंतर एक ड्रायव्हर कामासाठी म्हणून दाखल झाला. 'बड-बड-बड-बड' असा त्या गावातच नव्हे, सगळ्या पंचक्रोशीला ऐकू येईल असा आवाज करत तो ट्रॅक्टर बैलाशिवाय रोज कितीतरी एकर जमीन नांगरून मोकळा होत असे! त्याचे मोठे मोठे लोखंडी दात हात हातभर खोल जमीन उखडून आतले तण बाहेर उचकटून टाकत होते. मुख्य म्हणजे कितीही काम केलं, तरी तो अजिबात दमत नव्हता! तो चालवणाराही सावलीतल्या त्याच्या सीटवर सुखानं बसून चक्र फिरवत काम करत होता.

पहिल्या दिवशी जेव्हा काळिंग ट्रॅक्टर चालवत होता, तेव्हा त्याची जनावरं रस्त्याच्या पलीकडच्या कुरणावर चरत होती. तो अपरिचित आवाज ऐकू येताच ती माळावर सैरावैरा पळू लागली. गुरं राखत असलेल्या निंगाची बरीच धावपळ उडाली. त्याला गुरं आवरता आवरेनात. पण ती गुरं तरी कुठं पळणार? शेवटी ती शेतांमधून धावत धावत गोठ्यात शिरून बसली.

गुरं दुपारचीच घरी आलेली बघून तायव्वाला आश्चर्य वाटलं. हा आवाज तिनंही ऐकला असला, तरी तो तिला नव्या रस्त्यावरून धावणाऱ्या कुठल्यातरी मोटारीचा असावा असं वाटलं होतं. एक दिवस ती मोटार बघायला रस्त्यापाशीही जाऊन आली होती. तो आवाज ऐकून तिला या आवाजाशी साम्य जाणवलं होतं. पण हे जनावरांना कसं कळणार?

असा विचार करत असतानाच तिचं मन वेगळ्या दिशेला धावलं. जनावरांना जे समजतं, ते आम्हाला कसं कळणार? हे तर देवासारखे! पुढं जे काही घडणार आहे, ते सगळं यांनाही समजतं म्हणे! पण हीच गुरं पुढं काय घडणार आहे, हे तिला सांगू शकत नव्हती!

नजरेत भय भरलेल्या त्या जनावरांपैकी काहींचे पाय आणि अंग थरथर कापत होतं. पुढच्या काळात आपल्यावर काही अरिष्ट येणार असल्याची ही सूचना तर नसेल? की हे केवळ भय आहे? तायव्वाला काहीच समजलं नाही.

ट्रॅक्टर चालवणाऱ्याचं नाव जमाल होतं. त्याला नोकराकरवी जेवण पाठवायचं होतं. दिवसभर ट्रॅक्टर चालवून तो संध्याकाळी त्यासाठी बांधलेल्या शेडमध्ये उभा करायचा. तिथंच तो रात्री झोपायचा. कधीतरी तो गावातही यायचा. गावात त्याला बराच मान मिळायचा. खांद्यावरून नांगर वाहून नेऊन एका बैलजोडीमागं दिवसभर फिरून जेमतेम पाऊण एकर जमीन नांगरणाऱ्या गावकऱ्यांमध्ये बड-बड आवाज करत मातीची ढेकळंच्या ढेकळं उलथून काढणाऱ्या, राक्षसासारख्या दाढांच्या या यंत्रावर, पायात बूट घालून बसून चालवणाऱ्या या सारथ्याविषयी भय-भक्ती निर्माण नाही झाली, तरच नवल!

घरात तो जेवायला थांबला, तरी जेवणानंतर आपलं उष्टं भगोलं तो उचलून ठेवायचा नाही. नांगरणी करणाऱ्या इतर गड्यांनी हे काम करायचं!

सात-आठ दिवसांत आणखी एक यंत्र आलं. त्याच्यासोबत काही खाकी कपड्यातली माणसं आली. हे यंत्र यायच्या आधी काळिंगानं पुष्करणीच्या शेजारी एक विटांची खोली बांधली होती. त्या खोलीत ते यंत्र बसवण्यात आलं. त्याला जोडलेली एक जाड नळी पुष्करणीत बुडवण्यात आली.

यंत्र सुरू केल्यावर तेही ट्रॅक्टरसारखंच बड-बड आवाज करू लागलं. क्षणार्धात पुष्करणीतलं पाणी वर आलं आणि त्या नळीतून बाहेर येऊन तिथल्या कुंडात धबाधबा पडू लागलं. त्या यंत्राचं नाव 'इरिगेशन पंप' असं असलं तरी त्याचा उच्चार करायला गावात कुणालाच आलं नाही. शेवटी सगळे त्याला नुसतंच 'पंप' म्हणू लागले.

दररोज काळिंग गड्यांकडून शेतात कामं करून घेत होता. पुष्करणीचं पाणी जाण्यासाठी कालवेही तयार झाले. काही ठिकाणी जमिनीतून नळ्या टाकून पिकाला पाणी द्यायची व्यवस्था करण्यात आली होती. रस्त्याच्या बाजूनं गुरं येऊ नयेत म्हणून त्या बाजूला काटेरी कुंपण घालण्यात आलं. नव्यानं झालेल्या रस्त्यावरून फक्त सामान भरलेल्या मोटारीच फिरत होत्या. त्यांचं नाव लॉरी म्हणे. शेतासाठी फक्त शेणखताऐवजी या लॉरीतून पोत्यांमध्ये भरलेलं पांढऱ्या रंगाचं खत आणलं जाऊ लागलं.

गावकऱ्यांना कळेना, हा काय पिकवतोय? नाचणी की भात? की कुठलं विदेशी पीक? कुणी खोदून विचारलंच तर तो सांगायचा, 'तुम्हीच पाहाल!'

त्याच्या मोठ्या-मोठ्या शेतांचं नाव 'फार्म'. त्यालाच गावकरी 'फारम' म्हणायला लागले होते.

।। नऊ ।।

१

वेंकटरमणा अग्रहाराच्या मिडलस्कूलमध्ये शिकवायला लागून तीन वर्षं झाली होती. यातच त्याच्या सासऱ्यांची दुसऱ्या तालुक्याला बदली झाली होती. महिन्यापूर्वी त्याच्याही बदलीची ऑर्डर आली होती. सरकारी नोकरीत एकाच गावात, तेही आपल्या जन्मगावात असं किती वर्षं राहता येईल? पण तसं निघून गेलं तर पुण्यकोटी देवस्थानाच्या पूजेचं काय होईल?

तसं पाहिलं, तर त्याला पोट भरण्यासाठी शाळेची नोकरी करायची गरज नव्हती. एका संसाराचं सुखात पोट भरू शकेल, एवढं काळिंगज्ज्यानं त्याला दिलं होतं.

तरीही वेंकटरमणानं तालुका ऑफिसमध्ये जाऊन आवश्यक त्या गोष्टी केल्या आणि अग्रहाराच्या शेजारीच असलेल्या गावी- बसवनपूरला त्यानं आपली बदली करवून घेतली. अग्रहार-बसवनपूर यामध्ये केवळ मैलाचंच अंतर होतं. अलीकडे अग्रहाराचं पक्कं मिडलस्कूल झालं होतं, तर बसवनपूरमध्ये नुकतंच 'न्यू टाईप स्कूल' सुरू झालं होतं.

जाणं-येणं सोयीचं व्हावं, म्हणून त्यानं एक सायकल विकत घेतली. गुडघ्यापर्यंत धोतर खोचून, कोपरं-ढोपरं फोडून घेत त्यानं तळ्याजवळच्या माळावर सायकल चालवायला शिकून घेतली.

तो नेहमीप्रमाणे पूजेसाठी जात होता. देवस्थानाचा दरवाजा उघडण्याआधी मंत्र म्हणत तो पुढची घंटा पंधरा-वीस वेळा वाजवायचा. घंटेचा आवाज सगळ्या पठारावर भरून राहून त्याच्या लाटा भोवतालच्या खेड्यांत पसरत असताना तो

देवळाच्या आत-बाहेरचा केर काढून स्वच्छ करायचा. पण आता काळिंगानं बांधलेल्या त्या खोलीत त्याच वेळी 'बड-बड-बुड-बुड' आवाज यायला सुरुवात होई. देवस्थानाकडून खोलीपर्यंतच्या जागेत ट्रॅक्टर सतत फिरत असायचा. तिथलं प्रशांत मौन नष्ट करत असायचा. तसंच पुष्करणीच्या शेजारच्या डिझेलवर चालणाऱ्या पंपाचा आवाज तर थेट देवस्थानात शिरून आदळत असायचा. देवालयाच्या घंटेनं या डिझेल पंपाशी स्पर्धा करून जगायची वेळ आली होती! त्या गोंधळात मन एकाग्र करून मंत्र म्हणणं त्याला जमेनासं झालं होतं.

काळिंगाच्या फार्मच्या बाबतीत चाललेली प्रत्येक घटना वेंकटरमणाला समजत होती. पठारावरची जमीनकाळिंगानं मिळवल्याची बातमी समजताच त्याला आनंद झाला होता. एवढ्या मोठ्या गोठ्यातल्या गुरांना एवढ्या मोठ्या जागेवरचा चारा मिळणं ही आदर्श गोष्टच होती. कुणालाही याचा आनंदच झाला असता; पण काळिंगानं तिथं ट्रॅक्टर चालवून शेती करायला सुरुवात केली, हे काही त्याला पटलं नाही. त्यानं काळिंगाला विचारलं, 'धान्य पिकवून स्वतःच्या संसाराबरोबर आणखी चार संसार चालवण्याइतकं पीक येण्याइतकी तुझी जमीन देवाच्या दयेनं गावालगतच आहे! असं असताना या गोभूमीवर नांगर चालवायची हाव कशासाठी?'

'का म्हणजे? पीक घेण्यासाठी!'

'गोमातेचं अन्न हिसकावून पीक घेऊन काय करणार आहेस? गोमाता पोटभर जेवली तरच आपल्याला अन्न मिळणार ना?'

'वेंकटरमणा! तू अजून आमच्या खापरपणजोबांच्या काळात जगतोयस! गाईंशिवायही आपलं पोट भरतं. हा ट्रॅक्टर पाहिलास? बैलाशिवायही हा जमीन नांगरतो. तसंच शेणखत नसेल तर बाकी रासायनिक खतं वापरून आणखीही भरपूर पीक घेता येतं! मी आणलेल्या खताचा प्रभाव नंतर तूही पाहशील!'

वेंकटरमणाला यावर काय उत्तर द्यावं ते सुचलं नाही. त्यानं भाबडेपणानं विचारलं, 'गाय काय केवळ फायद्यासाठीच असते?'

काळिंगाला हसू आलं, पण त्यानं ते दाखवलं नाही. तो म्हणाला, 'काही झालं तरी दुधासाठी गाय पाहिजेच! आपण तिची आणखी चांगली निगा राखायला पाहिजे! मी कशी गाईची देखभाल करतो, ते तूही बघशील!'

काळिंगाच्या या उत्तरानं मात्र वेंकटरमणाचं समाधान झालं.

तरीही काळिंगानं आपल्या गोठ्यातली पंचावन्न जनावरं मुसलमान खाटकाला विकल्याचं समजताच तो अतिशय कष्टी झाला होता. अशी का बुद्धी झाली याला... देवानं याला कशाची कमतरता ठेवली आहे... या विचारानं तो व्यथित होत होता.

या विषयावर बोलण्यासाठी तो दोनदा काळेनहळ्ळीला गेला, तरी काळिंगा भेटला नव्हता.

२

त्या दिवशी वेंकटरमणा नऊ वाजता पूजेसाठी देवालयात आला. रविवार असल्यामुळे त्या दिवशी शाळेत काम नव्हतं. देवळातला केर काढून पाणी भरल्यानंतर त्यानं जमीन धुवून पूजेला प्रारंभ केला. त्याच वेळी बाहेर 'ढम्' असा बंदुकीचा आवाज आला आणि विरून गेला. काळिंगानं बंदूक आणली असली पाहिजे. आधीच पाण्याच्या पंपाच्या आवाजानं त्याची एकाग्रता भंग पावून त्याला मनस्ताप होत होता. त्यातच आता ही बंदूकही आलेली दिसते! इथं तो कसली शिकार करणार आहे? देवस्थानाच्या परिसरात कसली शिकार? मन अस्वस्थ झालं तरी वेंकटरमणा यांत्रिकपणे मंत्र म्हणत राहिला.

मंगळारती व्हायच्या वेळी तिथं काळिंगा आला. त्याच्या हातात बंदूक नव्हती. अर्ध्या बाह्याच्या शर्टखाली त्यानं हाफपॅण्ट घातली होती. त्याच्या कमरेला जाड चामडी पट्टा बांधला होता. उन्हासाठी डोक्यावर हॅट घातली होती.

वेंकटरमणानं त्याच्यासमोर मंगळारतीचं ताम्हण धरलं. तुपाच्या ज्योतीवरून हात फिरवून फूल घेतल्यावर त्यानं विचारलं, 'वेंकटरमणा, प्रसाद देतोयस ना?'

'त्यात विचारायचं काय! पूजेच्या वेळी येणाऱ्यांना प्रसाद तर देतोच ना!'

'फक्त प्रसाद नव्हे! मला प्रचंड भूक लागलीय; काय केलंयस आज?'

'दही-भात. एक पळसाचं पान तोडून घेऊन ये.'

काळिंगानं आणलेल्या पानावर वेंकटरमणानं दही-भाताचे दोन डाव वाढले. उत्तम गाईचं दही, वर हिरव्या मिरचीची कडीलिंबासहित फोडणी, ओल्या खोबऱ्याचा चव घातलेला दही-भाताचा सुगंध दरवळत होता.

काळिंगानं पोटभर भात खाल्ला. आणखी दोघांना होईल एवढा भात राहिला होता. वेंकटरमणानं त्यातला प्रसादापुरता घासभर काढून ठेवला. बाहेर जाऊन हात धुऊन आल्यानंतर काळिंगानं विचारलं, 'काय रे! इतके दिवस झाले; तू मी बांधलेलं फार्म-हाऊस बघायला नाही आलास!'

'दररोज पूजा होताच शाळेला जायची घाई असते ना!'

'एखाद्या संध्याकाळी येता आलं असतं! मला ठाऊक आहे, कितीतरी वेळा संध्याकाळी तू आमच्या घरी येऊन अम्माबरोबर गप्पा मारत बसतोस! तसाच इकडं का नाही आलास?'

'त्यात काय बघायचंय? खताची पोती आणि शेतीची अवजारं! एवढंच ना?'

क्षणभर काळिंग काहीच बोलला नाही. स्वतःशीच काही विचार करून तो म्हणाला, 'हे बघ! आपण दोघं लहानपणापासूनचे मित्र आहोत. मी काही तरी नवीन करायला धडपडतोय! त्याविषयी तुला किमान कुतूहल तरी वाटायला हरकत नाही! एवढी कसली उपेक्षा?'

'उपेक्षेचा प्रश्न नाही. वाटलं ते सांगितलं.'

'तर मग आत्ता चल! नाहीतरी आज रविवार आहे. उशिरा घरी गेलं तरी चालेल. चल माझ्याबरोबर!'

वेंकटरमणानं प्रसादाचं भांडं हातपंचात बांधलं, देवालयाच्या दाराला कुलूप लावलं, चावी कमरेच्या करदोट्याला लावली आणि खांद्यावरचा पंचा डोक्यावर घेऊन तो काळिंगाबरोबर अनवाणीच निघाला. काळिंगानंही देवळाबाहेर ठेवलेले बूट पायात चढवले आणि ते दोघे पुष्करणीपाशी पाईपच्या जवळून फार्मवर गेले.

संपूर्ण पठारावर बटाट्याच्या पिकाला कोंब फुटत होते. तुरळक संख्येचे गडी एवढ्या मोठ्या फार्मला मधून मधून पाणी देत होते. बांधावरून फार्महाऊसमध्ये गेल्यावर वेंकटरमणाला आतला सगळा भाग दिसला.

ती काही केवळ व्यवसायाची सामग्री ठेवायची शेड नव्हती. देवस्थानाकडून दिसत होतं तेवढं छोटंही ते बांधकाम नव्हतं. एकीकडे ट्रॅक्टर उभा करायला शेड होती. दुसरीकडे शेतीचं सामान ठेवायची बऱ्यापैकी मोठी जागा होती.

त्याच्या पलीकडची जागा बघून मात्र वेंकटरमणाला आश्चर्य वाटलं.

ती जागा राहण्याच्या दृष्टीनं सुसज्ज होती. छताला हलक्या लाकडी फळ्या लावल्या होत्या. मोठा व्हरांडा होता. तीन इतर खोल्या होत्या. मागच्या बाजूला स्वयंपाकघर, न्हाणीघर, नळ होते. पाण्याचा वेगळा टँक होता. व्हरांड्यात सोफा, खुर्च्या होत्या. शिवाय खोल्यांमध्ये स्प्रिंगच्या खाटा.

काळिंगानं सगळं फिरून दाखवलं. सगळं बघून झाल्यावर वेंकटरमणानं विचारलं, 'गावातला सगळा संसार इथं आणणार आहेस? तुला काही फरक पडणार नाही, पण तुझ्या अम्माला इथं कसं करमेल? ती एकटी पडणार नाही काय? याचा काही विचार केलास काय?'

'बैस! बोलू या!' म्हणत काळिंगानं सोफ्याकडे हात केला. पण वेंकटरमणा सोवळ्यात होता. शिवाय त्याच्याकडे देवाचा प्रसाद होता. त्यामुळे कपड्याचं आच्छादन असलेल्या सोफ्याऐवजी तो एका लाकडी खुर्चीवर बसला.

त्याचं लक्ष समोरच्या भिंतीवर लटकावलेल्या बंदुकीकडे गेलं. पूजेच्या वेळी ऐकू आलेल्या आवाजाची आठवण होऊन त्यानं विचारलं, 'शिकार करायला म्हणून बंदूक आणलीस काय? एके काळी इथं तरसं असायची म्हणे. तुझे वडील कृष्णेगौडा वारल्यानंतर मात्र तसा कुठलाही प्राणी इकडं फिरकलेला नाही. मीच

पाहतोय ना पूजेच्या निमित्तानं इतकी वर्षं! एकही प्राणी मीही कधी पाहिलेला नाही. का आणलीस ही?'

'शिकार करायची म्हणून नाही आणली! इथंच राहायचं म्हटल्यावर एकटं राहून राहून कंटाळा येणारच ना! शिवाय चोरा-चिलटयांचं भयही असतंच. संरक्षणासाठी म्हणून घेऊन आलोय.'

'तायव्वा.....'

वेंकटरमणाला मध्येच थांबवत काळिंग म्हणाला, 'तुला ठाऊक नाही.. मीही कुणाला नाही सांगितलं म्हणा!.. माझं अमेरिकेत लग्न झालंय!..आठ महिन्यांचा एक मुलगाही आहे! आणखी पाच दिवसांनी बायको-मुलगा मुंबईला येणार आहेत. मी त्यांना आणायला जाणार आहे.'

'हो?..आम्हा कुणालाच ठाऊक नाही...' काहीतरी म्हणायचं म्हणून सुरू केलेलं बोलणं वेंकटरमणानं तिथंच थांबवलं. तो काय म्हणतोय याची काळिंगा काही वेळ वाट बघत राहिला. तरीही वेंकटरमणा काही बोलला नाही.

न राहवून काळिंगानं विचारलं, 'गप्प का बसलास? माझं लग्न झाल्याची बातमी ऐकून तुला आनंद नाही का झाला?'

'असं कसं म्हणतोस? तुझं लग्न होऊन काळिंगज्ज्याचा वंश वाढला याचा मला आनंदच होणार ना?'

'मग असा का गप्प झालास?'

'काही नाही!..' म्हणत वेंकटरमणा पुन्हा गप्प झाला. काय बोलायचं ते सुचलं नाही, की या संदर्भात यानंतर आपल्याला काही बोलायचा अधिकार नाही, अशी त्याची भावना झाली, कोण जाणे!

काळिंगाच म्हणाला, 'जुनी माणसं हे मान्य करणार नाहीत, हे मला ठाऊक होतं. तूही सोवळा माणूस. शिवाय ग्रामपुरोहित. पण किती झालं तरी माझा मित्र आहेस! मला वाटलं होतं, लग्नाचं समजताच तू माझं आधी अभिनंदन करशील!'

'माझा आशीर्वाद नेहमीच आहेत रे! दररोज देवस्थानात पूजा करताना मी 'काळिंगज्ज्याचं घराणं समृद्ध होऊ दे, भरपूर वाढू दे' एवढं मागत असतो; दुसरं काहीही नाही! पण तू तुझ्या जातीतली एखादी मुलगी पाहून लग्न करू शकला असतास! तू शिकलेला आहेस. आपल्या खेड्यात थोडी का होईना, शिकलेली मुलगी मिळणं शक्य नाही, हे मलाही समजतंय. पण मैसूरसारख्या मोठ्या शहरात तुमच्या जातीतल्याही शिकलेल्या मुली मिळू शकल्या असत्या! त्यासाठी मी स्वतःही जातीनं प्रयत्न केले असते.'

'वेंकटरमणा! मित्राचं लग्न ठरलंय म्हणून समजल्यावर अमेरिकेत कुणीही नवऱ्या मुलीच्या कुल-गोत्राची चौकशी करत बसत नाही! आधी मोकळ्या मनानं

'कॉन्ग्रेच्युलेशन्स' म्हणून अभिनंदन करतात! याच देशात आधी ती सगळी पुराणाची चौकशी करतात! अरे, तू तर दररोज इंग्लिश पेपर वाचतोस ना! तू तरी थोडा सुधारायला नकोस का?'

'माझं नको बोलायला! मी काय म्हणतोय ते तूही ऐक. आपापल्या कुलाचाराची मुलगी घरी आणली, तर ती घरचा कुलाचार, धर्म, कर्म यांचं आचरण करते. उदाहरणार्थ, येत्या संक्रांतीच्या वेळी पुण्यकोटी देवस्थानाची जत्रा असेल. जर तुझ्या जातीची मुलगी तू आणली असतीस तर त्या दिवशी तिनं उपवास केला असता, पंचगव्य घेतलं असतं, पूजा केली असती. गोमातेची पूजा घरच्या पुरुषापेक्षा घरच्या गृहिणीनं करायची असते ना! हे सगळं ती तुझी गोऱ्या देशातली बायको करेल काय, हा खरा प्रश्न आहे! तिची जात? त्या देशातले सगळे ख्रिश्चन नाही का?'

काळिंगानं हसत सांगितलं, 'तीही आमच्यासारख्या शेतकऱ्याचीच मुलगी आहे! ती माझ्याबरोबर माझ्याच कॉलेजमध्ये कृषिविज्ञान शिकत होती. तिच्या वडिलांचंही मोठं फार्म आहे. तिथं राबायची तिला सवय आहे. ट्रॅक्टरवर बसली तर कुठल्याही पुरुषाला मागं टाकेल, अशा प्रकारे दिवसभर राबते! तिची कष्ट करायची तयारी पाहिली, तर आमच्या देशातल्या बायांनी लाजायला पाहिजे!'

'तसंही असेल कदाचित! पण तुझ्या गावातल्या कितीतरी बायका नांगर चालवतात! बैलगाडी चालवणाऱ्या बायका आहेत; तू पाहिलं नाहीस काय? शेतातली सगळी कामं आपल्याकडच्या बायकाही करतात ना! कितीतरी कामं तर केवळ बायकाच करतात. पुरुष त्यात हातही घालत नाहीत. ते जाऊ दे; मला काय म्हणायचं होतं, त्या देशातली शेतीची पद्धत तुझ्या बायकोला येतही असेल! आपल्या पद्धती आपल्याकडच्या बायकांना येत असतात. थोडं शिक्षण दिलं, तर आमच्या या नांगर चालवणाऱ्या बायका ट्रॅक्टरही चालवतील! शिवाय आपले आचार-विचार आणि धर्म-कर्मही आपल्या बायकांना ठाऊक असतात.'

आता काळिंगा निरुत्तर झाला. पण काहीही न बोलता वेंकटरमणाचं बोलणं मान्य करणंही त्याला शक्य नव्हतं. तो म्हणाला, 'यू नो, अवर पॉईंट्स ऑफ व्ह्यू डिफर! आपल्या दृष्टिकोनात फरक आहे. ऑल राईट?'

काळिंगाच्या बोलण्याचा मथितार्थ वेंकटरमणाला समजला नाही. काळिंगाला हा विषय इथंच संपवायचा आहे, हा सांदर्भिक अर्थही त्याला उमजला नाही. तोच पुढं म्हणाला, 'मीच तुला सांगणार होतो, पण आपली भेटच होत नव्हती. देवाच्या पुष्करणीत पंप घालून त्यातलं पाणी तू शेतासाठी वापरतोयस, हे काही ठीक नाही!'

'का? तुला ठाऊक नाही असं दिसतंय! सरकारी जमिनीवर परवानगी घेतल्याशिवाय देवस्थान बांधल्याबद्दल आमच्या आजोबांवर केस चालली होती ना? त्यासाठी आवश्यक ते सगळं करून आता ही जमीन मी माझ्या नावानं करून घेतली आहे.

आता देवस्थान, पुष्करणी, भोवतालची झाडी ही सगळी आता माझी खासगी जमीन आहे- माझ्या या फार्मचाच एक भाग! त्यामुळे पुष्करणीतलं पाणी मी वापरण्यासाठी कुठल्याही कायद्याचा अडसर नाही!'

ही माहिती वेंकटरमणाच्या दृष्टीनं नवी होती. तो म्हणाला, 'मी कायद्याची गोष्ट नाही सांगितली! ही जमीन तुझी झाली, ही एका दृष्टीनं चांगलीच गोष्ट आहे. पण कुठल्याही देवस्थानाच्या संदर्भात, 'हे माझं आहे,' हा शब्द चुकीचा आहे! देवस्थान कुणीही उभारलं तरी ते भक्तांचंच असतं!'

'बरं! पण त्याला पंप घालायला नको होता, म्हणालास! का?'

'ते देवाचं तीर्थ आहे. देवाच्या स्नानासाठी म्हणून बांधलंय. भक्त आणि गाईंना पिण्यासाठी! तिचा उपयोग तेवढाच व्हायला पाहिजे. कुणीही ते प्यायलं तरी तीर्थ म्हणूनच प्यायला पाहिजे. त्यात पंप लावून ते पाणी तू तुझ्या शेतासाठी वापरायला नको होतंस! अजूनही मी सांगतो. तुझ्या त्या पठारावर मी तुला पाणी असलेली जागा दाखवून देईन. तिथं हवी तेवढी मोठी विहीर खोद. हवं तेवढं पाणी मिळेल! तिथला पंप इथं लाव.'

'पण त्या पुष्करणीतलं पाणी शेतीसाठी वापरलं तर काय बिघडलं?'

'बिघडायचा प्रश्न नाही. देवासाठी म्हणून बांधलेल्याचा वापर देवासाठी न करता इतर गोष्टीसाठी करता कामा नये. तुझ्या आजोबांनी देवासाठी म्हणून ही पुष्करणी बांधली. ते पाणी तू वापरलंस, तर त्याचा धर्म तू माघारी घेतल्यासारखं होईल. शिवाय डोंगर-टेकड्या, नदीचा काठ अशा ठिकाणी देवळं बांधवली तर तिथं माणसाच्या उपयोगाचं काहीही काम होता कामा नये. भक्ती, पूजा-अर्चा यासाठीच फक्त त्यांचा वापर झाला पाहिजे.'

'हे मीही ऐकतच वाढलोय! काही नवं नाही यात! पण माझा एक प्रश्न आहे...'काळिंगानं सोफ्यावर ताठ बसत विचारलं, 'ती पुष्करणी बांधायला किती खर्च आलाय?'

'मला काही सगळा हिशेब ठाऊक नाही. गौडज्जा कधीही धर्माच्या खर्चाचा नेहमीच्या खर्चाशी मेळ घालायचा नाही. त्याचा उच्चारही कुणापुढे करायचा नाही. देवस्थान आणि पुष्करणी दोन्ही मिळून आचार्य आणि कामाच्या वडारांना दिलेला खर्च तेवढा मला ठाऊक आहे. बैल, गाड्या, गडीमाणसं आणि मजूर बायका इथंच राहायचे. त्यांतले काही देवाचं काम म्हणून फुकट राबायचे. सगळा हिशेब पाहता, मला वाटतं, पुष्करणीला सुमारे आठ हजार तरी खर्च आला असेल.'

'वर्षाला त्या आठ हजाराचं व्याज किती होईल? बँकेच्या हिशेबानं धरलं तरी वर्षाला चारशे तरी व्हायला हरकत नाही!'

'देवाच्या कामाचा कसलाच हिशेब ठेवत नसताना व्याजाचा हिशेब कुठून आला?'

'त्यांनी नसेल ठेवला! तुला माझा व्यवहार ठाऊक नाही! मी माझी जुनी प्रॉपर्टी सरकारकडे गहाण ठेवली आहे. आणि त्यावर पंचवीस हजार रुपयांचं कर्ज काढलं आहे! त्याला शेकडा सहाप्रमाणे मला व्याज द्यावं लागणार आहे. एवढी मोठी जमीन लागवडीखाली आणायला- या ट्रॅक्टरसाठी, फार्मसाठी, पंपहाऊससाठी खत-पाणी, बियाणं इत्यादीसाठी पैसा कुठं होता? ट्रॅक्टर-पंपावरही एकूण दहा हजारचं कर्ज आहे! सगळा पैसा धर्मादाय खर्च करून आज्जा घर रिकामं करून मरून गेला. मी घरी आलो त्या दिवशी घरात फक्त सहाशे रुपये राहिले होते! तूच सांग, तूच म्हणतोस तशी आणखी एक विहीर काढायची म्हटलं तर आणखी आठ-दहा हजारांचा खर्च आहे. आपण खणू तिथं पाणी लागेलच याची तरी काय गॅरंटी? मुख्य म्हणजे त्यासाठी पैसा कुठं आहे?'

वेंकटरमणा काही बोलला नाही. त्याला उत्तर सुचलं नव्हतं म्हणून नव्हे; ते उत्तर कुठल्या शब्दांत सांगायचं हे त्याला कळत नव्हतं.

काळिंगाच पुढं म्हणाला, 'देवस्थानाचं पाणी आणखी कुठल्याही कामासाठी वापरायचं नाही, म्हणतोस! हा जुन्या काळचा विश्वास आहे. मी दररोज पाणी काढलं, तरी ही पुष्करणी सकाळी पुन्हा पूर्ववत् भरलेली असते. ते तसंच सोडून देणं म्हणजे एक प्रकारची लक्झुरीच! आपल्या गरीब देशात या प्रकारची लक्झुरी परवडणारी नाही! तुझा पॉईंट काय आहे? स्पिरिच्युॲलिटी म्हणजे परमार्थ आणि जीवनोपयोग या दोन्ही गोष्टी वेगवेगळ्या राहिल्या पाहिजेत, असंच ना? पण ते तसं ठेवणं योग्य नाही! परमार्थासाठी जे काही आहे त्याचा जीवनासाठीही उपयोग झालाच पाहिजे!..'

त्याला अडवून वेंकटरमणा म्हणाला, 'ते असू दे! तूच आत्ता म्हणालास ना, तू गावी आलास, तेव्हा घरात फक्त सहाशे रुपये होते, म्हणून? हे सगळं करायला तू पंचवीस हजार रुपये कर्ज काढलंस! शिवाय दहा हजार रुपयांचं कर्जही असल्याचं सांगितलंस! हे कर्ज काढलं नसतंस, तर काय झालं असतं? तुला पूर्वजांकडून काही कमी संपत्ती मिळाली आहे काय? घरापुरती ठेवून बाकीची डाळ विकली तर दोन-तीन हजार आरामात मिळाले असते. मग या सगळ्याची काय गरज होती? या नव्या जमिनीवर गाई सुखानं चरत राहिल्या असत्या!'

यावर काळिंगाला हसू आलं.

'या मनोवृत्तीमुळेच आपला देश मागं राहिला आहे! इथल्या लोकांना इथं पिकत असलेलं धान्य पुरत नाही, हे ठाऊक नाही का तुला? आहे त्यातच समाधान मानायचं! अल्पसुखी आपण! ही वृत्ती पूर्णपणे जाईपर्यंत आपला देश पुढं जाणार नाही!.....'

एवढ्यात खाकी कपड्यातला ट्रॅक्टर चालवणारा जमाल तिथं आला. तो

घामाघूम झाला होता. त्यानं काळिंगाला सलाम केला आणि सांगितलं, 'बारा वाजले! अजून नाश्ता नाही आला; पोटात आग पडलीय!'

कधी कधी असं व्हायचं. सगळे पदार्थ करायचे आणि वेळही सांभाळायची, हे तायव्वाला जमायचं नाही. शिवाय हा जमाल इतरांसारखा नाचणीची भाकर खायचा नाही. त्याचं जेवण इथपर्यंत आणून द्यायचं काम इतर गड्यांकडे असे. काही वेळा हे गडी मुद्दामच याला उशीर करायचे.

काळिंगानं वेंकटरमणाला विचारलं, 'बारा वाजले. तुझ्याकडचा प्रसाद तूच खा.'

'नको. मी घरी जाऊनच जेवतो.'

'बरं! तर मग तो भात जमालला दे! दहीभात आहे. फोडणी वगैरे घालून चविष्ट बनवलाय! चल! खा ये जमाल!...'

वेंकटरमणा घाबरा झाला. त्यानं विचारलं, 'हा मुसलमान आहे ना?'

'का?'

'हा देवाचा प्रसाद आहे!'

'मग काय झालं? देवाचा प्रसाद मुसलमानांना देऊ नये असं काही शास्त्र आहे काय?'

'तसं नाही! जे देवस्थानाला येत नाहीत आणि हात जोडून प्रसादाचा स्वीकार करत नाहीत, त्यांना प्रसाद द्यायचा नसतो. तो आमच्या देवाला हात जोडत नाही ना!'

'वेंकटरमणा, काय हे तुझं वागणं! अरे, तुझ्याकडचा घासभर भात एखाद्या भुकेल्याला द्यायचं म्हटल्यावर एवढं कसलं शास्त्र मध्ये आणतोयस?'

'फक्त भात असेल तर कुणालाही द्यायला हरकत नाही! भुकेल्याला तर लगेच दिलं पाहिजे, असं शास्त्रच सांगतं! पण हा काही नुसता भात नाही; देवाचा प्रसाद आहे हा! तुला आठवतं काय? तू प्रायमरी शाळा संपवून दुपारी आमच्या घरी जेवायचास! तेव्हा घरात माझ्या आजोबा-आजीचं श्राद्ध असताना तुला जेवायला वाढत नव्हतो. का? आमचे पितर हे आमच्या दृष्टीनं देव असले तरी बाहेरच्यांच्या दृष्टीनं काही ते देव नव्हेत! म्हणजे बाहेरचे त्यांना देव मानत नाहीत. ज्यांच्या मनात अशी भावनाच नसेल, त्यांना त्यांचा प्रसाद खायचाही अधिकार नाही. म्हणूनच श्राद्धाच्या दिवशीही आमच्या कुटुंबाव्यतिरिक्त इतर कुणी आमच्या घरी जेवत नाही. तसंच आहे हे! पुण्यकोटी गाईला जर जमाल देव मानत असेल, तर त्याचा या प्रसादावर हक्क आहे. नसेल, तर त्याला कसा प्रसाद द्यायचा?'

'वेंकटरमणा! घासभर भात याला दे म्हटलं तर तू अम्मा-अप्पा-आज्जा-पणजा- खापरपणजा यांच्या श्राद्धाचं पुराण सांगत बसलास!....' म्हणत काळिंगा

जमालकडे वळून म्हणाला, 'जाऊ दे! किचनमध्ये थोडा ब्रेड असेल, तो खाऊन घे. नाहीतरी दुपारी ट्रॅक्टरच्या कामासाठी तुला गावात जायचंच आहे ना? तेव्हा जेवून ये आणि येताना माझंही जेवण घेऊन ये.'

जमाल पस्तिशीचा, स्वच्छ दाढी-मिशा काढलेला तरुण होता. या आधी तो लॉरी चालवायचा. आता तो काळिंगाच्या घरचा मासिक पगाराचा नोकर होता. वेंकटरमणा जोईसांच्या बोलण्यानं तो दुखावला गेला. त्यांच्याकडे एक रागीट नजर टाकून तो बुटांच्या पायानंच स्वयंपाकघरात गेला.

काळिंगानं वेंकटरमणाला विचारलं, 'असा भेद फक्त आपल्याच धर्मात असतो, नाही काय?'

'ते काही मला ठाऊक नाही. तूच गोऱ्या लोकांच्या देशात राहून आलायस! तूच सांग!'

काळिंगा विचारात पडला. त्याला आठवलं, ख्रिस्तांच्या देवळात कुणालाही सोडतात; पण होली कम्युनियनना मात्र ख्रिस्ती नसलेल्यांना सोडत नाहीत. तिथला ब्रेड आणि वाईनही देत नाहीत. हे अमेरिकेत त्याच्याही अनुभवाला आलं होतं. मुसलमानांचीही अशीच काहीतरी पद्धत आहे, असंही त्यानं कुठंतरी ऐकलं होतं. पण त्याचा तपशील त्याला आठवला नाही.

तेवढ्यात जमाल स्वयंपाकघरातून बाहेर येत म्हणाला, 'ब्रेड फार कडक झालाय! अगदी कोरडा पडलाय! मी गावात जाऊन जेवतोय. तसंच अग्रहाराकडे जाऊन संध्याकाळपर्यंत येतो. मला खर्चासाठी एक रुपया द्या.'

पैसे घेऊन तो निघून गेला.

वेंकटरमणा म्हणाला, 'जाऊ दे! तुझंही जेवण चुकलंय म्हणायचं! मी तर घरीच जाणार आहे. एखादं पातेलं घेऊन ये. हा प्रसाद काढून घे.'

'नाही तरी दोघांना पुरण्यासारखा आहे. तूही खाऊन घे. दोघंही खाऊ या. नळाला पुष्करणीचंच पाणी येतंय.'

'चालेल. पण मला नळाचं पाणी नको. चल. दोघंही पुष्करणीपाशी जाऊ या. काठावर बसून खाऊ या.'

फार्महाऊसला कुलूप लावून दोघं बांधावरून पुष्करणीपाशी आले. अजूनही मोटर सुरूच होती. वेंकटरमणा म्हणाला, 'थोडा वेळ बंद कर! देवळापाशी घटकाभर शांतपणे बसून प्रसाद खाऊ या!'

काळिंगानं ती बंद केली. त्यानं तोडून आणलेल्या दोन मोठाल्या पानांवर वेंकटरमणानं प्रसादाचा भात वाढला. दोघांनी तो संपवला.

शेवटचा घास खाताना काळिंगानं विचारलं, 'वेंकटरमणा, तुझ्या पानावरच्या भाताला मी हात लावला तर तू खाशील?'

'अमेरिकेला जाऊन आलायस खरा! पण उगाच का हात लावशील? हात लावला नाही, तर तुझ्या हाताला खाज सुटतेय की काय?' हा पोरकटपणा चालल्याचं लक्षात येऊन वेंकटरमणानं विचारलं.

काळिंगानं पुढं काही विचारलं नाही. प्रसादाच्या भातानं दोघांचं पोट भरलं होतं. दोघंही पुष्करणीचं पाणी ओंजळीत घेऊन पोटभर प्यायले. अनायसा देवालयापर्यंत आले होते. त्यामुळे वेंकटरमणा देवळात गेला आणि मोठी घंटा जोरात वाजवली. गर्भगृहातली समई अजून जळत होती. तिच्यात आणखी तेल ओतून त्यानं पुन्हा कुलूप लावलं आणि तो बाहेर आला. तेवढ्या अवधीत काळिंगा फार्मवर जाऊन बटाट्याच्या पिकाची पाहणी करत होता. प्रसादाचं भांडं बांधलेला हात-पंचा पाण्यात भिजवून तो डोक्यावर पसरून वेंकटरमणा गावाच्या दिशेनं उतरू लागला.

३

आपलं लग्न झाल्याची बातमी काळिंगानं इतके दिवस आपल्याला सांगितली नसल्याचं वेंकटरमणाला मनातल्या मनात असमाधान वाटलं होतं. अमेरिकेहून आल्यापासून त्याचा हा स्वभाव प्रकर्षानं समोर येत होता. आपण आपल्या विचारानुसार वागत राहायचं. नंतर इतरांना आपोआप समजेल तेव्हा समजेल! त्याचा हा स्वभाव पूर्वीसारखा राहिलेला नाही. आधी चार-चौघांसारखा असणारा काळिंगा आता असा का झाला?

आणखी एक कुतूहल त्याच्या मनात निर्माण झालं होतं. लग्न झाल्याची बातमी यानं आपल्या आईला तरी सांगितली आहे की नाही? कारण गेल्या दहा-पंधरा दिवसांत तोही काळेनहळ्ळीला गेला नव्हता. जर यानं घरी सांगितलं असेल तर यावर तायव्वाची काय प्रतिक्रिया असेल?

दुसऱ्या दिवशी संध्याकाळी तो काळेनहळ्ळीला गेला. बऱ्याच दिवसांनी त्याला आलेला बघून तायव्वाला आनंद झाला. तिनं बसायला पाट देऊन त्याचं स्वागत केलं. इकडची-तिकडची चौकशी केल्यावर त्यानं विचारलं, 'मुलाचं लग्न नाही का करायचं, तायव्वा?'

यावर उत्तर म्हणून तिनं डोक्याला हात लावला आणि दोन्ही पंजे हलवले.

'का? तो तुझं ऐकत नाही, म्हणून?....'

तिनं होकारार्थी मान हलवली.

याचा अर्थ तिला काळिंगाच्या लग्नाची बातमी ठाऊक नाही तर! क्षणभर तिला सांगून टाकावं असं वाटलं, तरी त्यानं स्वतःला आवरलं आणि तो गप्प बसला.

तायव्वानं आपल्या सासू-सासऱ्यांचा विषय काढला आणि त्यांच्या मरणाची आठवण काढून कष्टी झाली. काळिंगानं गोठ्यातली गुरं विकल्याचं दुःखही पुन्हा बोलून दाखवलं. या विषयावर काळिंगाशी बोलायचा वेंकटरमणाचाही विचार असला तरी आदल्या दिवशीच्या भेटीत हा विषय मागं पडला होता. पण आणखी कधीतरी या विषयावर त्याच्याशी बोलायचं त्यानं पक्कं केलं.

तायव्वाशी गप्पा मारून तो बाहेर पडला. वाटेत त्याला यंग्टेगौडा भेटला. वेंकटरमणाला तो आग्रहानं आपल्या घरी घेऊन गेला. त्या वर्षीच्या शिल्लक राहिलेल्या अपेक्षित पावसाविषयी चौकशी करून पिकाविषयी सांगितल्यानंतर त्यानं विषय काढला, 'बघितलात नव्हं याचा कारभार?....'

'हं! पाहतोय ना!....'

'देवाच्या पुष्करणीला मिशिन लावून शेतासाठी पाणी काढून घेतोय! देऊळ आणि पुष्करणी आपल्या नावानं करून घेतलीय म्हणे!...'

'हं!...मलाही कालच समजलं!....सांगितलं मी त्याला, हे बरोबर नाही..चुकतंय तुझं, म्हणून!...'

'याच्या आज्ज्यानं धर्मासाठी म्हणून बांधलंय! आमी सगळे गावकरी त्याच्यासाठी काय कमी राबलोय?..असंच जाऊन त्या भडवीच्च्याच्या कानफटीत लगावून ते मिशिन काढून टाकायला नको काय?'

बळाचा वापर करायच्या बाबतीत वेंकटरमणानं विचार केला नव्हता. पण तो पाण्याचा पंप काढून टाकला पाहिजे, हाच त्याचाही अभिप्राय होता. गावकऱ्यांनी एकत्र येऊन काळिंगाला ही गोष्ट सांगायला पाहिजे!....

तो हा विचार करत असतानाच यंग्टेगौडानं विचारलं, 'त्या रांडेच्च्याकडे बंदूक हाय म्हणं! खरंय?'

'हं!..पाहिलीय मी!..'

'आन डिप्टी कमिशनर साहेबांच्या समोर खुर्चीवर बसतोय म्हणं!'

'हं! शानभोग सांगत होते तसं.....'

'या असल्या रांडेच्च्यांना काय करणार?..' यंग्टा म्हणाला. म्हणजे काळिंगाला नुसत्या चार शिव्या हासडून तो स्वतःचं समाधान करू पाहत होता! यावर पुढं काय करायचं यावर तो काहीच बोलला नाही.

वेंकटरमणाच म्हणाला, 'दहा गावकरी एकत्र या आणि त्याला सांगून बघा! एवढ्या जणांच्या विरोधात जायची त्यालाही कदाचित भीती वाटेल!..'

'त्याला घाबरत्यात सगळे! तुम्हाला ठाव नाय!..'

'त्याला का घाबरतात?'

'त्याचं कपडं, त्याचं जमीन खोदायचं मिशिन, बंदूक, त्याची डिप्टी कमिशनरबरोबर

ऊठबस... घाबरणार नाही तर काय?'

वेंकटरमणाला आश्चर्य वाटलं. पण त्यात खोटं काहीच नव्हतं.

तसं पाहिलं तर काळेनहळ्ळीमधले सगळे पुरुष 'मर्द' म्हणावेत असेच होते! तिथल्या प्रत्येक घरातला कुठल्या तरी पिढीचा कुणी ना कुणी हातानं किंवा कोयत्यानं वाघ किंवा तरसाची शिकार करणारा होताच. केवळ लाठीनंही काही जणांनी जंगली प्राण्यांना मारलं होतं.

इतरांचं कशाला? हा यंग्टाही काही कमी धैर्यवान माणूस नव्हता. कितीही अंधारी रात्र असली तरी आताही तो एकटा कितीतरी अंतर एकटा चालत जायचा. पन्नाशी ओलांडली असली तरी! मोठ-मोठे नागसाप तो एकाच फटक्यात मारायचा. कितीतरी वेळा जिवंत सापाची शेपूट पकडून तो धोब्यानं कपडे धोपटावेत, तसा धोपटून काढायचा. वेंकटरमणानं विचारलं, 'एवढी शूर माणसं तुम्ही! तुम्ही का काळिंगाच्या बंदुकीला घाबरता? आणि हातात बंदूक आहे म्हणून तो जर सगळ्यांना मारत सुटला, तर सरकार त्याला फासावर नाही का चढवणार? त्याची ती बंदूक काही वाघ किंवा नागसापापेक्षा भयानक आहे काय? तुम्ही कसले-कसले प्राणी मारणाऱ्यांच्या रक्ताचे आहात!'

'त्याच्याकडे ते कसलं मिशिन हाय, नव्हं का! बड-बड आवाज करत सगळी जमीन उचकटून टाकतंय ते!'

'जमीन उचकटणाऱ्या मशिनला तुम्ही का घाबरता? '

'कोण जाणं! पन शेजारच्या माळावरच्या रस्त्यानं मोटारी जायला लागल्या बगा! गावातले पुरुष त्यात बसून तालुक्यापर्यंत जाऊन यायला लागले. त्या दिवसापासून त्यानला मोटारीचं बी भय वाटतंय आन काळिंगाचं बी भय वाटतंय!'

वेंकटरमणाला याचा अर्थ समजला नाही. पण हेच सत्य होतं. गावानं एकत्रितपणे त्याला चार-चौघांसमोर बोलावून पुष्करणीतला पंप काढायला सांगणं असो, किंवा खाटकाला जनावरं विकली ती चूक झाली आणि या नंतर पुन्हा असं करणार नाही असा शब्द द्यायला सांगणं असो; एकदा असं काहीतरी केलं असतं तर पुरेसं होतं. संपूर्ण गावापुढे कुणाचंही चालता कामा नये! पण आता काळिंगा तरी गावात कुठं राहतोय? त्यानं गावाबाहेर फार्महाऊस बांधलंय! तिथला सोफा आणि खाटांचा थाट पाहिला, तर हा नंतर तिथंच राहायला जाणार हे नक्की! गावापासून दूर राहणाऱ्याला गावकरी तरी काय करतील?

अशा परिस्थितीत काय करावं हे त्याला सुचलं नाही. यंग्टेगौडाशी चार धैर्याच्या गप्पा मारून तो गावाकडे परतला.

।। दहा ।।

१

रस्त्याच्या कडेला मोटारीतून उतरल्यावर काळिंगानं बाळाला उचलून घेतलं. त्याची बायको हिल्डा हातात एक हॅण्डबॅग घेऊन उतरली. मोटरीपाशी आलेल्या जमालनं तिची चामडी बॅग उचलली आणि ती निंगाच्या डोक्यावर चढवली.

निंगाच्या चेहऱ्यावरचं आश्चर्य लपत नव्हतं. त्यानं आपल्या संपूर्ण आयुष्यात एवढी गोरी बाई पाहिली नव्हती. मनुष्यप्राणी एवढा गोरा असू शकतो, याची कल्पनाही इतक्या आयुष्यात त्याला आली नव्हती. त्यामुळे तिला पाहताच त्याच्या मनात भय आणि आदर एकाच वेळी निर्माण झालं.

तिनं लुगड्याऐवजी खांद्यापासून गुडघ्यांपर्यंत अखंड काहीतरी घातलं होतं. त्याला काय म्हणायचं हे त्याला समजलं नाही. हे तिनं का घातलंय, याचंही त्याला आश्चर्य वाटलं. हिचे पायही किती गोरे आहेत! काळिंगाच्या हातातलं बाळही तसंच गोरं होतं. नाटकातला इंद्रकुमारही असा असणार नाही! रंभाही इतकी गोरीपान असणं शक्य नाही! मनातल्या आश्चर्यासह तो डोक्यावरची पेटी सांभाळत त्यांच्या पाठोपाठ निघाला.

फार्महाऊसच्या पुढे उभं राहून भोवताली एकदा नजर टाकल्यानंतर एकदा दीर्घ श्वास घेत हिल्डा काळिंगाला म्हणाली, 'डियर! हाऊ एक्झायटिंग!'

'रियली?'

'यू आर सो बॅड! यू डिडण्ट टेल मी! इट वॉज सो एक्झायटिंग!' म्हणत तिनं

टाळी वाजवली.

आत गेल्यावर तिनं एकदा घरात फेरी मारून पाहिलं आणि उद्गारली, 'फाईन!' काळिंगाच्या चेहऱ्यावर धन्यतेचे भाव दिसत होते.

आंघोळ करून तिनं वेगळा स्कर्ट घातला. काळिंगानं आपण आधीच आणून ठेवलेला ब्रेड चाकूनं कापला आणि त्याला जेली लावून खायची तयारी केली. नंतर स्टोव्ह पेटवून त्यानं दूध तापवायला ठेवलं. बाळाला बाटली देऊन स्वतःचं खाणं संपवून दूध प्यायल्यानंतर हिल्डा बाहेर आली. एव्हाना तिला बघण्यासाठी कामाचे सात-आठ गडी बाहेर जमले होते. हिल्डानं तिकडं लक्ष दिलं नाही. ती सरळ बाहेर शेडमध्ये उभ्या असलेल्या ट्रॅक्टरकडे गेली. बाळ खाटेवर झोपून बाटलीतलं दूध पीत होतं.

काळिंगा हिल्डाच्या मागोमाग गेला. ट्रॅक्टरच्या मेकची चौकशी करत ती सरळ त्याच्यावर चढली. तिनं ट्रॅक्टर सुरू केला. तो 'बड-बड-बड' आवाज करत चालू लागला.

भोवतालच्या गड्यांच्या मनात आश्चर्य मावेना! त्या सगळ्यांच्या मनात तिच्याविषयी आदर आणि स्वतःविषयी न्यूनगंड निर्माण झाला. तिनं एक चक्कर मारून ट्रॅक्टर पुन्हा शेडमध्ये उभा केला. उडी मारून ती त्याच्यावरून खाली उतरली.

जवळ आलेल्या काळिंगाचा हात धरून तिनं विचारलं, 'तिथं दिसतंय तेच ना देवस्थान म्हणजे? चल! लेट्स हॅव अ लुक!'

'आता तू विश्रांती घे. उद्या बघू या..' काळिंग म्हणाला. पण तिला ते पटलं नाही. 'इट्स सो एक्झायटिंग! आत्ताच्या आत्ता जाऊ या चल!...' म्हणत तिनं त्याचा हात धरून चालायला सुरुवात केली. 'कॉटवर बाळ झोपलंय. तिकडं लक्ष ठेवा..' असं गड्यांना सांगून काळिंगा तिच्या पाठोपाठ निघाला.

हे दोघं परस्परांशी बोलतात ती इंग्लिश भाषा आहे हे गड्यांनाही ठाऊक होतं. त्या भाषेविषयीही त्यांच्या मनात अनाकलनीय विस्मय होता.

ते दोघंही पुष्करणीच्या चढाकडे निघाले. ती गोरी बाई काळिंगाइतकीच उंच होती. गड्यांपैकी एक जण म्हणाला, 'बगितलीस की नाय कशी हाय बाई!'

'व्हय! पिकलेल्या तोंडल्यागत हाय! त्ये मिशिन कसं चालिवलं, बगितलंस न्हवं?'

मागं असलेला जमाल त्यांना दरडावून म्हणाला, 'ए! ये-जा करायला त्यांना काय तुमच्या घरचं नोकर समजलात काय? त्यांचं नाव युरोपियन लेडीज! त्यांना मॅडम म्हणायचं! त्यांना बंदुकीचा नेम धरून गोळी मारायला बी येतंय! ठाऊकाय?'

हे ऐकून सगळे आणखी घाबरले; विस्मित झाले.

उत्साहित होऊन जमाल म्हणाला, 'मॅडम-साहेब इंग्लिश बोलतात! मला येते

ती भाषा! आदी मी बी युरोपियन साहेबाकडे ड्रायव्हर म्हणून होतो!'

याचा अर्थ या मॅडममुळे या जमालचा अधिकार आणखी वाढणार! पण हे कुणाही गड्याला सहन होण्यासारखं नव्हतं. त्या सगळ्यांमधल्या हुषार निंगानं विचारलं, 'मॅडमना ते मिशिन बी चालवायला येतंय! त्या आल्यावर तुझं इकडं काय काम? तुला परत पाठवून देतील! तू काय आमच्यागत मातीत हात घालून राबनार हायेस?'

हे ऐकताच जमालचा चेहरा खर्र्रकन उतरला. हा मुद्दा त्याला अजिबात सुचला नव्हता. त्याची लॉरीड्रायव्हर म्हणून असलेली नोकरी जाऊन अजून पाच महिनेही झाले नव्हते. जगायला दुसरा मार्ग नसताना ही ट्रॅक्टरड्रायव्हरची नोकरी मिळाली होती! महिन्याला पंचाहत्तर रुपये पगार येत होता. त्याच्या संसारासाठी राहायला जागा द्यायचंही काळिंगसाहेबांनी कबूल केलं होतं. तूर्त फुकटचं जेवणही मिळत होतं. आता नोकरी गेली तर? साहेबांनी आपल्याला खोटं सांगितलं होतं काय? तो काळजीत पडला.

२

पुष्करणी बघून हिल्डा म्हणाली, 'याविषयीच ना तू मला लिहिलं होतंस? पाणी खूप शुद्ध आहे, झरे जिवंत आहेत..'

'कितीही पाणी काढलं तरी दुसऱ्या दिवशी पुन्हा भरतं!..'

'व्हेरी फाईन!..'

देवस्थानाच्या समोर उभं राहून तिनं विचारलं, 'हेच का ते देवस्थान, तू पत्रात लिहिलं होतंस ते?..आतली मूर्ती कशी आहे? कशाची मूर्ती ती?'

'मुख्य मूर्ती गाईचीच आहे. शिवाय त्रिमूर्ती म्हणजे ट्रिनिटीही आहे.'

'डियर! ट्रिनिटी इज ऑल राईट. या देशाचे लोक फादर-सन ॲण्ड होली घोस्टवर श्रद्धा ठेवतात.'

'होय. वेगळ्या अर्थानं!.. '

'पण ही प्राणिपूजा कशासाठी?'

'त्यामागं एक कथा आहे..आमच्या घराण्यात पूर्वीच्या काळी ती घडलीय म्हणे!...' म्हणत काळिंगानं पुण्यकोटीची कथा सांगितली. त्याचबरोबर आपल्या आजोबानं हे देवालय बांधण्यामागची पार्श्वभूमीही सांगितली.

सगळं ऐकून हिल्डा उद्गारली, 'सो एक्झायटिंग! व्हेरी रोमॅण्टिक! ही एक कथा म्हणून मान्य करता येईल; पण ते सत्य समजून पूजा करणं ही अंधश्रद्धा आहे! तू हे सगळं मानतोस काय, डियर?'

'ऑफकोर्स नॉट!'

'गुड! हा दरवाजा उघड. आत जाऊन बघितलं पाहिजे मला!'

'दरवाज्याची चावी पुजाऱ्याच्या हातात असते. दररोज इथली पूजा करण्यासाठी माझ्या आजोबांनी त्यांना काही जमीनही दिली आहे!'

'फनी! पण फारच कुतूहलकारी आहे! उद्या पाहता येईल की नाही?'

'होय. सकाळी आठ-साडे आठच्या सुमारास पाहता येईल. पुजारी माझा मित्रच आहे! त्याला इंग्लिशही येतं थोडं-फार! त्याला या देशाच्या शास्त्राविषयीही बरंच माहीत आहे.'

देवळासमोरच्या नंदीकडे बघूनही ती 'इंटरेस्टिंग!' म्हणाली. तिथं उभं राहून पाहिलं तर त्यांचं फार्म, शेजारून जाणारा सरकारी रस्ता, रस्त्याच्या पलीकडे असलेलं त्यांचं गायरान स्पष्टपणे दिसत होतं. गायरानाच्या पलीकडचं काळेनहळ्ळी मात्र दिसत नव्हतं. नुकतंच जमिनीबाहेर डोकवणारं बटाट्याचं पीक हाती यायला अजून दोन महिने होते.

हिल्डानं विचारलं, 'रस्त्यापलीकडची गवत माजलेली जागा तशीच का सोडलीय? तिथं का काही पेरलेलं नाही?'

'सांगितलं ना तुला! सगळं एकदम लागवडीखाली आणायला भांडवल पाहिजे. आतापर्यंत झालेलं पस्तीस हजाराचं कर्ज लवकर फेडायला पाहिजे. पुढचा पावसाळा येईपर्यंत ट्रॅक्टर घालता येणार नाही. त्यामुळे वेगळी काहीतरी व्यवस्था करायला पाहिजे. हे पाणीही त्या जमिनीला पुरणार नाही. शिवाय जनावरांना चरायलाही जागा हवीच ना?'

'अरे हो! गुरं कुठं दिसली नाहीत!'

'गावातच ठेवलंय त्यांना. इथं त्यांच्यासाठी एक शेड करायला पाहिजे. अजून कितीतरी कामं व्हायची आहेत! जमिनीची रासायनिक तपासणी करून कुठल्या जमिनीत कुठलं पीक घ्यायला पाहिजे तेही ठरवायला पाहिजे. मी एकटा काय-काय करू? आता तूही आलीयेस! दोघं मिळून या जमिनीला जिंकू या! हिचं जे काही सत्त्व आहे ते एक्सप्लॉईट करू या! तूच त्यासाठी मेंदू आहेस!'

'सो मच थँकफुल टु यू डियर!' असं म्हणत तिनं कृतज्ञतेनं त्याच्या दंडांवर हात ठेवत त्याचं चुंबन घेतलं.

पण नंतर काळिंगानं सांगितलं, 'डार्लिंग! विसरलीस का तू? या देशात कुठंही उभं राहून असं करायचं नसतं! फार कर्मठ देश आहे हा! लोक चेष्टा करतील!'

'अ व्हेरी अनएक्झायटेड कंट्री, आय मस्ट से! कसा हा देश पुढं जाईल? इथली गरिबी कधी जाणार? तूच पश्चिमेकडच्या देशांत पाहिलंयस ना! माणसं किती स्वतंत्र आहेत!'

ते बोलत असतानाच निंगा पुष्करणीच्या बाजूनं धावत येताना दिसला. एव्हाना सूर्यास्ताची वेळ होत चालली होती. जवळ येऊन निंगानं सांगितलं, 'बाळ उठलंय. सारखं रडायला लागलंय. ऐकत नाहीये!...'

'तुम्ही उचलून जरा रमवायचं त्याला!..'

'आम्हाला जवळही यायला देत नाही. उचलायला गेलं तर किंचाळतंय!'

हे बोलणं काळिंगानं बायकोला इंग्लिशमध्ये सांगितलं. दोघंही फार्मच्या दिशेनं धावू लागले. नवऱ्याच्या पुढं धावणाऱ्या बायकोकडे घरापुढे उभी असलेली गडी-माणसं कुतूहलानं बघत राहिली.

तिनं बाळाला उचलून बाहेर आणून ट्रॅक्टरवर बसवल्यावर तो शांत झाला. नंतर हिल्डा काळिंगाला म्हणाली, 'त्याला हा वेगळा आकार, वेगळी माणसं दिसली ना! जॅकला हे विचित्र वाटलं असेल! म्हणून तो ते उचलायला गेल्यावर रडायला लागला! होय की नाही?'

'होय!' म्हणत काळिंगानं त्याला उचलून घेतलं.

अजूनही गडी तिथंच उभे होते. त्यांच्या जवळ जाऊन काळिंगा म्हणाला, 'काय करताय एवढा वेळ? दिवस मावळला! चार वाजल्यापासून नुसता अंगचोरपणा करताय! अरे निंगा! दूध आलंय की नाही?'

सगळे गडी तिथून निघून गेले. फक्त जमाल तेवढा तिथं राहिला.

'जमाल, रस्त्याच्या बाजूला पाणी नीट पोहोचलेलं नाही. उद्या फक्त तिकडंच दे.'

होकारार्थी मान हलवत जमालनं विचारलं, 'साब, तुम्ही मला नोकरीवरून काढणार काय?'

'कुणी सांगितलं?'

'मॅडमसाब ट्रॅक्टर चालवतात, आता तुझं काय काम, आता तू घरी जायचं...असं निंगा म्हणाला. मेमसाब येईपर्यंतच तुझी नोकरी, असं तुम्ही सांगितलं होतं काय?'

'त्या निंगाचं काय ऐकतोस? त्याला काय कळतंय? मॅडमसाबना केवळ ट्रॅक्टरच चालवायचंच काय, तो बिघडला तर दुरुस्तही करता येतो! पण म्हणून त्या काही रोज चालवणार नाहीत! सगळी मॅनेजमेण्ट त्यांची असणार आहे. आणि, या नंतर मी रोज गावात जेवणार नाही! मॅडमसाबना स्वयंपाकही करायचाय! त्यांना त्यासाठी लागणारं सामान तू त्यांना आणून द्यायला पाहिजे!'

'काय आणायचं? मोटारीनं बाजारात जाऊन आणतो.'

'तुझ्या लक्षात आलं नाही काय? मॅडमना दररोज 'लाल तरकारी' लागते!'

आत्ता कुठं जमालच्या लक्षात आलं. त्याचा चेहरा तरारला! चेहऱ्यावरची चिंता नष्ट होऊन चेहऱ्यावर मंद हसू उमटलं. तो म्हणाला, 'होबळीत करीम नावाचा एक

जण आहे. त्याच्याकडे मिळतंय. पण रोज जाऊन आणता येणार नाही. दोन-दोन दिवसांनी आणत जाईन. ते काही खराब होत नाही.'

'हे बघ, घराच्या तिकडच्या बाजूला काही कोंबड्या पाळायला पाहिजेत! उत्तम देशी कोंबड्यांसाठी ऑर्डर देऊन येतो. आम्हाला दररोज अंडी पाहिजेच!'

'चालेल. तिकडं मी बघेन, साब!' जमालनं आनंदानं ती जबाबदारी अंगावर घेतली.

तेवढ्यात हिल्डा तिथं आली आणि तिनं विचारलं, 'रात्रीच्या जेवणाची काय व्यवस्था?'

'आज तू विश्रांती घे. जमाल करेल काहीतरी!' काळिंगानं सांगितलं.

३

दुसऱ्या दिवशी दिवस हातभर वर चढायच्या सुमारास देवळाच्या मोठ्या घंटेचा आवाज आला. उठून दात घासत असलेल्या हिल्डानं विचारलं, ' हा तर चर्चच्या घंटेसारखा आवाज आहे!'

'देवळातली घंटा आहे ती. देवस्थानाचा पुजारी आलेला दिसतोय. आता पूजा चालेल. येणार काय? जाऊन येऊ या!'

घाईनं कॉफी पिऊन बाळाला घेऊन दोघंही पुष्करणीकडून चढून देवळापाशी पोहोचले तेव्हा अजूनही पूजा चालली होती. हिल्डानं त्या देवाची मूर्ती पाहिली. एक चार हातांची मूर्ती होती. तिच्या एका हातात यंत्राच्या चक्रासारखी आकृती, दुसऱ्या हातात शंख, खालच्या हातात कुस्तीची गदा होती आणि चौथ्या हातात कमळ. दुसऱ्या मूर्तीला दाढी होती, तर तिसरी मूर्ती तर विचित्रच होती! त्या अर्धनग्न पुरुष-वेषातल्या मूर्तीच्या अंगावर जेमतेम लज्जारक्षणासाठी कपडे होते! त्याच्या हातात एखाद्या अरण्यवासी अनार्य शिकाऱ्याप्रमाणे कसलंसं आयुध होतं. या तिघांच्या पुढ्यातली एक गाय अतिशय लहान आकाराची होती. त्या गाईचं शरीर इंडियातल्या गाईसारखं होतं. तिच्या पुढ्यात एक वाघ मरून पडला होता.

हिल्डाला पुजाऱ्याचा अवतारही काहीसा विचित्रच वाटला. त्यानं समोरचे केस काढले होते. तो डोक्याचा भाग तुळतुळीत होता. मागच्या बाजूचे केस मात्र दीड हात लांब वाढवले होते. त्या केसांच्या केवळ टोकाला गाठ घालून बाकीचे केस तसेच मोकळे सोडले होते. कपाळावर तीन पांढरे पट्टे लावले होते. दंड, हात आणि केसांनी भरलेल्या छातीवरही तसेच आडवे पट्टे होते. आडवं नेसलेलं रुंद पांढरं कापड मात्र आकर्षक होतं.

बाहेर कुणीतरी आल्याची चाहूल लागली तरी तिकडं लक्ष न देता वेंकटरमणा

आपल्यापुरता पूजा करत होता. गंध-पुष्प-धूप-दीप-नैवेद्य झाल्यावर तो बाहेर आला. नंदीलाही विभूती लावून त्याची पूजा करून तो पुन्हा आत गेला. पुन्हा ताम्हणात तुपाचा दिवा लावून डाव्या हातात घंटा वाजवत तो मंगळारती करू लागला. तेव्हा काळिंगानं बाहेरची मोठी घंटा वाजवायला सुरुवात केली. हिल्डालाही ते पाहून उत्साह वाटला आणि ती चर्चची घंटा वाजवावी तशी हळू हळू वाजवू लागली.

मंगळारती संपल्यावर वेंकटरमणानं ताम्हण त्या दोघांच्या समोर धरलं. काळिंगानं ज्योतीवरून दोन्ही हात फिरवले आणि हात जोडले. बायकोलाही त्यानं तसंच करायला सांगितलं तेव्हा तिनं विचारलं, 'पण याचा अर्थ काय?'

काळिंगालाही अर्थ ठाऊक नव्हता. त्यानं सांगितलं, 'ठाऊक नाही. पण तसं कर!'

'इंटरेस्टिंग!...' म्हणत तिनं तसं केलं.

नंतर वेंकटरमणानं तीर्थ आणलं. काळिंगानं ते हातावर घेऊन प्राशन केल्यावर तो तिच्यापुढे उभा राहिला. तिनं विचारलं, 'वॉट इज धिस?'

वेंकटरमणानं इंग्लिशमध्ये सांगितलं, 'देवाचं पवित्र पाणी!'

पाठोपाठ काळिंगानं खुलासा केला, 'या मूर्ती पूजेच्या आधी धुतल्या ना, त्याचं पाणी!..'

पुढं केलेला हात मागं घेत हिल्डा म्हणाली, 'सॉरी! इतका अस्वच्छ पदार्थ मी पिऊ शकत नाही!.....'

वेंकटरमणा काहीही न बोलता आत निघून गेला. नेहमीप्रमाणे काळिंगा दोन पळसाची पानं प्रसादासाठी घेऊन आला, तेव्हा वेंकटरमणा घरी जायच्या तयारीत होता. पण हे लक्षात न येऊन काळिंगानं विचारलं, 'आज काय प्रसाद आहे?'

उत्तर मिळालं, 'तुप्पाळे हण्णु!'

'म्हणजे केळी, गूळ आणि खोबरं एकत्र केलेला पदार्थ. सुगंधासाठी त्यात वेलदोड्याची पूडही घालतात. खायला एकदम टेस्टी असतं!..' काळिंगानं बायकोला खुलासा करून सांगितलं. तसंच त्यानं एक पान तिच्या हातात देऊन तो वाट पाहू लागला.

पण बाहेर आलेल्या वेंकटरमणानं केवळ काळिंगाच्या पानावर प्रसाद घातला आणि आत निघाला.

हिल्डाचा चेहरा पडला. काळिंगा अस्वस्थ झाला.

त्यानं कन्नडमध्ये म्हटलं, 'वेंकटरमणा, हिला प्रसाद देणार नाहीस?'

वेंकटरमणा थबकला. मागं वळला. त्याच्या चेहऱ्यावरचं असमाधान लपत नव्हतं. तो लगेच इंग्लिशमध्ये म्हणाला, 'ज्यांना तीर्थ नको आहे, त्यांना प्रसादही नाही! जे आमचे देव, आमच्या पूजेवर श्रद्धा ठेवत नाहीत, त्यांना आमच्या देवाचा

प्रसाद खायचाही अधिकार नाही! मी हिला प्रसाद देणार नाही!'

एवढं सांगून तो गर्भगृहात निघून गेला. प्रसादाचं भांडं लहान पंचात बांधून घेऊन, दुसरा पंचा खांद्यावर टाकून तो बाहेर आला. तेव्हा त्याला दिसलं, काळिंगाची बायको पायातल्या रबरी चपला बाहेर न ठेवता आत आली होती.

तो तीव्र स्वरात म्हणाला, 'वाट सोडा! मला निघायचंय!'

काळिंग अजूनही प्रसादाचं पान हातात घेऊन स्तब्ध उभा होता. वेंकटरमणाच्या हालचाली पाहणाऱ्या हिल्डाच्या चेहऱ्यावर तिरस्कार होता.

ते दोघं बाहेर आल्यावर वेंकटरमणानं धाडकन दरवाजा लावला आणि मोठाल्या कुलपाला चावी लावून ती चावी आपल्या कमरेच्या करदोट्याच्या टोकाला बांधून तो निघून गेला.

काही क्षण तसाच उभा असलेला काळिंगा भानावर येऊन बायकोला म्हणाला, 'डार्लिंग! तू बाळाबरोबर घराकडे जा. मी त्याच्याशी बोलून येतो!'

हिल्डा तिरस्कारानं म्हणाली, 'त्या पुजाऱ्याशी काय बोलायचं?'

'तुला ठाऊक नाही! त्याचा काहीतरी गैरसमज झाला आहे. नंतर तुझ्याशी बोलतो..' म्हणत तिला पुढं काही बोलायला न देता पायात रबरी सपाता चढवून तो घाईनं वेंकटरमणाच्या मागोमाग निघाला.

डाव्या हातातला प्रसाद तसाच होता.

अमेरिकेतून आल्यानंतर काळिंगा आपल्या योजनांविषयी कुणाशीही न बोलता एकदम कार्यवाहीतच आणत होता. त्यानं सांगितलं तरी समजावून घेणारं त्या गावात कुणीही नव्हतं. समजून-उमजून त्याला विरोध करणारंही तिथं कुणी नव्हतं. शिवाय आपण अमेरिकेत एवढं शिकून आलोय, या गावातल्या गावंढळांना काय सांगायचं, अशी त्याची भावना होती. पंचावन्न भाकड गुरांना खाटकाला विकल्याबद्दल त्याच्याशी वाद घालायला आलेल्या यंग्टेगौडाचंही त्याच्यासमोर काही चाललं नव्हतं!

पण गेल्या सात-आठ दिवसांपूर्वी एकदा वेंकटरमणानं त्याच्या गड्याच्या समोर 'आमच्या देवावर श्रद्धा नसलेल्यांना मी प्रसाद देणार नाही!..' असं ठणकावून सांगितलं होतं! त्या दिवसापासून स्वतःच्या नकळत काळिंगा वेंकटरमणाकडे आकर्षित झाला होता. त्यालाही न कळणाऱ्या एका अगम्य भावनेनं त्याचं मन व्यापून टाकलं होतं. त्याची बायको इथं येण्याआधी 'आपण कुणालाही घाबरायची गरज नाही आणि आपण कुणाच्याही मदतीशिवाय इथं राहू शकतो,' अशी भावना त्याच्या मनात होती.

पण मुंबईला जाऊन तिला घेऊन आल्यानंतर, तिनं या प्रदेशात पाऊल टाकल्यापासून मात्र त्याच्या मनात आपण एकटे असल्याची भावना भरून राहिली होती. रात्री बायकोच्या सहवासात तो इकडच्या-तिकडच्या गप्पा मारत असला तरी, मनातली ही भावना मात्र गेली नव्हती. उलट ती अधिकच दृढ होत चालली होती. या फार्महाऊसमध्ये झोपायची त्याची काही पहिली खेप नसली, तरी या आधी कधीही न जाणवलेली ही भावना रात्रभर त्याला छळत होती.

त्या मध्यरात्री त्याला वेंकटरमणाची आठवण झाली. त्याचे आचार-विचार, त्याचं सोवळं-ओवळं काळिंगच्या दृष्टीनं काही अपरिचित नव्हतं, तरीही त्याच्या अंतर्मनात वाटत होतं, केवळ हा एकटाच आपला आणि हिल्डाचा सखा-सांगाती होऊ शकेल! कितीतरी बाबतीत सरळ-सरळ मतभेद असले तरी ज्याच्याशी संवाद होऊ शकेल असं तिथं आणखी कुणीही नव्हतं.

काहीतरी करून हिल्डाचा वेंकटरमणाशी व्यवस्थित परिचय करून द्यायला पाहिजे! काहीतरी करून तो फार्महाऊसवर वरचेवर येईल असं केलं पाहिजे!...

पण आज सकाळी घडलेल्या प्रसंगामुळे त्याला सुरुवातीलाच नाट लागला होता!....

पुष्करणी ओलांडून तो पुढं जायच्या आधीच वेंकटरमणा तिथून पुढं जाऊन दिसेनासा झाला होता. थोडं पुढं गेल्यावर तो खालच्या बाजूच्या वडाच्या झाडांजवळ पोहोचल्याचं दिसलं. काळिंगानं हाका मारल्या तरी त्या त्याला ऐकू आल्या नाहीत. काळिंगा धावत सुटला आणि त्यानं दोघांमधलं अंतर आणखी कमी करायचा प्रयत्न केला. वेंकटरमणा ओढा ओलांडताना मात्र त्याला काळिंगाची हाक ऐकू आली. तो थांबला. जवळ येऊन काळिंगानं धापा टाकत विचारलं, 'वेंकटरमणा, तसं का केलंस तू?'

'काय केलं?'

'हिल्डाला एवढ्या रागात बोललास आणि माझ्याशीही न बोलता निघून आलास!'

'त्यात कसला राग? जे खरं होतं तेच बोललो ना!'

'अरे ती परदेशी आहे! तिला इथले आचार-विचार ठाऊक नाहीत! तू थोडा शांतपणानं वागला असतास तर तुझं काय गेलं असतं?'

क्षणभर थांबून वेंकटरमणा म्हणाला, 'ती परदेशी आहे ना? मग तिचं या देशात काय काम? इथं आलीय ना? मग इथल्या आचार-विचारांविषयी आदर बाळगायला पाहिजे! तीर्थ म्हणजे देवाचं पवित्र पाणी म्हणून मी सांगत होतो! मध्ये

चोंबडेपणा करून शहाणपणा करत, मध्ये बोलायला तुला कुणी सांगितलं होतं? हे मूर्ती धुतल्याचं पाणी म्हणून का सांगायला गेलास तू? दगड धुतल्याचं पाणी प्रकृतीसाठी चांगलं नाही, म्हणून ती वागली असेल तशी! चूक तिची नाही; तुझी आहे!'

आता काळिंगाचं मन थोडं हलकं झालं.

'बरं, माझीच चूक! मान्य! तिला इकडचं काहीही ठाऊक नाही. मग हे तिला तूच समजावून सांगायला नको काय?'

'मी कशाला सांगू? तुझी बायको आहे! तूच सांग!'

या सगळ्या गंभीर बोलण्यात आता अचानक काळिंगाला जोरात हसू आलं. तरीही ते आवरून तो म्हणाला, 'तूच सांगायला पाहिजे! तुम्ही आमच्या घराण्याचे आधीपासूनचे पुरोहित ना! धर्म-शास्त्राच्या संदर्भात काही समजावून सांगायचं असेल तर तो अधिकार तुमचाच!'

काळिंगाच्या या बोलण्यामुळे वेंकटरमणाला थोडा अभिमान वाटला. या बाबतीत का होईना, काळिंगा आपल्याला मानतो असं वाटून त्याचा अहंभाव सुखावला. 'थोडं थांब! सांगतो!..' म्हणताच दोघंही एका झाडाखाली बसले. काळिंगानं हातातला प्रसाद गवतावर ठेवला. त्याच्यासमोर तो मांडी घालून बसला. त्याच्या पुढ्यात तीन हात अंतरावर बसलेला वेंकटरमणा म्हणाला, 'हे बघ, मी एक मोठी चूक केली! आज तुला प्रसाद दिला... त्या दिवशीही दिला. त्या वेळी मला हे सुचलं नाही. तू देवाचा प्रसाद खायला लायक नाहीस!'

वातावरण पुन्हा गंभीर झालं. काळिंगानं विचारलं, 'का? असं का म्हणतोस?'

'त्या संदर्भात तुझ्याशी बोलायला म्हणून मी दोनदा गावी येऊन गेलो. पण तू नव्हतास. त्यानंतर तर तू दिसेनासाच झालास! गोठ्यातली भाकड जनावरं तू खाटकाला विकलीस म्हणे!'

'हे बघ! तू काय वाद घालणार आहेस हे मला ठाऊक आहे! घरात असलेली सगळी वैरण म्हातारी गुरंच खायला लागली, तर इतर जनावरं कशी राखायची, यातली अडचण तुला समजणार नाही!'

'म्हणजे याविषयी काहीही बोलायचं नाही, असंच ना? ठीकाय! नाही बोलणार! पण एक लक्षात ठेव, यामुळे तुझं भलं होणार नाही! तुझ्या वंशाचंही बरं होणार नाही. आतापर्यंत गौडज्ज्याचा वंश अखंड राहू दे म्हणून मी दररोज देवळातल्या पूजेच्या वेळी प्रार्थना करायचो. पण तुझा मनोभाव असाच राहणार असेल तर..गौडज्जा नरकात गेला तरी हरकत नाही..यानंतर हा वंश वाढायला नको!'

हे एकून काळिंगाच्या मनात हसू, संताप, त्रागा, खेद अशा संमिश्र भावना निर्माण झाल्या.

वेंकटरमणा म्हणाला, 'या पळसाच्या पानांवर आहे ना तो प्रसाद तू खाऊ नकोस! त्याला पाण्याचा स्पर्श नाही. त्यामुळे मी घेऊन जाईन. त्याला हात लावायचाही तुला अधिकार नाही!' आणि एका हातात ते पान आणि दुसऱ्या हातात हातपंचात बांधलेलं प्रसादाचं भांडं घेऊन तो उठून उभा राहिला.

त्याला थांबवायचा विचार काळिंगाच्या मनात आला, तरी त्याच्या तोंडून शब्द फुटला नाही. एवढा अपमान आणि हार त्यानं आयुष्यात कधीच अनुभवली नव्हती.

४

आठ महिन्यांच्या मुलाबरोबर त्याची बायको गावात येऊन दाखल होईपर्यंत काळिंगानं गोऱ्या देशातल्या मुलीशी लग्न केल्याची बातमी कुणालाही समजली नव्हती. पण ती येऊन पोहोचल्याच्या दिवशीच ही बातमी गड्यांनी सगळ्या गावाला सांगितली.

'..गोरी म्हन्जी कुंकू आस्तं की नाय, तशी हाय!...'

'जत्रेत कापराच्या भावल्या असत्यात नव्हं का, तसा रंग हाय!...'

'तसलेच केस हायेत आन कापडं बी तसलीच घालतेय!..'

'..आन ट्रॅक्टरवर टाणकन उडी मारून बसती, चालवती, आन पुन्ना उडी मारून खाली उतरती!...'

'नवऱ्यासंगं येताना दिसली तर केवढी दिसली? नवऱ्याच्या बरोबरीनंच हाय उंचीला!...जगात तिला येत नाय असं काय बी नसंल!...'

मुळातच त्या गावात गोऱ्या माणसांना बघितलेलं कुणी फारसं नव्हतं. यंग्टेगौडा एकदा जिल्ह्याला गेला होता, तेव्हा त्यानं एक गोरा साहेब बघितला होता; पण त्याच्या बायकोला बघितलं नव्हतं. शिंग्रेगौडाच्या मुलानं- तम्मय्यानं एकदा मैसूरच्या दसऱ्याच्या जंबू-सवारीच्या वेळी इंग्लिश मडमा पाहिल्या होत्या. त्या आठवणींच्या जोरावर त्यानंही काळिंगच्या बायकोचं आणखी तिखट-मीठ लावून वर्णन केलं.

निंगानं सांगितलं, 'हातात बंदूक घेऊन ती आकाशातली पाखरं बी टिपते म्हनं! ठाऊकाय?'

एकदंरीत काळिंगच्या बायकोचं सगळं वर्णन ऐकून गावात तिच्याविषयी कुतूहलाबरोबरच भय निर्माण झालं.

एकदा यंग्टेगौडानं घरी येऊन तायव्वाला विचारलं, 'गोरी सून आलीय म्हणं! बघायला गेली होतीस की नाही?'

तायव्वानं नकारार्थी मान हलवली.

काळिंगाच्या बायकोला येऊन सहा दिवस झाले होते. तिचं येणं दूरच राहिलं, पण ती आल्यापासून तोही घराकडं फिरकला नव्हता. गडी मात्र भरपूर दूध घेऊन जात होते. मशिनवर काम करणारे काही गडी रोजंदारावर काम करत होते. आणखी दोघं-तिघं घरचे गडी होते. ते मात्र जेवायला घरी येत होते. काळिंगाची बायको आल्यापासून त्याच्याबरोबर जमालचं जेवण पाठवायचं काम मात्र वाचलं होतं.

यंग्टेगौडानं विचारलं, 'नातू बी आलाय म्हणं?'

तायव्वानं होकारार्थी मान हलवली.

गौडाच पुढं म्हणाला, 'तितल्या तितं लगीन केलं होतं. लेकरू बी झालं होतं! मग कशापायी तो गावाकडं फिरकंल? म्हणून इतके दिवस इकडं आला नाही. गावाकडं येऊन सात-आठ महिनं झालंय! पन लगीन झाल्याचं बोलला काय हा म्हसोबा?'

तायव्वानं मान हलवली.

'आपल्या जातीत देखण्या मुली भेटल्या नसत्या काय? ही गोरी मानसं गुरांचं मांस खात्यात म्हणं! आता गोठ्यातली सगळी जनावरं तुझ्या मुलाच्या आन सुनेच्या पोटात जातील बघ!..'

गौडाचं हे बोलणं ऐकताच तायव्वानं दोन्ही हात कानांवर ठेवले. तिच्या दृष्टीनं हे ऐकणंही 'पाप' होतं. पण तिचा नाइलाज होता. तिच्या मुलानं म्हातारी गुरं खाटकाला विकली होती! असल्या मुलाला आपली जनावरं कापून खाण्यात काय गैर वाटणार? तेही अशक्य नाही! हा गोऱ्या माणसांच्या देशात राहत असताना इतके दिवस ते खाल्ल्याशिवाय नक्की राहिला नसणार, असंही यंग्टेगौडानं सांगितलं.

त्या रात्री तायव्वाला अजिबात झोप लागली नाही. ती मध्यरात्री उठली आणि चिमणी लावून गोठ्यात गेली. तिनं एकवार सगळी जनावरं मोजून पाहिली. एकूण चौसष्ट जनावरं होती. त्यात बावीस गाई होत्या. पुन्हा विसरू नये म्हणून तिनं घरात येताच बावीस पावटे आणि सोळा चवळी म्हणजे बैल, तेरा खडे म्हणजे वयात येणारे गोऱ्हे, आणि बावीस तुरी म्हणजे वासरं असा हिशेब करून एका गडूत घालून झाकून ठेवलं.

त्या दिवसापासून दररोज संध्याकाळी गुरं गोठ्यात आली की गडूतले दाणे मोजून ती गुरांचा हिशेब तपासून पाहत होती. सात-आठ दिवस त्यात काहीही फरक दिसला नाही, तेव्हा तिचा जीव थोडा भांड्यात पडला.

काळिंगाची गोरी बायको येऊन पंधरा दिवस झाले तरी ती किंवा काळिंगा गावाकडे फिरकलेच नाहीत. गडी येत आणि हवं ते सामान उचलून घेऊन जात. तायव्वाच्या मनात एकदा तरी आपल्या सुनेला आणि नातवाला बघून यायची इच्छा

छळत होती. सगळे गडी गोऱ्यागोमट्या नातवाचं बरंच कौतुक करत होते. निदान त्याला तरी बघून यायची इच्छा तिच्या मनात प्रबळ होत होती. पण तिला कुणीच बोलावलं नव्हतं! मुलानंही बायको-मुलाला आपल्या आईला दाखवायला नको काय? जर मुलालाच मी नको असेल तर मी का आपण होऊन जाऊ?

आपल्या परिस्थितीचा विचार करत बसली की कधी कधी तिला भरपूर रडू येई. मग घटकाभर रडून, नंतर पदरानं डोळे पुसले की तिचं मन थोडं हलकं होई. कधी वाटे, त्याचे आजोबा-आजी जिवंत असते, तर हा कदाचित असा वागला नसता. पण, हेही काही खरं नाही. ते मरायच्या आधीच त्यानं तिकडं लग्न केलं होतं! आणि ही बातमी त्यानं गावाकडं कळवलीही नव्हती! त्याचं जाऊ दे; पण ती सून म्हणवणारी तरी एकदा इथं येऊन आपल्याला का भेटून जाऊ नये? मी काय तिला इथं राहायला नको म्हणणार होते?....

५

पण एका दुपारी दोन वाजता काळिंगा घरी आला. तायव्वा त्याच्याशी काहीच बोलली नाही. घरात आल्या आल्या तो गोठ्यात जाऊन आला. धान्याची कोठारं बघून आला. नंतर तायव्वाकडे न बघता भिंतीशी बोलावं तसं म्हणाला, 'तुला तिकडं येऊन सून आणि नातवाला बघून यावंसं वाटलं नाही काय?'

तायव्वानं खुणेनं त्याला प्रतिउत्तर दिलं. पण त्यानं तिच्याकडे पाहिलं नाही. नंतर म्हणाला, 'चल, आत्ता येऊन जा!...'

तायव्वा उभ्या-उभ्या जायला निघाली.

त्यानं तिच्याकडे मान वर करून पाहिलं. कितीतरी दिवसांत तिच्या डोक्याला तेल लागलं नव्हतं. अंगावरचं लुगडं मळलं होतं. ती नुकतीच चुलीसमोरून उठल्यामुळे अंगाला राख लागली होती. सकाळपासून घामानं माखलेला चेहरा सुकून घामट दिसत होता.

त्यानं सांगितलं, 'तू असं कर..आंघोळ करून दुसरं लुगडं नेसून ये!' तायव्वा न्हाणीघरात गेली. शिकेकाईनं अंग आणि डोकं धुवून तिनं वेगळं लुगडं नेसलं. ओलेच केस कसेबसे गुंडाळून ती जायला निघाली. तिला कपड्या-दिसण्यावरून आणखी सांगावंसं वाटलं तरी काळिंगाला तिचं याहून वेगळं रूप डोळ्यांसमोर येईना. घराला कुलूप लावून तायव्वा लेकाच्या मागोमाग निघाली.

गावात आणखी कुणीही माणसं नव्हती. सगळे बायका-पुरुष शेतात कामासाठी गेले होते. डोक्यावर कडाक्याचं ऊन्ह तळपत होतं. काळिंगाच्या पायात रबरी बूट आणि डोक्यावर खाकी हॅट होती. तायव्वाच्या दृष्टीनं हे काही फारसं ऊन्ह नव्हतंच.

ओले केस सुकण्यासाठी मोकळे सोडून ती अनवाणीच चालू लागली.

तिनं मुलाचं नवं शेत आणि घर याआधी पाहिलं नव्हतं. ते मोठालं मशिन मात्र एकदा गावात आलं असता तिनं पाहिलं होतं. त्याचे मोठाले दात पाहून ती तेव्हा चकित झाली होती.

रस्त्यालगतचं गेट ओलांडून दोघं आत गेले. तेव्हा ते मोठालं मशिन मोठा आवाज करत चालत होतं. जवळ गेल्यावर ती गोरी बाईच ते मशिन चालवत असल्याचं तायव्वाला दिसलं. हीच आपली सून? तिच्या छातीत धडधडू लागलं. तिच्या हाता-पायांना सूक्ष्म कंप सुटला. तरीही ती मुलाच्या मागोमाग चालत राहिली.

काळिंगानं त्याच्या बायकोला काहीतरी सांगितलं. मशिन थांबलं. त्याची बायको त्यावरून उडी मारून उतरली. ती आकृती बाईची आहे की पुरुषाची आहे हे तायव्वाला समजलं नाही. शरीर बाईचं असलं तरी अंगावर शर्ट आणि गुडघ्यापर्यंत चड्डी घातली होती. केसाची वेणी नव्हती. उलट नाटकातल्या माणसांप्रमाणे ते कापले होते.

काळिंगानं तिला काहीतरी इंग्लिशमध्ये सांगितलं. ती तायव्वापाशी आली. तायव्वाचा हात हातात घेऊन तिच्या तळव्याचं तिनं चुंबन घेतलं. तायव्वाला हे विचित्र वाटलं. तिच्या अंगावर शहारे आले. तिनं चटकन हात मागं घेतला. तिकडं लक्ष न देता सुनेनं सासूला मिठी मारली. सासू संकोचानं चूर-चूर झाली.

तिघंही पत्र्याच्या घरापाशी आले. तिथं जमाल बाळाला खेळवत होता. बाळही त्याच्या आईसारखंच होतं. डोळे निळ्या काचेसारखे चमकत होते. केसांच्या बटा कुरळ्या-कुरळ्या होत्या. तायव्वाला जाणवलं, काळिंगा लहान असताना नाकी-डोळी असाच होता. पण रंग इतका गोरा नव्हता.

काळिंगानं बाळाला तायव्वाच्या हातात दिलं. तायव्वानं मायेनं नातवाला कुशीत घेतलं. पण बाळ अपरिचित माणूस बघून किंचाळून रडू लागलं. इतकं, की त्याचा श्वास कोंडल्यागत झाला. काळिंगानं त्याला घेतलं तरी त्याचं रडं थांबेना. लगेच हिल्डानं त्याला जवळ घेतलं आणि आपल्या भाषेत समजावलं. बाळानं रडं आवरतं घेतलं. जमाल म्हणाला, 'अनोळखी माणूस बघून घाबरला तो!'

बाळाचं रडू लवकरच थांबलं. पण तायव्वानं पुन्हा घ्यायला हात पुढं करताच ते पुन्हा चढ्या आवाजात रडू लागलं. आता मात्र जमाल त्याला घेऊन बाहेर गेला.

सून स्वयंपाकघरात गेली. काळिंगानं तायव्वाला सोफ्यावर बसायला सांगितलं. पण ती खाली जमिनीवरच बसली. त्यानं पुन्हा तेच सांगितलं तरी तिनं ते ऐकलं नाही.

थोड्या वेळानं सून एका काचेच्या ताटलीत जाम लावलेला ब्रेड-बिस्किटं आणि केळी-चिक्कू घेऊन आली. आधी तायव्वानं खुणेनंच नको म्हटलं. मुलानं

फारच आग्रह केल्यावर तिनं उगाच एक ब्रेडचा तुकडा आणि केळं खाल्लं. काळिंगा आणि त्याची बायको सोफ्यावर बसले. दुसऱ्या प्लेटमधला ब्रेड आणि केळी त्यांनी खाल्ली.

सासू मुकी. सुनेला भाषा समजायचा प्रश्नच नाही. काळिंगाला काय बोलावं ते समजेना. मुक्यानंच खाणं संपलं. नंतर सुनेनं कॉफी आणली; पण सासूनं नको म्हटलं.

घटकाभर बसल्यावर तायव्वा उठली आणि देवस्थानाकडे जायला निघाली. पुष्करणीचा पंप ती प्रथमच पाहत होती. नंतर देवळाकडे जाऊन तिनं देवळाची मोठी घंटा चार-पाच वेळा वाजवली. गर्भगृहाला प्रदक्षिणा घालून तिनं उंबरठ्यावर डोकं टेकून नमस्कार केला. समोरच्या नंदीलाही मनापासून नमस्कार केला. त्याच्या चेहऱ्यावरून मायेनं हात फिरवत राहिली. नंतर तिथल्या कट्ट्यावर तासभर बसून राहिली.

हे देऊळ बांधून होईपर्यंत तिचे सासरे सतत इथंच असायचे. सासूबाई घरात असल्या तरी निम्मं लक्ष इकडंच असायचं. ती स्वतः इथं काम करणाऱ्या वडारांचं जेवण घेऊन यायची. देवाची प्रतिष्ठापना..आता काळिंगानं लागवडीखाली आणलेल्या जमिनीवर तेव्हा भरणारी गुरांची जत्रा...हे सगळं आठवताना तिला आता घडलेल्या सगळ्या घटनांचा काही क्षण विसर पडला.

एकाच वर्षात सासू-सासरे मरण पावले. त्याच जागी आता मुलानं कुंपण घालून शेती करायला सुरुवात केली.

यानंतर दर संक्रांतीला इथं जत्रा भरणार नाही!...गेल्या संक्रांतीला वेंकटरमणानं देवाला अभिषेक केला होता. दिवसभर उपवास करून संध्याकाळी तायव्वा इथं तीर्थ-प्रसाद घ्यायला आली होती. घरातल्या गोठ्यातल्या सगळ्या गाईंना हळद-कुंकू लावून दुधातली खिचडी खाऊ घातली होती.

या नंतर केव्हा पुन्हा इथं जत्रा भरणार?...

ती याच विचारात असताना खालच्या बाजूला पुन्हा मशिन सुरू झाल्याचा आवाज ऐकू येऊ लागला. तायव्वानं त्या दिशेला पाहिलं. तिची सून पुन्हा त्यावर बसून मशिन चालवत होती. तायव्वानं पुन्हा एकदा देवाला नमस्कार केला, नंदीच्या चेहऱ्यावरून हात फिरवला आणि खाली उतरू लागली. पुन्हा मुलाच्या शेताकडे न जाता थोड्या लांबच्या रस्त्यानं, अग्रहाराच्या वाटेनं गावाकडे चालू लागली.

६

त्यानंतर तायव्वानं मुलाच्या फार्महाऊसवर पाय टाकला नाही. ती घरातच

आपापली कामं करत राहत होती. घरातून रोज तिथं दूध पाठवलं जात होत; पण त्यांनी एकही जनावर तिथं नेलं नव्हतं. त्यातल्या त्यात याचंच म्हातारीला समाधान होतं.

एका शुक्रवारच्या दुपारची गोष्ट. दुपारचे तीन वाजले होते. तिनं सगळं घर शेणानं सारवलं होतं. त्यावर ती रांगोळी काढत बसली होती. दर शुक्रवारी सगळं घर सारवून गोठ्यातल्या जनावरांची संध्याकाळी पूजा करायची, त्या गावातल्या सगळ्या घरांमध्ये चालत आलेली पद्धत होती. तायव्वाही आतल्या अंगणात समोरच्या भिंतीसमोर गाईची रांगोळी काढत होती. त्या रांगोळीवर एका गाईला उभं करून तिन्हीसांजेला उदबत्ती ओवाळायची होती.

त्याच वेळी बाहेरून काळिंगा आणि त्याची बायको घरात आले.

त्यांचं येणं अनपेक्षित होतं. वाकून रांगोळी काढून अवघडलेली कंबर सरळ करत तायव्वा मुकाट्यानं उभी राहिली. तिला काय प्रतिक्रिया द्यावी, हे सुचेना. त्या दिवशी सुनेनं गुडघा दिसेल अशा प्रकारचा लेंगा घातला होता. अंगात पुरुषांसारखा अंगरखा घातला होता. डोक्यावर रुंद हॅट होती. नवऱ्याच्या सांगण्यावरून तिनं पादत्राणं दाराबाहेर काढून ठेवली होती. उंबरा ओलांडून तिनं घरात प्रवेश केला.

पण पुढच्याच क्षणी किळस आल्याप्रमाणे तिनं पाय मागं घेतला. उंबऱ्यावरच उभं राहून तिनं नवऱ्याला विचारलं, 'वॉट इज धिस डर्ट?'

'घर स्वच्छ केलंय!' त्यानं सांगितलं.

'म्हणजे काय? इथं तर शेणाचा वास येतोय!...जमिनीला शेण लावणं म्हणजे स्वच्छता करणं काय?'

'तुला मी याआधीच या देशातल्या पद्धतीविषयी सांगितलंय ना? गाईच्या शेणानं जमीन सारवली की जमीन शुद्ध होते. त्यामुळे धार्मिक शुद्धीही लाभते. तसं शास्त्रात सांगितलं आहे.'

'हे समजणं खरोखरच अशक्य आहे!'

'गाईच्या शेणात कृमीनाशक गुण आहेत. त्यामुळे असं केलं जातं.' काळिंगानं तिला पटेल असं सांगायचा प्रयत्न केला.

'पण त्यासाठी कृमीनाशक लोशन किंवा डेटॉल वापरा ना! त्यासाठी शेण कशाला वापरायचं? असली कसली धार्मिकता?'

एवढ्यात तायव्वानं तिला खुणेनं घरात यायला सांगितलं. चवड्यावर चालत ती घरात आली. तिनं नवऱ्याला विचारलं, ' जमिनीवर ही कसली डिझाईन्स?'

'आज शुक्रवार. दर शुक्रवारी संध्याकाळी या मधल्या डिझाईनवर गाईला उभी करून माझी आई तिची पूजा करते.'

'क्वाईट इंटरेस्टिंग!'

हिल्डानं गुरांचा गोठा पाहायची इच्छा व्यक्त केली. यानंतर शेतीबरोबर वैज्ञानिक पद्धतीनं पशुपालनाची त्यांची योजना होती. या देशात गुरांना पारंपरिक पद्धतीनं कसं बांधलं जातं, त्यांना कसं पाळलं जातं हे जाणून घेण्यात तिला अपरिमित रस होता. आपल्या घरातला पिढीजात गोठा दाखवायला काळिंगा तिला घेऊन आला होता.

तो तिला मागच्या दरवाज्यानं गोठ्यात घेऊन गेला. तिनं एकवार संपूर्ण गोठ्यावरून नजर टाकली. नंतर म्हणाली, 'भरपूर मोठा आहे! पण अगदी अनारोग्यपूर्ण आहे! घराच्याच एका भागात गुरांना बांधलंय इथं! आजार येणार नाहीत काय?'

'इथल्या लोकांना तसं वाटत नाही! गाईंचं शेण आणि मूत्र रोगहारक आहेत असा त्यांचा विश्वास आहे. शिवाय ते गाईंना देवासमान मानतात. ही मधली जागा पाहा. आमचे आजोबा रात्री इथंच झोपायचे.'

'बिचारे! म्हणूनच लवकर मरण पावलेले दिसतात!..'

'ते काही लवकर नाही वारले! चांगले पंचाहत्तरीचे होऊन गेले! कदाचित आणखी जगले असते!..पण...'

काळिंगा बोलायचा थांबला. आजोबांच्या मृत्यूची आठवण त्याला कासावीस करून गेली. हिल्डानंही तो विषय आणखी वाढवला नाही. तिचं लक्ष जनावरांची दावी आणि समोरच्या डोणींवर होतं. काही डोणींत तांदळाचं धूण घातलेलं दिसत होतं, काही डोणींत अन्न शिजवलेली भांडी धुतल्याचं पाणी घातलं होतं.

तो संमिश्र वास तिला असह्य झाला. ती गोठ्याच्या मागच्या दाराशी आली. त्याचंही निरीक्षण केल्यानंतर नवऱ्याचा हात धरून ती म्हणाली, 'चल जाऊ या!...'

ते दोघं माजघरात आले. तायव्वा स्वयंपाकघरात होती. तिला काळिंगानं सांगितलं, 'निघतो आम्ही!...'

बाहेर येऊन तायव्वानं त्यांना खुणेनंच बसायला सांगितलं. दोघंही तिथल्या पलंगावर काही क्षण टेकले. त्यांना काहीतरी खायला द्यावं असं तायव्वाला वाटलं. पण तसं घरात काहीही नव्हतं. सकाळचा स्वयंपाक होता. तिनं खुणेनंच 'जेवणार काय?' असं विचारलं. पण ते काळिंगाला नीट समजलं नाही. तो म्हणाला, 'असलं तर दे!..'

तायव्वानं आतून काशाच्या दोन खोलगट ताटल्या आणल्या. ती गंगाळं बघून काळिंग म्हणाला, 'जेवण नको!...'

तायव्वानं दोघांना दोन लोटे दूध दिलं. ते प्यायल्यावर दोघं जायला निघाले.

हिल्डाचे पाय शेणानं भरले होते. तिनं ते धुवायला पाणी मागितलं. काळिंगानं सांगताच तायव्वानं भरलेला तांब्या आणून देताच तो काळिंगानं तिच्या पायांवर ओतला. पाय धुवून झाल्यावर त्यानं खिशातून रुमालही काढून दिला. त्यानं पाय

पुसल्यावर तिनं आपले बूट चढवले आणि ती निघून गेली. नवरा बायकोच्या मागोमाग निघून गेला.

हे दृश्य पाहणाऱ्या तायव्वाला खरोखरीच संताप आला. बाहेरून घरात येताना पायांवर पाणी घालून घेऊन यायची पद्धत आहे. पण हिनं घरातून बाहेर जाताना पाय धुतले! सगळीकडे बायको नवऱ्याच्या पायांवर पाणी घालते; आणि इकडं यानंच तिच्या पायावर तांब्यानं पाणी घातलं! ही काय पद्धत झाली? तिच्या अंगाचा तिळपापड झाला. ही असली सून आली आपल्या नशिबाला!..

राग अनावर होऊन तिला रडू आलं.

।। अकरा ।।

१

या खेपेचा बटाटा उपटून स्वच्छ करून विकल्यावर बियाणापासून कामगाराच्या पगारापर्यंतचा सगळा खर्च वजा जाता साडेनऊ हजार रुपये शिल्लक राहिले. त्या जमिनीवरचं ते पहिलं पीक होतं. जमीन जितकी जास्त कसदार होईल, तितकं आणखी चांगलं पीक येईल, फायदाही जास्त होईल, याचा काळिंगा आणि हिल्डाला विश्वास वाटला. पीक जास्त असल्यामुळे मुंबईला माल रवाना करणाऱ्या सट्टा व्यापाऱ्यानं तेरा हजार रुपये एकरकमी भरले आणि बटाटा लॉरीत भरून तिथून रवाना केला.

आलेल्या दिवसाच्या दुसऱ्या दिवसापासूनच हिल्डानं फार्ममधल्या प्रत्येक भागाच्या जमिनीची तपशिलानं तपासणी करायला सुरुवात केली होती. आधी काळिंगानं केलेल्या काही निरीक्षणाशी तिचं एकमत झालं, तरी त्यातल्या तिनं काही चुकाही काढल्या. तिथली हवा कुठल्या महिन्यात कशी असते याचा तपशील जाणून घेऊन यंदा फार्मच्या निम्म्या भागात कापूस आणि निम्म्या भागात सिगारेटसाठी लागणाऱ्या व्हर्जिनिया तंबाखूची लागवड करायचा तिनं निर्णय घेतला. काळिंगानं जिल्ह्याच्या कृषी-सहकारी संस्थेत जाऊन त्यांच्या सल्ल्यानं आपल्याला हवं असलेलं बियाणं आणलं.

बटाट्याची लागवड केलेल्या दिवसापासून दररोज आठ तास याप्रमाणे ट्रॅक्टर चालवून जमाल जमिनीची निगा राखत होता. त्याची विश्रांतीची वेळ झाली की हिल्डा ट्रॅक्टर चालवायला घेत होती. त्यामुळे या खेपेला माती आणखी कसदार झाली.

कापूस-तंबाखूची पेरणी होऊन रोपं उगवल्यावर काळिंगा आणि हिल्डाला काही प्रमाणात सवड मिळू लागली. आता ते इतर गोष्टींचा विचार करू लागले. एक दिवस रस्त्याच्या पलीकडच्या गायरानावर फिरून आल्यावर हिल्डा म्हणाली, 'तिथं माजलेलं गवत सामान्य जातीचं आहे. व्यवस्थित खत घालून पाण्याची व्यवस्था केली, तर त्याच जागी उत्तम जातीचं गवत काढता येईल. एवढ्याच जमिनीवर सुमारे सत्तर-ऐंशी जनावरांना पोसता येईल!..'

'पण त्यासाठी आणखी भांडवल पाहिजे. या कापसाचा आणि तंबाखूचा पैसा आला की ते करता येईल. तिथंही आधी गायरानाला कंपाऊंड घालायला पाहिजे. नंतर ट्रॅक्टर चालवून जमीन नांगरून घ्यायला पाहिजे. त्याही आधी पाण्याची व्यवस्था करायला पाहिजे!...'

सगळा हिशेब करून हिल्डा म्हणाली, 'सरकारी कर्जाचा हप्ता भरलाय. शिवाय कापूस-तंबाखूचं उत्पन्न येईपर्यंतचा खर्च वजा जाता आपल्याकडे तीन हजार शिल्लक राहताहेत. गावातल्या घरात जे काही जास्तीचं धान्य शिल्लक असेल ते विकून टाक. तरीही पैसा कमी पडला तर घरात सोनं असेल ना? ते विकून टाक! कसलाही लाभ न मिळवून देणाऱ्या त्या सोन्याचा तरी काय उपयोग आहे?'

'जास्तीचं धान्य विकता येईल; पण सोन्याला हात लावला, तर माझी आई गप्प बसणार नाही! गावभर ती दंगा उठवेल!'

'डिअर! अशानं हा देश पुढं येणार नाही बघ!...' हिल्डानं मत व्यक्त केलं. या वर काळिंगानंही होकार भरला.

पुढच्या सुगीपर्यंत लागेल एवढं धान्य शिल्लक ठेवून बाकीचं विकल्यामुळे दोन हजार हातात आले. त्यात शिल्लक राहिलेले तीन हजार घालून काळिंगानं रस्त्यापलीकडच्या गायरानाच्या भोवताली तारांचं कुंपण घातलं. त्याच्या मध्यभागी त्यानं झिंकशीटचा एक मोठा गोठा बांधला आणि जवळच एक साधी विहीर खोदवली. लगोलग झरा लागला. घरामागच्या गवताच्या गंजीपैकी थोडं गवत त्यानं इथं आणून टाकलं. नंतर बैल आणि दूध न पिणारी गाईची मोठी वासरं त्यानं इकडं पाठवली.

२

बावीस गाई, त्यातल्या सोळा दुभत्या गाई आणि त्यांची सोळा वासरं अशी सगळी चरायला गेली होती. संध्याकाळी त्यातली अठ्ठावीस जनावरं कमी झालेली बघून तायव्वा काळजीत पडली. तिनं गड्याला त्याविषयी विचारलं. त्यांना गायरानावरच्या नव्या गोठ्यात बांधल्याचं त्यानं सांगितलं.

रात्रीची दिवेलागणीची वेळ झाली असली, तरी ती गड्याला सोबत घेऊन गायरानावरच्या नव्या गोठ्यात गेली. हे सगळंच तिला नवं होतं. गायरानावर काहीतरी बांधत असल्याचं गड्याकडून समजलं असलं तरी तीही राहायचीच इमारत असली पाहिजे, असा तिचा ग्रह झाला होता.

तिथं पाहिलं तर गाईंना वेगळं बांधलं होतं. गडी दूध काढत होते. पहिला दिवस असल्यामुळे काळिंगा त्यांच्यावर देखरेख करत होता.

तायव्वानं आल्या आल्या रागानं काळिंगाला जाब विचारला. एवढ्या अंधारात ती या वेळी इथं येईल याची काळिंगाला अपेक्षाच नव्हती. त्यानं सांगितलं, 'तिथं तुला एकटीला यांची निगा राखता येणार नाही, म्हणून इथं बांधलंय. घराला लागणारं दूध तुला हे रोज आणून देतील.'

तायव्वानं खुणेनंच, 'तुम्ही या गाई मारून खाल,' अशी भीती व्यक्त केली.

'तुला कुणा भडव्यानं सांगितलं हे? खोटं आहे ते! तुझं डोकं फिरलंय की काय?'

ती पुढं होऊन गाईंना सोडू लागली.

'अव्वा! तू मुकाट्यानं घराकडं जातीस की नाही?' काळिंगाचा आवाज चढला. एव्हाना तिथं आलेला जमाल तायव्वाला समजूत काढत म्हणाला, 'तुम्ही काय बी घाबरू नगा गौडव्वा! या गाईंना काय बी होनार नाय! माजी जबाबदारी हाय असं समजा!'

तायव्वा हताश झाली. तिला काहीच करणं शक्य नव्हतं. तिला रडू अनावर झालं. जवळ असलेल्या एका गाईचा चेहरा कुरवाळत ती हुंदके देऊन रडू लागली. ते पाहून काळिंगाही कासावीस झाला. काहीसा वैतागला. तोच म्हणाला, 'पायजे तर दोन दुभत्या गाई घरी घेऊन जा.'

तायव्वा तेही नाकारत तिथून बाहेर आली. पण काळिंगानं दोन गाईंची दावी तिच्याबरोबर आलेल्या गड्याच्या हाती दिली. त्या दोन पुण्यकोटी गाई घेऊन तो तायव्वाच्या मागोमाग आला.

गौडव्वा गावात येताच सरळ घराकडे न येता यंग्टेगौडाच्या घराकडे गेली. मागोमाग आलेल्या गड्यानं दारापाशी खांबाला गाईंची दावी बांधली आणि तिच्या मागोमाग घरात गेला.

यंग्टेगौडा नुकताच जेवण आटोपून तळहातावर तंबाखू चोळत होता. त्यानं तायव्वाची चौकशी करून तिला चटईवर बसवलं. तिनं खुणेनंच घडलेली सगळी हकिगत त्याला सांगितली. तिच्याबरोबर आलेल्या गड्यानंही सगळी हकिगत तपशिलानं सांगितली. तिनं पुन्हा खुणेनं 'ते गाई मारून खातील!..' असं भय व्यक्त केलं.

तेवढ्यात आजूबाजूच्या घरातली चार-सहा माणसं तिथं जमली. तिनं निरोप पाठवल्यावर गावातली आणखी सात-आठ महत्त्वाची माणसं तिथं आली. त्या सगळ्यांचाच काळिंगावर राग होता. गायरान आधीपासूनच काळिंगगौडज्ज्याच्या मालकीचंच असलं, तरी गावात ज्यांची स्वतःच्या मालकीची गाई चारायची जमीन नव्हती, त्यांच्या गाईही त्या माळावर चरायला जायच्या. गाई चरायच्या जागेवर त्या गावात कुणीच तुझं-माझं करत नव्हतं. वर्षापूर्वी काळिंगानं रस्त्यापलीकडच्या आपल्या गायरानाला कुंपण घातलं होतं! त्यात त्यानं पलीकडच्या जागेचाही समावेश करून घेतला होता. परिणामी गावातल्या गाईंना चरण्यासाठी कमी जागा राहिली होती. त्यातच आता त्यानं रस्त्याच्या अलीकडेही कुंपण घातलं होतं. आता स्वतःचं गायरान नसलेल्यांनी काय करायचं?

आता गावात राहिलं होतं ते फक्त यंग्टेगौडाचं छोटंसं गायरान. त्यात यंग्टेगौडाच्या गाईंसोबत गावची इतर जनावरं चरायला गेली तर महिनाभरही तिथला चारा पुरणार नाही, हे स्पष्टच होतं.

रस्त्याच्या अलीकडच्या माळाला कुंपण घालताना गावकऱ्यांपैकी अनेकांनी पाहिलं होतं. काळिंगाची ती गोरी बायको इंजिनिअर साहेबांसारखी मोठी पट्टी हातात घेऊन कुठं-कुठं खड्डे खणायचे, हे सांगत होती. त्या खड्ड्यात दगड-माती टाकून कसे खांब रोवायचे आणि त्या खांबांना काटेरी तारा कशा गुंडाळायच्या, हेही तीच सांगत होती.

काळिंगाच्या या गोऱ्या बायकोविषयी त्या सगळ्यांच्या मनात एक प्रकारचं भय होतं. तिला जवळून बघायची त्यापैकी अनेकांच्या मनात उत्सुकता असली तरी भीतीमुळे ते लांबूनच पाहत होते.

आता उद्भवलेल्या परिस्थितीत काय करायच, हा प्रश्न यंग्टेगौडानं सगळ्यांसमोर मांडला. तायव्वानं हातवारे करत सांगितलं, 'जा आणि त्या कुंपणाच्या तारा तोडून या!...'

यंग्टेगौडानं त्याला अनुमोदन दिलं. पण गावातले इतर पुरुष असलं धारिष्ट्य दाखवायला तयार झाले नाहीत.

'आरं पन..तिच्यापाशी बंदूक हाय म्हणं!...गोळी घातली तर?....' कुणी म्हणालं.

'त्या मशिनीवर बसून कसं भुर्रर-भुर्रर करत येती ती! ते मिशीनच अंगावर घालून टाकलं तर?.....' त्यात कुणी भर घातली.

'ती मारम्मा चड्डी घालून थेट पुरुषागत फिरतीय! तिची एकेक मांडी बाघितलीस की नाही! आपल्या कुणापेक्षा बी दांडगी बाई हाय ती!...आपल्याकडची बाई असती तर काही इतकं घाबरायची गरज नव्हती..पन..'

चौथा म्हणाला, ‘तो साब! जमाल!...त्याच्याकडं सुरा हाय! तो बी येईल की या दोगासंगं!...काय करनार?...’

यंग्टेगौडाचा मुलगा मादा पंचवीस-सव्वीसचा होता. त्याच्या बायकोला नुकताच दुसरा मुलगा झाला होता. तो उठून उभा राहत गरजला, ‘तुमी सगळे काय हातात काकनं भरून बसलाय काय बे? चला माज्याबरोबर! बगूया काय करतीय ती! हातात काठ्या घेऊन सगळे मिळून गेलो तर काय करतीय तिची बंदूक?..’

त्याच्या बोलण्यामुळं तिथल्या सभेत धैर्याचा संचार झाला. तायव्वानंही खुणेनंच विचारलं, ‘तुम्ही सगळ्यांनी मिशा काढून टाकलेत की काय?..’

पण कट्टेमनं तम्मय्याला समजावलं, ‘पण तुमाला ठाव हाय काय? तो डेप्युटी कमिशनरच्या पुढ्यात बसून शिगरेट ओढतोय म्हणं! मारामारी झाली तर पोलीसात सांगतील! पोलीस आले तर सगळ्या गावालाच वेठीला धरतील! हातात बेड्या घालून जेलमध्ये टाकलं तर काय करनार हाय तुमचा मर्दपना?..’

पुन्हा सगळे खचले.

नंतरही मध्यरात्र उलटेपर्यंत गायरानाचं कुंपण काढायला काय करावं यावर सगळे बोलत राहिले; पण कुठलाच उपाय सुचला नाही. यंग्टेगौडाचा मुलगा मादा मात्र सगळ्यांवर शिखंडी असल्याचा आरोप करत राहिला. मात्र त्याचा काहीही उपयोग झाला नाही. वाघाच्या गुहेत शूरपणानं घुसणारे आणि जिवंत सापाला शेपटी धरून आपटणारे शूर गावकरी असे का झाले, त्यांचं अंत:सत्त्व का वठून गेलं, हे कुणालाच समजलं नाही. यावर विचार करण्याइतकी विचारशक्ती तरी तिथं कुणामध्ये होती म्हणा!

३

दुभत्या सोळा गाईंपैकी दोघींचं दूध काळिंगा, बाळ, जमाल आणि हिल्डाला पुरून उरत होतं. बाकी बारा जणींचं दूध वासरांनी पोटभर पिऊन घेतलं तरी सकाळी अठरा-वीस आणि संध्याकाळी सोळा शेर दूध शिल्लक राहत होतं. या दुधाचं काय करायचं, हा मोठाच प्रश्न होता.

कितीही दूध असलं तरी त्या गावात विकायची पद्धत नव्हती. गाय नसलेल्या घरी ते दूध फुकट दिलं जाई. उरलेल्या दुधाला विरजण लावून लोणी काढलं जाई. लोण्याचं तूप होई आणि ताक गावभर मागेल त्याला फुकट दिलं जाई. लोण्यापैकी घरात वापरून जेवढं शिल्लक राही, तेवढंच बाजारात विकायला पाठवलं जाई. त्या मुळे गाई पाळणं हा अजिबात फायदेशीर उद्योग नव्हता. गुरं वयात आल्यानंतर

त्यांना विकूनच जे काही चार पैसे मिळायचे ते मिळत.

एक दिवस काळिंगा तालुक्याच्या बसस्टॅण्डजवळच्या हॉटेलमध्ये गेला आणि त्यानं तिथं दुधाची चौकशी केली. त्यांनी असेल तेवढं दूध पाठवायला सांगितलं. तसंच भेसळ नसलेल्या दुधासाठी शेराला दहा आणे द्यायचंही कबूल केलं.

येताना चार मोठाले कॅन्स घेऊनच काळिंगा परतला. दुसऱ्याच दिवसापासून पहाटे पहिली बस-मोटार येण्याआधीच पंचवीस शेर दुधाचे कॅन्स पाठवायची त्यानं व्यवस्था केली. गेल्या तीन महिन्यांपासून त्या नव्या रस्त्यानं तीन बसगाड्या धावू लागल्या होत्या. संध्याकाळची मोटार सहा वाजता यायची. ती येण्याआधी गाईंचं दूध काढून ठेवायला त्यानं गड्यांना सांगितलं. तो स्वतः दूध मोजून त्याचं मोजमाप एका कागदावर लिहून कॅनवर चिकटवून पाठवू लागला.

दररोज किमान पस्तीस शेर दूध म्हणजे दररोज किमान एकवीस रुपये चौदा आणे हाती येऊ लागले. त्यातले दरमहा पंचवीस रुपये प्रत्येक मोटारीसाठी जायचे. तो खर्च धरला तरी रोज वीस रुपये शिल्लक राहत होते. काळिंगाला आता जाणवत होतं, खरं तर गोपालन हा किती लाभदायक उद्योग आहे! पण तो आर्थिकदृष्ट्या व्यवस्थित चालवायला पाहिजे! इतके दिवस माझ्या आज्ज्याला हे जमलं नाही. त्यांनी दान केलेलं दूध विकलं असतं, तर इतक्या दिवसांत काही नाही म्हटलं तरी चार-पाच लाख सहज शिल्लक पडले असते! ते तर केलंच नाहा; उलट शेवटी असलेला सगळा पैसा या देवळात खर्च करून माझ्यावर सरकारकडून कर्ज घ्यायची वेळ आणली.

एकदा गडी दूध काढत असताना हिल्डा तिथं आली. प्रत्येक गाईच्या आचळापाशी एक वासरू दूध पित होतं. बाकीच्या आचळांतून गडी दूध काढत होता.

ते पाहून हिल्डानं काळिंगाला विचारलं, 'ही वासरं का दूध पिताहेत?'

'वासरू दूध पीत नसेल तर गाय पान्हा सोडत नाही. शिवाय वासरालाही व्यवस्थित आहार मिळायला पाहिजे ना!'

'डिअर! तूही यावर विश्वास ठेवतोस? आचळांत दूध भरलं की ते काहीतरी करून बाहेर आलंच पाहिजे. नाहीतर गाय अस्वस्थ होते. मूत्रकोषात लघवी भरली तर कसं होतं? त्याचं विसर्जन झालंच पाहिजे ना? तसंच आहे हे! आपल्या वासरानं तोंड लावल्याशिवाय गाय पान्हा सोडत नाही, हे म्हणणं अवैज्ञानिक आहे! तू अमेरिकेत पाहिलंस ना? रबरी नळ्या लावून पूर्णपणे दूध काढून घेतलं जातं. दुसरं म्हणजे फक्त गाईच्या दुधानं वासराचंही व्यवस्थित पोट भरत नाही. त्यासाठी त्याला वेगळा सकस आहार देणं गरजेचं आहे. यानंतर दूध काढताना वासरांना बांधून घालायला गड्यांना सांगून ठेव.'

काळिंगानं तशीच गड्यांना आज्ञा दिली. पण वासरांना ओढून दूर केल्यावर गाईंनी लाथा मारायला सुरुवात केली. वासरंही 'हंबा..' म्हणत गोंधळ करू लागली. वासरांशिवाय दूध काढायची त्या गाईंना अजिबात सवय नव्हती.

पण हिल्डानं हार मानली नाही. गाईंच्या कुठल्या-कुठल्या ग्रंथीतून दूध निर्माण होऊन ते कुठल्या मार्गानं आचळात जमा होतं, ते बाहेर आलं नाही तर गाईंना कसा त्रास होतो, याचा तिनं वैज्ञानिक दृष्टीनं अभ्यास केला होता. लाकडी आडण्यात गाईंना उभं करून दूध काढायला सुरुवात केल्यानंतर तिसऱ्या दिवसापासून त्या शांतपणे उभ्या राहू लागल्या. दूध काढण्याआधी पान्हा सोडून एकदा मूत्र वाहून जाईपर्यंत जेमतेम मिनिटभर वासरांना आचळाला तोंड लावायला देण्यात येत होतं. नंतर त्याला गाईच्या समोर बांधण्यात येत होतं. मग तीच गाय आपल्या वासराचं अंग चाटत मुकाट्यानं उभी राहत होती. सगळं दूध काढून घेतल्यानंतर वासराला त्याच्या आईच्या स्तनपानाचा आनंद घ्यायला सोडलं जात होतं.

ही पद्धत बघताच दूध काढणाऱ्या गड्यांचा जीव कासावीस व्हायचा. गौडज्ज्याच्या घराण्यात अशा प्रकारे दूध काढून घ्यायचा प्रकार त्यांनी कधीच पाहिला नव्हता. असं त्यांनी कधी ऐकलंही नव्हतं. त्यांच्यापैकी वयानं सगळ्यात मोठा असलेल्या एका गड्यानं काळिंगाला विचारलं, 'लेकराच्या तोंडचं दूध तोडून घेतलं तर दूध विष होतंय, म्हणत्यात न्हवं का! तसं करू नाही लेकरा!..'

या विधानाला तसा काहीच वैज्ञानिक आधार नव्हता. काढलेलं सगळं दूध हॉटेलला जात होतं. तिथं बनणारा हजारो कप कॉफी-चहा पिणाऱ्यापैकी कुणालाही विषबाधा होऊन काही अपाय झाला नव्हता. त्यानं बजावलं, 'उगाच काहीतरी पुराण सांगत बसू नकोस! मुकाट्यानं दूध काढ!'

वासरांना बांधून दूध काढायला सुरुवात केल्यावर सकाळचं दूध पस्तीस शेर निघू लागलं. संध्याकाळी तीस शेरांपर्यंत दूध मिळू लागलं. काळिंगानं तालुक्याच्या गावातल्या इतर हॉटेलांमध्ये चौकशी केली. खाडा न करता दररोज ताजं दूध पाठवायची हमी देत असल्यास त्यांनी बारा आणे शेर हा भाव द्यायचं कबूल केलं. परिणामी, इतके दिवस आपल्याला मिळणारं निरसं, निर्भेळ दूध मिळणं बंद होईल या भयानं स्टॅण्डजवळच्या हॉटेलवाल्यांनीच बारा आणे शेर या भावानं दूध घ्यायचं कबूल केलं. पण डिस्ट्रिक्ट बसस्टॅण्डपाशीच एक मोठं हॉटेल होतं. चांगलं दूध मिळणार असेल तर तिथंही मोटारीनं पाठवता येण्यासारखं होतं. त्यांनी सांगितलं, 'तुमचं कितीही दूध असलं तरी आम्हालाच द्या. आणखी कुणालाही देऊ नका.'

दूध कुणीही घेतलं तरी काय बिघडलं? वेळेवर आपण सांगत असलेल्या दरानं पैसे मिळाल्याशी कारण! त्यात बसस्टॅण्डजवळच्या हॉटेलवाल्यांनी तर ॲडव्हान्सच दिला.काळिंगानं आणखी चार कॅन विकत आणले.

आता दररोज चाळीस ते त्रेचाळीस-चव्वेचाळीस रुपयांचं दूध विकलं जात होतं. बस-मोटारवाल्यांना द्यायचे पैसे दरमहा वीसवरून साठापर्यंत पोहोचले. गाईंच्या पौष्टिक आहारावरही खर्च करायचा होता, तरीही सगळा हिशेब केला तर गाई चरायला सोडण्यापेक्षा बांधून राखणं कितीतरी फायदेशीर असल्याचं दिसत होतं.

एकदा दूध काढत असताना तिथं आलेली हिल्डा म्हणाली, 'डिअर, गाईंना आणखी सकस आहार देऊन आणखी दूध मिळेल असं करता येईल. किती केलं तरी या गाईंची दूध द्यायची शक्ती कमीच आहे! त्या दृष्टीनं आमच्या देशातल्या गाई जास्त उपयुक्त आहेत. शिवाय आपल्या दूध काढायच्या पद्धतीतही बदल व्हायला पाहिजे! माणसांच्या बोटांपेक्षा रबरी नळ्या लावून विजेच्या शक्तीचा उपयोग केला तर शुभ्र आणि संपूर्ण दूध काढता येईल. तू अमेरिकेतल्या आमच्या घरात नव्हतं का पाहिलं?'

'होय तर! पण तसं करण्यासाठी आणखी सहा महिने हवेत..'काळिंगा म्हणाला.

मागच्या तालुक्यापासून पुढच्या तालुक्यापर्यंत विजेच्या लायनी टाकायचा सरकारचा निर्णय झाला होता. दोन महिन्यांपूर्वीच त्या खात्याच्या माणसांनी खांब टाकण्याच्या दृष्टीनं पाहणी केली होती. ती खांबांची रांग यांच्या फार्मच्या शेजारच्या रस्त्यावरूनच जात होती. त्यातून एक तार ओढून घेतली, तर यांचा फार्म केवळ प्रकाशित होणार नव्हता; कमी शक्तीच्या डिझेलऐवजी विजेच्या शक्तीनं पुष्करणीतलं पाणी आणखी मोठ्या प्रमाणात ओढून घेता येणार होतं. हिल्डाच्या सूचनेप्रमाणे गाईचं दूधही शेवटच्या थेंबापर्यंत ओढून घेता येणार होतं.

।। बारा ।।

१

कापूस आणि तंबाखूचं पीक अपेक्षेपेक्षा चांगलं फोफावलं होतं. बाजारदरानं, बियाणं, खत, यंत्राचं तेल आणि गड्यांचा खर्च वजा जाता, काही नाही म्हटलं तरी, पस्तीस हजार रुपये शिल्लक राहणार हे स्पष्ट दिसत होतं. बस-मोटारीतून दूध पाठवायला सुरुवात केल्यानंतर पैशाची अजिबात कमतरता नव्हती. हिल्डानं सुचवलं, पीक हाताशी आल्यानंतर स्वतःची एक व्हॅन घेणं सोयीचं ठरेल. पण काळिंगाच्या मते, आधी नव्या गोठ्याजवळची विहीर नेटकी करून तिला सिमेंटचा कठडा बांधून विजेची मोटर बसवायला हवी होती. गायरानावर उत्कृष्ट जातीचं गवत लावायला हवं होतं. देवस्थानाच्या पुष्कर्णीवरही विजेचा पंप लावायला हवा होता.

सरकारदरबारी काळिंगाची प्रतिष्ठा भरपूर वाढली होती. वैज्ञानिक दृष्टीनं शेती करण्याचा प्रसार करणाऱ्या सरकारी विभागाच्या दृष्टीनं काळिंगा हे एक उदाहरण बनलं होतं. अमेरिकेत शिकून आलेला, अमेरिकन बायको असलेला! नवऱ्यापेक्षा बायकोही कृषी आणि पशुसंगोपनात विशेष प्रावीण्य असलेली! या भागात प्रवास करत असताना दिल्लीचे डेप्युटी कमिशनरही त्याच्या फार्मवर येऊन सगळं बघून त्याच्या बायकोशी इंग्लिशमधून गप्पा मारून गेले होते!

एवढं सगळं असलं तरी काळिंगाला मनःशांती नव्हती. त्याचा उजवा हात होऊन राबणारी, त्याचा मेंदू होऊन विचार करणारी, फार्मची व्यवस्थापक म्हणून त्याच्या बरोबरीनं राबणारी बायको हिल्डा सोबत असली तरी, आपण एकटेच

आहोत, अशी भावना त्याला छळत होती. त्याच्या कर्तृत्वाचं सरकारदरबारी अतिशय कौतुक होत होतं. तरी त्याच्या सोबत खेळत वाढलेले खेड्यातले त्याचे सोबती त्याविषयी समाधान दर्शवत नव्हते. पोटासाठी राबणारे गडी आणि जमाल सोडले तर गावातलं कुणीही त्याच्या या आधुनिक फार्मकडे फिरकत नव्हतं.

त्याची आई फक्त एकदा फार्ममध्ये येऊन गेली होती. तिथलं वातावरण आवडलं नाही, किंवा हिल्डाची वेषभूषा पटली नाही; पण त्यानंतर ती कधीच तिकडं फिरकली नाही. नव्या गोठ्यात येऊन एकदा तिनं भांडण काढलं होतं आणि दोन गाई घेऊन निघून गेली होती; त्यानंतर तिनं गड्यांना स्वयंपाक करून जेवण घालणंही बंद केलं होतं. त्या सगळ्यांना कोरडा शिधा देऊन घरीच शिजवून खायची काळिंगानं व्यवस्था केली होती.

जाणत्या वयापासून त्याचा स्नेही असलेला वेंकटरमणाही दहा महिन्यांपूर्वी, म्हणजे हिल्डा आल्याच्या दुसऱ्या दिवशी त्याच्याशी भांडून गावी निघून गेला होता, त्यानंतर त्यानं इकडं ढुंकूनही पाहिलं नव्हतं! तो दररोज आठ वाजता देवस्थानाला येतो आणि पूजा करून जातो, हे घंटेच्या आवाजानं सगळ्यांना समजत होतं. तो आवाज ऐकताच काम करणारे गडी देवळाकडे वळून हात जोडायचे. काही जण मोठ्या श्रद्धेनं देवळात जाऊन प्रसादही घेऊन यायचे. कधी परगावचं कुणीतरी कुटुंबकबिल्यासह देवळात येऊन विशेष पूजा करायचं, पुष्करणीतलं पाणी घेऊन जाऊन मागच्या बाजूला असलेल्या दगडी पोवळीत स्वयंपाक करून नेवैद्यही दाखवायचं.

अशा वेळी त्या देवस्थानाचं 'पुण्यक्षेत्र' होऊ लागलं होतं! या दैवताचा महिमा दिवसेंदिवस दूर-दूरच्या गावी पसरत असल्याचं कामावर येणारे गडी बोलत असायचे.

वेंकटरमणा पूजेला यायच्या वेळी तिकडं जायचं काळिंगाला जमत नव्हतं. भय? संकोच? की शरम? कोण जाणे! तरीही त्याच्याशी बोलायची इच्छा मात्र सतत वाढत चालली होती. समाजिक जीवनच नसल्यामुळे वाट्याला आलेल्या एकांतात तळमळत तो अनेकदा हिल्डाला सांगायचा, 'कितीही कर्मठ असला तरी, या गावात आपल्याला कंपनी देऊ शकेल असा वेंकटरमणा हा एकटाच आहे. माझ्यावर तोंडासमोर टीका करून माझ्याशी बोलणं सोडण्याएवढं धैर्य तरी त्याच्या अंगी आहे! एवढं तरी व्यक्तित्व इथं कुणापाशी आहे?'

हिल्डा म्हणायची, 'पण त्याचा तो कर्मठपणा फारच टोकाचा आहे! नाही का? तो सुधारणं कुणालाही शक्य नाही!'

'त्याच्या मते, आपण सुधारायला पाहिजे; तो सुधारायचा प्रश्नच नाही!'

'हा तर सरळ सरळ अहंकार आहे!..'

यावर काळिंगाही होकार द्यायचा.

घरात अजून वीज आली नव्हती. हिल्डा कंटाळा आला की बॅटरीवर चालणारा रेडिओ लावायची. रात्रीच्या वेळी त्यातून पाश्चात्त्य संगीत ऐकू यायचं. इथलं संगीत तिला आवडायचं नाही. ग्रामोफोनवर रेकॉर्ड लावून नवऱ्यासह नृत्य करणं हा एक तिचा विरंगुळा होता. इंग्लिश वृत्तपत्रं वाचण, हाही एक तिचा तिच्या भाषेशी संपर्क ठेवायचा मार्ग होता.

अलीकडे तिचा जमालशी कन्नड बोलायचा प्रयत्न चाललेला असायचा. सुरुवातीला व्काळिंगानंही तिला काही वाक्यं आणि शब्द शिकवले होते.

२

एकदा तालुक्याच्या बसस्टँडवर वेंकटरमणा आणि काळिंगा अचानक समोरासमोर आले. फारसा विचार न करता काळिंगानं विचारलं, 'काय? पगारासाठी आलास काय?'

वेंकटरमणाही सहजपणे म्हणाला, 'नाही. इन्स्पेक्टर ऑफिसमध्ये थोडं काम होतं.'

क्षणभर थांबून काळिंगा म्हणाला, 'मला वाटलं होतं, तू माझ्याबरोबर बोलणार नाही!...'

'असं का वाटलं तुला? तू काही माझं राज्य हिसकावून घेतलेला शत्रू नाहीस!'

'तसं नाही रे! त्या दिवशी मला दिलेला प्रसाद तू काढून घेऊन गेलास ना!..'

'होय. तू प्रसादासाठी लायक नाहीस! पण तुझ्याबरोबर बोलायला काय हरकत आहे?'

दोघंही एकाच बसमधून गावी परतणार असल्यामुळे प्रवाशांसाठी असलेल्या एका दगडी बाकावर दोघंही बसले. काळिंगानं त्याला पुन्हा एकदा तालुक्याला आल्याचं कारण विचारलं तेव्हा तो म्हणाला, 'आधी माझी नेमणूक आपल्या गावातल्या शाळेत झाली होती. त्यानंतर बदली आली. तेव्हा मी खटपट करून शेजारच्या बसवनपूरला होईल असं केलं होतं. आता पुन्हा माझी बदली झाली आहे. काहीतरी करून ती कॅन्सल करून आपल्याच गावी करून घ्यावं म्हणून आलो होतो.'

'पण दुसऱ्या गावी जायला तुला कसली अडचण?'

'पूजा!'

काळिंगा गालातल्या गालात हसला. ते पाहून वेंकटरमणा म्हणाला, 'होय! तुझ्या दृष्टीनं पूजा म्हणजे हसायचीच गोष्ट आहे म्हणा!..म्हणूनच तुझ्याशी बोलताही

कामा नये!'

'त्यासाठी नाही रे हसलो! काही तरी आठवलं.. ते जाऊ दे. अंमलदाराशी माझी चांगली ओळख आहे. त्यांच्याकरवी तुमच्या इन्स्पेक्टरना सांगता येईल. पाहिजे तर डी.ई.ओ.कडून शिफारस करवू या.' म्हणत तो उभा राहिला.

वेंकटरमणाही त्याच्या मागोमाग गेला. काळिंगा एकटाच अंमलदारांच्या ऑफिसमध्ये जाऊन बाहेर आला आणि म्हणाला, 'त्यांनी शब्द दिलाय. तू बसवनपूरहून रिलीव्ह होऊ नकोस असं सांगितलंय. आणखी पाच-सहा दिवसांत तुझी काळेनहळ्ळीला बदली झाल्याची ऑर्डर येईल.'

वेंकटरमणाच्या मनात काळिंगाविषयी कृतज्ञता निर्माण झाली.

नंतर दोघंही एकत्रच बसपाशी आले. वेंकटरमणा अग्रहारापाशी उतरला आणि काळिंगा पुढं आपल्या फार्मपाशी उतरला.

खरोखरच आठवडाभरात बदलीची ऑर्डर वेंकटरमणाच्या हातात मिळाली.

एकदा सकाळच्या वेळी वेंकटरमणा नेहमीप्रमाणे देवळात पूजा करत होता. बाहेर कुणाचीतरी चाहूल लागली. पूजेच्या वेळी कुणी भक्त किंवा भोवतालच्या गावातले गावकरी येण, ही नेहमीचीच गोष्ट असल्यामुळे त्यानं तिकडं विशेष लक्ष दिलं नाही. नेवैद्य दाखवला, अखेरच्या मंगळारतीसाठी वात पेटवली आणि त्यानं डाव्या हातानं घंटा वाजवायला सुरुवात करताच बाहेरची मोठी घंटाही वाजू लागली. आतल्या मूर्तींची आरती करून देवळासमोरच्या नंदीची आरती करण्यासाठी तो बाहेर आला.

बाहेर येताच तो आश्चर्यचकित झाला. काळिंगाची गोरी बायको बाहेरची मोठी घंटा वाजवत होती. तिथं आणखी कुणीच नव्हतं. तिनं पादत्राणं बाहेर काढून ठेवून पुष्करणीत पाय धुतल्याच्या खुणा होत्या.

तिला न पाहिल्यासारखं करत तो नंदीपाशी गेला आणि त्यानं नंदीचीही आरती केली. तो गाभाऱ्यात वळताना ती म्हणाली, 'थांबा. इकडं आणा!'

'ज्यांची श्रद्धा नाही त्यांच्यासमोर आरती धरता कामा नये!..'

'मी श्रद्धेनं आलेय असं म्हटलं तर तुम्ही त्यावर विश्वास ठेवला पाहिजे!'

तरीही वेंकटरमणा आत निघून गेला. पण दुसऱ्या क्षणी काहीतरी विचार करून तो आरतीचं तबक घेऊन पुन्हा बाहेर आला. हिल्डानं त्यातल्या ज्योतीवरून हात फिरवला आणि तो हात डोळ्यांना लावला. वेंकटरमणानं आतून तीर्थ आणलं, तेव्हा डाव्या तळव्यावर उजवा तळवा ठेवून त्यानं त्यावर घातलेल्या तीन पळ्या तीर्थ प्यायल्यावर तिनं तोच तळवा आपल्या लालसर केसांवरून फिरवला.

आत गेलेला वेंकटरमणा काही क्षण विचारात पडला. नंतर काहीतरी निर्णयाला

येऊन तो तिच्याकडे वळला आणि म्हणाला, 'प्रसाद देतो. बाहेरचं पळसाचं एक पान घेऊन या.'

हिल्डानं दोन पळसाची पानं आणली. त्यातल्या एकावर तिनं लिंबू घातलेला चित्रान्न घालून घेतला. दुसरं त्याच्या समोर धरत ती म्हणाली, 'हे बाळासाठी!'

त्याप्रमाणे घातल्यानंतर वेंकटरमणानं विचारलं, 'काळिंगा कुठाय?'

'गावात नाही. इलेक्ट्रिक पंपाची ऑर्डर द्यायला गेलाय.'

पुढं काय बोलावं ते न समजल्यामुळे तो आत गेला. प्रसादाचं भांडं हातपंचात बांधून घेऊन घरी निघण्यासाठी तो बाहेर आला.

हिल्डा म्हणाली, 'तुमच्याशी बोलायचं होतं म्हणून मी आले होते....तुम्ही निघालातच?'

तिचं आतापर्यंतचं वागणं बघूनच नव्हे, तिचं आताचं बोलणं ऐकून त्याला आश्चर्य वाटलं. त्यानं विचारलं, 'काय बोलायचं होतं?'

'असं उभ्या उभ्या विचारलं तर मी काय सांगणार? बसा. नाहीतर आमच्या फार्म हाऊसवर चला. म्हणजे सांगेन.'

'आता तिकडं यायला वेळ नाही. अकरा वाजता शाळेत जायचंय..' म्हणत तो देवळाच्या कट्ट्यावर बसला.

त्याच पायरीवर बसत हिल्डानं विचारलं, 'तुम्ही काळिंगाचे बालपणीचे मित्र आहात म्हणून तो सांगत होता....तुम्ही त्याला अभ्यासातही मदत करत होता ना?'

तो हलकेच थोडा दूर सरत म्हणाला, 'होय!'

हे लक्षात येऊन मंद हसत स्वतःही दूर सरत तिनं विचारलं, 'बालपणीचे मित्र म्हणवता आणि त्याला इतकं का दूर लोटलंत? वैचारिक मतभेद मी समजू शकते. पण त्यासाठी मैत्रीच तोडायची काय? यू मस्ट हॅव डेमॉक्रेटीक ॲप्रोच टू डिफरेन्सिस!'

यावर उत्तर न सुचून वेंकटरमणा काही बोलला नाही. काही क्षण त्याच्या उत्तराची वाट बघून हिल्डा म्हणाली, 'होय की नाही?'

आता वेंकटरमणाला उत्तर सुचलं, 'हा केवळ मतभेदाचा प्रश्न नाही! पुढच्या वर्षी तंबाखूचा भाव काय असेल, या बाबतीत मदभेद असू शकतात. कारण त्यामुळे श्रद्धेला तडा जायचा प्रश्न नाही; पण हा आमच्या श्रद्धेचा प्रश्न आहे! धर्म-अधर्मशी संबंधित आचाराचा प्रश्न आहे. याकडे इतक्या उथळपणे बघता येणार नाही!'

तेवढ्यात एक पान हातात घेऊन चित्रान्न खायला सुरुवात केलेल्या हिल्डानं विचारलं, 'तुम्ही नाही का खाणार?'

'नाही. घरी जाऊन जेवताना खाईन.'

'खूपच टेस्टी आहे! कसं करतात हे? काय-काय घालतात?'

'लिंबाचा रस, मिरचीचं तिखट, फोडणी, कढीपत्ता,...हे सगळं घालतात हे

ठाऊक आहे, पण कसं करतात हे बायकांना ठाऊक! मला ठाऊक नाही..'

'बघा ना! मला इथं येऊन वर्ष होत आलं!..' हिल्डा खिन्न स्वरात म्हणाली, 'पण तुम्ही एकदाही आमच्या घरी आला नाहीत! तुमच्या घरच्या बायकांनाही आमच्या घरी आणलं नाही! ना आम्हाला तुमच्या घरी बोलावलंत! इथं आम्ही एकलकोंडं आयुष्य कसं जगावं?'

हे ऐकून वेंकटरमणाला काय बोलावं ते सुचेना. तरीही तो म्हणाला, 'आमचं जीवन, जीवनक्रम आणि पद्धत तुम्हाला नको असेल तर तुमच्या घरी कशाला यायचं? तुम्हाला माणसं हवी असतील तर आमच्यासारखं राहा! नाही तर असेच राहा!'

'हा कोरडेपणा मित्र म्हणवणाऱ्यांकडे असता कामा नये! एकीकडे मित्र म्हणवत, आणि दुसरीकडे मनाचा कठोरपणा काही सोडायला तयार नाही. तुमच्या देशाची ही पद्धत विचित्रच म्हटली पाहिज. तुमच्याशी मतभेद असतील तर त्यांना बाहेरच ठेवता तुम्ही! आमचं तसं नाही. आम्ही चर्चा करतो, आमचं म्हणणं पटवून देतो, त्यासाठी योग्य तो वेळ देतो! नाही तर आम्ही त्यांचे विचार मान्य करतो!'

वेंकटरमणा काहीच बोलला नाही. तिनंच विचारलं, 'मला काय म्हणायचंय ते समजलं का?'

'काय?'

'यानंतर तुम्ही असे आमच्यापासून दूर राहू नका! तुम्ही आमच्याकडे येत जा. आमच्या वागण्यात तुम्हाला जे चुकीचं दिसेल ते आम्हाला पटवून द्या, दुरुस्त करा. काळिंगाच्या घराण्याचे तुम्हीच पुरोहित आहात ना? आम्हाला मार्गदर्शन करणं हे तुमचं कर्तव्य नाही का?'

हे ऐकून त्याला बरं वाटलं. मागं एकदा काळिंगाही हेच म्हणाला होता. पण या शिकलेल्या, गोऱ्या, सुदृढ स्त्रीच्या तोंडून हे ऐकताना क्षणभर त्याच्या मनात अवर्णनीय उल्हास दाटला. तो काही बोलला नाही. नंतर हातातलं घड्याळ बघून तीच म्हणाली, 'दहा वाजले! तुम्हाला पायी गावी जाऊन जेवण केल्यानंतर गावी जायचंय ना?'

वेंकटरमणाही उठला. त्यानं देवस्थानाच्या दाराला कुलूप लावलं. चावी करदोट्याच्या टोकाला बांधून पुन्हा एकदा पुढची घंटा वाजवली आणि अग्रहाराकडे जायला निघाला.

३

एका रविवारी वेंकटरमणानं पूजा संपवली आणि देवळातच प्रसाद ठेवून कुलूप लावून तो फार्महाऊसकडे निघाला. उत्तम वाढलेल्या तंबाखूचा खाट फार्मभर

पसरला होता. डावीकडे कापसाची झाडंही पूर्ण वाढून उभी होती. आतून रेडिओचा आवाज ऐकू येत होता. बाहेरच्या दारापाशी काळिंगाचा मुलगा रंगीत घोड्यावर बसून खेळत होता. ट्रॅक्टरच्या शेडपाशी आणखी एक पत्र्याची शेड उभी राहिली होती. त्या शेडच्या दारात मध्यम वयाची एक मुसलमान बाई उभी होती. ती जमालची बायको असावी हे वेंकटरमणाच्या लक्षात आलं. त्याच्या बाजूला एक जाळीचं खुराडं होतं. त्यात देशी कोंबड्या पाळल्या होत्या.

सुमारे वर्षानंतर घरी आलेल्या वेंकटरमणाचं काळिंगानं मनापासून स्वागत केलं. सोवळ्यात असल्यामुळे वेंकटरमणा लाकडी खुर्चीवर बसला. काळिंगानं विचारलं, 'नाहीतरी देवळातूनच आलास! प्रसाद का आणला नाहीस?'

वेंकटरमणानं काहीच उत्तर दिलं नाही. आतून आलेली हिल्डा म्हणाली, 'त्या दिवशी तुम्ही तो लिंबाचा भात दिला होता ना, फारच रुचकर होता! तसा घरी करावा म्हणून मी जमालच्या बायकोला विचारून केलाही! पण तीच म्हणाली, तुम्ही दिलेल्या भातात आणि तिनं सांगितलेल्या पद्धतीत फरक आहे, म्हणून!...शिवाय तुम्ही घालत नसलेला एक पदार्थ आम्ही वापरतो ना!...'

काळिंगा मध्येच म्हणाला, 'डार्लिंग! तो आत्ता पूजा करून सोवळ्यानं आलाय! तू मागचा-पुढचा विचार न करता बोलून मोकळी होतेस; मग तो उठून बाहेर निघून गेल्याशिवाय राहणार नाही!'

इथं आल्या-आल्या कसलासा वास नाकाला झोंबत असल्याचं वेंकटरमणालाही जाणवत होतंच. तो कसला वास याचा खुलासा झाल्यावर त्याला खरोखरच तिथं बसायची इच्छा झाली नाही. तो उठत म्हणाला, 'मी इथं बसायला आलो नाही. तुम्हीच देवस्थानाच्या पायऱ्यांवर या म्हणून सांगायला आलोय.'

काळिंगाला सगळा खुलासा झाला. त्यानं वेंकटरमणाला फार आग्रह केला नाही. त्यानं सांगितलं, 'तू पुढं हो. आम्ही आलोच दहा मिनिटात!...'

वेंकटरमणा बाहेर आला. वर चढून येताना त्यानं दोन्ही बाजूंना माजलेल्या तंबाखूचं पुन्हा निरीक्षण केलं. त्या एकेका रोपाचं पान जाड आणि केळीच्या पानाएवढं रुंद होतं. प्रत्येक रोपात काही नाही म्हटलं तरी वीस-बावीस पानं होती. त्यानं मागं तंबाखूची रोपं पाहिली असली तरी एवढ्या जोरकसपणे वाढलेलं पीक पाहिलं नव्हतं. त्यालाही शेतीचा अनुभव असल्यामुळे, यात किती हजाराचा फायदा येईल याचा विचार करत तो पुष्करणीजवळचा चढ चढून वर आला. देवळापाशी येईपर्यंत त्याला भूक जाणवू लागली होती. देवळात ठेवलेली प्रसादाची मुगाची उसळ खायची इच्छा झाली, तरी त्याच्या नाकात अजूनही फार्महाऊसमधला वास भरला असल्यामुळे त्याला खायची वासना झाली नाही.

अर्धाएक तासात तिथं काळिंग आणि हिल्डा आले. आल्या-आल्या काळिंगा पुन्हा म्हणाला, 'सॉरी वेंकटरमणा! हिला तुझी कसलीच पार्श्वभूमी ठाऊक नाही ना! काहीही विचार न करता काहीतरी बोलून मोकळी होते! तिथं न बसता तुला इथं निघून यावं लागलं!'

'घरापेक्षा देवळाचं आवार केव्हाही चांगलंच ना!'

'पण मी म्हणते, मांसाहार म्हटल्यावर तुम्ही का एवढं नाक मुरडता?' हिल्डानं विचारलं.

काळिंगा मध्येच म्हणाला, 'तू सुरुवातीलाच का असले गंभीर प्रश्न उपस्थित करतेस? इतर कुठलातरी हलकफुलका विषय नाही का सुचला तुला?'

'विचारू दे ना! त्यात काय चुकलं?' वेंकटरमणा म्हणाला.

'हे बघ हिल्डा! वाद-विवाद घालायचं त्याला अजिबात भय नाही! त्यानं दहा वर्षं संस्कृतमध्ये वेदांचा अभ्यास केलाय! त्या बाबतीत तुझं ज्ञान अतिशय तुटपुंजं आहे! चर्चा करताना कदाचित त्याला इंग्लिशची थोडीफार अडचण येईल, इतकंच!'

'मी काही त्यांना निरुत्तर करायचं म्हणून बोलत नाहीये! त्यांना ठाऊक आहे ते मला त्यांनी समजावून सांगावं इतकंच! आणि तू म्हणतोस तशी इंग्लिशची अडचण आलीच तर तू आहेस ना!'

या बोलण्यानं वेंकटरमणा थोडा सुखावला. मैसूरच्या पाठशालेत शिकत असतानाचा कालखंड त्याला आठवला. तो म्हणाला, 'मांसाहार म्हणजे प्राणीहिंसा नाही का?'

'हा हिंसेचा प्रश्न नाही! प्राणी मनुष्याच्या आहारासाठीच असतात, नाही का? असं समजण्यात धर्माच्या दृष्टीनंही काही गैर नाही!'

'कुठल्या धर्मात असं सांगितलंय?'

'तुमचा धर्म मला ठाऊक नाही. आमच्या ख्रिश्चन धर्मात आम्ही असंच मानतो. मानवाला जसा आत्मा असतो तसा प्राण्याला नसतो.'

'तर मग तुमच्या धर्माचं हे मानणं चुकीचं आहे! या जगात असलेल्या सगळ्या प्राण्यांना आत्मा आहे. देवाच्या या जगात कुणीही कुणासाठी जन्मलं नाही! सगळ्यांत मनुष्यप्राणी श्रेष्ठ आहे, असं म्हणणंही चुकीचं आहे!'

आता काळिंगा म्हणाला, 'असं कसं म्हणतोस? मागं तूच कधीतरी सांगत होतास, सगळ्यांमध्ये मानवजन्म श्रेष्ठ म्हणून?'

'श्रेष्ठ म्हणजे काय? इतर प्राण्यांना नसलेली विज्ञानशक्ती त्याच्याकडे आहे. चांगलं आणि वाईट हा भेद समजायची त्याच्याकडे कुवत आहे. या दृष्टीनं मानव श्रेष्ठ आहे. पण म्हणून त्यानं इतर प्राण्यांना मारून खावं, असं नाही! कनिष्ठांना स्वाहा करणं हे श्रेष्ठतेचं लक्षण काय?'

यावर काय उत्तर द्यावं हे हिल्डा किंवा काळिंगाला सुचलं नाही. वेंकटरमणा पुढं म्हणाला, 'शिवाय नेहमीच मनुष्यजन्म श्रेष्ठ, असंही नाही. देवजन्मापेक्षा मानवजन्म कमी प्रतीचा. त्याहून कमी दर्जाचा दानवजन्म. पण प्राणी काही दानव नाहीत. कितीतरी वेळा सत्पुरुष प्राण्याच्या रूपानं जन्म घेतात.'

हिल्डाच्या दृष्टीनं हे नवीन होतं. तिनं विचारलं, 'याला आधार काय?'

'पुराणकथा पाहिल्या की हे समजतं!' वेंकटरमणा म्हणाला.

काळींगानं आक्षेप घेत म्हटलं, 'पण जुन्या पुराणात सांगितलेल्या गोष्टींवर कसा विश्वास ठेवायचा?'

'प्रत्येक धर्मात अशी विचित्र पुराणं असतात. त्यांच्या आधारानं पाहायला गेलं तर सर्वसंमत निर्णय होणं केवळ अशक्य आहे! शिवाय पुराणं ही अवैज्ञानिक सृष्टी आहे. म्हणून आपल्याला वैज्ञानिक दृष्टिकोन ठेवून चर्चा केली पाहिजे!' हिल्डानंही वाद घातला.

'हायस्कूलमध्ये तूही भौतिकशास्त्र, रसायनशास्त्र, जीवशास्त्र शिकलायस ना?' काळिंगानं विचारलं.

'होय. शिकलोय तर!' वेंकटरमणा म्हणाला.

'प्राणिशास्त्राचा इतिहास पाहिला तर आपल्याला दिसतंच ना; जास्त शक्तिमान प्राण्याचा कमी शक्तिवान प्राणी आहार असतो. निसर्गात जीवचक्राची रचनाच तशी आहे! लहान माशाला मोठा मासा खातो. मोठ्याला त्याच्याहून मोठा खातो. तो माणूसच असेल असंही नाही. माणसाच्या मांसाहारामुळे इतर प्राण्यांच्या आहारचक्रात काहीही बदल करावा लागत नाही.'

हिल्डाचं बोलणं पुरं व्हायच्या आत काळिंगानं त्याला भिंतीकडे बोट दाखवत एक दृश्य दाखवलं. तिथं एक पाल हलकेच कीटकाच्या मागं जाऊन जीभ बाहेर काढून त्याला खात होती.

तो म्हणाला, 'हे पाहिलंस की नाही? हेच निसर्गात चालणारं निरंतर सत्य आहे! आपला जीव वाचवून तो जगवण, हेच जगातलं खरं वास्तव आहे! हेच माणसालाही लागू पडतं. माणूस बकरी-मेंढी, गाय-बैल, आणि म्हैस-रेडा का पाळतो? मी तर म्हणतो, या बाबतीत माणूस इतर प्राण्यांइतका स्वार्थी झालेला नाही. आपल्या मांसासाठी तो त्यांना पाळतो, पण त्यांच्या पिल्लांना इतर क्रूर प्राण्यांच्या तोंडी पडू न देता तो त्यांचं रक्षणही करतो. त्यांचे वंश राखतो, त्यांचं पोषण करतो आणि केवळ आपली गरज असेल तेवढ्यांनाच मारून आहार म्हणून उपयोग करतो. त्यानं त्यांच्या जातींचं रक्षण केलंय. हे त्या प्राण्यांवर मानवानं केलेले उपकारच नाहीत काय?'

खरंतर हिल्डाला आणखीही बरंच बोलायचं होतं, पण वेंकटरमणानं तिला

थांबवत बोलायला सुरुवात केली. आता त्याच्या मनात उत्तर तयार झालं होतं.

'सगळ्या प्राण्यांचा आपल्याहून दुर्बल प्राण्यांना खाऊन जगणं हा धर्म आहे असं तुम्ही मानता! खोटं आहे हे! वाघ, तरस, कुत्रा, कोल्हा, गिधाड यांच्याप्रमाणेच याच जीवसृष्टीत हत्ती, गवे, हरीण, ससे, कबुतरं यांसारखे शाकाहारी जीवही आहेत. मूलतः माणूस हाही एक प्राणीच आहे असं तुमच्या देशातले म्हणतात. तेही मान्य केलं तरी, हा कुत्री आणि गिधाडांच्या जातीतला प्राणी आहे की हरीण-कबुतरांच्या जातीतला जीव आहे? मांस खाण्यासाठी योग्य असे दात आहेत, असं तुम्ही म्हणू शकाल; पण त्याच दातांनी तो फळ-फळावळही खाऊ शकतो ना! मग तुमच्या दृष्टीनं याला कसला प्राणी म्हणायचं?'

हिल्डा लक्ष देऊन त्याचं बोलण ऐकत होती. तिचे निळे डोळे त्याच्यावर खिळले होते. वेंकटरमणा पुढं म्हणाला,

'प्राण्याचा वंश नाश पावू नये, म्हणून माणूस त्यांचं रक्षण करत आहे, असं म्हणताय! निष्काम वृत्तीनं कुणी हे करत असेल तर ही मोठीच गोष्ट आहे यात शंका नाही; पण माणूस हे का करतोय? जर हे प्राणी इतर क्रूर प्राण्यांचा घास बनले, तर उद्या आपल्यालाच खायला राहणार नाहीत, या स्वार्थापोटी तो हे करतोय! तो बकऱ्या-मेंढ्यांचं क्रूर प्राण्यांपासून रक्षण करतोय, तसा तो इतर क्रूर प्राण्यांना..उदाहरणार्थ कोल्हे-लांडगे-घोरपड यांना पाळत नाही! तुम्ही सांगताय त्या उदाहरणांमुळे मांसाहाराच्या नीती-अनीतीच्या प्रश्नाला योग्य उत्तर मिळत नाही. माणसाच्या स्वार्थाच्या आधारावर तुम्ही नीती शास्त्राची निर्मिती करू नका!'

त्याचं बोलणं संपेपर्यंत वातावरण स्तब्ध होतं. हिल्डा त्याचं बोलणं लक्ष देऊन ऐकत होती. पूजा करायला म्हणून आलेल्या वेंकटरमणाच्या अंगावर केवळ एक सोवळ्यातला पंचा आणि खांद्यावर एक हातपंचा होता. गळ्यात जुनं जानवं होतं. त्याच्या पोटाचा आणि छातीचा भाग मोकळा होता. पाठीवर त्याच्या शेंडीचे काळेभोर केस सुकण्यासाठी म्हणून मोकळे सोडले होते. दंड, हात, छाती, कपाळावर लावलेले ओल्या विभूतीचे पट्टे सुकून पडून चालले होते.

काळिंगानं विचारलं, 'निदान इथं आल्यावर तू थोडा तरी प्रसाद खाल्लास की नाही?'

'नाही.'

'का?'

'खरं सांगायचं तर तिथं असतानाच मला किळस आली! त्यानंतर काहीही खायची इच्छा झाली नाही.'

'पण आता दुपारचे बारा वाजले. तुम्हाला भूक नाही लागली?' हिल्डानं विचारलं.

'हवं तर उद्या दुपारपर्यंतही मी असा राहू शकतो. उपवास ही काही फार मोठी गोष्ट नाही!'

'तो तर ब्राह्मण आहे! संस्कृततज्ज्ञ! त्याच्या दृष्टीनं उपवास काही मोठी गोष्ट नाही. उपवास केला तर त्याची शक्ती कमीही होत नाही. संयमही कमी होत नाही. आपल्याला मात्र हे शक्य नाही हं!'

पण वेंकटरमणा म्हणाला, 'उपवास करायला ब्राह्मण आणि संस्कृततज्ज्ञ कशाला असायला पाहिजे? या देवालयाच्या मूर्तीच्या प्रतिष्ठापनेच्या आदल्या दिवशी संपूर्ण दिवसभर तुझे आजोबा उपाशी होते. प्रतिष्ठापनेच्या दिवशी जमलेल्या सगळ्या माणसांचं जेवण होऊन पानं काढेपर्यंत म्हणजे संध्याकाळी सूर्यास्त होईपर्यंत त्यांनी आणि तुझ्या आजीनं तोंडात पाण्याचा थेंबही घेतला नव्हता.'

'ती मागच्या जनरेशनची माणसं!'

'तुझी आई कुठल्या काळातली? तीही हवं तर तीन दिवस उपास करून शांत राहू शकेल! दर शुक्रवारी संध्याकाळी गोपूजा होईपर्यंत आजही ती तोंडात पाणीही घेत नाही. तुला अजूनही ठाऊक नाही हे?'

मागं एका शुक्रवारी दुपारी आपण दोघं गावी जाऊन काळिंगाच्या आईला भेटल्याचं हिल्डाला आठवलं. काहीतरी विचार करत ती म्हणाली, 'धर्माच्या नावाखाली उपाशी राहून ही माणसं कशाला आत्महिंसा करून घेतात कोण जाणे!'

'आत्महिंसा किंचितही सहन न करणारे तुम्ही; परप्राण्याला इतक्या जोरात त्रास देता? जो भूक सहन करू शकतो, त्यालाच आपल्या भुकेसाठी इतर जिवांना न मारता सावधपणे राहता येतं!'

काळिंगाला काहीतरी विचारायचं होतं; पण हिल्डा मध्येच म्हणाली, 'आता ही चर्चा पुरे! आणखी कधीतरी यावर बोलू या. अजून चर्चा वाढली, तर यांना उपाशीच बसावं लागेल. त्यामुळे त्यांना कदाचित आत्मसंतोषही मिळत असेल; पण ते मला तरी सहन होणार नाही! आत खायला आहे ना? ते तरी का नाही तुम्ही खाऊन घेत?'

'नको. मी घरीच जाऊन जेवेन.'

कारण विचारायची इच्छा झाली तरी हिल्डा काही बोलली नाही. थोड्या वेळानं वेंकटरमणा उठला. त्यानं देवळाचा दरवाजा उघडला आणि प्रसादाचं भांडं हातपंचात बांधून बाहेर येऊन पुन्हा दाराला कुलूप लावलं. पुन्हा चार-सहा वेळा मोठी घंटा वाजवून तो त्या रणरणत्या उन्हात तापलेल्या जमिनीवरून अनवाणी चालत निघून गेला.

गावाकडे जाताना त्याचं मन एक प्रकारच्या उल्हासात होतं. या गावात या

आधी त्यानं कधीही कुणाबरोबरही एवढ्या गंभीरपणे चर्चा केली नव्हती! घरात तो काही ना काही गंभीर शास्त्र-पुराण वाचायचा; पण त्याच्याशी चर्चा करू शकेल असं गावात कुणीही नव्हतं. आज मात्र काळिंगाची बायको असलेल्या या गोऱ्या बाईनं त्याला बरंच बोलायला लावलं होतं. अर्थात तिला आपलं बोलणं पटलं की नाही, कोण जाणे! आणखी कधीतरी हे विचारलं पाहिजे.......!

४

एक दिवस पूजा करत असताना हिल्डा तिथं आली. मंगळारती घेऊन तीर्थाचा स्वीकार केल्यानंतर ती प्रसादासाठीही पळसाचं पान घेऊन आली. वेंकटरमणानं त्या दिवशीच्या प्रसादाचा गुळपौटे घातल्यानंतर तिनं विचारलं, 'तुम्ही का थोडा प्रसाद खाऊन घेत नाही?'

'प्रसाद म्हणून मी यातला घासभर खाईन..'

'तसं नको. मला दिलात तेवढा खा ना!..थांबा, तुमच्यासाठीही एक पान आणते..'

तिनं आणून दिलेल्या पानावर तेवढाच प्रसाद घालून घेऊन तोही कट्ट्यावर बसला. घास तोंडात घातल्यावर तिनं विचारलं, 'याचं नाव काय? कसं करतात हे?'

'गुळपौटे. रवा-गूळ-तूप-बेदाणे-वेलदोडे घालतात. पण नेमकं कसं करतात ते ठाऊक नाही.'

'खूपच छान आहे! मी मागं एकदा तुम्हाला म्हटलं होतं, तुमच्या मिसेसना आमच्या घरी घेऊन या, म्हणून! तसंही केलं नाही आणि आम्हालाही तुमच्या घरी बोलावलं नाही! मग मी कसं असले पदार्थ करायला शिकायचं?'

'का? जमालची बायको नाही का शिकवत?'

'तुमचा सूर आला माझ्या लक्षात! असले पदार्थ तिला बनवता येत नाहीत हे तुम्हालाही ठाऊक आहे! मुद्दाम म्हणताय तुम्ही हे! मला चिडवायला! जाऊ दे. एक गोष्ट तुम्हीही लक्षात घ्या. मी अमेरिकेहून आलेय. एकमेकाला चिडवून त्यात गंमत मानणं हे आम्हाला नेहमीचंच आहे. इथं येऊन इतके दिवस झाले, इथं माझ्याशी बोलणारंच कुणी नव्हतं! मित्र म्हणवणारे तुम्हीही अंतर राखूनच आहात. आज पहिल्यांदा तुम्ही मला चिडवण्यासाठी काही बोलताहात!...'

'पण मी काही तुम्हाला चिडवण्यासाठी तसं काही बोललो नाही!'

'असं होय? मग रागानं बोललात का? रागाशिवाय तुमच्याकडून स्नेहाची अपेक्षा करायची माझी लायकीच नाही काय?' तिनं नजर रोखून विचारलं.

एव्हाना तिच्या पानावरचा प्रसाद संपला होता. ते पाहून वेंकटरमणानं विचारलं, 'आणखी थोडं पाहिजे?'

'वाढलंत तर खाईन. पण मग तुमच्या घरी न्यायला काहीही राहणार नाही.'

'शिल्लक ठेऊन घरी घेऊन जाण्यासाठी मी हे आणलेलं नाही! पूजेच्या वेळी येणाऱ्या भक्तांसाठी म्हणून आणतो. प्रसाद म्हणून घरी घासभर नेलं, तरी पुरेसं आहे.' म्हणत तो उठला आणि त्यानं हात धुवून पुन्हा तिला वाढलं. आठवण येऊन त्यानं विचारलं, 'काळिंगा कुठाय? तो नाही आला?'

'जिल्ह्याच्या गावी गेलाय. रेल्वे स्टेशनवर दूध काढायच्या यंत्राचं पार्सल आलंय. ते सोडवून आणायचं होतं.'

'दूध काढायलाही यंत्र?'

'का? तुम्हाला आश्चर्य वाटलं? आम्ही अमेरिकेत हातानं दूध नाही काढत! यंत्रानं काढलं तर गाईलाही सुखाचं आणि आपल्यालाही कष्ट नाहीत! शिवाय स्वच्छताही राखली जाते. तुम्हीही पाहाल!'

तिला वाढूनही आणखी बरंच गुळपौटे शिल्लक राहिलं होतं. ते एका पानावर घालून देत त्यानं सांगितलं, 'तुमच्या मुलासाठीही घेऊन जा.'

'थँक्स! तुम्ही प्रत्येक वेळी आम्हाला खायला देता; तुम्ही आमच्या घरी घोटभर पाणीही पीत नाही! ही जाती पद्धत फार वाईट आहे, नाही का?'

'मी काही तुम्हाला खाद्य पदार्थ आणून दिलेला नाही. पूजेच्या वेळी तुम्हीच काय, आणखी कुणी भक्त आले तरी देतो. आज आणखी कुणी आलेलं नाही म्हणून तुम्हाला जास्त मिळालंय, इतकंच. इथं जातीपातीचा काही संबंध नाही. तो विषयच वेगळा आहे.'

'पण तुम्ही तर सुशिक्षित आहात! तत्त्वज्ञानाचाही तुमचा अभ्यास आहे. तुमचा या जाती व्यवस्थेवर विश्वास आहे?'

'हो. मानवी स्वभावातच जात आहे.'

'स्वभाव राहू दे. जन्माच्या आधारे जात ठरवणं चुकीचं नाही काय?'

'वर्षानुवर्षांपासून चालत आलेल्या परंपरेला काहीही करता येत नाही!'

'इथंच आपले मतभेद आहेत!' ती हसत म्हणाली, 'जे आमच्या विचारांना पटत नाही, ते आम्ही बाजूला सारतो! पुढं चालायला लागतो. तुम्ही माणसं फार वर्षांपासून तसं चालत आलात, म्हणून त्यालाच चिकटून राहता! ते जाऊ दे; आज रविवार. तुमच्या शाळेला सुट्टी आहे. चला आमच्या घरी! तिथं शिजलेलं तुम्ही काही खाणार नाही हे समजलंय मला! पण तुम्ही फळं आणि दूध घेऊ शकाल!'

'पण मला घरी जायला पाहिजे.'

'घर काही पळून नाही जात! आज तुम्हाला आलंच पाहिजे!..' म्हणत तिनं

सहजच त्याचा हात धरला.

एका स्त्रीनं असा अवचित हात धरताच तो घाबरा झाला. तो सोवळ्यात होता. देवळातला प्रसाद सोवळ्यानं घरी नेल्यानंतर तो घेतल्यानंतर त्याची आई जेवण करायची. तिच्या स्पर्शानं तो ओवळा झाला.

हिल्डानं विचारलं, 'सॉरी! तुमच्या देशात स्त्री-पुरुषानं एकमेकाला स्पर्श केला तर चुकीचा अर्थ काढतात! आमच्याकडे तसं नाही. असू दे. चला आता घरी!'

काही तरी विचार करून वेंकटरमणा तिच्याबरोबर निघाला. दोघं पुष्करणीच्या बाजूनं उतरत फार्महाऊसकडे निघाले. आता तिथला डिझेलचा पंप काढून विजेचा पंप लावल्यामुळे आवाज कमी येत होता. आठवड्याभरात कापणीला आलेला तंबाखूचा कडवट खाट नाकाला झोंबत असला, तरी तो कुठंतरी सुखावत होता. पुढं-पुढं चाललेली हिल्डा म्हणाली, 'आणखी आठवड्याभरात हा कापायला पाहिजे; नाहीतर नुकसान होईल.'

हिल्डा राहत असलेल्या घराला कुलूप लावलं होतं. तिथं आलेल्या जमालच्या बायकोनं जमाल बाळाला घेऊन गाईंच्या गोठ्याकडे गेल्याचं सांगितलं. नंतर ती म्हणाली, 'मी तुमचीच वाट बघत होते. डोंगराकडं जळणासाठी काटक्या गोळा करायच्या होत्या...जाते..' आणि निघून गेली.

हिल्डानं दरवाजा उघडल्यावर वेंकटरमणा लाकडी खुर्चीवर जाऊन बसला. ती हसत म्हणाली, 'पण आता तुमचं सोवळं मोडलंय ना? आता तुम्ही सोफ्यावर बसू शकता!'

तरीही तो लाकडाच्या खुर्चीवरच बसून राहिला.

हिल्डानं आतून एका काचेच्या प्लेटमधून चार केळी, मूठभर बेदाणे आणि काजू आणून त्याच्या समोर ठेवले. समोरच्या सोफ्यावर आरामात बसून तिनं त्याला खायचा आग्रह केला. त्यानं एक केळ घेतलं, उजव्या हातानं सोललं आणि त्याचा एक तुकडा बोटानं मोडून तोंडात घातला.

त्याच्या सगळ्या हालचाली लक्षपूर्वक पाहात ती म्हणाली, 'तुमच्यासारखे अमेरिकेत आले तर कसे निभावतील? तुमचं सोवळं-ओवळं, आचार-पद्धती, तुमचा शाकाहार!...या सगळ्याचा तुम्हाला त्रास नाही का होणार?'

'पहिली गोष्ट म्हणजे मी तिकडं जायचा प्रश्नच नाही. आणि गेलोच, तरी तिथं राहून पूर्ण शाकाहारी राहून आलेल्या माणसांचीही माहिती काही जण सांगतात. तिथं फळं आणि दूध हवं तितकं मिळतंय, म्हणतात! तांदूळ, पीठ, तूप कुठंही मिळतंय. थोडा स्वयंपाक करून घेतला की झालं!'

'तसं राहून आलात तर तुम्ही तिथल्या सामाजिक जीवनात मिसळल्यासारखं होणार नाही.'

'नाही तर नाही! नाही मिसळलो, तर काय नुकसान होणार आहे?'

'नुकसान नाही तर काय! मिळणारा फायदा न मिळवता रिकाम्या हाती परत आला तर नुकसानच नाही काय?'

'फायदा? तो कसला फायदा?' काहीच न समजून त्यानं विचारलं.

तिची खोडकर नजर आता हसत होती. ती म्हणाली, 'तुमची बुद्धी तल्लख आहे अशी माझी समजूत होती; पण पुजाऱ्यांची बुद्धी सगळ्याच बाबतीत चालते असं नाही! हे माझं म्हणणं आमच्या चर्चच्या पाद्र्यांनाही लागू पडतं बरं! तुमचे मित्र आमच्या देशात आले आणि ते काही रिकाम्या हाती माघारी फिरले नाहीत! ते तिथल्या सामजिक जीवनात मिसळले आणि तिथली एक मोठी वस्तूच कमावून माघारी परतले!'

आता कुठं वेंकटरमणाला तिच्या बोलण्याचा अर्थ समजला. त्या संदर्भात काही बोलायचा त्याला संकोच वाटला. हिल्डाच पुढं म्हणाली, 'कर्मनिष्ठ लोक यापासून वंचित राहतात..'

वेंकटरमणानं विचारलं, 'मी ऐकलंय, पश्चिम देशात स्त्री-पुरुष एकमेकांशी मोकळेपणानं मिळूनमिसळून ओळख करून घेऊन लग्न करतात. पण आमचा काळिंगा दुसऱ्या देशातला. काळ्या रंगाच्या लोकांमधला. अशा माणसाशी तुम्ही कसं लग्न केलंत?'

'हे का विचारताय?'

'सहज! चुकलं असेल तर क्षमा करा.'

'तुम्ही फारच टची आहात! यात काय चुकीचं आहे? आपल्या लग्नाविषयी मित्रांना सांगण्यात आनंदच आहे. मीही कृषिविज्ञान कॉलेजात शिकत होते. काळिंग उत्तम खेळाडू आहे. मलाही खेळात रस आहे. आताही आम्ही तुमच्या देवळाच्या पुष्करणीत पोहतो!...तुम्हाला ठाऊक नाही?'

'नाही!..' वेंकटरमणा म्हणाला. त्याचा जीव कासावीस झाला. देवाला अभिषेक करायच्या पाण्यात माणसांनी, त्यातही बायकांनी पोहायचं म्हणजे ही पूजेची थट्टाच! तो म्हणाला, 'हे बघ, एक सांगून ठेवतो! मी तुमच्या प्रत्येक वागण्याला आडवा येणार नाही; पण तुम्ही यानंतर पुष्करणीत पोहायला जाऊ नका! ते देवाचा अभिषेक करायचं पाणी; त्यात कुणी पायही धुवायचे नसतात. तसा कडक नियम आहे!..'

'बरं, सांगते तसं काळिंगना! तर काय सांगत होते, अशा प्रकारे माझा तुमच्या मित्राशी कॉलेजमध्ये परिचय झाला. मैत्री वाढली. माझ्या वडिलांचाही शेती हाच व्यवसाय होता. प्रायोगिक फार्म बघायला काळिंगा आमच्या शेतावर यायचा. कितीतरी वेळा तो आमच्याबरोबर जेवायचा. नाचात, पार्टीत सहभागी व्हायचा. आम्ही लग्न करायचा निश्चय केला.'

'माझ्या मनात कितीतरी दिवसांपासून एक प्रश्न आहे. तुमच्या समाजात स्त्री-पुरुष कितीही मुक्तपणे हिंडून-फिरून लग्न करत असतील, तरीही ही तुमच्या समाजात असलेली पद्धत. तरीही जन्मलेला देश, समाज, आई-वडील सगळ्यांना सोडून हजारो मैल दूर असलेल्या या अपरिचित देशात येऊन वास्तव्य करावं लागणार हे ठाऊक असताना तुम्ही कशा या लग्नाला तयार झालात?'

हिल्डाचा गोरा चेहरा लाल झाला. तिला या गप्पा आवडत चालल्या होत्या. ती भावुक होऊन म्हणाली, 'म्हणजे मला आम्ही कसं एकमेकांना प्रपोज केलं ते सांगितलं पाहिजे!...'

'माझं चुकलं असेल तर क्षमा करा...मला त्या वैयक्तिक गोष्टीविषयी विचारायचं नव्हतं!' त्याचा चेहरा संकोचानं कोमेजून गेला होता.

'त्यात क्षमा मागण्यासारखं काय आहे? आमची प्रेमाच्या संदर्भात मोकळेपणानं बोलायला काहीच हरकत नसते.. ते राहू दे. जगातल्या इतर अनेक देशांप्रमाणे हा देशही व्यावसायिकदृष्ट्या मागासलेला आहे, हे मला ठाऊक होतं. आमच्या कॉलेजात तसा एक विषयही आम्हाला शिकवला होता. शिवाय काळिंगकडूनही मला त्याविषयी समजायचं. मला मागणी घालताना त्यांनी मला सांगितलं, माझ्या मागासलेल्या देशात वैज्ञानिक दृष्टीनं कृषी करायला मी चाललो आहे; त्यासाठी मला तुझी साथ हवी आहे- स्फूर्तिदायिनी म्हणून आणि मेंदूची साथ म्हणून! माझ्यासाठी नव्हे, तर माझ्या देशाच्या उद्धारासाठी म्हणून तू मला साथ दिली पाहिजेस! त्याचं हे बोलणं ऐकून मी पुलकित झाले. एवढंच नव्हे, कुठल्याशा उदात्त ध्येयापोटी मी काळिंगाशी लग्न करत आहे या भावनेनं मी त्याला होकार दिला!..'

हे सांगताना हिल्डा काहीशी भावुक झाली होती.

वेंकटरमणानं विचारलं, 'म्हणजे हिंदुस्थानाच्या उद्धारासाठी तुम्ही इथं आलात तर!'

'अगदी तसंच म्हणता येणार नाही.. पण परंपरा, अंधश्रद्धा, अवैज्ञानिकता यानं भरलेल्या या देशात काळिंगासारख्या क्रियाशील आणि प्रयोगशील व्यक्तीला या देशात योग्य साथीदार मिळणं कसं शक्य आहे? हा विचार तो स्वतःही अमेरिकेत असताना बोलून दाखवायचा. इथं आल्यावरही बोलून दाखवत असतो! सगळीकडे आमचा फार्म आदर्श म्हणून उल्लेखला जातो, असं सरकारी अधिकारीही सांगत असतात! इतर शेती व्यावसायिकही आमच्या उदाहरणावरून आपल्या शेतीची पद्धत बदलताहेत! तुम्ही विचारलंत ना, जन्मलेला देश, समाज, नातेवाईक सोडून आले असले तरी मागासलेल्या एका देशाच्या जनतेला माझ्याकडून सुधारणेसाठी थोडा का होईना हातभार लागतोय, याचं मला समाधान आहे!..'

वेंकटरमणानं मान वर करून तिच्याकडे पाहिलं. तिच्या निळ्या डोळ्यांत एक

प्रकारचा आत्माभिमान आणि तृप्ती झळकत होती. तिनंही त्याच्याकडे रोखून पाहिलं. आपली नजर दुसरीकडे वळवत तो म्हणाला,

'या देशाच्या आहारोत्पत्तीत सुधारणा करण्यासाठी म्हणून तुम्ही इथं आलात असं तुम्ही सांगितलंत! तुमचा फार्म तर आता पूर्णपणे तंबाखू आणि कपाशीनं भरलाय! कापूस कापडासाठी गरजेचा आहे, कबूल! पण इथल्या गरम हवेत कपड्याची गरज बेताचीच आहे. फार्मच्या बाकीच्या निम्म्या भागात तुम्ही तंबाखू लावला आहे! त्यातही हा विशेष जातीचा तंबाखू आहे. त्याचा या आमच्या देशाच्या लोकांना आहाराच्या दृष्टीनं काय उपयोग? त्यानं पोट भरतं काय? उलट त्यामुळे तयार होणाऱ्या बिडी-सिगारेटनं आमच्या देशाच्या लोकांची प्रकृती खराबच होणार आहे की नाही?'

हिल्डाला या प्रश्नाची अजिबात अपेक्षा नव्हती. ती निरुत्तर झाली. पण स्वतःला सावरून ती म्हणाली, 'कृषी व्यवसाय या शब्दाचा अर्थ काय? जमिनीतून पीक काढायचा उद्योग. तो आहाराशीच संबंधित असला पाहिजे असं कुठं आहे? तंबाखूमुळेही एक व्यवसाय वाढू शकतो. त्या व्यवसायासाठी हा कच्चा माल आहे. देशाच्या प्रगतीमध्ये याचंही एक स्थान आहे- अर्थशास्त्रीय दृष्टिकोनातून, थोड्या विशाल नजरेतून पाहिलं, तर तुम्हाला हे समजू शकेल. या देशाकडून तंबाखू दिला तर दुसरे देश आहार देतील.'

'तुम्ही सांगताय ते अर्थशास्त्र मला नाही समजत! मी नाही ते शिकलो. पण तुम्ही हा तंबाखू पिकवलात तो कशासाठी? बटाटा, भात, नाचणी, ज्वारी यापेक्षा यात जास्त फायदा आहे, म्हणूनच ना? यात फायदा मिळतो, म्हणून आमच्या खेड्यांतही कुठं अर्धा एकर तर कुठं एक एकर तंबाखू लावतात. पण कुणीही आहाराचं पीक पेरायचं सोडून सगळ्या शेतात तंबाखू पिकवत नाही. भूमिमातेच्या ओटीत धान्याचं बी पेरून तिनं धान्याचा वर्षाव केला नाही, तर भूमाता शाप देते, असं आमचा मागासलेला शेतकरी मानतो. तशी त्याची श्रद्धा आहे. ते जाऊ दे! मागासलेल्या एका देशाला अन्नसंकटातून बाहेर काढायचा कुठलाही उदात्त हेतू तुमच्या प्रेमविवाहामागं नव्हता असं दिसतं. तुम्हीही तुमच्या समाजातल्या पद्धतीनुसारच इतर तरुण-तरुणींप्रमाणे लग्न केलं आहे. आणि जशी बायको नवऱ्याच्या बरोबर येते, तशा तुम्हीही नवऱ्याबरोबर नवऱ्याच्या देशात आला आहात. आमच्या खेड्यातल्या बायका डोक्यावर शेणाच्या टोपल्या वाहून नवऱ्याला त्याच्या कामात मदत करतात, तशा तुम्हीही ट्रॅक्टर चालवून काळिंगाला मदत करत आहात, इतकंच!'

हे ऐकून हिल्डाला अपमान झाल्यासारखं वाटलं. खरं तर त्या दिवशी तिचा त्याच्याशी धर्म-अधर्म, नीती-अनीती या विषयांवर बोलायचा विचार नव्हता. वैयक्तिक भावना व्यक्त करून खासगी घटना सांगायच्या मूडमध्ये ती असताना विषय

कुठल्या कुठं गेला होता. आज सकाळपासूनच तिचा मूड मित्रत्वाच्या भावनेनं भरून गेल्यामुळे ती सकाळी-सकाळी वेंकटरमणाला फार्ममध्ये घेऊन आली होती. पण तिच्या नकळत बोलणं गंभीर झालं होतं.

आपल्या बोलण्याचा समोरच्या व्यक्तीवर काय परिणाम होतोय, याचा विचार न करता तो बोलायचं ते सगळं बोलून आता शांतपणे बसून राहिला होता!

एकाएकी तिच्या मनात काहीही केलं तरी आपण इथं परदेशी असल्याची भावना भरून राहिली. नवरा सोडला तर या देशात आपला आणखी कुणीही स्नेही नाही! या खेड्यात कुणी मित्र होण्याची शक्यताही नाही. केवळ हा वेंकटरमणा आपला सांगाती होऊ शकेल अशा योग्यतेचा आहे, असं वरचेवर तिचा नवरा सांगत असायचा. पण हा तर तिच्या भावनेची किंचितही कदर न करता क्रूरपणे बोलेल, याची तिला अजिबात कल्पना नव्हती.

गेल्या काही दिवसांत ती त्याच्याशी थोडंफार बोलली होती. धर्म आणि नीतीविषयी त्याचे विचार तिच्यापेक्षा कितीही टोकाचे असले, तरी कुठंतरी तिला त्या व्यक्तिमत्त्वाचा आकर्षकपणाही जाणवला होता. हा खरोखरच आपला मित्र असल्याचं तिला जाणवलं होतं. पण त्याच्या मनात मात्र तिच्याविषयी किंचितही स्नेह किंवा अनुकंपा असल्याचं तिला जाणवलं नव्हतं.

अपमानित होऊन हिल्डाच्या डोळ्यांत पाणी भरलं. पण ते त्याच्यापुढं दाखवून देण्यात तिला कमीपणा वाटला. ती पटकन उठून आत निघून गेली.

हे त्याच्याही लक्षात आलं. काय घडलं असेल हे त्याच्या लक्षात आलं, तरी त्याचा तो उद्देश नव्हता.

पंधरा मिनिटं झाली तरी हिल्डा बाहेर आली नाही. शेवटी वेंकटरमणाच म्हणाला, 'मी तुम्हाला दुखावलं असेल तर क्षमा करा! उशीर झाला. निघतो मी!...'

तरीही ती बाहेर आली नाही. काही क्षण वाट बघून तो जायला निघाला. दुपारचा सूर्य एव्हाना पश्चिमेकडे ढळू लागला होता. डोक्याची सावली पायापासून हातभर दूर गेली होती. देवाचा प्रसाद देवळातच होता. तो सोवळ्यानं घेऊन गेल्याशिवाय आपली आई जेवणार नाही हे आठवून तो व्याकूळ झाला. पण हिल्डानं त्याच्या हाताला स्पर्श करून त्याला ओवळं केलं होतं.

तो पुन्हा देवळात गेला. कळशी घेऊन बाहेर आला, पुष्करणीतलं पाणी आणून काठावर उभं राहून डोक्यावर ओतून घेतलं. सगळं अंग भिजल्याची खात्री करून घेतली. नंतर ओलेत्यानंच प्रसाद घेऊन देवळाला कुलूप लावलं. समोरची मोठी घंटा सात-आठ वेळा वाजवून तापलेल्या जमिनीवर अनवाणी पावलं टाकत गावाच्या दिशेनं भराभरा जायला निघाला.

५

कापूस आणि तंबाखूची काढणी-छाटणी झाली होती. सगळ्याची नीट व्यवस्था लावून झाली होती. विक्रीही झाली होती. खर्च जाऊन तीस हजार हाती राहिले होते. उन्हाळा जवळ येत चालला होता. आता काहीही पेरलं तरी मे महिन्यात पडणाऱ्या पावसात रोपं कुजायची शक्यता होती. त्यामुळे आधी बटाटा घालून, तो आल्यानंतर जमीन तशीच सोडून नंतर उत्तम जातीचा तंबाखू सगळ्या फार्ममध्ये घालायचा त्यांचा निर्णय झाला होता.

अलीकडे हिल्डा फारच अंतर्मुख झाली होती. ती सतत स्वतःशीच काहीतरी विचार करत असायची. गेले काही दिवस तिची प्रकृतीही नीट नव्हती. अचानक चक्कर येणं, मळमळणं वगैरे सुरू झालं होतं. अस्वस्थता वाढली, की ती आपल्या अडीच वर्षांच्या मुलाला छातीशी धरून डोळे मिटून बसून राहायची. छोटा जॅक इंग्लिश बोलून तिची काहीशी करमणूक करायचा. जमाल आणि त्याची बायको शिकवतील तसं थोडं कन्नडही बोलायचा. त्याचबरोबर मोडकंतोडकं उर्दूही बोलायचा. जॅकलाही तिथं कुणी मित्र नव्हते. जमालच त्याचा मित्र झाला होता.

एक दिवस हिल्डानं आपल्या नवऱ्याला मिठी मारून सांगितलं, 'डिअर! माझ्या प्रकृतीची काळजी करू नकोस! काही नाही..जॅकला भावंडं होणार आहे! तुला राग नाही ना आला?'

'रागाचा काय प्रश्न आहे? पण तूही कष्टी होऊ नकोस. तू का हसतमुख नाहीस? तुला कंपनी नाही हे मलाही ठाऊक आहे! पण काय करणार?'

'डिअर, या देशात मला कधीच कंपनी मिळणार नाही!'

आता काळिंगही गंभीर झाला. त्यालाही एकटेपणा छळत होताच. काही कारणानं गावात गेलं, तरी त्याला आपण या गावातच नव्हे, या समाजातच एकटा असल्याचं जाणवत होतं. तालुका किंवा जिल्ह्याच्या ठिकाणी गेलं, तर मात्र तेवढा काळ त्याची या भावनेतून सुटका व्हायची.

तो म्हणाला, 'डार्लिंग, काही काळ वेंकटरमणा यायचा. अलीकडे त्यानंही यायचं सोडलंय.'

'त्या माणसाशी आपलं कधीच पटलं नाही! त्यानं एवढ्यात कधी आपल्याला आपल्या घरी बोलावलंय? त्याच्याविषयी माझ्याही मनात आदर आहे; पण राहणीमान, आचार-विचार..कुठल्याच बाबतीत त्याच्याशी आपलं पटत नाही. अशा माणसाच्या सहवासात कसा आनंद मिळणार?'

थोडा वेळ काहीतरी विचार करून काळिंग म्हणाला, 'आपण या फार्ममध्ये

कुंपणाच्या आत राहतोय ना! आपणच चार माणसं असतील अशा ठिकाणी गेलं पाहिजे.'

'पण कुठं जायचं?'

'चार मैलांवर मारीकेरे नावाचं गाव आहे. तिथं आणखी आठवड्यानं मारम्मा नावाच्या देवीची मोठी जत्रा चालते. तिथं चोमाचा नाच, निखाऱ्यावर चालणं यांसारख्या भरपूर इंटरेस्टिंग गोष्टी चालतात. जॅकलाही मजा येईल..'

'फाइन आयडिया!..' हिल्डा म्हणाली.

।। तेरा ।।

१

मारीकेरेची मारम्मा हे त्या पंचक्रोशीतलं अतिशय प्रसिद्ध दैवत होतं. लालबुंद तप्त डोळे, हवं ते फोडून काढतील असे टोकदार दात,...एकूण ती एक कोपिष्ट देवता होती. प्लेग, देवी, पटकी यांसारख्या कुठल्याही रोगाच्या देवीला त्या परिसरात पाय टाकू न देण्याची शक्ती असलेली मारम्मा ही एकमेव उग्र देवता होती!

पण या व्याधीदेवतांना मारम्मा उगाच मुकाट्यानं नामोहरम करत नव्हती. ज्या गावातले आणि वस्तीवरचे लोक तिच्या हक्काचा आहार आणि पूजा तिला अर्पण करत, त्याच वस्तीवरच्या लोकांचं रक्षण करायची जबाबदारी ही देवता घ्यायची. इतरांचं रक्षण करणं हे तिचं कर्तव्य नसायचं.

परिणामी, इतर कुठल्याही सौम्य दैवतांपेक्षा जास्त माणसं हिच्या जत्रेला जमत आणि तिचा आहार आणि पूजा तिला भयभक्तीनं अर्पण करत.

यंदाच्या जत्रेला याआधी कधीही जमली नव्हती एवढी माणसं जमली होती. देवळासमोरचं मोठा माळ तर भरला होताच, शिवाय सभोवतालच्या पिकांची कापणी झालेल्या शेतांमध्येही जमलेल्यांनी खोपट्या आणि दुकानं थाटली होती. नवे कपडे, भांडी आणि इतर वस्तूंची दुकानं तर होतीच; त्याचबरोबर एका रुपयात फोटो काढणारी दुकानंही यंदा नव्यानं दिसत होती.

देवस्थानाच्या समोर शिंगं, ताशे यांसारख्या वाद्यांबरोबर मुलांच्या पिपाण्या

आणि वाजंत्र्यांचे आवाजही मिसळून एकच गोंधळ ऐकू येत होता.

जेवणखाण संपवून सकाळी अकराच्या सुमारास हिल्डा, काळिंगा आणि जॅक गाडीत बसून जत्रेच्या ठिकाणी आले. हिल्डाचा गोरा रंग, तिची उंची, बांधा आणि तिचे कपडे यांचं तिथं जमलेल्या लोकांना जत्रेच्या गारुडाइतकंच अप्रूप वाटलेलं दिसत होतं. त्या गर्दीत गोऱ्या माणसांना बघितलेली माणसं बरीच असली, तरी बहुतेक बायकांना तिचं आणि छोट्या जॅकचं कुतूहल वाटलं होतं.

जत्रेत एक फेरी मारून ते देवस्थानाच्या पुढच्या बाजूला आले. एव्हाना बारा वाजले होते. देवळाच्या पुढच्या बाजूला असलेल्या बळिखांबाच्या भोवताली जमलेल्या गर्दीला दोन कॉन्स्टेबल दूर सारून वर्तुळाकार जागा रिकामी करायच्या खटाटोपात होते. देवळाच्या डावीकडच्या पोवळीत पलीकडे सुमारे दोनशे रेडे बांधून ठेवण्यात आले होते.

काळिंगानं हिल्डाला देवळात नेऊन देवीचं दर्शन घडवलं, आतल्या बाजूला असलेल्या दोन वेताळाच्या मूर्तीही दाखवल्या. ते बाहेर येत असताना वाटेत एका पोलीस अधिकाऱ्यानं काळिंगाला ओळखून त्याच्याशी बोलायला सुरुवात केली. त्यानं हिल्डाशी ओळख करून देताच त्यांनी तिचा हात थोडा जास्त वेळ हातात ठेवून हस्तांदोलन केलं.

हिल्डा गावी आल्यापासून तिला हा पहिलाच अनुभव होता. त्यांच्या फार्मवर डेप्युटी कमिशनर आणि इतर काही सरकारी अधिकारी येऊन गेले असले, तरी ते अंतर राखून हात जोडायचे. हे तालुक्याचे पोलीस इन्स्पेक्टर होते! काळिंगापेक्षा ते एक-दोन वर्षांनी मोठे असावेत. भरपूर उंची, दणकट बांधा. पोलिसांच्या खाकी कपड्यात त्यांचं व्यक्तित्व उठून दिसत होतं.

'हे काय? आज तुम्ही आलात बंदोबस्तासाठी? सब-इन्स्पेक्टर आले तर चाललं नसतं का?' काळिंगानं विचारलं.

'मॅडमना कन्नड समजतंय की नाही कोण जाणे!..' म्हणत ते इंग्लिशमध्येच बोलू लागले, तेव्हा हिल्डाही म्हणाली, 'थँक्यू फॉर दी कंसिडरेशन!'

ते सांगू लागले, 'या देवीसाठी रेड्याचा बळी द्यायची पद्धत ठाऊक आहे ना? त्याचं हे शेवटचं वर्ष आहे. यानंतर कुठल्याही देवाला पशुबळी द्यायचा नाही, अशी सरकारची आज्ञा आहे. यंदाची जत्रा आणि रथोत्सव झाल्यानंतर, म्हणजे जुलै महिन्यानंतर ही आज्ञा अधिक कडकपणे जारी होणार आहे. ही शेवटची संधी आहे म्हणून सगळे भक्त याआधी कधीही नव्हते इतक्या मोठ्या संख्येनं येऊन मागचे सगळे नवस फेडायच्या दृष्टीनं रेडे घेऊन आले आहेत! आतापर्यंत काही नाही म्हटलं तरी अडीचशे-तीनशे रेडे आणण्यात आले आहेत! याची कल्पना होतीच ना; म्हणून

मी आलोय. यंदाची जत्रा दर वर्षीपेक्षा फार मोठ्या प्रमाणात भरणार आहे. त्यामुळे गडबडगोंधळ व्हायचीही शक्यता असते ना! ऑफकोर्स माझे सबॉर्डिनेटही आले आहेत म्हणा! शिवाय वीस कॉन्स्टेबल्सही आहेत.'

'रेड्याचा बळी कसा देतात?' हिल्डानं विचारलं.

'इथंच दिले जातील. तुम्हीही पाहू शकाल. चला. उन्हात किती वेळ उभ्या राहणार?' असं म्हणत इन्स्पेक्टर त्या दोघांना जवळच असलेल्या उत्सवमूर्तीच्या मंडपाकडे घेऊन गेले. त्या उंच मंडपात सावली तर होतीच, शिवाय तिथून बळीचा खांब स्पष्टपणे दिसत होता. देवळाच्या प्रमुखाला बोलावून इन्स्पेक्टरांनी तीन खुर्च्या आणून द्यायला सांगितल्या. मधल्या खुर्चीत हिल्डा बसली, डावीकडे इन्स्पेक्टर आणि उजवीकडे जॅकला घेऊन काळिंगा बसला. काहीतरी सूचना घेण्यासाठी सब-इन्स्पेक्टर तिथं आले. जागेवरूनच त्यांचा सॅल्यूट स्वीकारून इन्स्पेक्टरांनी त्यांना काही सूचना दिल्या. एका कॉन्स्टेबलला बोलावून त्यांनी त्याला चार ग्लास सरबत आणायला सांगितलं.

थोड्याच वेळात बळीला सुरुवात झाली. तिथल्या प्रत्येक घटनेचा अर्थ आणि तपशील इन्स्पेक्टर हिल्डाला विस्तारानं सांगू लागले. त्यात आपण पाहिलेल्या इतर जत्रांमधल्या बळींच्या वैशिष्ट्यांची भर घालून सांगत होते. हिल्डाही आश्चर्यानं बळिखांबाकडे पाहत त्यांचं बोलणं ऐकत होती.

खांबाभोवती दहा हात अंतर सोडून माणसं उभी होती. दुपारचं ऊन्ह चढत चाललं होतं. चेहरा आणि शरीरावरच्या घामाच्या धारा पुसत डोक्यावर सावलीसाठी एखादा पंचा किंवा पदर घेतलेली माणसंही बळिखांबाकडे पाहत होती.

कपाळ, दंड, छातीवर कुंकू माखून, बायकांप्रमाणे लुगडं नेसून, पण पदर खांद्यावर न घेता कमरेलाच गुंडाळून देवीचा पुजारी तिथं आला. त्यानं खांबाला कडुलिंबाच्या पाल्यानं पाणी शिंपडलं. त्याच्याबरोबर भीमकायेचे दोन गडी होते. त्यांच्या हातात हात-हातभर लांबीच्या सात-आठ धारदार कुऱ्हाडी होत्या. त्यांची धार एवढ्या अंतरावरूनही तळपत होती. त्यांच्या तीन-तीन हात लांबीच्या मुठी दणकट अशा विशिष्ट लाकडापासून केल्या होत्या.

नंतर पुजारी रेड्यांना बांधलेल्या जागी गेला. सावलीत जाण्यासाठी आतुर झालेले ते परस्परांशी अपरिचित असलेले रेडे धुमसत होते. कडुलिंबाची पानं ओली करून पुजाऱ्यानं त्या सगळ्या रेड्यांच्या अंगावर पाणी उडवलं. अंगावर पाणी पडलेल्या रेड्यांच्या हंबरण्याचे सुखद आवाज उमटले.

एवढ्यात उत्सवमूर्तीसोबत गेलेले ताशा-वाजंत्रीवाले माघारी येऊन जोर-जोरात वाजवू लागले. चेहरा आणि अंगावर कुंकू माखून एक मध्यम वयाचा भीमाकार माणूस देवस्थानातून धावत आला आणि बळिखांबापाशी उभा राहिला. देवाच्या

गौडानं त्याच्या हातात एक तळपणारा कोयता आणून दिला. सोबत कुणीही नसलेल्या एका कोकराला जवळ घेऊन त्या भीमकाय माणसानं त्याच्या नरड्याला दात लावला. तो रुतलेला दात बाहेर काढून त्यानं तो दुसऱ्या जागी रोवला तेव्हा त्याच्या नरड्यातून रक्त गळायला सुरुवात झाली. आता त्यानं पुन्हा एकदा जबडा त्या कोकराच्या नरड्याला लावून त्यानं तिथला लचका तोडून बाहेर काढला. आता तर तिथं रक्ताची धार लागली. आतापर्यंत केकाटणाऱ्या कोकराचा आवाज एका मोठ्या ओरडण्याबरोबर शांत झाला. त्या भीमकाय माणसाच्या तोंडातून आता रक्त त्याच्या अंगावर वाहू लागलं. एव्हाना कोकरू देवीच्या पायाशी पोहोचलं होतं!

आता वाद्यांचा आवाज टिपेला पोहोचला होता. आपले दात देवळातल्या मूर्तीप्रमाणे विचकून दाखवत तो माणूस आता मागच्या बाजूला जाऊन उभा राहिला. तिथं उभी असलेली माणसं धार्मिक भय-भक्तीनं आणखी दोन हात मागं सरली.

त्यानंतर रांगेत रेड्यांना घेऊन काही पुरुष येत होते. पुढच्या रेड्याच्या शिंगांना जाडजूड दोरखंडानं बांधून त्याला देवस्थानाच्या समोर डोकं येईल अशा प्रकारे बांधण्यात आलं. त्याचं तोंड बळिस्तंभाला अडकेल असं घट्ट आवळण्यात आलं. वाद्यं लय वाढवून रुद्र वातावरण तयार करत होती. हातात कुऱ्हाड घेऊन त्याचं पातं डोळ्यांना लावून एका पुरुषानं ती कुऱ्हाड हातात पेलली आणि तिचा घाव रेड्याच्या मानेवर घातला. कुऱ्हाडीचं पातं चार-पाच इंच आत गेलं आणि मांसखंड बाहेर येऊन रक्ताची धार लागली. वाद्यांच्या आवाजातूनही ऐकू येईल इतक्या उंच आवाजात रेड्यानं आक्रोश केला. चार इंच पातं पुन्हा एकदा मानेवर घाव घालून रुतवल्यावर रेड्यानं चारही पाय झाडून निकराचा सुटकेचा प्रयत्न केला. तेवढ्यात कुऱ्हाडीचा तिसरा घावही बसला आणि रेडा गतप्राण झाला. त्याचा देह खाली कोसळला आणि मुंडकं खांबाला बांधलेल्या खाचेत अडकून राहिलं. रक्ताचा लोट वाहू लागला. त्याचा जमिनीवर कालवाच वाहू लागला. तिथं मांग याचीच वाट पाहत होते. त्यांनी तत्परतेनं त्या देहाला दोरखंड बांधून त्याला लांब खेचलं. खांबाला अडकलेलं रेड्याचं तोंडही पाडण्यात आलं होतं.

लगोलग आणखी एक रेडा त्या खांबापाशी आणून बांधण्यात आला. आधीचं दृश्य पाहून भेदरलेले रेडे आता पुढचे पाय दुमडून पुढं यायला नकार दर्शवत होते. पण असल्या पशूंना जबरदस्तीनं ओढून नेण्यात निष्णात असलेली चार माणसं त्या रेड्यालाही जबरदस्तीनं खांबापाशी नेऊन त्याचं तोंड खांबाला बांधण्यात यशस्वी झाली. त्याचीही मान तीन घावात तोडण्यात आली. रक्ताचा लोट आधीच्या रेड्याच्या गोठत चाललेल्या प्रवाहात मिसळून पुढं वाहू लागला. मांगांनी त्याचाही देह आणि तोंड ओढून काढलं. आता तिसऱ्याची पाळी आली.

तासाभरात अशा प्रकारे वीसेक रेड्यांचा बळी देण्यात आला. रक्ताचा प्रवाह

देवळाच्या डाव्या बाजूनं जाणाऱ्या एका कालव्यात जाऊन पोहोचला. तिथल्या मातीत तो मिसळून गेला होता. मांग त्यापैकी दहा रेड्यांचं शरीर गाडीत भरून घेऊन गेले होते. तरीही बळी द्यायच्या वेगाच्या मानानं त्यांचा वेग कमी पडत चालला होता. त्यामुळे रेड्यांच्या मृतदेहांचा एक ढीग वाढत चालला होता. आतापर्यंत कावळे, घारी, गिधाडं जत्रेत मुलांच्या हातात मिळणाऱ्या खाद्य पदार्थांवर ताव मारण्यासाठी आसुसली होती, ती आता रक्त-मांसाच्या वासानं बळिस्तंभापाशी झेपावू लागली. जमलेल्या माणसांची भीती बाळगत ती तिथं पडलेल्या मांसाच्या भोवताली गिरक्या घेऊ लागली.

हे दृष्य बघणं असह्य होऊन हिल्डा काळिंगाला म्हणाली, 'ही रानटी हिंसेची दृश्यं बघणं पुरे! आता आपण जाऊ या...'

काळिंगाचं त्या दृश्याकडे लक्षच नव्हतं. त्याचं मन वेगळंच काहीतरी विचार करत होतं. तिचं बोलणं त्याला ऐकू आलं नाही. पण तिच्या शेजारी बसलेले इन्स्पेक्टर म्हणाले, 'येस लेडी! ही खरोखरच रानटी पद्धत आहे! म्हणूनच सरकारनं हे थांबवायचा निर्णय घेतला आहे! ही शेवटची वेळ आहे; हे राहू दे..पण संध्याकाळी निखाऱ्यावरून चालतात, ते तुम्ही पाहिलंच पाहिजे! हे एवढे रेडे संपवायला संध्याकाळचे पाच-सहा वाजतीलच. तेवढा वेळ तुम्ही विश्रांती घ्या. चला माझ्याबरोबर. तिकडं शाळेत विश्रांती घ्यायची व्यवस्था केली आहे. तिथं थांबा. संध्याकाळी निखाऱ्यावरचं चालणं बघा.'

काळिंगालाही हे पटलं. ते दोघं इन्स्पेक्टरांच्या मागोमाग निघाले. लोकांनी त्यांना रस्ता करून दिला.

२

संध्याकाळी पाच वाजेपर्यंत ते गावापासून दोन फर्लांग अंतरावर असलेल्या शाळेत राहिले. शिपायांना सांगून इन्स्पेक्टरांनी दोन बाकं जोडून त्यांची झोपायची व्यवस्था केल्यामुळे आवाजापासून दूर त्यांची काहीशी विश्रांती झाली. तरीही इन्स्पेक्टरांच्या अतिकाळजीमुळे हिल्डा न झोपता तशीच बसून राहिली होती. इन्स्पेक्टर जॅकशी इंग्लिशमध्ये बोलत राहिले. त्याचं कौतुक केलं. हिल्डा गर्भार असल्याचं लक्षात येऊनही त्यांनी त्याला 'तू एकटाच का?' म्हणून विचारलं.

साडेपाच वाजता निघून ते तिघंही गावातल्या आणखी एका देवळापाशी गेले. एकाच देवतेची ती दोन्ही देवळं होती. बळिस्तंभ असलेलं देऊळ मूळचं असलं तरी उत्सवमूर्ती ठेवण्यासाठी हे आणखी एक देऊळ बांधलं होतं. या देवळासमोर वीस-

पंचवीस खड्ड्यांमध्ये निखारे धगधगत होते. त्याच्या भोवतालीही माणसं जमली होती. दुपारभर रेड्याचे बळी बघत असलेली माणसंच आता इथं आली होती.

वाद्यं वाजवणारेही आता तिथं हजर झाले. त्यांच्या पाठोपाठ दैवताची मूर्ती घेऊन चार माणसं आली. ती आधी निखाऱ्यासमोर उभी राहिली. देवळातून एक तांब्याचा गडू हातात घेऊन उजव्या हातातल्या आंब्याच्या डहाळीनं सगळीकडे त्यातलं पाणी शिंपडत वेंकटरमणा आला. दररोज पूजेच्या वेळी असलेल्या वेषातच तो होता.

त्याला पाहून हिल्डानं आश्चर्यानं विचारलं, 'अरेच्चा! हे इथंही?'

'सगळ्या पंचक्रोशीचा हा पुरोहित आहे. आज विशेष दिवस असल्यामुळे आला असेल.' काळिंगा म्हणाला.

इन्स्पेक्टरनी लगेच खुलासा केला, 'समोरच एवढे बळी दिलेत ना! त्यामुळे आधी ब्राह्मणानं सगळं शुद्ध केल्यानंतरच देव अग्नीवरून चालतील. त्यानंतर रथोत्सव.'

वेंकटरमणानं देवळात पुण्याहवाचन केलं. नंतर दैवताला आणणारे, त्यांच्या मागोमाग नवस बोललेले स्त्री-पुरुष..सगळ्यांवरच त्यानं आंब्याच्या डहाळीनं पाणी शिंपडलं. या वेळेपर्यंत निखारे व्यवस्थित धगधगू लागले होते. त्यावरही थोडं पाणी शिंपडलं.

आता पुन्हा वाद्यांची लय वाढली. इन्स्पेक्टर म्हणाले, 'आता देव निखाऱ्यांवरून चालतील बघा!' आणि ते हिल्डाच्या चेहऱ्यावरची प्रतिक्रिया पाहू लागले. आता हिल्डा देव घेऊन आलेल्यांकडे उद्विग्नतेनं पाहू लागली. आधी ती माणसं काही पावलं मागं गेली. देवळाचा गौडा आणि इतर काही माणसं जवळ घुसलेल्या लोकांना दूर करू लागले. वाद्यांचा आवाज टिपेला पोहोचला. देवाला उचललेले एकाएकी धावत सुटले आणि समोर निखाऱ्याची रास असल्याचं भान नसल्यासारखे त्यावरून धावत गेले.

आपल्याच पायांचे तळवे होरपळल्यासारखा चेहरा करून हिल्डा हे दृश्य पाहत होती. तिसऱ्यांदा त्या निखाऱ्यांवरून गेल्यानंतर देव देवळात गेले. पाठोपाठ एवढा वेळ प्रेक्षक म्हणून उभे असलेले काही भक्तही गर्दी करून त्या निखाऱ्यावरून धावत गेले.

हिल्डाचं त्यांच्या पायांकडे लक्ष होतं. एकाएकी ती दचकली.

त्या गर्दीत काळिंगाची आईही होती. तिकडं काळिंगाचंही लक्ष गेलं होतं.

सगळं झाल्यावर तिनं विचारलं, 'देवाच्या नावानं ही माणसं स्वतःला इतकी का हिंसा देतात?'

'यात हिंसा नाही. निखाऱ्यावर चालणाऱ्यांना कुठं भाजतंय?' इन्स्पेक्टर म्हणाले.

'मला हे नाही पटत!'

'हवं तर जवळ येऊन पाहा! तुम्हीही हवं तर चालून बघा! पण त्यासाठी दिवसभर उपवास करायला पाहिजे!'

'मी तर उपवास केलेला नाही! आणि उगाच हट्टीपणा करून भाजून घ्यायची मला हौसही नाही! तेवढी मी मूर्खही नाही!'

'अगदी खरंय तुमचं!' इन्स्पेक्टर मृदू हसत म्हणाले, 'आता देवाचा रथ येईल. चला आपण पुढं जाऊ. तिथून नीट दिसतंय!...' म्हणत त्यांनी हिल्डाचा हात धरून तिला पुढच्या बाजूला नेलं.

अठरा अंकणं उंच साच्याला वरून खालपर्यंत विविध चित्रांनी भरपूर सजवून देवीचा रथ सिद्ध केला होता. तो सजवलेला रथ, त्यावर दैवताला बसवून हजारो माणसांनी तो ओढणं हे दृश्य हिल्डाला रोमांचक वाटलं. तिनं ते बोलूनही दाखवत म्हटलं, 'इट इज ए व्हेरी रोमॅण्टीक सीन!'

याचा वेगळाच अर्थ घेऊन इन्स्पेक्टरांच्या चेहऱ्यावर वेगळेच भाव उमटले!

दैवताला रथावर बसवण्याआधी वेंकटरमणानं रथालाही पुण्याहवाचन केलं. तरीही त्याचं यांच्याकडे लक्ष गेलेलं दिसलं नाही. रथ ओढल्यानंतर देवीला त्यावर बसवण्यात आलं.

'दोन तासांनंतर दूरवर बांधलेल्या लाकडी मंडपात देवीचं माहात्म्य आणि यक्षगान होणार आहे. तुम्ही ते पाहिलंच पाहिजे! मी तुमच्यासाठी खुर्चीची व्यवस्था करतो!...आता तुम्ही माझ्याबरोबर जेवण घ्या!..'

इन्स्पेक्टरनी आग्रह केला तरी हिल्डानं नकार दिला. ती बऱ्यापैकी दमली होती.

इन्स्पेक्टरांना या दोघांना आपल्या स्वतःच्या जीपमधून घरी पोहोचवायची इच्छा होती; पण काळिंगानं आपण गाडी आणल्याचं सांगून त्यांचा विरस केला.

पण तो न दाखवता 'तर मग ठीकाय! भेटू पुन्हा!...गुड नाईट मॅडम!' म्हणत हिल्डाचा हात बराच वेळ हातात ठेवून हस्तांदोलन करत त्यांना निरोप दिला.

चांदण्यात कितीतरी गाड्या परतत होत्या. अनेक माणसं पायी चालतही आपापल्या गावी परतत होती.

स्वतःच्या विचारात गुंतलेल्या हिल्डाला काळिंगा म्हणाला, 'हा वेंकटरमणा कुठं गेला कोण जाणे! नाहीतरी आपली गाडी होती. आला असता गावापर्यंत सोबत. अग्रहाराच्या कोपऱ्यावर उतरला असता, तर त्याला जेमतेम अर्धा मैल चालावं लागलं असतं.'

त्याच्या बोलण्याकडे लक्ष नसल्यासारखं दाखवत हिल्डा म्हणाली, 'इतक्या दिवसांत ज्याच्याशी विश्वासानं चार गोष्टी बोलता येतील असा किमान एक तरी माणूस भेटला म्हणायचा! तो इन्स्पेक्टर किती चांगला माणूस होता ना? तू का

त्यांच्या जीपला नकार दिलास?'

'अजूनही तुला माणसांची पारख नाहीये! वेंकटरमणा हा एकटाच इथं माझा चांगला मित्र होऊ शकतो!'

'डिअर! इतके दिवस झाले, तरी तुला त्या पुजाऱ्याचा स्वभाव समजलेला नाही? सतत वाद-विवाद घालून आपल्याला खोडून काढण्यातच त्याला आनंद मिळतोय की काय कोण जाणे! एवढ्या दिवसांत किमान एकदा तरी तो आपल्याला वाद-विवादाशिवाय भेटलाय का? उलट हा इन्स्पेक्टर! दुपारपासून किती छान गप्पा झाल्या! कुठंही कडवटपणा नाही की आडवा सूर नाही. मतभेद असले तरी त्यांचं फारसं भांडवल न करता कसे सौम्यपणे वावरत होते. अगदी पोलीस-अधिकाऱ्याच्या विरुद्ध त्यांचं सालस वागणं होतं. आणि तुझ्या त्या वेंकटरमणाचा स्वभाव पुजाऱ्याला अगदी विरुद्ध!'

'डार्लिंग! तुला जगाचा अर्थ लवकर नाही समजत! तुझं लक्ष जत्रेतल्या वैशिष्ट्यांकडे होतं आणि त्या इन्स्पेक्टरचं लक्ष कुठं होतं ठाऊक आहे?'

'नाही!..'

'म्हणूनच मी सांगतोय, तुला जग कळत नाही म्हणून!'

'असं?...' आता तिच्याही लक्षात आलं. तिची तिला शरम वाटली. आपलंच काहीतरी चुकल्यासारखं वाटून ती काळिंगाचा हात धरून म्हणाली, 'सॉरी डिअर! खरंच माझ्या काहीच लक्षात आलं नाही! खरंच!...'

'यात तू सॉरी म्हणण्यासारखं काहीच नाही!..'

गाडी दोन-तीन मैल जाईपर्यंत ते काहीच बोलले नाहीत. नंतर हिल्डानं विचारलं, 'दुपारपासून पाहिलेलं मनाला छळतंय! या देशातले रीती-रिवाज आणि श्रद्धा मला समजत नाहीत. देवाच्या नावाखाली ही माणसं प्रचंड प्रमाणात प्राणिहत्या करतात! नंतर आपण होऊन तेवढ्याच मोठ्या प्रमाणात आत्महिंसा करतात! रेडे का मारतात? निखाऱ्यांवरून का चालतात? या दोन्हीचा अर्थ काय?'

'ते वेंकटरमणाच समजावून सांगेल. मला नाही ठाऊक!' काळिंगा मनापासून म्हणाला.

घरी पोहोचल्यावर हिल्डाला झोप आली नाही. मनात अनेक प्रश्न उमटून एकच गोंधळ उडाला होता. यावरचा उपायही समजत होता. वेंकटरमणाशी बोलणं. दुसऱ्या दिवशी त्याची भेट घेऊन मनातल्या प्रश्नांची उत्तरं मिळवायचं तिनं ठरवलं. तिला मागची भेट आठवली. त्याच्या बोलण्यामुळे तिच्या डोळ्यांत पाणी उभं राहिलं होतं. त्यानंतर तो पुन्हा तिथं आला नव्हता. आपणहोऊन त्याची भेट घ्यायचा एक उपाय असला तरी तिथं अभिमान आडवा येत होता.

नंतर कितीतरी दिवस ती वेंकटरमणा आपणहोऊन येईल याची वाट पाहत होती. त्याच्याकडून तिला कितीतरी गोष्टी जाणून घ्यायच्या होत्या; चर्चा करायची होती. पण असेच तीन महिने गेले, तरी तो फार्मवर फिरकला नाही. आता मात्र तिला त्याचा राग येऊ लागला.

३

एका संध्याकाळी चारच्या सुमारास वेंकटरमणा फार्महाऊसला आला. आज तो नेहमीच्या पूजेच्या वेषाऐवजी शर्ट-पंचा अशा वेषात होता. पायात चपलाही होत्या. डोक्यावरच्या शेंडीच्या केसांचा त्यानं बुचडा बांधला होता. एवढ्या दिवसांत तो न आल्याचा मनात राग असला तरी त्याला पाहताच हिल्डानं आनंदानं त्याचं स्वागत केलं.

त्यानं आल्या आल्या विचारलं, 'काळिंगा कुठाय?'

'शहरात गेलाय. एक व्हॅन घ्यायची होती. त्याची ऑर्डर द्यायला गेलाय. उद्या संध्याकाळी किंवा परवा सकाळपर्यंत येईल. उभे का? बसा!'

आपल्याही शेतात रासायनिक खत घालायचा वेंकटरमणाचा विचार होता. खताचा खर्च तो आणि त्याचा वाटेकरी होन्न दोघं वाटून घेणार होते. पण जमिनीची परीक्षा करून कुठलं खत किती घालावं, हे काळिंगानंच सांगायला हवं होतं. त्याची चौकशी करायला तो आला होता. पण तो त्याविषयी हिल्डाशी काही बोलला नाही.

हिल्डानंच विषय काढला, 'चला. फिरत फिरत आमच्या गोठ्यापर्यंत जाऊन येऊया. दूध काढायच्या यंत्रात काहीतरी बिघाड झालाय असं जमाल सांगत होता. तेही दुरुस्त करायला पाहिजे.'

त्यांनी दूध काढायचं यंत्र आणल्याची बातमी वेंकटरमणापर्यंत यापूर्वीच पोहोचली होती; पण त्यानं ते पाहिलं नव्हतं. त्याला त्याची कल्पना करायलाही जमलं नव्हतं. त्यामुळे तोही म्हणाला, 'चला. मीही पाहिलं नाहीये ते!...'

जमालच्या बायकोला घराकडे लक्ष द्यायला सांगून हिल्डा वेंकटरमणाबरोबर निघाली. तिचा आता पाचवा महिना चालला होता. वेंकटरमणाच्या दृष्टीनं ही नवी बातमी होती. पाहणाऱ्यांच्या हे सहज लक्षात येण्याइतपत तिचं पोट दिसत होतं.

हिल्डानं विचारलं, 'तुम्हाला आमच्याकडे येऊन सहा महिने होऊन गेले! का बरं फिरकला नाही?'

'तुम्हालाही ठाऊकच आहे ना, शाळा आणि शाळेची कामं! वेळच मिळत नाही!'

हा विषय आणखी ताणणं तिला योग्य वाटलं नाही. तरीही ती म्हणाली, 'रविवारी

तरी याल असं वाटलं होतं. मीही रविवारी काम करत नाही. यानंतर येत राहा.'

'बरं.'

फार्ममध्ये आता नवी तंबाखूची झाडं लावलेली दिसत होती. हातभर वाढलेली ती झाडं हिरव्या रंगानं तरारली होती. त्याचा वास अजूनही खाट झाला नव्हता. वरच्या बाजूला असलेल्या गायरानाचं फाटक उघडून पाहिलं, तर आत छातीपर्यंत मोठालं गवत वाढलं होतं. वेंकटरमणानं त्या जातीचं गवत याआधी कधीच पाहिलं नव्हतं. त्या गवताचे विशेष गुण आणि ते वाढवायची पद्धत याविषयी बोलत हिल्डा चालली होती.

दोघंही नव्या गोठ्यात जाऊन पोहोचले. जमाल गाईंचं दूध काढत होता. एका गाईसमोर एक गडी एका वासराला घेऊन उभा होता. गाईच्या थानांना चार रबरी नळ्या लावल्या होत्या. त्या नळ्या तिथंच राहतील अशा प्रकारे सगळा बंदोबस्त केला होता. त्या चार नळ्या एका मोठ्या नळीला जोडल्या होत्या. ती जाड नळी थोड्या अंतरावर असलेल्या एका विजेच्या मोटारीला जोडण्यात आली होती. त्याचंच आणखी एक तोंड थोड्या अंतरावरच्या भांड्यात सोडण्यात आलं होतं. त्या सगळ्या नळ्या पारदर्शक असल्यामुळे त्यातून येणारं दूध दिसत होतं. चारही थानांतून एकदा नळीत दूध जात होतं. पुन्हा सहा-सात क्षण थांबून पुन्हा दुधाचा लोट बाहेर येत होता.

वेंकटरमणा हे दृश्य आश्चर्यानं बघत उभा राहिला.

जमाल हिल्डाला म्हणाला, 'मॅडमसाहेब, हे मशिन कालपासून कराकरा आवाज करतंय. काय झालंय माहीत नाही.'

हिल्डानं ते थांबवायला सांगितलं. नंतर म्हणाली, 'आतून बघायला पाहिजे.' काही क्षण आवाज ऐकून ती म्हणाली, 'आतलं कनेक्शन लूज झालंय. नीट जोडायला पाहिजे. आता सगळ्या गाईंचं दूध काढ. बसची वेळ होतेय. नंतर तू घरी जाऊन टूल-किट घेऊन ये. मी नंतर बघेन. फार वेळ नाही लागणार. पंधरा मिनिटांत काम होईल!'

त्या वेळेपर्यंत त्या गाईचं सगळं दूध यंत्रानं काढून झालं होतं. मोटारला जोडलेल्या नळ्या जमालनं काढल्या. त्या गाईला तो पलीकडे घेऊन गेला. आता त्या जागी दुसरी गाय उभी करण्यात आली. जमालनं तिच्या थानाला नळ्या लावून स्विच सुरू केला. त्या गाईच्या पुढ्यात तिच्या वासराला उभं करण्यात आलं होतं. गाय वासराला चाटत होती; पण वासरानं गाईच्या आचळाला एकदाही तोंड लावलं नव्हतं, तरीही चारही थानांतून दुधाच्या धारा वाहू लागल्या!

हे दृश्य बघणाऱ्या वेंकटरमणानं हिल्डाला विचारलं, 'हे यंत्र कसं काम करतं?'

'अगदी सरळ काम करतं! ही मोटार नळ्यांमध्ये निर्वात पोकळी तयार करते. त्यामुळे आचळातलं दूध आपोआप बाहेर येतं! आलेलं दूध भांड्यात पोहोचेपर्यंत पोकळी राहत नाही. दूध निघून गेलं की पुन्हा निर्वात पोकळी तयार होते. थोडक्यात सांगायचं तर ही निर्वात पोकळी दूध शोषून घेते. तशी पोकळी निर्माण करणं हे या यंत्राचं काम.'

'पण वासरू दूध प्यायलं नाही तरी गाय पान्हा सोडते?'

'तुम्हीच पाहताय ना? गाईला वासरामुळे एक प्रकारचा उद्रेक होतो हे खरं. त्यामुळे दुधाची संतत धार सुरू होते हेही खरं; पण वासराशिवायही ती दूध देऊ शकते. तशी तिला सवय करायला पाहिजे, एवढंच!'

'हातानं दूध काढणं आणि यंत्राचा वापर करणं यात काय फरक?'

'यंत्रामुळे लवकर काम होतं. दूध शुद्ध असतं. एवढंच नव्हे, आचळात थेंबभरही राहणार नाही अशा प्रकारे सगळं दूध निघतं!'

'तर मग वासरं?'

'वासरांना आईचंच दूध पाहिजे, असं काही नाही! त्यांना आम्ही वेगळा सकस आहार देतो. तुम्ही पाहताहात ना? वासरं पुष्ट नाहीत काय?'

त्या गाईचंही दूध काढणं संपलं. पुढची गाय आणताना वेंकटरमणानं वेगळंच दृश्य पाहिलं.

या गाईला वासरू नव्हतं. जमालनं तिच्या आचळाला नळ्या लावल्या. एवढ्या अवधीत गड्यानं एक खोटं वासरू उचलून आणून तिच्यासमोर ठेवलं. ते वासरू खऱ्या वासराच्याच आकाराचं होतं. त्याच्या आतला भाग पोत्यापासून शिवून बनवला होता. वरचं आच्छादन मात्र खरोखरीच्या वासराचं होतं. गाय त्यालाच हुंगू लागली. यंत्राचा स्विच सुरू केल्यावर त्यातली निर्वात पोकळी दूध खेचू लागली.

वेंकटरमणानं विचारलं, 'वासरू नसताना गाईचं दूध काढणं शक्य आहे काय?'

'का? दुधाचा वासराशी काय संबंध?' हिल्डानं विचारलं

'दुधाचा वासराशी संबंध नाही? वासराशिवाय दूध काढणं महापाप! असं असताना वासराला का दूध प्यायला देत नाही?'

'तुम्हाला ठाऊक नाही का? वासराला दूध पाजणं आर्थिकदृष्ट्या फायद्याचं नाही!'

'हे आणखी कुणी बोललं असतं तर कदाचित क्षम्य ठरलं असतं! पण तुम्ही एक स्त्री आहात, एका लेकराची आई आहात, त्याला तुम्ही अंगावरचं दूध पाजलंय, आता आणखी एकदा गर्भ धारण करून त्यालाही दूध पाजणार आहात! हे रानटीपणाचं बोलणं आहे की अज्ञानमूलक आहे, हे मला सांगता येणार नाही!...'

बोलता बोलता वेंकटरमणा थांबला. बोलणं आवरत तो म्हणाला, 'तुमच्याशी प्रत्येक भेटीत भांडायची माझीही इच्छा नसते! माझं चुकलं. मी तुमच्या घरी यायलाच नको होतं!..' म्हणत तो जायला निघाला.

पण हिल्डानं त्याचा हात धरून त्याला थांबवत हसली आणि म्हणाली, 'पूज्य पुजारी हो! असे रागावून पळून नका जाऊ! मतभेद असतील तर चर्चा केली पाहिजे. संतापणं हे मित्रत्वाचं लक्षण नाही. बसा. मलाही तुमच्याबरोबर भरपूर बोलायचंय.'

संताप दाखवून देऊ नये असं क्षणभर वाटलं तरी त्यासाठी वेंकटरमणाला पश्चात्ताप झाला नाही. तरीही रागावर नियंत्रण ठेवत तो म्हणाला, 'मला इथं बसून हे दृश्य बघणं शक्य नाही. चला. कुठं तरी बाहेर बसून बोलू या.'

'जमाल, घाई कर. बसची वेळ होतेय!..' एवढं सांगून हिल्डा तिथून बाहेर आली. दोघंही नव्यानं बांधलेल्या विहिरीपाशी गेले. तिथंही आता पायऱ्या बांधून विजेचा पंप लावण्यात आला होता. जवळच पाण्याचा टँक बांधण्यात आला होता.

हे वेंकटरमणा पहिल्यांदाच पाहत होता. 'हे सगळं केव्हा केलं,' असं विचारावंसं त्याला वाटलं नाही. तो विहिरीच्या काठावरच्या एका बाकावर बसला. समोर आणखी एक बाक असला तरी त्यावर न बसता हिल्डा त्याच्या शेजारीच बसली. संकोचानं वेंकटरमणा कडेला सरकला.

तिकडं तिचं लक्ष नव्हतं. काही क्षण विचार करून ती म्हणाली, 'हे पाहा, प्रत्येक देशाची वेगवेगळी पद्धत असते. आमच्या देशात प्रत्येक बाबतीत वैज्ञानिक दृष्टिकोन ठेवून हिशेब करतात आणि तसाच विचार करतात. कुठलाही उद्योग म्हटला तरी त्यासाठी येणारा खर्च, तो खर्च त्या व्यवसायाच्या दृष्टीनं अपरिहार्य आहे काय, या सगळ्याचा विचार केला जातो. तो खर्च अपरिहार्य नाही असं वाटलं तर तो खर्च पूर्णपणे वर्ज्य करतात. उदाहरणार्थ, दूधउत्पादन हाही एक उद्योग आहे. त्यासाठी वासरू हा फॅक्टर अनिवार्य आहे काय? आधी तो आहे, असा विश्वास होता. आता त्याची गरज नाही हे वैज्ञानिकदृष्ट्या सिद्ध झालं आहे. पण सगळी वासरं नष्ट केली, तर पुढं गाईचा वंश कसा वाढणार? त्यामुळे त्यासाठी आवश्यक असतील तितकीच सुदृढ वासरं जिवंत ठेवून बाकीची वासरं आम्ही मारून टाकतो!..नाही तर त्या वासरांवर विनाकारण होणारा चाऱ्याचा खर्च कोण सोसणार?'

हे ऐकताना बसणारा धक्का न लपवता वेंकटरमणा आश्चर्यानं तिच्याकडे पाहत होता. त्याची प्रतिक्रिया पाहून त्याच्या बोलण्याची अपेक्षा न करता तीच म्हणाली, 'पण आम्ही काही वासरांना विनाकारण मारून टाकत नाही! त्यांचाही एक उपयोग आहे! रवंथ करणाऱ्या जातीच्या प्राण्यांना एक चौथं पोट असतं.'

'चौथं पोट? म्हणजे?'

'त्यालाच रुमिनंट म्हणतात. त्याच्यात एन्झाईम नावाचं एक द्रव्य असतं.

दुधापासून चीज बनवण्यासाठी त्या एन्झाईमचा उपयोग होतो.'

'तुम्ही वासरांना कसं मारता?'

'एन्झाईम तयार करणारे डेअरीवाले वासरं आमच्याकडून विकत घेऊन जातात आणि मारतात. सरळ गळा कापून मारता तर येतंच; अथवा छडीनं मारून-मारून ठार करतात. म्हणजे चामडं मृदू होतं. असं मृदू कातडं चपलांसाठी वापरलं जातं.'

'म्हणजे?'

'तुम्हाला हेही ठाऊक नाही? या देशातही ते बनवतात. तुमच्या कानपूरकडे अशा प्रकारचे उद्योग चालतात, असं मीही ऐकलंय. कोवळ्या वासरांचं कातडं अगदी मऊ असतं ना! एका खुंट्याला वासराला घट्ट बांधून ठेवतात. त्याच्या अंगावर छडीनं फटाफटा मारतात. कातडं सुजतं, त्यातून रक्त येतं. तेवढ्यात कदाचित वासरू मरेल किंवा अजून जिवंत राहील. ते काही एवढं महत्त्वाचं नाही म्हणा! ते कातडं मात्रं ताजं-ताजंच सोलावं लागतं. असं सोललेलं कातडं कमावून मृदू चपला आणि पर्सेस बनवल्या जातात. अतिशय महाग असतात या वस्तू!..'

हे सगळं वेंकटरमणाच्या दृष्टीनं कल्पनेच्याही पलीकडचं होतं! तो बधिर होऊन बसून राहिला होता.

तेवढ्यात जमाल तिथं येऊन म्हणाला, 'मॅडमसाहेब, दोन गाई ताण देताहेत! उपचार करायला पाहिजे.'

हिल्डा उठली. तिनं वेंकटरमणालाही सोबत यायला सांगितलं. तो तिच्या पाठोपाठ निघाला. गोठ्याच्या एका भागात जाऊन हिल्डानं औषधाची पेटी घेतली. त्यातून तिनं एक थर्मामीटर घेतला. जमालनं दाखवलेल्या गाईच्या मूत्रभागातून तो आत सारून तापमान पाहिलं. नंतर म्हणाली, 'होय. ही ताणावर आलीय. गर्भ टिकणारं औषध द्यायला पाहिजे. घरी जा आणि रेफ्रिजरेटरमध्ये ठेवलेली एक ट्यूब घेऊन ये.'

'आताच आणून ठेवलंय. टूल-किट आणायला गेलो होतो, तेव्हाच घेऊन आलोय.'

त्यानं दिलेली ट्यूब घेऊन हिल्डानं त्यातला निम्मा भाग एका सिरिंजमध्ये काढून घेतला आणि तो गाईच्या योनीमार्गातून तिच्या गर्भाशयात सोडला. तसंच दुसऱ्या गाईलाही केल्यावर त्या गाईंना पुन्हा त्यांच्या जागी बांधण्यात आलं. सिरिंज धुऊन ठेवल्यावर वेंकटरमणानं विचारलं, 'हे काय?'

'इतकी साधी गोष्टही समजली नाही तुम्हाला? या गाई नैसर्गिकारीत्या गर्भधारणेसाठी सज्ज झाल्या होत्या. म्हणून त्यांना वीर्य दिलं.'

हे सांगताना तिला कुठल्याही प्रकारचा संकोच वाटलेला दिसला नाही. पण वेंकटरमणाला मात्र बोलणंही कठीण झालं. तरीही त्यानं विचारलं, 'पण असं का

केलं? अग्रहारमधला चन्नेगौडानं चांगल्या बीजाचे वळू सांभाळले आहेत. तीन रुपयांना तो वळू देतो. सगळ्या काळेनहळ्ळीच्या गाईंसाठी त्यालाच नेलं जातं.'

एव्हाना हिल्डानं टूल-किट काढून दूध काढायचं यंत्र खोललं होतं. दुरुस्ती करताना ती म्हणाली, 'ते फारच अवैज्ञानिक आहे! त्या पद्धतीनं गाय गर्भार राहायची खात्री देता येत नाही. शिवाय तो वळू कुठल्या जातीचा आहे, कोण जाणे! या देशातला पशूंचा वंश सुधारायचा असेल, तर उत्तम जातीचे वळू पाहिजेत. पण एकाच जातीच्या वळूचं वीर्य वरचेवर एकाच गाईला मिळणं आर्थिकदृष्ट्या फायद्याचं ठरत नाही. न्यूझीलंडच्या उत्तम वळूचं वीर्य सरकारी कृषी खात्याकडून प्रक्रिया केलेल्या अवस्थेत अशा छोट्या ट्यूबमध्ये ठेवलेलं असतं. चार दिवसांपूर्वी आम्ही ते आणून रेफ्रिजरेटरमध्ये ठेवलेलं होतं. या दोन गाईंसाठी याची गरज भासणार हे आम्हाला ठाऊक होतंच. आता या दोन गाईंच्या पोटी जन्मणारी वासरं तुम्हीही पाहाच! गाय असेल तर किती दूध देते हे तुम्हालाही समजेलच!'

ती आता मोटारच्या आतल्या भागाचं निरीक्षण करू लागली. आता तिचं सगळं लक्ष तिकडं होतं. जमालही तिथंच उभा राहून समजून घ्यायचा प्रयत्न करत होता. त्याला हिल्डानं सांगितलं, 'एक जुनं कापड घेऊन ये. हे सगळं स्वच्छ पुसून पुन्हा नीट फिट् करायला पाहिजे.'

४

वेंकटरमणाचं मन त्या गाईंचाच विचार करत होतं.

पाश्चात्त्य देशांत गाईंची वैज्ञानिक दृष्टीनं उत्तम प्रकारे काळजी घेतली जाते, भारतातल्या गाईंप्रमाणे त्यांच्यावर अर्धपोटी राहायची वेळ येत नाही, रोगराईला बळी पडायचा त्रास नाही, त्यांच्याकडे दुर्लक्ष केलं जात नाही, असं बरंचसं त्यानंही इंग्लिश वृत्तपत्रांत वाचलं होतं. पण हिल्डाकडून त्याला जे काही समजलं होतं, त्या वरून तर त्या लोकांचा क्षुद्र स्वार्थीपणाच सामोरा येत होत. ज्या गाई दूध देत नाहीत, त्यांना चारा नाही! एवढंच नव्हे, तर त्यांना जगायचा अधिकारही नाही. दूध काढण्यासाठी वासराची गरज नाही. त्या वासरांना मारून त्यांच्या पोटात असलेल्या एन्झाईमचा चीज करण्यासाठी वापर करतात म्हणे. छडीच्या मारानं रक्तबंबाळ करून, नंतर त्याचं कातडं सोलून त्याचे मृदू बूट बनवले जातात. यंत्रानं दूध काढलं जातं. गर्भधारणाही नैसर्गिक मार्गानं न करता ट्यूबनं केली जाते. वळूचा थेट संबंध येणं आर्थिकदृष्ट्या तोट्याचं होतं म्हणे!

त्याची नजर सहजच हिल्डाच्या गर्भानं जडावलेल्या पोटाकडे गेली. क्षणभरच. त्यानं लगेच नजर वळवली.

हेच सगळे प्रकार काळिंगानं आपल्या गोठ्यातही आणले आहेत. या गाईंना आपल्या वासरांना दूध पाजायचा मातृत्वाचा सहजसुलभ आनंद नाही आणि ऋतुकाळात वळूच्या सान्निध्याचं नैसर्गिक सहजसुलभ सुखही नाही! वेंकटरमणाची नजर एका रांगेत उभ्या असलेल्या त्या गाईंकडे गेली. त्या सगळ्या केवळ पशू असल्यासारखं त्याला वाटलं.

त्याला गौडज्ज्याचा गोठा आठवला. गौडज्ज्याच्या दृष्टीनं गाई म्हणजे स्वतःच्या आईच असल्यासारख्या होत्या. त्यांची वासरं म्हणजे पाठीला जन्मलेल्या भावंडांसारखी होती. जसं माणसाच्या आईचं दूध तिच्या बाळासाठी असतं, तसंच गाईच्या आचळातलं दूधही फक्त तिच्या वासरासाठीच असतं. त्या आईला पौष्टिक आहार दिल्यामुळे जर तिनं जास्तीचं दूध दिलंच, तर वासराचं पोट भरून शिल्लक राहिलंच तर ते माणसासाठी वापरायचं, अशी गौडज्ज्याच्या गोठ्याची प्रथा होती. मूल गेलं तर मानवी मातेचं दूध जसं दुसऱ्या बाळंतपणापर्यंत वठून जातं, तसंच वासरू मेलं की त्या गाईचं दूध कुणीही काढत नव्हतं.

वेंकटरमणानं जवळ जाऊन पाहिलं. प्रत्येक गाईच्या खुंटाला एक-दोन-तीन असे आकडे दिले होते. तसंच प्रत्येक गाईच्या गळ्यातही ॲल्युमिनियमच्या पत्र्यावर नंबर लिहिले होते. प्रत्येक गाय नंबराप्रमाणे बांधण्यात आली होती. प्रत्येक गाईच्या जवळ एकेका बोर्डवर एकेक कागद लावला होता. दवाखान्यात प्रत्येक रोग्याच्या खाटेपाशी रोग्याची माहिती लिहून ठेवलेली असते, त्याप्रमाणे. वेंकटरमणानं त्यातला एक कागद पाहिला. त्यावर त्या गाईची व्यायलेली तारीख, दुधाचं प्रमाण यांसारखे अनेक तपशील लिहिले होते.

काळिंगगौडज्ज्याच्या गोठ्यात प्रत्येल गाईला गंगा, गौरी, तुंगा, भद्रा, कामधेनू, सीता, सावित्री यांसारखी नावं देण्यात आली होती. प्रत्येक गाय एकेक देवताच झाली होती. आता नातवाच्या गोठ्यात त्याच गाई एकेक आकडा होऊन राहिल्या होत्या. आणि त्यांची देखभाल करायची जबाबदारी या विदेशी बाईच्या हाती होती.

आता त्याची नजर गौडज्ज्याच्या या विलायती सुनेकडे गेली. ती बोलताना वीर्य, गर्भ, योनी यांसारखे शब्द, गाईंच्या संदर्भात असले तरी, कुठल्याही संकोचाशिवाय उच्चारत होती. शाळेची नोकरी कायम होण्याआधी वेंकटरमणाही सरकारी नियमानुसार शारीरिक तपासणीसाठी तालुक्यातल्या हॉस्पिटलमध्ये गेला होता. तिथल्या डॉक्टरांनी त्याला असेच काही प्रश्न विचारून त्याच्या गुप्तांगाचीही तपासणी केली होती. तेव्हा शरमेनं त्याला मेल्याहून मेल्यासारखं झालं होतं. तसंच त्याला हायस्कूलमध्ये शिकलेल्या जीवशास्त्राची आठवण झाली. तेव्हाही शिक्षक असल्या शब्दांचा विनासंकोच उच्चार करत होते.

तरीही या काळिंगाच्या बायकोला शरम वाटायला नको काय? की तीही याकडे

फक्त विज्ञान म्हणूनच बघते?

त्यानं पाहिलं. आता ती मशिनचा वरचा भाग बंद करून तिथले स्क्रू आवळून घट्ट करत होती. हिच्या दृष्टीनं सगळं विज्ञानच आहे की काय? काळिंग परदेशी गेला नसता, किंवा गेला असता तरी, त्यानं या बाईशी लग्न केलं नसतं तर, ..तर गौडज्ज्याच्या गोठ्याचं पुण्य असं नष्ट झालं नसतं!... ..एखाद्या स्त्रीशी विवाह करणं म्हणजे तिच्या श्रद्धाही स्वीकारणं!...हो. अशाच अर्थाचं एक सुभाषित त्यानं एका इंग्लिश वृत्तपत्राच्या वरच्या बाजूला छापलेल्या सुभाषिताच्या जागी वाचलं होतं.

पाश्चात्त्य देशांत लहान वासरांना ठार करायची पद्धत आहे म्हणे! अजून त्याची सुरुवात या गोठ्यात झालेली नाही. फक्त या बाईच्या तावडीत हा गोठा सापडला तर हेही घडणं फारसं दूर नाही. पश्चिमेकडे व्यवहारात कुणीही गाईंना विचारत नाही, पण आपल्याकडे त्यांना भाव आहे. एका वर्षाचं वासरू विकायचं म्हटलं, तरी त्याला किंमत येते. नाहीतर यांनी इथल्या या सगळ्या वासरांना ठार केलं असतं! तेही छडीनं मारून मारून, रक्तबंबाळ करून!...

वेंकटरमणाच्या अंगाचा तिळपापड झाला. पोटात खड्डा पडल्यागत झालं.

हातातलं काम संपवून हिल्डा तिथं आली. त्याला म्हणाली, 'एवढा कसला विचार करताय? चला. कुंडापाशी बसून बोलू या.'

काय बोलायचं हिच्याशी? काहीच न बोलता तो उभा होता.

तीच त्याचा हात धरून ओढत म्हणाली, 'चला. तुम्ही कुठल्यातरी गहन विचारात बुडालेले दिसता! विचारांची देवाण-घेवाण होण्यातच सगळ्यांचं हित असतं!'

हात मागं ओढून घेत वेंकटरमणा तिच्या पाठोपाठ गेला. दोघंही पहिल्याच बाकावर बसले. हिल्डा आधीपेक्षा त्याच्या जवळ सरकली. तिनं विचारलं, 'बोला! कसला विचार करत होता?'

तो काही बोलला नाही.

'नाही का बोलणार?'

'काय सांगायचं? सांगण्यासारखं काहीच नाही.'

त्याच्या खांद्यावर हात ठेवत ती स्नेहपूर्ण आवाजात म्हणाली, 'हे पाहा, तुम्हाला राग आलाय. मित्रांमध्ये राग-लोभ असता कामा नये. त्यात तुम्ही मुळातच कमी वेळा येता! आलेल्या वेळी असे का करता? आम्हालाही मित्रमंडळी नकोत का?'

तिचं ते स्नेहपूर्ण आवाजातलं बोलणं ऐकून वेंकटरमणाचा संताप भडकून उठला. तो म्हणाला, 'तुमच्यासारख्या असंस्कृत जातीच्या लोकांबरोबर कसला स्नेह अन् कसलं काय! मतभेद असतील तर चर्चा करून मार्ग काढावा, म्हणता! आपण

दोघं पहिल्या भेटीपासून चर्चा करतच आहोत; पण तुमच्या जीवनक्रमात आणि श्रद्धा-विश्वासात कुठलाही बदल झाल्याचं मला तरी दिसलं नाही! तुमच्या दृष्टीनं ही चर्चा म्हणजे कंटाळा घालवायचं केवळ एक साधन झालं आहे. प्राणी-हिंसा तुमच्या आत्म्याला किंचितही हलवून टाकत नाही. तुम्ही, तुमचा समाज, तुमच्या श्रद्धा या सगळ्याच अतिशय असंस्कृत बाबी आहेत. वाघ-तरसापेक्षा क्रूर माणसं! मानव प्राण्याच्या स्नेहासाठी तुम्ही अजिबात लायक नाही!'

त्याच वेळी जमाल तिथं येऊन विचारू लागला, 'मी टूल-किट घेऊन घरी जाऊ काय?'

हिल्डानं त्याला जायला सांगितलं.

संध्याकाळ टळून आता अंधार पडायला सुरुवात झाली होती. जमाल निघून गेला. वेंकटरमणा तिरस्कारानं बोलत असला, तरी हिल्डा ते कुत्सित हसत ऐकत होती.

'आपल्या वंशाचं काहीही न पाळणारा हा काळिंगा! ज्या घरी बायकोच्या हक्कानं प्रवेश केलात त्या घरच्या आचार-विचारांना भीक न घालणाऱ्या तुम्ही! पुण्यात्मा काळिंगगौडज्ज्याच्या घरात तुम्ही दोघं घुसलात; आणि त्यानं आयुष्यभर गोळा केलेलं पुण्य नष्ट करताहात!'

'पण आम्ही कुठं त्यांच्या घरात शिरलोय?' हिल्डा खुदुखुदू हसत म्हणाली, 'अहो, गावाबाहेर जंगलात घर बांधून आम्ही कसंबसं आमचं पोट भरतोय!'

'हे बघा! उगाच चेष्टा-मस्करी म्हणून मी तुमच्याशी गप्पा मारत बसलेलो नाही! तुम्ही गाईचं स्थान कुठून कुठं नेलंय, तुम्ही गाईकडे किती हीन नजरेनं बघताय हे मला पूर्णपणे समजलंय! तुमच्या देशात अर्धपोटी जनावरं नाहीत असं मोठ्या अभिमानानं मिरवताय! इकडचे पेपरवालेही तेच लिहितात. पण माझं बोलणं ऐका, माझ्या देशातली निम्मी माणसं ही अर्धपोटी जगतात. हीच परिस्थिती देवानं यानंतरही माणसाला आणि जनावराला दिली तरीही हरकत नाही! आमची गुरं पोटाला नाही म्हणून मेली तर मरू द्या! पण माणसासाठी, त्याच्या स्वार्थी पोटासाठी गाई जन्मल्या आहेत, तिच्या आचळातलं दूधही केवळ मनुष्यप्राण्यासाठीच आहे, असं म्हणण्याची क्षुद्र बुद्धी इथल्या माणसांमध्ये येऊ नये, इतकंच!'

'का? काय हरकत आहे, तशी आली तर? काय होईल?'

'काय होईल? या देशाचा आत्मा नाश पावेल! सगळा धर्म रसातळाला जाईल!'

'तो कसा? जरा पटेल असं सांगा ना, पूज्य धर्मज्ञ हो!' तिच्या आवाजात खोडकरपणा ओतप्रोत भरला होता.

तिच्या त्या खोडकरपणाच्या सुराकडे वेंकटरमणाचं लक्ष नव्हतं. तो म्हणाला,

'काय वाटलं तुम्हाला गो म्हणजे? संपूर्ण विश्वाचं ते प्रतीक आहे. विश्वाच्या समस्त क्रिया आणि देवता गाईच्या अंगांगात वास करून असतात. तिच्या शिंगाच्या मुळाशी ब्रह्म-विष्णू आहेत. शिंगाच्या टोकाशी सगळी तीर्थं आहेत. दोन्ही डोळ्यांमध्ये सूर्य-चंद्र आहेत. दातांत वायू, जिभेवर वरुण, हुंकारात विद्यादी देवता सरस्वती, दोन्ही ओठांत प्रात:संध्या, चार पावलांमध्ये चार धर्म, गोमूत्रात गंगा, आचळात चार सागर, प्रत्येक रोमामध्ये एकेक देवता याप्रमाणे एकूण तेहतीस कोटी देवता आहेत! म्हणूनच महर्षींनी एका श्लोकात सांगितलंय,

विक्रयार्थं हि हिंस्याद् भक्षयेद् वा निरंकुश:
घातानं हि पुरुषं ए..नुमन्येयुरर्थिन:

घातकं खादको वापि तथा यश्चानुमन्यते
यावंति तस्यारोमाणि तावद् वर्षाणि मज्जति..

या श्लोकाचा अर्थ असा आहे- जो कोणी जबरदस्तीनं गाय खाण्यासाठी किंवा मारण्यासाठी विकतो; किंवा विकण्यासाठी परवानगी देतो तो, गाईमध्ये जितके रोम आहेत, तितकी वर्षे रौरव नरकात खितपत पडतो!...'

'असं?' हिल्डानं आश्चर्य व्यक्त करत विचारलं.

'मग! वाटलं काय तुम्हाला!..' तोही दृढपणे उद्गारला.

त्या प्रशांत रात्रीच्या वातावरणात एकवार मोठ्यानं हसत हिल्डा म्हणाली, 'तुम्ही सांगताय ती कल्पना सुरेखच आहे! आपण गाईला विश्वाचं प्रतीक मानलं तर तिचं अंगांग तुमच्या पुराणात सांगितलेल्या कल्पनांचं प्रतिनिधित्व करतात; पण गायच का त्या विश्वाचं प्रतीक मानायचं? कुत्रा किंवा म्हैस का नाही मानायचं?'

हा प्रश्न ऐकून वेंकटरमणा संतापला. ताडकन उठून उभा राहत तो म्हणाला, 'तुम्ही चेष्टा करावी इतकं मी उथळपणे काहीही बोलत नाही आहे. तुमच्याशी अवाक्षर बोलणंही पाप आहे!..' एवढं बोलून तो तिथून चालू लागला. पण हिल्डानं त्याचे दोन्ही हात घट्ट धरत म्हटलं, 'मी तुम्हाला जाऊ देणार नाही! चर्चा अर्धवट टाकून, माझ्या प्रश्नाचं उत्तर न देता तुम्हाला जाता येणार नाही!...'

तिच्या हात धरण्याचा त्याला संकोच तर वाटलाच, शिवाय प्रचंड रागही आला. तरीही तो आवरत पुन्हा बसून त्यानं विचारलं, 'काय आहे तुमचा मुद्दा?'

'गाईला तुम्ही इतकं पूज्य मानता! तेच रेड्याविषयी का इतकी निष्ठुर भावना? यंदाची मारम्माची जत्रा पाहिली मी! तिथं किती रेड्यांची हत्या केली गेली? तिथं किती रक्त वाहिलं? तेही देवाच्या नावाखाली? देवाच्या तृप्तीसाठी एवढे प्राणी मारले! हाच ना तुमच्या धर्माचा आणखी एक चेहरा? देवाच्या सृष्टीत सगळे प्राणी

समान आहेत म्हणून तुम्ही एकीकडे वाद घालता, तसा अभिमान बाळगता; मग त्यातल्याच एका प्राण्याविषयी इतके भावुक होता आणि दुसऱ्या प्राण्याला जगायचाही का अधिकार देत नाही? का?'

आता वेंकटरमणा निरुत्तर झाला. तरीही तो म्हणाला, 'हे बघा, ती खालच्या लोकांची पूजेची पद्धत आहे! यानंतर पूजेच्या वेळी अशी पशुहत्या करू नये, असा सरकारनंच कायदा केलाय! आमच्या उच्च शास्त्रात कुठंही जीववध सांगितलेला नाही. तरीही.....मेलेल्या प्राण्याला सद्गतीच मिळते अशा विश्वासानं प्राणी मारले जातात!..'

'..आता तर तुम्ही चांगलेच अडकले आहात, याची तुम्हाला कल्पना आहे का?' आपली चमकदार नजर त्याच्यावर रोखून तिनं विचारलं, 'तुम्ही म्हणताय ती हीन लोकांची पूजेची पद्धत! मग त्या दिवशी तुम्ही कसे त्या सगळ्या विधीत सामील झाला होता? रेडे मारले तेव्हा तुम्ही नव्हता हे खरं! तरीही त्या संपूर्ण कार्यक्रमात तुम्हीही भाग घेतला होता! मग तुम्ही कसे त्यातून स्वतःला वेगळं काढता? त्यातच आता तुम्ही सांगताय सरकार कायदा करतंय म्हणून! म्हणजे तुमचा या हत्येला विरोध आहे, असं तुम्ही दाखवताय! याचा अर्थ, तुमच्या धर्मकल्पनांमध्ये सरकारनं हस्तक्षेप करून सुधारणं आवश्यक आहे! होय ना? मरणाऱ्या प्राण्याला सद्गती मिळते, म्हणताय! या इतकं वेडेपणाचं उत्तर तर दुसरं नसेल!'

एवढं बोलता बोलता हिल्डाचा आवाज गंभीर झाला होता. शेवटी शेवटी तर संतापानं त्याला कंप सुटला होता.

'मला आणि माझ्या समाजाला तुम्ही असंस्कृत म्हणालात; तुमची आणि तुमच्या धर्माची असंस्कृतता आधी सुधारा! त्यानंतर इतरांची जीवनपद्धत सुधारायचा तुम्हाला नैतिक अधिकार मिळेल!..'

वेंकटरमणा तत्क्षणी म्हणाला, 'आमचा मूलभूत दृष्टिकोन नेहमीच उच्च प्रतीचा आहे! सगळ्या प्राण्यांना जगायचा अधिकार आहे, असंच आम्ही मानतो. कुठल्याही प्राण्याचा कुठल्याही प्राण्यावर कुठल्याही प्रकारचा अधिकार नाही असा आमचा विश्वास आहे! साप-बेडूक, हरिण-वाघ यांनी परस्परांशी बंधुभावानं राहिलं पाहिजे हा आमचा आदर्श होता. निम्न स्तरावरच्या काही पूजाक्रमात बकऱ्या-रेड्यांचा बळी दिला जात होता हे खरं. या वर्षापासून तेही बंद झालंय. पण, इतर प्राणीच मुळात मनुष्यप्राण्यासाठी आहेत, अशा प्रकारची असंस्कृत जीवनदृष्टी तुम्ही बदलून घ्या! तोपर्यंत तुमच्याशी बोलणंही निरर्थक आहे!..'

एवढं सांगून तो तिथून उठून चालू लागला. लगेच हिल्डा म्हणाली, 'मांसाहार पाप असेल तर कुठलाही मांसाहार पापच! मग बकरी, मेंढी, मासे, यांसारख्यांचं

मांस तुमच्या देशातली माणसं खातातच ना! फक्त गोमांस तेवढं वर्ज्य आहे. ही अर्थहीन श्रद्धा आहे!..'

पण वेंकटरमणा दूर निघून गेला होता. तिचं बोलणं तिलाच ऐकू येत होतं. गोठ्यातला विजेचा दिवा जळत होता. विहिरीपाशीही विजेचा दिवा असला तरी त्याचं बटण लावलं नव्हतं. बाहेर घोर अंधार नसला तरी उजेड कमी झाला होता. हिल्डानं त्याला ओरडून सांगितलं, 'हे बघा, गोठ्यातले गडी जेवायला गेलेत. ते आता रात्री नऊ वाजता येतील. इथं मी एकटीच बाईमाणूस आहे. घरी कशी जाऊ? तुम्ही आहात म्हणून मी जमाललाही पाठवून दिलंय. मला घरापर्यंत पोहोचवणार नाही काय?'

'तुमच्यासारख्या रक्तपिपासूंना कसली आलीय भीती? माझी काहीही गरज नाही!' एवढं सांगून तो चालतच राहिला.

धगधगत्या दृष्टीनं त्या दिशेला पाहात हिल्डा उभी होती. नंतर गोठ्यातली बॅटरी घेऊन दाराला कुलूप लावून ती एकटीच परतू लागली.

समोरून कुणीतरी येत होतं. बॅटरीच्या उजेडात पाहिलं, तो वेंकटरमणा होता. तो म्हणाला, 'चला. घरापर्यंत सोडून जातो!..'

'थँक्स! काही गरज नाही!' ती ताडकन म्हणाली. तोही क्षणभर थांबून तरातरा चालत निघून गेला.

५

हिल्डा संतापानं धुमसत होती.

वेंकटरमणाशी कधीही सहज काही बोलायला गेलं, तरी त्यातून वादाला सुरुवात होत होती. बोलण्यातून वाद संपण्याऐवजी त्यातून दुसरा वादच निर्माण होत होता. वाद-विवाद झाले, मतभेद झाले तरी हिल्डाच्या मनात त्याच्याविषयी एक प्रकारची मैत्री निर्माण झाली होती. त्याच्या व्यक्तित्वात कुठलंसं अनाकलनीय आकर्षण भासत होतं.

पण आज मात्र ते सगळं नष्ट होऊन मनात केवळ तिरस्कार भरून राहिला होता. संयमानं चर्चा न करता त्यानं तिला आणि तिच्या संपूर्ण समाजालाच असंस्कृत ठरवलं होतं! तेही केवळ एकदा नव्हे, अनेकदा त्याचा उच्चार करून गेला होता.

त्या रात्री तिला झोप आली नाही. अजूनही तिला या देशातल्या श्रद्धा, आणि आचार-विचार विचित्रच वाटत होते. आता तर तिला तो सगळाच दांभिकपणा वाटू लागला.

ती सकाळी सहा वाजता उठली आणि तिनं जमालला हाक मारून सांगितलं,

'हे बघ, आज मला उत्तम मांस पाहिजे!'

'करीमनं पाठवलंय काल संध्याकाळी! ते खराब झालंय काय?'

'ते नाही मी सांगत! एका वयात आलेल्या गाईचं मांस पाहिजे!'

'पण ते कुठं मिळणार, मॅडमसाहेब?'

'कुठं म्हणजे? आपल्या गोठ्यात! एक उत्तम गाय घेऊन ये! तूच इथं मारून मांस काढून दे! हे बघ, पुण्यकोटी गाई म्हणतात ना गडी माणसं? त्यातली कोवळी बघून घेऊन ये!'

तेव्हापर्यंत जमालची बायकोही तिथं आली होती. हिल्डाचं हे अर्धं-मुर्धं बोलणं तिलाही समजत होतं. हिल्डाचं बोलणं ऐकून ती घाबरी होऊन म्हणाली, 'नको अम्माजी! तसं करू नका! आजूबाजूला कुणाला हे समजलं तर खड्डा खणून आम्हाला गाडून टाकतील!'

जमालही म्हणाला, 'या माणसांचं तुम्हाला ठाऊक नाही! त्यांच्यापैकी कुणाला तरी मारलं तर कदाचित हे गप्प बसतील; पण गाईला मारलं तर काय करतील सांगता येत नाही! आपल्याला मांसाचा पुरवठा करणारा करीम आहे ना; त्यानं एकदा रमजान ईदच्या सणामध्ये एक गाय मारली होती. ही बातमी आठ दिवसांनंतर गावात समजली. गुंड जमले आणि त्यांनी त्याचं घरच जाळून टाकलं! तो पळून गेला म्हणून वाचला. सापडला असता तर त्यालाही ठेवलं नसतं त्यांनी!'

पण हिल्डानं ठामपणे सांगितलं, 'काहीही होऊ दे! आज मला ते पाहिजे म्हणजे पाहिजे! जा, आताच्या आता एक गाय घेऊन ये. कुणालाही समजणार नाही. पाहिजे तर कामाच्या इतर गड्यांना आज सुट्टी म्हणून सांग.'

आता मात्र जमालच्या बायकोच्या चेहऱ्यावर हसू उमटलं. ती म्हणाली, 'अहो! असं कसं कळत नाही तुम्हा पुरुषांना? अम्माजींना पाचवा महिना आहे! हे खायचे डोहाळे लागलेत! त्यांच्या देशात रोज हेच खायचे की नाही? म्हणून...'

जमाल होकार देत गोठ्याकडे निघाला. तंबाखूच्या रोपांमधून जाणाऱ्या बांधावरून घाईघाईनं गोठ्यात पोहोचला. ही त्यांची गोठ्यातल्या गाईंचं दूध काढायची वेळ. तो पोचला तेव्हा गड्यांनी सगळी तयारी करून ठेवली होती. तो येताच एका मागोमाग एका गाईचं दूध काढायला सुरुवात केली. मापलेलं दूध कॅनमध्ये भरल्यावर त्यानं सगळं दूध गड्यांकरवी बस यायच्या ठिकाणी पाठवून दिलं. पंधरा मिनिटांत बसही येऊन गेली. मग जमालनं इतर गड्यांना सांगितलं, 'सुट्टी मंजूर झालीय सगळ्यांची! तुम्हाला पाहिजे तिकडं जा!..आज शेतात काहीही काम नाही म्हणून बाकीच्यांनाही सांगा..' त्यांच्यापैकी कुणालातरी एकाला दुपारचं गाईंचं चारा-पाणी बघायला चक्कर मारून जायलाही सांगितलं.

सगळे निघून गेले.

आता जमाल पुण्यकोटी गाईंपैकी एका गाईंचं दावं सोडून तिला घेऊन निघाला. पहिल्या विणीच्या त्या गाईचं वासरु चार महिन्यांचं होतं. वेगळ्या खुंटाला बांधलेलं ते वासरू झोपून आपल्या आईकडं बघत होतं. आपल्या वासराकडे बघून हंबरत आई जमालच्या मागोमाग चालू लागली.

तो गाईला घेऊन येईपर्यंत हिल्डा वाट बघत चडफडत होती. आठ वाजून गेले होते. जमालच्या शेडवजा झोपडीतच एक दगडी फरशी घातलेली जागा होती. त्या फरशीवर तो अनेकदा काळिंगा आणि हिल्डाच्या जेवणासाठी लहानसहान बकरी किंवा कोंबडं कापत होता, तिथंच स्वच्छ करून एका ताटात भरून हिल्डाच्या स्वयंपाकघरात नेऊन देत होता.

आताही त्यानं गाईला आपल्या शेडमध्ये नेलं. वासरू जवळपास नाही आणि जागाही अपरिचित! गाईला याआधी कधीच एकटं राहणं ठाऊक नव्हतं. जमालनं तिला जबरदस्तीनं आत घेतलं, तेव्हा कशालाही विरोध करणं ठाऊक नसल्यामुळे तीही मुकाट्यानं आत गेली. हिल्डा तिथंच उभी होती. तिच्या मागं तिचा अडीच वर्षांचा मुलगा जॅक उभा होता. जमालची बायको आपल्या स्वयंपाकघराच्या दाराशी उभी होती.

गाईच्या गळ्यातलं दावं सोडून जमालनं तिच्या चारही पायांना काथ्यांनी बांधलं. ते हिल्डाच्या हातात देऊन त्यानं ते ओढायला सांगितलं. तिनं ओढत असतानाच त्यानं गाईची दोन्ही शिंगं हातात धरून फिरवली. कधीच विरोध करायचा ठाऊक नसल्यामुळे गाय सहजच जमिनीवर कोसळली. त्यानं तिचे चारही पाय नाल ठोकणाऱ्यांसारखे घट्ट आवळून बांधले. 'हंबा..' करत गाय कोसळली. तिचे डोळे गरागरा निरर्थक फिरू लागले. जमालची बायको एका ॲल्युमिनियमच्या बुट्टीत पाणी आणि धारदार सुरा घेऊन आली. जमालनं गाईच्या गळ्यावर लोट्यातलं पाणी ओतलं. त्यानं बायकोला एक भांडं आणायला सांगितलं. तिनं आणलेलं भांडं त्यानं गाईच्या मानेखाली सारलं. गाय मोठ्यानं हंबरली. जमालनं बायकोला गाईची शिंगं पकडायला सांगितली. तशी तिनं ती घट्ट धरली. 'बिस्मील्लाह...' म्हणत त्यानं सुरा गाईच्या गळ्यावरून फिरवला...

त्याच क्षणी डोंगरावरच्या पुण्यकोटीच्या देवळातली मोठी घंटा वाजली. जमालचा हात थरथरला. चेहरा घामेजला.

गाईच्या गळ्यातून रक्ताचा पाट वाहू लागला होता. घंटेच्या आवाजासरशी गाईंनंही एकवार हंबरडा फोडला. बाहेर आलेली तिची जीभ बाहेरच लोंबू लागली. बांधलेले पाय हलवायचा एक-दोनदा निष्फल प्रयत्न केल्यावर ती निपचित पडून राहिली. रक्ताचं भांडं भरून वाहू लागलं. गाईचे डोळेही आता निश्चल झाले होते. लोंबणारी जीभही आता निश्चल झाली होती.

जमाल घाबऱ्य घाबऱ्या म्हणाला, 'मॅडमसाहेब, घंटा वाजली! मला भीती वाटते. तो पुजारी इकडं आला तर काय गत?'

'तो घरी नाही येणार! तू विचार करू नकोस!' म्हणत असताना हिल्डाची नजर जॅककडे गेली. जॅक रडत नसला तरी तो भीतीनं थरथरत होता. त्याला जवळ घेत ती म्हणाली, 'बेटा! एवढा कशाला घाबरतोस? घाबरायचं काहीही कारण नाही माझ्या लेकरा!..'

तिनं कुशीत घेतलं तरी तो कापतच होता. त्याला उचलून घेऊनच ती बाहेर आली. त्या परिसरात कुणीच नव्हतं. तिचं देवळाकडे लक्ष गेलं. तिथंही कुणी दिसलं नाही. तो पुजारी देवळातल्या दगडाच्या गाईला फुलं वाहत असेल!

जमालच्या बायकोनं बाहेर येऊन विचारलं, 'रक्त पूर्णपणे वाहून गेलंय. मांस कापायचं काय, म्हणून विचारताहेत!'

'तू याला घे..' असं म्हणत तिनं त्याला जमालच्या बायकोकडे दिलं आणि स्वतः शेडमध्ये जाऊन कुणीही आत येणार नाही अशा प्रकारे दार बंद करून घेतलं.

सगळं रक्त वाहून जाऊन त्या जागी आता गाईचा केवळ मृतदेह पडला होता. जमालनं गाईचे पाय सोडले. त्यानं हिल्डाकडे पाहिलं. तिनं विचारलं, 'जमाल, काल त्या पुजाऱ्यानं सांगितलं होतं, ते तूही ऐकलंस ना? गाईच्या डोळ्यांत सूर्य-चंद्र असतात म्हणे! आचळात चार सागर आहेत, शरीराच्या कुठल्या-कुठल्या भागात तेहतीस कोटी देव असतात म्हणे!...'

'होय मॅडम! हिंदू तसंच सांगतात.....'

'बघू कुठं आहेत ते? सुऱ्यानं तू आधी डोळे काढ बघू! आचळंही काप. प्रत्येक अंग व्यवस्थित कापून बघ. बघू या कुठं कुठली देवता आहे ते!....'

ही थट्टा चालली आहे की खरंच हिला हे अभिप्रेत आहे, हे न समजून जमालनं एकवार तिच्याकडे पाहिलं. हिल्डाचा चेहरा गंभीर होता. तीच पुन्हा म्हणाली, 'गप्प का बसलास? माझ्याकडे काय बघतोयस! सांगितलं तसं कर! जमणार नसेल तर सुरा इकडं दे! मी बघेन!'

असं म्हणत तिनं सुरा हातात घेत गाईच्या दोन्ही डोळ्यांत खुपसला. नंतर आचळावर टोचून ती ओढून पाहिली. तिनं एकदा पोटातही टोचून पाहिलं. चेहऱ्यावर कुत्सित हसू आणत तिनं स्वतःलाच सांगितलं, 'मूर्ख! अवैज्ञानिक! असंस्कृत मूर्ख! यांच्या श्रद्धेला कुठलाही वैज्ञानिक आधार नाही!'

तिचं बोलणं जमालला समजलं नाही. हातातला सुरा गाईच्या अंगावर टाकून ती दरवाजा उघडून बाहेर आली.

बाहेर जमालची बायको जॅकला घेऊन फेऱ्या मारत होती. आता जॅक शांत झाला होता. त्याला सोबत घेऊन घरी जाऊन हिल्डा सोफ्यावर पडली. ती प्रचंड

दमली होती. तिनं सकाळचा उपाहार किंवा कॉफी घेतली नव्हती. आताही तिला त्याची इच्छा झाली नाही.

अर्ध्या तासानं तिथं आलेल्या जमालच्या बायकोला तिनं सांगितलं, 'हे बघ, मला आज स्वयंपाक करायला जमणार नाही. तूच त्याचं तोंडीलावणं कर. पण कसं करायचं ते मी सांगेन. तुम्ही करता तसा भरपूर मसाला घालायचा नाही.'

'बरंय, अम्माजी! पण गोश्त फार आहे! तेवढं सगळं आपल्याला संपणार नाही! शिल्लक राहिलेल्याचं काय करायचं?'

'हवं तेवढं ठेवून बाकीचं कुणाला तरी द्यायला सांग....हे बघ, नाही तरी जमाल अंडी आणायला सायकलवरून करीमच्या दुकानात जाईलच ना! इतके दिवस तो आपल्याला देत होता; आता त्याला देऊन ये, म्हणावं! त्याच्या घरी मुलं-बाळं खाऊ देत. तो विकून चार पैसे मिळवत असेल तरी मिळवू दे!'

दुपारी जमालच्या बायकोनं गोमांसाचा स्वयंपाक केला. एव्हाना जमाल आला होता. आपल्या दोघांपुरतं काढून घेऊन बाकीचं झाकून ठेवून ती निघून गेली. हिल्डाही जॅकबरोबर जेवायला बसली. जॅक नेहमीप्रमाणे जेवला. पण हिल्डाला स्वयंपाक आवडला नाही. दोन-तीन चमचे खाता-खाताच तिला पुरेसं वाटलं. अमेरिकेतून विमानानं मुंबईला येऊन, तिथून रेल्वेनं इथं आल्यानंतर तिला एकदाही गोमांसाचा स्वाद घ्यायची संधी मिळाली नव्हती. कुठल्याशा अनाकलनीय रागापोटी तिनं आज पोटाला तडस लागेल एवढं गोमांस खायचा निश्चय केला होता. भरपूर जेवायच्या विचारानं जेवणाआधी अर्धा तास तिनं थोडं ड्रिंकही घेतलं होतं. तरीही का असं व्हावं?

जॅकचं जेवण झालं. उरलेलं अन्न काढून ठेवून तिनं टेबल पुसलं. एकाएकी अनावर एकटेपणा तिच्या अंगावर चाल करून आला. हा काळिंग तरी केव्हा येणार आहे? आज संध्याकाळी की उद्या? छे:! या देशात आपल्याला कुणीही मित्र नाही!

ती पलंगावर झोपली. जॅकही झोपला.

दुपारी दोन वाजता काळिंगा घरी आला. त्यानं व्हॅनसाठी ऑर्डर दिली होती. ती हाती यायला किमान वर्ष तरी जाईल, असंही समजलं होतं! काय हे! या दरिद्री देशात एक वाहन घ्यायचं म्हटलं तरी एवढा त्रास!

जेवताना काळिंगानं विचारलं, 'काय विशेष? स्वयंपाकाला आज विशेष चव दिसतेय!'

'काय असेल सांग बघू!'

घास चार-सहा वेळा तोंडात घोळवून त्यानं सांगितलं, 'गोमांस! कुठून आलं हे?'

‘करीमनं पाठवलं!’

‘बाप रे! फारच धैर्याची गोष्ट आहे! कुणाला समजलं तर त्याला शिल्लक ठेवणार नाहीत! यानंतर आपल्याकडे पाठवू नकोस, म्हणून सांगून ठेव त्याला!’

‘का? या देशात आल्यानंतर तुलाही धर्माचा अडसर सुरू झाला की काय?’

‘यात धर्माचा प्रश्न नाही! भरपूर टेस्टी आहे. पण आपण हे खातो असं समजलं, तर भोवतालच्या खेड्यातली माणसं भडकून काहीतरी करतील! व्यावहारिक दृष्टीनं हा काही शहाणपणा नाही!’

हिल्डा काहीच बोलली नाही. क्षणभर दुरावलेली एकटेपणाची भावना पुन्हा तिला येऊन चिकटली. तिच्या चेहऱ्याकडे बघून काळिंगानं विचारलं, ‘काय झालं डार्लिंग? तू जेवलेली दिसत नाहीस! होय ना?’

‘हं! नाही आवडलं!..’

‘ये चल! माझ्याबरोबर जेव ये!..’ म्हणत त्यानं तिला शेजारी बसवून घेत आपल्याच ताटलीत आणखी थोडं वाढून घेतलं आणि तिच्या हातात आणखी एक काटा दिला. दोघंही एकाच ताटलीत जेवू लागले. आता तिला चव आवडली. ती म्हणाली, डिअर! तुझ्याबरोबरच मला आवडलं बघ! तू आज आला नसतास तर मी उपाशीच राहिले असते!’

‘बरोबर आहे! या देशातल्या बायका नवऱ्याचं जेवण झाल्याशिवाय जेवत नाहीत!’

‘तू मला या देशातली म्हणून मानतोस?’

‘का? शंका कशाला?’

‘काही नाही! थँक्यू व्हेरी मच!’ म्हणत तिनं ताटभर तोंडीलावणं वाढून घेतलं.

।। चौदा ।।

१

जमालनं कितीही चोरून सगळं केलं असलं, तरी त्या दिवशी संध्याकाळपर्यंत बातमी सगळ्या काळेनहळ्ळीला समजली होती. काळिंगानं वेगळा गोठा बांधून गाई तिथं नेऊन ठेवल्या, तेव्हापासूनच हा गाईला मारणार अशी शंका गावातले काही जण बोलून दाखवत होते. त्यामुळे त्याच्या नव्या फार्मवर काम करणाऱ्या प्रत्येकाला याची जाणीव देऊन त्यांना हेरगिरी करायचं कामही दिलं होतं. यात प्रमुख व्यक्ती तायव्वाच होती. गोठ्यात एकूण किती गाई आहेत, वासरं किती आहेत, एकूण जनावरांची संख्या किती, हा सारा हिशेब गड्यांनी मनात ठेवला होता.

दुपारच्या वेळी गाईंना गवत आणि पौष्टिक आहार द्यायला आला असता एक गाय कमी असल्याचं गड्याच्या लक्षात आलं. हे त्यानं आणखी एकाला बोलून दाखवलं. त्यानं धावत जाऊन ही बातमी मालकीण हिल्डाच्या कानावर घालताच ती म्हणाली, 'कुठंतरी चुकली असेल. शोधा..'

त्या गड्यानं जमालच्या शेडमध्ये जाऊन विचारलं तेव्हा जमालनं ती विकल्याचं सांगितलं. गड्यानं विचारलं, 'पन वासरू तितंच हाय न्हवं?'

यावर जमालनं 'तुला काय करायच्यायत नस्त्या चौकशा? जा न्हवं कुल्लं झाकून!' म्हणत फटकारलं.

गड्याला संशय आला. त्यातच त्याच्या नाकाला ओल्या रक्त-मांसाचा वास झोंबला. जमालच्या बायकोनं दुसऱ्या दिवसासाठीही काही मांस राखून ठेवलं होतं.

काहीही न बोलता गडी तिथून बाहेर पडला. जमाल जेवायला आपल्या

शेडमध्ये गेला.

त्या गड्याला शेतात एका कोपऱ्यात काहीतरी पुरलेलं दिसलं. पुरलेल्या जागी आजूबाजूचं गवत काढून पसरलं होतं.

यातलं काहीही दाखवून न देता गडी सरळ वरच्या बाजूला नव्या गोठ्यात आला आणि त्यानं तिथल्या दुसऱ्या गड्याला सगळी बातमी सांगितली. इतर गाईंना गवत आणि इतर आहार घातल्यावर दोघंही गावाकडं धावले. या आधी त्यांनी कधीच गोहत्या पाहिली नव्हती. आता काळिंगगौडज्ज्याच्या गोठ्यातच ती घडली आहे! गौडज्ज्याच्या गोठ्यातल्या पुण्यकोटी गाईचीच हत्या करण्यात आली आहे! पुण्यकोटी गाईलाच त्यांनी मारून खाल्लं आहे!

तायव्वानं अजून दुपारची नाचणीची उकड खाल्ली नव्हती. या दोघांनी घडलेली गोष्ट तिच्या कानांवर घालताच तिच्या छातीत धडधडू लागलं. तिनं त्या दोघांना यंग्टेगौडाला बोलावून आणायला सांगितलं.

यंग्टेगौडा शेतावर गेला होता. गड्यांनी सगळी हकिगत त्याच्या कानांवर घातली आणि त्याला बोलावून घेऊन आले. त्यानं गावातल्या दहा ग्रामप्रमुखांना बोलवणी पाठवली. गावातल्या मुलां-बायकांसहित मोठीच सभा भरली. कुठल्याशा कामासाठी काळेनहळ्ळीला आलेल्या होन्नाला हे समजताच तो अग्रहाराकडे धावला आणि त्यानं शाळेत शिकवत असलेल्या वेंकटरमणाच्या कानांवर सगळी हकिगत घातली.

शेवटचा पिरियड तसाच टाकून वेंकटरमणा काळेनहळ्ळीकडे धावला.

तो पोहोचला तेव्हा सभा रंगात आली होती. अशा प्रकारे गोहत्या करणाऱ्याला काय शिक्षा करायची यावर सगळे बोलत होते.

कुणीतरी म्हणालं, 'गावाला हजार रुपये दंड भरायला सांगा!'

'त्या भडव्यांना हजार रुपये म्हणजे काय बी नाय! पैका काय, मागाल तेवडा देतील! आनकी बी कायतरी शिक्षा द्यायला पायजे!..'

वेंकटरमणाला पाहताच सभेनं त्यालाच मुख्य स्थान दिलं आणि त्यालाच गोहत्या करणाऱ्यांना काय शिक्षा द्यायची हे सांगायला सांगितलं. यंग्टेगौडाचा मुलगा माटा म्हणाला, 'त्यान्ला काय इचारताय? देवी-माहात्म्य नाटकात नाय का सांगितलं? गोधनाला हात लावनाऱ्याचा प्राण घ्यायला पायजे म्हनून?'

'पण आपण आता ही शिक्षा देऊ शकत नाही! देशाचं सरकार, पोलीस आणि कायदा आहे ना! कोर्टाचे नियम वेगळे आहेत!'

आणखी एक जण म्हणाला, 'त्यांना काय करनार आपून? त्यांच्याकडं बंदूक हाय! ती गोरी बाय बी बंदूक चालवतीय! आन त्या जमालसाबपाशी सुरे-भाले-बरची बी हाय म्हनत्यात!'

हे ऐकताच सभेचा पारा जरा खाली आला.

'काय करतेय ती? बगतोच मी!..' माटा छाती ठोकत उभा राहिला. आतापर्यंत गप्प असलेल्या तायव्वानं माटाकडे कौतुकानं बघून हातवारे केले.

आता वेंकटरमणा बोलू लागला, 'जे काही घडलंय ते आपण नीट समजून घ्यायला पाहिजे. तिथं एक गाय कमी आहे, हे खरंय. कदाचित त्यांनी ती विकली असेल. आपण ती गाय कुणाला विकली याची चौकशी करू या. ती आपल्याला दाखवायची जबाबदारी त्यांची. ते त्यांना शक्य झालं नाही, तर मात्र त्यांनी तिला मारलंय, असं आपण म्हणू शकतो. त्या जमिनीत काय गाडलंय, तेही बाहेर काढून बघू या.'

सगळे त्याचं बोलणं लक्ष देऊन ऐकत होते.

'आणखीही एक गोष्ट. काळिंगा गावात नाही. म्हणजे जे काही घडलंय ते त्या त्याच्या बायकोनं केलं आहे!' वेंकटरमणाला आदल्या दिवशी तिच्याशी झालेलं कडवट बोलणं आठवलं. पण त्याचा उच्चार न करता तो पुढं म्हणाला, 'काळिंगा घरात नसताना आपण तिथं जाऊन काय करणार?'

'पन तो दुपारच्या बसनं आलाय. मी पाहिलंय.'

'तर मग सगळे मिळून जाऊ या. त्याच्या बायकोनं चूक मान्य केली, तर तिनं पंचगव्य-प्रायश्चित्त करायला पाहिजे. गावाकडे त्यांनी हजार रुपये दंड भरायला पाहिजे. आणखी एकही त्यांनी करायला पाहिजे. देवस्थानाच्या पुष्करणीचं पाणी त्यांनी त्यांच्या तंबाखूच्या पिकासाठी वापरता कामा नये! नवरा-बायको त्यात पोहतात! तसं करायचं नाही, असं मी मागं एकदा बजावलं होतं. ते ऐकत नाहीत. पुष्करणी त्याची स्वतःची असल्यासारखे वागतात ते! आज त्याविषयीही बोलून पक्कं करायला पाहिजे! देवस्थानाच्या अभिषेकाच्या पाण्यात कुणी पायही टाकत नाही; हे पोहतात!..'

हे सगळ्यांनाच पटलं. सगळ्यांनी होकार भरला.

'आन ऐकलं नाही तर सैल सोडता कामा नये!..' माटानं बजावलं.

'हो..पण कुणीही उगाच दंगा करायचा नाही!...' म्हणत वेंकटरमणा उठला आणि त्यांच्याबरोबर चालू लागला. वेंकटरमणा आणि यंग्टेगौडाच्या पुढारीपणाखाली सगळे जायला निघाले. पुरुषांच्या मागोमाग गावची बायका-मुलंही निघाली. बायकांच्या घोळक्यात असलेली तायव्वा सगळ्यांशी खुणेनं गप्पा मारत होती. मधूनच रडू आलं की पदरानं डोळे पुसत होती.

२

डोंगराच्या बाजूनं सगळे फार्महाऊसच्या दिशेनं उतरत येताना अजूनही संध्याकाळचा उजेड होता. एवढी सगळी माणसं येत असल्याचं पाहून जमालच्या बायकोनं हिल्डाला सांगितलं. हिल्डानंही बाहेर येऊन पाहिलं. दोनशेपेक्षा जास्त बायका-मुलं आणि पुरुष घोळक्यानं त्याच दिशेला येत होते. आपण गाईला मारल्याची बातमी गावात पोहोचल्यामुळेच हे येत आहेत हे तिला मनोमन जाणवलं. तरीही ते दाखवून न देता तिनं पुढं असलेल्या वेंकटरमणाला इंग्लिशमधून विचारलं, 'या लोकांना काही भान आहे की नाही? तंबाखूच्या झाडांवरून चालत येताहेत!'

त्याच्याऐवजी यंग्टेगौडाच म्हणाला, 'गाईला मारलंय तू! त्याचा न्याय-निवाडा करायला आलोय!.. कुठाय तुझा नवरा? बोलाव त्याला!'

हे बोलणं हिल्डाला समजलं. ती मोडक्या-तोडक्या कन्नडमध्ये म्हणाली, 'तुम्हाला कुणी आमच्या फार्मवर यायचा अधिकार दिलाय?'

यंग्टेगौडाच्या मागं उभा असलेला माटा ओरडून म्हणाला, 'ए भोसडे! आम्ही न्यायाचं बोलतोय तर उलट प्रश्न विचारतेस? बोलाव म्हटलं न्हवं का तुज्या त्या नवऱ्याला?'

वेंकटरमणा माटाकडे वळून म्हणाला, 'माटा! वाईटसाईट बोलायचं नाही म्हटलं ना! गप्प!'

पण ते न ऐकता तो ओरडला, 'या असल्या व्हयमाल्यांबरोबर सरळ बोलून चालनार हाय काय?'

कन्नड सगळं कळत नसलं तरी हा शिव्या देतोय हे हिल्डाला समजलं. ती धीटपणे म्हणाली, 'तुम्ही आधी बाहेर व्हा! नाही तर मला बंदूक उडवावी लागेल!'

'हे पाहा, त्याचं पोरवय आहे! बडबड करतोय! ते काही महत्त्वाचं नाही. आधी न्याय होऊ द्या. कुठंय काळिंगा? त्याला बोलवा बघू!' वेंकटरमणा म्हणाला.

'त्याला बोलवायची काहीही गरज नाही. मी गाईला मारलंय. पण त्याविषयी विचारायचा तुम्हाला हक्क नाही!'

तिच्या या बोलण्यामुळे माणसं बिथरली. काही जणांनी समोर पडलेली मातीची ढेकळं उचलून घराकडे भिरकाटली. त्यातलं एक ढेकूळ हिल्डाच्या दंडाला लागलं. वेंकटरमणा आणि यंग्टेगौडा लोकांना समजावू लागले.

हिल्डा घरात गेली. काळिंगा घरात नव्हता. क्षणभर तिला रडू आलं. तरीही स्वतःला आवरून ती बेडरूममध्ये गेली आणि तिथं भिंतीवर लटकवलेली बंदूक घेऊन त्यात गोळ्या असल्याची खात्री करून घेऊन बाहेर आली. नंतर समुदायाकडे बंदूक रोखून तिनं चढ्या आवाजात सांगितलं, 'आताच्या आता निघून जा! नाही तर

ट्रिगर ओढेन!..'

बंदूक बघून घाबरे झालेले अनेक जण पळू लागले. पण पुढं असलेले जागचे अजिबात हलले नाहीत. आतापर्यंत मागं बायकांबरोबर असलेली तायव्वा अचानक पुढं झाली आणि वेंकटरमणाच्या शेजारी उभी राहिली. वेंकटरमणानं ओरडून सांगितलं, 'धमकावू नका! याचा परिणाम काय होईल ठाऊक आहे?'

हिल्डानं नळी वर करून आकाशात एक गोळी उडवली. माणसं आणखी घाबरली. त्या आवाजानं पुढं उभ्या असलेल्यांच्या पोटातही भीतीचा गोळा उठला.

आता मात्र वेंकटरमणा पुढं झाला आणि त्यानं तिचा हात पकडला. त्यानं माटाला हाक मारली. माटा, त्याचा बाप यंग्टेगौडा आणि तायव्वा धावत आले आणि त्यांनी तिला धरली. त्याच वेळी आलेल्या काळिंगानंही पुढं होऊन तिच्या हातातली बंदूक काढून घेतली. त्याच्या पाठोपाठ जमालही आला.

काळिंगा नव्या गोठ्यात गेला होता. इतकी माणसं आपल्या घराच्या दिशेनं निघाल्याचं त्यानंही पाहिलं होतं. हिल्डाची पहिली गोळी उडाली तेव्हा तोही घरापाशी येऊन पोहोचला होता.

काहीही ठाऊक नसल्यामुळे त्यानं विचारलं, 'काय हे वेंकटरमणा?'

यंग्टेगौडा म्हणाला, 'वा रे वा! जगाचा उद्धार करनाऱ्याला बायकोचे उद्योग ठाऊक नाय म्हनं! सगळं ठाऊक असून बगा कसा इचारतोय, हे काय म्हनून!'

गावाकडच्या बोलण्यात हे बोलणं सहज असलं ती आजवर कुणी काळिंगाला असलं बोललं नव्हतं. त्याला हा अपमान वाटला. तरीही त्यानं संयमानं विचारलं, 'खरोखरच मला काहीही माहीत नाही. काय झालं मला सांगा.'

वेंकटरमणानं सांगितलं, 'तुमच्या गोठ्यातली एक गाय तुम्ही आज सकाळी मारून खाल्ली आहे! त्याचा न्याय-निवाडा करायला सगळे गावकरी आले आहेत.'

काळिंगाला सकाळी खाल्लेला गाईच्या मांसाचा पदार्थ आठवला. त्यानंतर काय काय घडलं असेल याचीही त्याला कल्पना आली. त्यानं हिल्डाचा दंड पकडून विचारलं, 'खरंय का हे? खरं खरं सांग. खोटं बोलू नकोस!'

अपमानानं खदखदत असलेल्या हिल्डाच्या डोळ्यांतून खळ्ळकन पाणी आलं. तरीही तिनं ताठ उभं राहून सांगितलं, 'होय. माझ्या गोठ्यातल्या गाईला मारून खायला मला या कुणाच्याही परवानगीची गरज नाही! मीच जमालला सांगून गाईला मारायला सांगितलं आणि त्या गोमांसाचा मीच स्वयंपाक केलाय!'

एवढं सांगून ती घरात निघून गेली. लोकांची नजर आता जमालवर वळली. एव्हाना जमालनं शेतामधून काढता पाय घेतला होता.

काळिंगा विचारात पडला. काहीतरी विचार करून तो पुढं झाला आणि गावकऱ्यांना म्हणाला, 'मला ठाऊक नव्हतं. आता जे व्हायचं ते होऊन गेलंय.

आता काय करायचं, तुम्हीच सांगा!..'

सगळी माणसं एव्हाना पुन्हा एकत्र घोळका करुन उभी राहिली. माटा आणि इतर दोन तरुण जमालच्या पाठीमागं धावले. बाकीच्यांना बसून घ्यायला यंग्टेगौडानं सांगितलं. काळिंगाही त्यांच्यासमोर बसल्यावर यंग्टेगौडानं सांगितलं, 'तू आणि तुझ्या बायकोनं पंचगव्य घ्यायला पाहिजे! गावाला हजार रुपये दंड द्यायला पाहिजे! देवाच्या पुष्करणीला लावलेला पंप काढायला पाहिजे.'

'हजार रुपये हवे तर देतो. पंचगव्याचा विषय प्रत्येकाच्या श्रद्धेवर अवलंबून आहे. हवं तर मी घेतो; पण ती दुसऱ्या जातीची आहे. तिच्यावर कशी जबरदस्ती करायची?'

'तुज्याशी तिनं लगीन केलंय न्हवं? मग तिची जात कशी वेगळी?' यंग्टेगौडानं विचारलं.

'जातीचा प्रश्न आताच काढायला नको. ती मान्य करणार नाही हे नक्की!'

'केलं नाही तर छाताडावर बसून तू मान्य करायला लाव! तू मर्द हायस की न्हाय?'

यावर काळिंगानं काहीच उत्तर दिलं नाही. त्यानं उलट विचारलं, 'पुष्करणीचा पंप का काढायचा? याचा त्याच्याशी काय संबंध?'

'देवाच्या नावानं बांधलेल्या पुष्करणीचं पाणी तू तुझ्यासाठी कसं वापरतोस?'

'माझ्या आजोबांनी बांधलेल्या पुष्करणीचं पाणी वापरायचा अधिकार फक्त मलाच आहे! ती माझ्या मालकीच्या जमिनीवर आहे!'

आता वेंकटरमणा म्हणाला, 'तुझ्या आजोबांच्या मालकीच्या जमिनीवर तुझा अधिकार आहे; पण त्यांनी धर्मादाय केलेल्या गोष्टींवर तुझा कसलाही अधिकार नाही! स्वतः तुझे आजोबा हयात असते, तरी त्यांचाही यावर काहीही अधिकार नसता! तसं शास्त्रच आहे!'

यावर तायव्वानं डाव्या तळहातावर उजवी मूठ मारत होकार दर्शवला. यंग्टेगौडाही म्हणाला, 'तुझ्या आज्यानं फक्त वडारांना पैसे दिलेत! त्याशिवाय घरच्या बैलगाड्या आणून गावातले बायका-पुरुषही राबलेत! ते कोण होते असं तुला वाटतंय? सगळ्या गावानं एकत्र येऊन हे काम केलंय!'

'त्याचं पाणी मी माझ्या शेताला वापरलं तर देवस्थानाला काय त्रास आहे?'

वेंकटरमणा म्हणाला, 'हे बघ, या विषयावर तू माझ्याशी बराच वाद घातला आहेस! प्रत्येक वेळी मी तुला समंजसपणे शास्त्रातला आधार सांगितलाय. पुन्हा-पुन्हा विचारू नकोस!'

तेवढ्यात जमालला पकडायला गेलेले तिघंही परत येऊन म्हणाले, 'नाय सापडला! रस्त्याच्या तिकडं पळून गेलाय. जाताना आमाला चाकूनं मारून गेलाय

बगा!' म्हणत माटानं रक्तबंबाळ झालेली बाही दाखवली.

काळिंगानं पाणी-बोरीक पावडर-टिंक्चर-कापूस आणला, जखम धुतली आणि बांधली. जखम काही फारशी खोल नव्हती.

वेंकटरमणा काळिंगाला म्हणाला, 'हे बघ, या संदर्भात वाद नको. मुकाट्यानं पुष्करणीतून पंप काढून घे!'

काळिंगा विचार करत राहिला. बराच विचार केल्यावर तो म्हणाला, 'बरं. वेगळी विहीर खणायची म्हणजे दहा हजार खर्च होईल. त्याचाही काही प्रश्न नाही. पण ती विहीर तयार होईपर्यंत या तंबाखूच्या रोपांची काय गत? दुसरी विहीर तयार झाल्यानंतर हा पंप काढतो.'

हे वेंकटरमणाला पटलं. तो होकार देणार, त्याच वेळी यंग्टेगौडा म्हणाला, 'ते काही चालनार नाय. काढायचं म्हन्जे आताच्या आता काढायचं! आन पानी पायजे तर तुज्या गोठ्याकडच्या हिरीतलं घे!'

पण गोठ्याजवळची विहीर फार्मपेक्षा थोड्या खालच्या पातळीवर होती. कारण ती बनवताना त्यातून फार्मला पाणी द्यायचा विचार केला नव्हता. तरीही काळिंगानं व्यावहारिक विचार केला, शेजारच्या टॅन्कची उंची वाढवली तर हे शक्य आहे. उंची वाढवणं आणि रस्त्याच्या खालून पाईप नेणं हे सगळं आणखी आठ-दहा दिवसांत करता येईल. त्यानं सांगितलं, 'बरं! उद्या काढून टाकतो.'

पण गावकरी ऐकायला तयार नव्हते. त्यांनी लगोलग काढायचा आग्रह धरला.

अपमान, असहायतेची भावना; तरीही तो पुढचा विचार करून उठला. त्यानं टूल-किट आणि पहार आणली. 'चला, तुम्हीही मदत करा!...' म्हणत तो निघाला. यंग्टेगौडा आणि काही पुरुष-मंडळी त्याच्यापाठोपाठ गेली. खांबाला लावलेला विजेचा दिवा जळत होता. काळिंगानं तिथला एकेक स्क्रू सैल करायला सुरुवात केली. सगळं सोडवून झाल्यावर त्याच्या सूचनेप्रमाणे सगळे भाग खाली घरापाशी आणून ठेवले. नंतर ते ट्रॅक्टरच्या शेडमध्ये ठेवण्यात आले. त्यासाठी बांधलेला सिमेंटचा कट्टा आणि शेडही गावकऱ्यांनी तोडून-फोडून टाकली.

एवढं होईपर्यंत मध्यरात्र उलटून गेली होती. सगळीकडे अंधार दाटला होता. मुलं-बायका त्या आधीच गावाकडं निघून गेली होती. काळिंगानं घरी येऊन यंग्टेगौडाच्या हातात हजार रुपयांच्या नोटा दिल्या. वेंकटरमणानं दुसऱ्या दिवशी देवळात येऊन पंचगव्य घ्यायला सांगितलं आणि सगळे गावकरी निघून गेले.

३

अपमानित झालेली हिल्डा काळिंगा येईपर्यंत जागीच होती. जमालची बायकोही

एकटी शेडमध्ये झोपायला घाबरून हिल्डाच्याच घरात बंदिस्त ओसरीत आडवी झाली असली, तरी तिलाही हिल्डाप्रमाणेच झोप लागली नव्हती.

सगळे निघून गेल्यावर काळिंगा घरात आला आणि त्यानं दरवाजा लावून घेतला. आता हिल्डाला आवाज फुटला, 'आज तू अतिशय भित्रटासारखा वागलास!'

'आणखी काय करायला हवं होतं मी?'

'मी एक हवेत बार उडवल्यावर निम्मी माणसं पळून गेली होती. आणखी एखाद्या बारामुळे सगळी पळून गेली असती!'

'तसं समजू नकोस! त्यांनीच तुझ्या हातातली बंदूक काढून घेतली नव्हती काय?'

'आत्मरक्षणासाठी गर्दीवर गोळी झाडली असती तर काय बिघडलं असतं?'

'काही नाही.. आपल्याला फासावर जावं लागलं असतं! असल्या बाबतीत घाई करणं शहाणपणाचं आहे का?'

'तरीही, डिअर! तू भेकडासारखा वागलास! या देशात पोलीस-सरकार काहीही नाही की काय? त्यांनी सांगितलं म्हणून पंपही काढून आणलास!'

'हे बघ, पोलीस काही सतत आपल्या रक्षणाला येत नाहीत. इथल्या गावकऱ्यांची तुला माहिती नाही! लोक चिडले, तर आपलं वर्षभराचं पीक एका रात्रीत नष्ट करून जातील! वर्षाचे तीनशे पासष्ठ दिवस कुठले पोलीस येणार आहेत आपल्या रक्षणाला? आणि पुष्करणी सोडली म्हणून काय झालं? फार-फार तर आणखी दहा-बारा हजार खर्च होतील. व्हॅनसाठी दिलेली ऑर्डर उद्याच कॅन्सल करतो. वेगळी विहीर काढू या. एकंदरीत काय, एवढ्यावरच भागलं ना हे प्रकरण!'

'पण तू मला वाऱ्यावर सोडलंस! माझ्या मानाचा तू विचार केला नाहीस!'

तिच्या या बोलण्याचं काळिंगाला वाईट वाटलं. संध्याकाळपासून चाललेल्या सगळ्या घटना त्रासदायक असल्या, तरी त्यानं संयम दाखवला होता आणि त्याकडे व्यावहारिक दृष्टीनं पाहिलं होतं. आता हिल्डा करत असलेल्या आरोपामुळे तो संतापून म्हणाला, 'तुझा मान राखायला काय करायला पाहिजे होतं मी? या स्थळाचं माहात्म्य तुला ठाऊक नाही का? तरीही तू का गाय मारलीस?'

'ओह! त्या पुजाऱ्यानं मला बिथरवलं. काल संध्याकाळपासून मी किती वेदना अनुभवली आहे याची तुला कल्पनाही करणं शक्य नाही!..' एवढं सांगून ती हुंदके देऊन रडू लागली.

तिचं डोकं आपल्या छातीवर घेत त्यानं तिचं सांत्वन करत विचारलं, 'का? काय झालं?'

'काल, का कोण जाणे, तो आला होता. माझ्याबरोबर गोठ्यातही आला. यंत्रानं गाईचं दूध काढायचं पाहिलं. वाद घातला. बाई असून तुला एवढं समजत नाही

काय, म्हणाला. आमच्या देशात एन्झाईमसाठी वासरं मारतात, हे सांगितलं. मला तो असंस्कृत म्हणाला. माझ्या सगळ्या समाजाला असंस्कृत म्हणाला! असंच बरंच वेडंवाकडं बोलला. नंतर गाईच्या शरीराच्या प्रत्येक भागात कोण-कोण देवता असतात, असं सांगून निघून गेला. कोण सहन करणार एवढा अपमान? आज एक गाय मारून तिच्या कुठल्या भागात कुठली देवता आहे याचं निरीक्षण केलं! बस! एवढंच!'

'मग? तसं केल्यावर तुझा अपमान गेला का?'

'तसं कुठं म्हटलं मी? पण मनाला एक प्रकारचं समाधान वाटलं.'

काळिंगा काहीच बोलला नाही. मनातल्या मनात 'कर्म माझं!' म्हणत त्यानं डोळे मिटून घेतले. हिल्डाही डोळे मिटून त्याच्या मांडीवर डोकं ठेवून पडली. तिचं आपल्या गर्भभारानं जड झालेल्या पोटाकडे लक्ष गेलं.

नंतर ती काहीतरी आठवल्यासारखं म्हणाली, 'डिअर, मी असं म्हणते म्हणून वाईट वाटून घेऊ नकोस! या देशात आल्यापासून मी एकटेपणा सहन करतेय. कालपासून हा एकटेपणा मला खायला येतोय! आज संध्याकाळी त्या असंस्कृत घोळक्याच्या रानटीपणाच्या वागणुकीसमोर तू माझ्या आत्मसन्मानाचा बळी दिल्यापासून या विशाल देशात मला माझं असं इथं कुणीच नाही, असं वाटायला लागलं आहे!'

तिचं बोलणं ऐकून काळिंगाचं मन हललं. तिला मिठीत घेत तो म्हणाला, 'असं का म्हणतेस, डार्लिंग? मी आहे तोपर्यंत तुझ्या मनात ही भावना येता कामा नये! या देशात आपल्याला थोड्या चतुरतेनं वागायची गरज आहे!'

तिला आता थोडं बरं वाटलं. तिनंही त्याला मिठी मारत म्हटलं, 'तुझ्यासाठी मी माझा देश सोडून आले. या अडाणी देशात येऊन इथल्या ओसाड जमिनीत माझ्या ज्ञानाचा वापर करून सोनं पिकवेन, या रोमांचकारी उत्साहानं मी तुझ्याशी लग्न केलं. पण इथं येऊन पाहिलं तर तू सोडलास तर कुणाकडूनही मला आदर आणि प्रेम मिळायला तयार नाही!'

'मी आहे ना!..'

'होय ना! केवळ तुझ्यासाठीच तर मी जगतेय!..तुझ्यासाठीच तर रक्ताचं पाणी करून राबते! या अपरिचित गावात, या रानात आपणच दोघं एकमेकांना आहोत! आणखी कुणीही नाही!...'

बराच वेळ दोघंही एकमेकाच्या बाहुपाशात होते. थोड्या वेळानं हिल्डाला झोप लागली. काळिंगाला मात्र डोळ्याला डोळा लागला नाही! मनात कितीतरी कल्पना फिरत होत्या. कितीतरी आठवणी फेर धरून नाचत होत्या. त्याच्या आजोबांच्या काळातलं खेड्यातलं जीवन आठवत होतं. संक्रांतीची गोपूजा, पोळ्याच्या वेळची बैलांची शर्यत, शुक्रवारची गो-पूजा.....सगळे उत्सव त्याच्या मनात तरंगत वर येत

होते. आजोबा, आजी आणि त्याची आई यांची गाईविषयीची भक्ती दर्शवणारे कितीतरी प्रसंग त्याच्या डोळ्यांसमोर नाचू लागले.

आदले दिवशीच्या गर्दीत त्याची आईही होती. यंग्टेगौडा वाद घालत असताना हे आपलेच विचार असल्यासारखी ती मान हलवत होती. पुष्करणीवरचा पंप हटवेपर्यंत तीही सगळ्या पुरुषांबरोबर उभी होती.

एकाएकी काळींगाच्या मनात सगळं जग पारखं झाल्याची भावना दाटून आली.

सगळ्या गावचे गौडा होते आजोबा! सगळं गाव मानायचं त्यांना. त्यांचा नातू म्हणून गावाचं मुख्यपण सहजच त्याच्याकडे चालत आलं असतं! त्याच गावात आज सगळे गावकरी एकत्र आले आणि माझ्याकडून दंड वसूल करून गेले! एवढंच नव्हे, उद्या सकाळी पूजेच्या वेळी देवळात जाऊन पंचगव्य घेऊन पापप्रक्षालनाचा विधीही करायला पाहिजे. हिल्डाच्या एकटेपणावर औषध म्हणून मी आहे, पण माझ्या एकटेपणावर काय उपाय? हिल्डा? जॅक? छे:!....कुणीच नाही!...

त्याची नजर हिल्डाच्या गर्भजड पोटाकडे गेली. पण त्यामुळेही उपाय सुचला नाही.

उगाच चार-सहावेळा कूस पालटत असताना बाहेर कावळा ओरडल्याचा आवाज आला. त्यानं घड्याळात पाहिलं. साडेपाच वाजले होते. शेजारी झोपलेल्या हिल्डाला जाग येणार नाही अशा प्रकारे तो हलकेच उठला. मच्छरदाणीतून बाहेर येऊन तो बाहेर आला. घराबाहेर बऱ्यापैकी फटफटलं होतं. एकदा त्याची नजर देवस्थानाच्या पुष्करणीकडे गेली. तिच्या शेजारी असलेल्या खांबावरचा दिवा अजूनही जळत होता. यानंतर तो खांबही काढायला पाहिजे. दुसऱ्या विहिरीसाठी जागा शोधायला पाहिजे.

तो गोठ्याच्या दिशेनं चालू लागला. आता समोरचं स्पष्ट दिसण्याइतका उजेड पडला होता. त्या उजेडात दिसणारं दृश्य बघून तो दिङ्मूढ झाला.

संपूर्ण फार्ममधली एकूणएक सगळी तंबाखूची रोपं काढून टाकून इकडं-तिकडं भिरकाटली गेली होती!

क्षणभर त्याला आपण काय पाहतोय ते लक्षात आलं नाही. नंतर पाय ओढत तो बांधावरून चालू लागला. किरकोळ एखादं वगळता सगळी रोपं नष्ट पावली होती. काही नाही तरी किमान पन्नास हजार रुपयांचं नुकसान झालं होतं.

केव्हा केलं असेल हे? आपण झोपल्यावर? पण तो तर रात्रभर झोपलाच नव्हता. मग पंप काढायला तिकडं गेले असता हे केलं असेल काय? ते सांगत असलेला दंड दिला, ..पंचगव्य घ्यायलाही तयारी दर्शवली होती, ..पुष्करणीवरचा

पंपही काढला. तरीही ते का असे वागले? हेही आधीच ठरवून आले होते की समूहाचं वेगळंच मानस चालतं, त्यातून हे घडलं असेल?..

त्यानं लक्ष देऊन पाहिलं. बायका-मुलांच्या पावलांचे ठसे तिथं स्पष्टपणे दिसत होते.

त्याच्या मनात आलं, हिल्डा म्हणते तशी पोलिसांत तक्रार दिली तर? पण त्यानं काय होणाराय? पुढं कधीही असलं काही करायचं धैर्य वाटणार नाही अशा प्रकारे चार जणांना बेड्या घालून बंद करायला लावलं तर? तसं करायचंच झालं तर कुणा-कुणाला पकडायला सांगायचं?...

याच विचारात तो गोठ्यात जाऊन पोहोचला.

गोठ्यात वेगळंच दृश्य त्याची वाट पाहत होतं. तिथल्या मुख्य दरवाज्याची कडी तोडली होती. बाकीची जनावरं आदल्या दिवशी बांधलेल्या जागीच उभी होती. पण पाच गाई आणि सहा वासरं तिथं नव्हती. कुणी गडीही आले नव्हते. ही वेळ गाईंना गोठ्याबाहेर काढायची होती. दूध काढायला एव्हाना सुरू करायला हवं होतं. पण दूध काढायचं यंत्र सुरू करणारा जमालही नव्हता!

काळिंगानं नाहीशा झालेल्या गाईंचा नंबर पाहिला. त्या काही एकापाठोपाठच्या नंबरच्या गाई गेल्या नव्हत्या.

एकाएकी काळिंगाच्या डोक्यात प्रकाश पडला.

केवळ पुण्यकोटी गाईच्या वंशातल्याच गाई दिसत नव्हत्या. एकूण सहा गाईंपैकी एकीला हिल्डा आणि जमालनं मारलं होतं. आता काळिंगाच्या गोठ्यात एकही पुण्यकोटीच्या वंशातली गाय राहिली नव्हती. म्हणजे चोरीला गेलेल्या पाच गाई आणि हिल्डानं मारलेल्या गाईचं वासरू होतं.

याचा अर्थ स्पष्ट होता. हा काही चोरीचा मामला नव्हता. काल रात्री पंप काढल्यानंतर त्याच्या आईनंच या गाई आणि वासरू नेली असणार याविषयी शंका नाही; कारण तिच्या दृष्टीनं पुण्यकोटी गाईची लेकरं म्हणजे देवासमान!

दूध काढायला मदत करायला कुणीच गडी नव्हता. आता एकेका गाईचं दूध कुठं आणि किती काढणार? त्यानं ठरवलं, एका दिवसासाठी दूध काढणंच नको. म्हणजे आदल्या दिवशी झालेल्या पन्नास हजार नुकसानात हे काही फार नुकसान नाही..असं म्हणत त्यानं पाच-सहा वासरं दूध पिण्यासाठी सोडली.

वासरं आपापल्या आयांपाशी जाऊन दूध पिऊ लागताच गाईंना त्याची सवय न राहिल्यामुळे त्या आपल्या वासरांना लाथा मारून दूर करू लागल्या, कारण या गाईंनी कधीच हा अनुभव घेतला नव्हता. समोरच्या रबरी वासरांना चाटायचं आणि पान्हा सोडायचा, अशीच त्यांना सवय लागली होती. पण जन्मजात पान्हा ओढायची वासरांची सवय मात्र गेली नव्हती.

पुन्हा काळिंगानं वासरांना बांधून ठेवलं. त्यानं स्वतःच एकेका गाईचं यंत्रानं दूध काढलं. नंतर सगळ्या गाईंना बांधून, गोठ्याला कुलूप लावून, एकेक कॅन उचलून रस्त्यापर्यंत नेऊन गाडीत चढवले.

सगळं आटोपल्यावर तो फार्महाऊसकडे निघाला, तेव्हा साडेआठ वाजून गेले होते. जमालची बायको उठून आपल्या शेडकडे गेली होती. जॅक तिच्या शेडसमोर खेळत होता. हिल्डा अजून उठली नव्हती. रात्रभर झोप न झाल्यामुळे काळिंगचे डोळे चुरचुरत होते. चालताना झोक जात होता. तोंड धुवायला तो न्हाणीघरात गेला तेव्हा त्याला एकाएकी आठवलं. घराच्या वापरासाठी बांधलेला टॅन्क निम्मा रिकामा झाला होता. त्यामुळे तो पूर्ण रिकामा झाल्यावर वरच्या गोठ्याजवळच्या विहिरीचं पाणी आणणं आवश्यक होतं.

आदल्या दिवशीच्या घटनेची पोलिसांत तक्रार नोंदवायचा विचार त्यानं सोडून दिला, कारण फार्ममध्येच नव्हे, तर गोठ्यातही राबायला कुणी गडी नव्हते. गावकऱ्यांना दादा-पुता केल्याशिवाय एकही गडी मिळणार नाही हे तर स्पष्टच होतं. गडीच नसतील तर काय करणार?

तोंड धुऊन तो बाहेर आला, तेव्हा देवळातली घंटा वाजली. तेवढ्यात एक मुलगा घरी येऊन म्हणाला, 'सगले देवलात आल्याती! तुमाला दोगान्लाबी बोलावलंय!'

'आता येतोच..' असं सांगून काळिंगानं त्या मुलाला पिटाळलं. अजून हिल्डा उठली नव्हती. हिला बोलावलं तरी ही 'जीव गेला तरी येणार नाही...' असं सांगून आपल्याबरोबर देवळात प्रायश्चित्तासाठी येणार नाही, हे तर स्पष्टच होतं. त्यानं घराचा दरवाजा ओढून घेतला आणि जॅकला सोबत घेऊन पुष्करणीच्या शेजारून देवळाच्या दिशेनं निघाला. पाण्याच्या पंपाची उघडी जागा बघताना त्याचं मन दुःखानं भरून आलं.

देवळाच्या आतल्या भागाची वेंकटरमणा झाडझूड करत होता. बाहेरच्या बाजूला यंग्टेगौडा, माटा आणि इतर सात-आठ जण होते. काळींगाला बघताच यंग्टेगौडा म्हणाला, 'येकटाच आलास? बायकोला नाय आनलं?'

'रात्रभर थंडीतापानं फणफणलीय! माझ्याकडं द्या. मी तिला नेऊन देतो.' तो म्हणाला.

काळींगाच्या बोलण्यामागचं खरं कारण वेंकटरमणाच्या लक्षात आल्याशिवाय राहिलं नाही. पण तो काहीच बोलला नाही. यंग्टेगौडाही यावर काही बोलले नाहीत. वेंकटरमणा पूजा करू लागला.

यंग्टेगौडानं काळिंगाला विचारलं, 'अंग धुतलंय की नाही?' त्यानं नकार देताच त्याला आणि त्याच्या जॅकला घेऊन देवस्थानाच्या पुष्करणीपाशी कळशी घेऊन गेला. दोघांच्या डोक्यावर तीन घागरी पाणी ओतल्यावर ओल्या अंडरवेअरमध्ये

थरथरत काळिंग आणि जॅक पुन्हा देवळात आले. यंग्टेगौडानं बाप-लेकाच्या कपाळावर विभूतीचे तीन पट्टे ओढले. जॅकच्या गोऱ्या कपाळावर पांढरी विभूती विचित्र दिसू लागली.

अर्ध्या तासात पूजा संपली. नंतर वेंकटरमणा मंत्र म्हणत बाहेर आला. त्यानं आधी काळिंगाला तीन पळ्या पंचगव्य दिलं. ते काळिंगानं प्राशन केल्यावर त्यानं ते जॅकलाही पाजलं. औषध पीत असल्यासारखा चेहरा करत जॅकनंही ते प्राशन केलं. हिल्डासाठी एका द्रोणात काढून ठेवल्यावर तिथल्या सगळ्यांनीच पंचगव्यचा स्वीकार केला.

देवाची मोठी मंगळारती झाल्यावर सगळ्यांना तीर्थ-प्रसाद देण्यात आला. नंतर वेंकटरमणानंही प्रसाद घेतला आणि तो बाहेर येऊन बसला.काळिंगानं त्याला विचारलं, 'काल तुम्ही जे काही सांगितलं ते मी ऐकलं की नाही? तेवढं पुरेसं नाही म्हणून सगळी तंबाखूची झाडं का उपटून टाकलीत?'

'कुठली झाडं?' यंग्टेगौडानं विचारलं.

'शेतातलं एकही झाड सोडलं नाही. सगळीच्या सगळी झाडं उपटून उलटी-पालटी केली आहेत. पन्नास हजार गेले. रोपांचा खर्च, खत, पाण्यासाठी वापरलेल्या विजेचा खर्च, खतांचा खर्च.. सगळं मातीमोल झालं! हे करून तुम्हाला काय मिळालं?' बोलता बोलता काळिंगाचा आवाज गद्‌गदित झाला होता.

'आरं कोन तो हिरव्या झाडांस्नी नख लावनारा? ए, देवाच्या दारात बसलाय; खरं बोलायचं!...' यंग्टेगौडानं सगळ्यांना दमात घेत विचारलं.

काळिंगाला बोलवायला गेलेला बारा वर्षांचा मुलगा म्हणाला, 'काल रात्री तुमी सर्वे हिकडं मशिन काडायला आला व्हता न्हवं का! तवा आमी आन बाया मिळून सगलं काडून टाकलं.'

'थू: तुमच्या...! तुमाला कुनी सांगितलं नस्ते उद्योग करायला?' यंग्टेगौडानं चिडून विचारलं.

'कुनी नाय! आदी मुलं काडायला लागली.. नंतर बाया बी आल्या..'

काळिंगानं विचारलं, 'आणि माझ्या गोठ्यातल्या गाई कोण घेऊन गेलं?'

'कुनी म्हंजे? तुज्या आईनं! काल एक पुण्यकोटी गाईला तुज्या बायकोनं मारून खाल्लं न्हवं काय? रात्री जातानाच ती त्या गाईंना संगं घेऊन गेली. आमी बी होतो तवा!'

यावर काळिंग काही बोलला नाही. सगळ्यांचा प्रसाद घेऊन झाल्यावर त्यानं गौडाला विचारलं, 'सगळे गडी आता तर पळून गेलेत. यानंतर मी कशी शेती करायची? तुम्ही म्हणालात, मी हजार रुपये दिले. पुष्करणीतला पंप काढला. पंचगव्य घेतलं. शिवाय पन्नास हजारचं उभं पीक गेलं! आता गडीही निघून गेलेत!'

'आता काळजी करू नगंस. आता पंचगव्य झालं न्हवं? सगळ्यांना निरोप धाडतो. येतील ते.' यंग्टेगौडानं आश्वासन दिलं. वेंकटरमणानं देवळाचा दरवाजा लावून आणखी एकदा घंटा वाजवल्यानंतर सगळे आपापल्या घरी गेले.

अकरा वाजता घरी परतलेल्या नवऱ्याच्या आणि मुलाच्या कपाळाकडे बघून हिल्डा तिरस्कारानं म्हणाली, 'निर्लज्जासारखे चूक मान्य करून प्रायश्चित्त घ्यायला गेलातच ना! आणि हातात काय आहे? माझ्यासाठीही आणलंत?'

'हं!..'

'आणि इथं काय झालंय ठाऊक आहे? जमालनं बायकोला घेऊन जायला कुणालातरी पाठवलं होतं. तीही निघून गेली! कुठं गेली कोण जाणे! एकही तंबाखूचं झाड राहिलेलं नाही.'

'ठाऊक आहे! सगळे गडीही निघून गेलेत!'

'डिअर! तू आधी माझं ऐक!' त्याच्या गळ्यात हात टाकत ती म्हणाली, 'या देशात आपलं कुणीच नाही. हे सगळं विकून टाकू या. चल, आमच्या देशात जाऊ या. तिथं जमीन घेऊन शेती करू या. नाही तर कुठं तरी नोकरी करू या.'

'त्याची गरज नाही. आता गावकऱ्यांचा राग शांत झालाय. गडीही येणार आहेत. आपण हार मानता कामा नये. हे पीक गेलं! आपण दुसरी विहीर काढू आणि नवं पीकही घेऊ या. या माणसांबरोबर थोड्या चलाखीनं वागायला पाहिजे. एकदा देवळात जाऊन आलं की सगळं ठीक होईल.'

'डिअर! तुझी ही चलाखी मला आणखी एकटं करेल! तुला ही चलाखी जमेलही; पण मला हा एकटेपणा अजिबात सहन होत नाही!'

'असं म्हणून कसं चालेल हिल्डा? सहन करायला पाहिजे! जरा जुळवून घ्यायला पाहिजे.....'

'नो..नो...नो..! ते शक्य नाही! तुझ्या भेकडपणामुळे या गावंढळ गावकऱ्यांना आपण जिंकल्यासारखं वाटलं आहे! यानंतर एखाद्या किरकोळ कारणासाठीही हे आणखी वाईट वागायला मागंपुढं बघणार नाहीत! तू आधी पोलीसकंप्लेंट दे! त्यांच्या मनात भय निर्माण केल्याशिवाय आपण जगू शकणार नाही!'

काळिंग काही वेळ विचारात पडला. तिच्या बोलण्यात तथ्य असल्याचं त्यालाही जाणवू लागलं.

।। पंधरा ।।

१

त्या महिन्याला वेंकटरमणा तालुक्याला ट्रेजरीत गेला असता पगार हातात पडायला संध्याकाळचे पाच वाजले. त्या वेळेपर्यंत शेवटची बस निघून गेली होती. तो तालुक्याच्या बाजाराचा दिवस असल्यामुळे अग्रहारातल्याच तीन-चार गाड्या बाजारासाठी आलेल्या होत्या. त्यानं चौकशी केली तेव्हा त्या गाड्या रात्री नऊनंतर निघणार असल्याचं समजलं. त्या वेळेपर्यंत काहीतरी करून वेळ काढणं आवश्यक होतं. त्यामुळे तो फिरायला निघाला.

जवळच असलेल्या सार्वजनिक मैदानावर एक भाषणाचा कार्यक्रम चालला होता. तीन-चार हजार माणसं जमल्यामुळे लाऊडस्पीकर लावण्यात आला होता. तो तिथंच एक जागा पकडून बसला.

भाषण देणारी व्यक्ती कुणीतरी उत्तर भारतातली असावी, कारण भाषण हिंदीत चाललं होतं आणि दुसरी एक व्यक्ती त्याचा उत्तमप्रकारे कन्नड अनुवाद करून सांगत होती. विषय 'भारतातील गो-परंपरा आणि तिची आजची स्थिती' असा होता. वेद, उपनिषद, पुराणे यांमध्ये आपल्या पूर्वजांनी कसा गाईचा विचार केला आहे याविषयी त्यांनी विद्वत्तापूर्ण विवेचन केलं. तो सगळा संदर्भ आणि त्याच्या पुष्टीसाठी ते देत असलेले श्लोकांचे दाखले यात वेंकटरमणाला विशेष काही नवं नव्हतं. पण ते जेव्हा आधुनिक काळात भारतातील गाईंच्या स्थितीविषयी सांगू लागले, तेव्हा त्याला ठाऊक नसलेला एक वेगळाच दृष्टिकोन सामोरा येऊ लागला.

ते सांगत होते, '....लोकसंख्या वाढली म्हणून सरकारनं सगळ्या गायरानांचं रूपांतर शेतीत केलं. याचा परिणाम म्हणून गाईंच्या तोंडचा चारा नाहीसा झाला. गवत आणि पाण्यासाठी पाणी द्यायची वेळ आली तेव्हा दूध-लोण्याकडे आर्थिक दृष्टीनं बघायचा लोकांचा दृष्टिकोन वाढला...

...काही मुसलमान राजेही गोमांस खाता कामा नये अशा परंपरेतले होते. पण ब्रिटिश राजवट आली आणि गोमांसभक्षण वाढलं. आपल्या देशात आहाराचा अभाव असल्यामुळे त्यांनी प्रक्रिया केलेलं गोमांस आपल्या देशातून तिकडे पाठवायला सुरुवात केली. इथंही काही प्रदेशांत गवताची कमतरता जाणवू लागली तेव्हा शेतकरी नाइलाजानं जनावरांची विक्री करू लागले. मग काही नवे एजंटस निर्माण झाले आणि ते थोडी जास्त किंमत देऊन जनावरं विकत घेऊ लागले. अडाणी शेतकरी कसायांना आपल्या गोमाता विकू लागले. काही गावांमधल्या कसाईखान्यांत गोवधाचा निषेध केला असला, तरी गावातल्या काही हिंदू मंडळींनीच गाईंच्या व्यापाऱ्यांकडून लाच घेऊन कायद्यातून पळवाटा शोधल्या आहेत. आजही हे चालले आहे!...

.....गोमातेच्या लेकरांनो, कदाचित तुमच्या गावात गोहत्या चाललीही नसेल; पण तुमच्या गावातल्या गाईंची हत्या दुसऱ्या गावात होते. केवळ एका मुंबई शहरातल्या कसाईखान्यातच दररोज दोन हजार गाई मारल्या जातात आणि त्यांचं मांस विक्रीसाठी पाठवलं जातं. कलकत्त्यात अडीच हजारांपेक्षा जास्त गाईंचा वध होत असतो. कानपूरला दररोज दीड हजार गाईंच्या गळ्याला सुरा लावला जातो. शिवाय आणखीही अनेक शहरांत असंच गाईंचं हत्याकांड सुरूच आहे.....

...पूर्वी ब्रिटिशांच्या काळात काही हिंदू राजांनी आपल्या संस्थानात गोवधाला बंदी घातली होती. पण आता स्वातंत्र्य आल्यानंतर ते संस्थानातले कायदेही दुर्बल झाले आहेत...'

हे ऐकत असताना वेंकटरमणाचं मन केवळ चार दिवसांपूर्वी काळिंगाच्या फार्महाऊसवर घडलेल्या गोवधाच्या विचारात गढून गेलं होतं. ही घटना जेव्हा त्याला समजली, तेव्हा काळिंगाविरुद्ध पोलिसांत तक्रार नोंदवायचं त्याच्याही मनात येऊन गेलं होतं. पण कायद्याचा हा भाग त्याला ठाऊक नव्हता. याचा अर्थ सरकार काळिंगाच्याच बाजूचं आहे!

हे कसलं सरकार! हा कसला कायदा! वेंकटरमणाच्या जिवाचा चडफडाट झाला.

भाषण पुढं चाललं होतं, '....हा धर्मविरोधी व्यापार आणि भक्षण थांबवण्यासाठी अखिल भारतीय गोरक्षण समिती नावाची एक मोठी संघटना आम्ही स्थापन केली आहे. संपूर्ण देशातल्या म्हणजे सुमारे वीस कोटी लोकांकडून गोहत्येचा निषेध

करणाऱ्या पत्रकावर सह्या घेऊन ते पत्रक पुढच्या वर्षीच्या गोकुळाष्टमीच्या दिवशी देशाच्या पंतप्रधानांना दिल्ली येथे मिरवणुकीनं नेऊन देण्याची आमची कल्पना आहे. जर या उपक्रमामुळे सरकारनं गोहत्येवर बंदी आणली नाही, तर त्यानंतर आम्ही आमची चळवळ आणखी उग्र करणार आहोत. आमचे स्वयंसेवक तुमच्या घरी येतील. तेव्हा त्यांच्यापाशी असलेल्या पुस्तकांमध्ये तुम्ही आणि तुमच्या घरच्यांनी सही करण्याची सगळ्यांनी काळजी घ्या. शिवाय तुमच्या गावातले, वस्तीवरचे, भोवतालच्या पंचक्रोशीतले सगळे प्रौढही सही करतील, याची काळजी घ्यावी, ही विनंती. या उपक्रमावर श्रद्धा असलेल्यांनी या कार्यक्रमाच्या ठिकाणी असलेल्या कुणाही स्वयंसेवकाकडे आपले नाव आणि पत्ता द्यावा. जय भारत माता! जय जय गोमाता!...'

भाषण संपलं तरी सभेत शांतता पसरली होती. वेंकटरमणानं सभेवरून एक नजर फिरवली. त्या गर्दीत काही राष्ट्रीय स्वयंसेवक संघाचे तरुण डोक्यावर काळी टोपी, खाकी चड्डी आणि पांढरा शर्ट अशा वेशात शिस्तीत बसले होते. त्यात काही प्रौढही होते. वेंकटरमणाला या राष्ट्रीय संघाचा थेट परिचय नसला, तरी त्यानं मैसूरमध्ये असताना अशा काही तरुणांना संध्याकाळच्या वेळी मैदानांवर कवायत करताना आणि देशगीतं गाताना पाहिलं होतं. ते म्हणत असलेले शुद्ध उच्चारातले श्लोक ऐकून त्याला कौतुकही वाटलं होतं. काही वेळा इंग्रजी वृत्तपत्रांमध्ये त्यानं या संघाच्या स्थापकांचं आणि इतर प्रमुखांची नावंही वाचली होती.

त्यानं वळून पाहिलं. सभेच्या बाहेरच्या बाजूलाही काही स्वयंसेवक शिस्तीत उभे होते. त्याची आता निघायची वेळ झाली होती. तो हलकेच उठला आणि बाहेर आला. तिथल्या एका तरुणाकडे त्यानं आपलं नाव-पत्ता लिहून दिला आणि गाड्या उभ्या असलेल्या माळाकडे निघाला.

२

दोन दिवस मध्ये गेल्यानंतर एक दिवस दोन मुलं त्याच्या घरी आली. दोघंही सतरा-अठरा वर्षांची असावीत. कदाचित हायस्कूलचे विद्यार्थी असतील. काळी टोपी, खाकी चड्डी, पांढरा शर्ट, कमरेला पट्टा अशा वेशातले ते दोघं तालुक्याहून पायीच तिथं आले होते. वेंकटरमणानं विचारलं, 'का बरं? बस होती ना!'

त्यांनी उत्तर दिलं, 'आमच्या गोरक्षण समितीकडे पैसा नाही. समितीचे लोक ही पुस्तकं फुकट पुरवतात. स्वयंसेवकांनी आपापला प्रवासखर्च करायचा असतो.'

'तुमची तशी आर्थिक परिस्थिती नाही का?'

'तसंच काही नाही! घरचं तसं काही वाईट नाही. पण असली कामं शक्य

तेवढी दैहिक श्रमानं केली पाहिजेत, असा समितीचा आदेश आहे.'

हे ऐकून वेंकटरमणाला आनंद झाला. त्याच्या आईनं दोन्ही तरुणांना जेवायला वाढलं. सहीचा प्रारंभ काळेनहळ्ळीपासूनच करायला पाहिजे, तोही तायव्वापासूनच; असं त्यानं ठरवलं होतं. त्या दोघांना घेऊन तो काळेनहळ्ळीला निघाला.

ते पोहोचले तेव्हा तायव्वा घरातच होती. घरासमोरच्या पडवीत बसून ती एक मोठी घागर उजळत होती. तिची अवस्था एखाद्या दुर्धर आजारानं ग्रस्त असल्यासारखी दिसत होती. आत येऊन तिनं त्या तिघांसाठी पाट मांडले. नंतर मोठ्या तीन पेल्यांमधून गूळ-तूप मिसळलेलं गरम दूध आणून त्यांच्यासमोर ठेवून ती उभी राहिली.

वेंकटरमणानं विचारलं, 'काय झालं? अशी का झालीस?'

तिनं खुणेनंच काही नाही म्हणून सांगितलं.

'हे पाहा! घडू नये ते घडून गेलंय! तुला आता सावरलं पाहिजे. यानंतर असं घडणार नाही. सरकारवर दडपण आणून यानंतर गोहत्या होणार नाही, असा कायदा करायचा प्रयत्न सुरू आहे. त्यासाठी सही करायची पुस्तकं ही मुलं घेऊन आली आहेत. यावर तुझ्या डाव्या हाताचा अंगठा उठव.'

तायव्वाच्या अंगठ्याला वेंकटरमणानंच शाई लावली आणि कागदावर अंगठा उठवला. त्याच्यासमोर त्यानं तायव्वाचं नाव आणि लेखन आपलं असल्याची नोंद केली. नंतर तो त्या मुलांबरोबर गावभर फिरला. प्रत्येकाला तो आपण तालुक्याला ऐकलेल्या भाषणाचा गोषवाराही सांगू लागला. गावकरीही आता जिंकल्याच्या मनोभावातच असल्यामुळे त्यांच्यात वेगळाच जोष होता. काळिंगाकडून वसूल केलेले आणि यंग्टेगौडाकडे असलेले हजार रुपये काय करायचे, हा त्यांच्यासमोरचा प्रश्न होता. त्याचा निर्णय सगळ्या गावानं घ्यायचा होता. त्याच वेळी त्याविषयीही थोडीफार चर्चाही झाली. देवस्थानाच्या निर्मितीनंतर तिथं जत्राही भरली नव्हती. आता नाहीतरी पुष्करणी स्वतंत्र झाली होती. त्यामुळे येत्या संक्रांतीच्या वेळी पुष्करणीपाशी उतारावर जत्रा भरवायचंही ठरलं. त्या वेळी हे पैसे खर्च करायचे, कमी पडतील ती वर्गणी काढायची असंही ठरलं.

त्या दोघांनाही वेंकटरमणानं आठवडाभर आपल्या घरात ठेवून घेऊन पंचक्रोशीतल्या आपल्या ओळखीच्या सगळ्या घरी घेऊन गेला. त्यासाठी त्यानं रजाच काढली. त्याच्याजवळ सायकल असल्यामुळे आणि एक सायकल आणखी एका मास्तरांची मिळाल्यामुळे त्यांना फिरणंही सोपं गेलं. ते दोघं डबलसीट फिरत होते. दररोज पूजा आटोपली की तिघं मिळून जवळपासच्या खेड्यांना जात. त्या आठवड्यात ते भोवतालच्या साठ खेड्यांमधून फिरून आले. एकूण तेवीस हजार पाचशे सह्या मिळवण्यात त्यांना यश आलं. ती सगळी वेंकटरमणाच्या पौरोहित्याचीच खेडी

असल्यामुळे, आता तो त्यासाठी जात नसला तरीही, हे सहज शक्य झालं होतं.

पण सगळ्यांनीच मुकाट्यानं सह्या केल्या, असंही नाही. काही जणं सही म्हटली की घाबरे होत. कुणी-कुणी सह्या केल्या आहेत, हे सांगून तो त्यांना यामागचा उद्देश सांगत होता. पण काँग्रेसचा प्रभाव असलेल्या खेड्यांमधली माणसं सही करायला नकार देत. ते सरळच विचारायचे, 'सही करायला नेहरूंनी सांगितलंय काय?'

ती मुलं सांगायची, 'गोहत्येचा निषेध करायचा असता, तर नेहरूंनी तसा कायदाच केला असता ना! त्यांनी तो केलेला नाही म्हणून ही सह्या गोळा करायची वेळ आली आहे!'

'याचा अर्थ, तुम्ही नेहरू सरकारच्या विरोधात काम करताय!'

'गोहत्येचा विरोध केला, तर सरकारच्या कसं विरोधात होईल? अशी लोकांची इच्छा आहे, तसा कायदा करण्यात यावा हे सरकारला दाखवून देण्यासाठी हे करतोय. हे कुणाच्याही विरोधात नाही!'

हे काही जणांना पटलं की तेही सही करायचे. काही जण मात्र या तिघांचा अपमान करून त्यांना हाकलून द्यायचे.

काही का असेना, त्यांची आठवड्याची मेहनत निष्फल झाली नाही हे खरं. सह्यांच्या वह्या भरल्या. वेंकटरमणानं बसचे पैसे देऊ केले तरी ते न घेता दोघंही पायीच तालुक्याला निघून गेले.

३

मुलं निघून गेल्यानंतर चार-पाच दिवसांनी वेंकटरमणाला इन्स्पेक्टर ऑफिसमधून एक नोटीस आली.

'खासगी कारण सांगून तुम्ही राजकीय पक्षाच्या कार्यक्रमात भाग घेतल्याचं समजलं आहे. सरकारी नोकर असताना तुम्ही कायदेबाह्य कार्यक्रमात सहभागी झाल्याबद्दल तुमच्याविरुद्ध का कारवाई करू नये?..' असा प्रश्न त्यात उपस्थित केला होता. याचं लेखी उत्तर मागितलं होतं.

नोटीस हेडमास्तरांकरवी आली होती. पण यात त्यांचा काहीही हात नसल्याचं वेंकटरमणालाही ठाऊक होतं. कर्मठ हेडमास्तरांनी, उलट त्याच्या या उपक्रमाबद्दल त्याचं कौतुकच केलं होतं. आता नोटीस देतानाही त्यांनी सांगितलं, 'खरं तर सही-संग्रहासाठी काम करणं ही अत्यंत साधारण घटना आहे. ही कारवाई केवळ त्यासाठी केलेली नसावी! हा कुणाचा तरी खोडसाळपणा आहे हे नक्की!'

'पण आता काय उत्तर देऊ?'

'मी काहीही चुकीचं केलेलं नाही, तरीही नकळत काही चुकलं असेल तर क्षमा करा.. एवढं लिहा.'

हे वेंकटरमणाला पटलं. तो पत्र लिहायला बसला. पण त्याच्या न कळत त्यानं लिहिलं, 'घरगुती कारणासाठी रजा घेतली होती हे खरं. गोरक्षणासाठी सही-संग्रहासाठी मी काम केलं हे खरं असलं तरी ते कुठल्याही राजकीय पक्षाचं काम नसून, या पवित्र भूमीच्या प्रत्येक सुपुत्राचं ते कर्तव्यच आहे! मी कुठलीही चूक केलेली नाही. त्यामुळे माझ्याविरुद्ध कारवाई करण्याचा प्रश्नच नाही.....'

हे हेडमास्तरांनी पाहिलं. त्यांनी पुन्हा समजावलं, 'हा सूर बरोबर नाही. मी काहीही केलेलं नाही, असं लिहा. घरात श्राद्ध किंवा आणखी काही होतं म्हणून सांगा. हवं तर मी तशी साक्ष देतो!..'

काही काळ वेंकटरमणा विचार करत बसला. आठ दिवस खेड्यापाड्यात फिरून केलेल्या कामानं त्याला नैतिक तृप्ती दिली होती. ते काम आपण केलंच नाही असं सांगायला त्याच्या अंतरात्म्यानं विरोध केला. त्यानं हेडमास्तरांना सांगितलं, 'नाही! मी असंच लिहिणार!' अखेर ते पत्र हेडमास्तरांनी वर पाठवून दिलं.

नंतर सहा दिवसांनी त्याला एक ऑर्डर आली. त्यात म्हटलं होतं, 'सरकारी नोकर असून असल्या जातीय बाबीत सहभागी झाल्याबद्दल अधिकाऱ्यांनी तीव्र शब्दांत निषेध केला होता. हा शेरा त्याच्या सर्व्हिस-रजिस्टरमध्येही समाविष्ट करण्यात आला होता. याशिवाय त्याच्या या चुकीसाठी त्याची तिथून शंभर मैलावर असलेल्या जिल्ह्यातल्या छोट्या गावात बदली करण्यात आली होती. हा हुकूम मिळताच त्यानं चार्ज देऊन नव्या शाळेत लगोलग हजर व्हायचं होतं. तशी हेडमास्तरांनाही सूचना देण्यात आली होती.

वेंकटरमणानं लगोलग तालुक्याचं गाव गाठलं. त्याला पाहताच इन्स्पेक्टर ओरडले, 'काय! आपली माणसं म्हणून गावातच ठेवलं तर राजकारण करताय का? मुकाट्यानं राहायला काय धाड भरली होती?'

वेंकटरमणानं त्यांना संयम ठेवून सगळं विस्तारानं सांगितलं. गोमहिमा सांगणारे अनेक संस्कृत मंत्र सांगून म्हणाला, 'मी कुठलंही राजकारण केलेलं नाही!'

त्याचं संस्कृतचं ज्ञान पाहून हेडमास्तरांना आश्चर्याबरोबरच त्याच्याविषयी आदरही वाटला. त्यांनी सहानुभूतीनं सांगितलं, 'हे पाहा, ही ऑर्डर केवळ जिल्हा-पातळीवरून आलेली नाही. आणखी वरून आली आहे. आपण काहीही केलं तरी बदली कॅन्सल होणार नाही. तुम्ही नव्या गावी जा, एक-दोन वर्षं राहा. विषय मागं पडेल. नंतर पुन्हा इकडं आणता येईल.' एवढं सांगून ते घरी निघून गेले. वेंकटरमणाही पुन्हा सायकलवरून घरी परतला.

तो विचारात पडला होता. कुणाचं काम असेल हे?काळिंगाचं? पण त्याच्या

अंतरात्म्यानं हे खोडून काढलं. अखेर त्या विचारात अडकण्यापेक्षा या परिस्थितीतून सुटण्याचा विचार करण्यात त्याचं मन गुंतून गेलं.

आणखीही एक विचार त्याला छळत होता. दोन वर्षं एवढ्या लांब गेलं, तर देवळाच्या पूजेचं कसं काय होईल? गौडज्ज्यानं एवढ्या विश्वासानं पूजेची जबाबदारी आपल्यावर टाकली आहे. पोटापाण्याला काहीही कमी पडू नये म्हणून जमीन आणि गाईही देऊन गेलाय! अशा वेळी पूजेतच अडचण आली तर?

अचानक त्याचं मन एका निर्णयापाशी स्थिर झालं. मी ही नोकरी घेतली हेच चुकीचं आहे. माणसाच्या आशेला मर्यादाच नाही! कितीही मिळालं तरी आणखी हवंहवंसं वाटतं! पूजा करणं हे माझं काम आहे. संसार सांभाळायची जबाबदारी देऊळ बांधलेल्या त्या पुण्यवंतानं स्वतःकडे घेऊन त्याची पूर्तताही केली आहे. यानंतर शाळेला जायची घाई न करता निवांतपणे देवाचं दररोज 'सहस्रनाम' म्हणूनही मी पूजा करू शकेन! या दरिद्री नोकरीचा राजीनामा देईन!....

बघता बघता हाच विचार पक्का होत गेला. घरी येऊन सांगताच त्याच्या आईनंही त्याला पाठिंबा दिला. पण बायकोनं- मीनाक्षीनं सांगितलं, 'त्यापेक्षा दोन वर्षं पूजेसाठी कुणालातरी नेमलं तर चालणार नाही काय?'

पण त्यानं बायकोच्या बोलण्याकडे लक्ष दिलं नाही. दुसऱ्या दिवशी सकाळी उठून त्यानं राजीनामा खरडला. त्यातही त्यानं स्वतःच्या वागण्याचं पुन्हा समर्थन केलं. वर असल्या कामासाठी आडकाठी घालणाऱ्या सरकारचा निषेध करून त्यानं सही केली. त्या दिवशी पूजेच्या वेळी त्यानं ते पत्र देवाच्या पायाशी एकवार ठेवलं आणि त्यानंतर ते त्यानं हेडमास्तरांच्या हाती दिलं. त्यांनी पुन्हा पुन्हा सांगितलं तरी त्यानं ते माघारी घेतलं नाही.

४

दुसऱ्या दिवशीपासून पूजा करायला गेला असता तो दोन-दोन तास देवळात काढू लागला. कधी कधी एखादं उपनिषद घेऊन जाई आणि पूजा संपल्यावर मोठ्यानं त्याचं पठण करत राही. आता पुष्करणीच्या काठावर पंपाचा आणि फार्ममध्ये ट्रॅक्टरचा आवाज नसल्यामुळे तिथं शांतता असे. झाडांवर पक्ष्यांचा किलबिलाट तेवढा ऐकू येई. त्या वातावरणात आणखी अध्ययन करायची इच्छा प्रबल होत असे. ते शक्य नसलं, तरी तो पुन्हा पुन्हा तेच मंत्र मोठ्यानं म्हणत राहायचा. शाळेतली नोकरी सुरू झाल्यापासून तो या आनंदाला मुकला होता! आता तो तोच आनंद आकंठ घेत होता.

दुपारच्या वेळी घरात कंटाळा आला की तो घरच्या गाईंना चारायला शेताकडे

घेऊन जात होता. तिथं खुंट्याला मोठा दोर बांधून त्याला गाई बांधून तो श्लोक म्हणू लागला, की गाईही ऐकत उभ्या राहायच्या. शेतात काम करणारे शेतकरीही लांब उभं राहून ऐकत राहायचे. अशा वेळी त्याला काळिंगा, त्याचा फार्म किंवा काळेनहळ्ळी-यांपैकी कशाचीही त्याला आठवण नसायची.

पण एका दुपारी गाई चारत असताना काळेनहळ्ळीचा यंग्टेगौडा आणि इतर मुख्य तिघं गावकरी त्याच्या दिशेनं येताना दिसले. त्या तिघांचेही चेहरे पडले होते. त्याच्यासमोर खाली मान घालून बसल्यानंतर यंग्टेगौडाच बोलू लागला, 'काल रात्रीची बातमी ऐकली की नाही?'

'काय झालं?'

'गावात पोलीस आले होते.'

'पोलीस? कशासाठी?'

'ते नंतर सांगतो. ते एकूण चार हजार रुपये घेऊन गेले..'

हे ऐकून वेंकटरमणाला आश्चर्य वाटलं. त्याला काहीसा अंदाज आला. यंग्टेगौडानं तपशील सांगितला, 'काल रात्री दहा वाजता पोलिसांची मोटार आली होती म्हणे. इन्स्पेक्टर आणि सोबत दहा शिपाई होते. हातात बंदुका होत्या. सगळ्या मुख्य गावकऱ्यांना निरोप पाठवून बोलावून घेतलं. सगळ्या गावकऱ्यांनी मिळून काळिंगगौडाच्या फार्मवर हल्ला करून त्याची तंबाखूची रोपं नष्ट केलीत, तंबाखूच्या रोपांचा ते वेगळा टॅक्स देतात; यंदा सरकारला त्याच्याकडून मिळणारा पैसा तुम्ही देता की पुन्हा दंगा करणार, असं त्यांनी विचारलं म्हणे!'

त्यानं पुढं सांगितलं....'गावकऱ्यांनी विचारलं, तुमच्याकडे काळिंगानं कंप्लेंट दिली काय? यावर पोलिसांनी सांगितलं, त्यांनी आम्हाला काही सांगितलं नाही; पण त्यांच्या तंबाखूचं रक्षण करणं ही सरकारची जबाबदारी असते. त्यांचा सरकारच्या खात्यांमध्ये वावर आहे. हा काही खेळ समजू नका!....असं म्हणत त्यांनी गावकऱ्यांना घालण्यासाठी बेड्या बाहेर काढल्या म्हणे. गावकऱ्यांसमोर दुसरा मार्गच राहिला नाही. त्यांनी दोन हजार द्यायची तयारी दाखवून माफी मागितली. ते तयार झाले नाहीत. शेवटी घासाघीस करून चार हजारावर प्रकरण मिटलं. काळिंगाकडून घेतलेला दंड हजार रुपये होता. बाकीचे तीन हजार तिथल्या तिथं वर्गणी काढून गोळा केले आणि मोकळे झाले. 'आणखी काही गडबड केली तर चामडं सोलू!..' असा दम देऊन पोलीस गाडी घेऊन निघून गेले म्हणे.

वेंकटरमणा उद्गारला, 'हे तर काळिंगाचंच काम!'

'हं! नंतर हा त्यांच्या गाडीत बसून गावाकडे गेला असं त्याच्या गोठ्यातला गडी पुट्टा सांगत होता.' केंपेगौडा म्हणाला.

'आता असं करू या.. मीही येतो..संध्याकाळी किंवा उद्या सकाळी आपण

त्यालाच या संदर्भात विचारू या.'

'नको! चोर लेकाचा! त्याच्या भानगडीतच पडायला नको!..' चौघंही पटकन म्हणाले. काळिंगाच्या संदर्भात त्यांच्या मनात भय निर्माण झालं होतं. त्यातून बाहेर पडण्यासाठी वेंकटरमणा कितीही बोलत राहिला, तरी त्याचा काहीही उपयोग झाला नाही.

'त्याचा सत्यानाश होऊ दे! तळपट होऊ दे मेल्याचं! तो रांडेच्चा कुठं का उलथेना! आपल्याला त्याचा संबंधच नको! त्याचं पाप त्यालाच लखलाभ होऊ दे!...' म्हणत त्यांनी तो विषय संपवला.

ते निघाले. वेंकटरमणानं विचारलं, 'तायव्वा कशी आहे?'

'ओ! ती म्हातारी काही फार दिवस टिकत नाही घ्या!'

'का? काय झालं?'

'काय होणार? तिची सासू का वारली ठाऊक हाय न्हवं? गौडज्जा का वारला? ही बी तशीच एक दिवस मरून जाईल!'

'पंधरा दिवसांपूर्वी मी बघितलं, तेव्हाही ती बरी नव्हतीच.'

'आता आनखी मरायला घातलेय! तुमीच येऊन बगा!...'

वेंकटरमणाला खरोखरच वाटलं, उद्या दुपारला आईला घेऊन तायव्वाला बघायला जायला पाहिजे!...

५

दुसरे दिवशी पूजेसाठी देवळात शिरताना त्याचं काळिंगाच्या फार्मकडे लक्ष गेलं. त्या आधी त्यानं तिकडं इतकं लक्ष देऊन पाहिलं नव्हतं. आदल्या दिवशी रात्रीपासून त्याच्या मनात काळिंगाशी बोलायची इच्छा प्रबल होत चालली होती. पण पूजेसाठी सहा-सात भक्त आले होते. सगळ्यांना तीर्थ-प्रसाद देऊन त्यांनी आणलेल्या केळी-नारळ-तांदळाची विल्हेवाट लावून आणि त्यांना प्रसाद दिल्यानंतर देवळाला कुलूप लावून तो पुष्करणीकडून फार्मच्या दिशेनं उतरला.

फार्मच्या पुढच्या भागात नव्यानं विहीर खोदायचं काम सुरू झालं होतं. किरकोळ एखादा अपवाद सोडता सगळी तंबाखूची झाडं आता सुकून गेली होती.

हा घरी पोहोचला तेव्हा हिल्डा समोरच सोफ्यावर बसली होती. याला बघूनही ती याच्याशी काहीही बोलली नाही. त्यानं विचारलं, 'काळिंगा नाही काय?'

'तू या घरी पुन्हा का आलास? लाज नाही वाटत?' तिनं उलट विचारलं.

या प्रश्नामुळे वेंकटरमणा क्षणभर अवाक् झाला. तो माघारी जायला वळला. तेवढ्यात आतून काळिंगा आला आणि त्यानं वेंकटरमणाला आत यायला सांगितलं.

हा आत न जाता, 'असू दे!..' म्हणून तिथंच उभा राहिला. काळिंगाच पुन्हा म्हणाला, 'ये रे! ती रागाच्या भरात बोललीय.'

वेंकटरमणा घरात आला. हिल्डानं आतल्या खोलीत जाऊन दार लावून घेतलं. काळिंगा सोफ्यावर रेलला. वेंकटरमणा लाकडी खुर्चीवर बसला. पाच मिनिटं गेली तरी कुणाला काय बोलावं ते सुचलं नाही. अखेर काळिंगानंच विचारलं, 'हं बोल! काय म्हणतोस?'

'हे बघ, एक बोलायचं होतं तुझ्याशी! तुझा हितचिंतक म्हणून सांगतो. माझ्याशी तू आडपडदा न ठेवता बोलायला पाहिजे!'

'काय? बोल!'

'परवा रात्री गावात पोलीस-कॉन्स्टेबल वगैरे दहा-बारा जण आले होते म्हणे. धाक दाखवून चार हजार घेऊन गेले! काय हे?'

'काय झालं? मला काहीच ठाऊक नाही!'

'खोटं बोलू नकोस! तुझ्या भल्यासाठीच सांगतोय; खरं बोल! तू पाठिंबा दिला नसतास तर ते आलेच नसते!'

काळिंगा विचारात पडला. नंतर म्हणाला, 'हे बघ, तुला सगळा व्यवहार समजत नाही. तुला धर्म-शास्त्र समजतं याचा अर्थ व्यवहार समजतो, असा होत नाही! तंबाखूवर सरकारचा स्पेशल टॅक्स असतो. मी तंबाखूची लागवड केली तेव्हा त्याची सरकार-दरबारी नोंद झाली होती. आता माझ्या पिकाची नासाडी झालीय. टॅक्स द्यायला जमणार नाही ना; म्हणून मला सगळी हकिगत सरकारला कळवावी लागली. पीक का नष्ट झालं याचं कारणही द्यावं लागतंच! तेव्हा खरी घटना सांगावीच लागली.'

'काही तरी वेगळं कारण सांगून तुला तुझ्या गावकऱ्यांना वाचवता आलं नसतं काय?'

'गावकऱ्यांना वाचवायचं? जर त्यांनी मला वाचवलं असतं, तर मी त्यांना वाचवायचं! एका रात्रीत पन्नास हजाराचं नुकसान केलं! शिवाय माझा एवढा अपमान केला! आणि मी मात्र सरकारशी खोटं बोलून यांचं रक्षण करायला पाहिजे होतं?'

'तुझ्या पिकाचं नुकसान केलं तो समूहाचा वेडा उन्माद होता! ते चुकीचं होतं असं सगळेच जबाबदार गावकरी मान्य करतात! पण तुझा कुणी कसला अपमान केलाय? ज्याच्या हातून चूक होते त्याला प्रायश्चित्त घ्यायला पाहिजे असं धर्मशास्त्रातच सांगितलंय. म्हणून तुझ्या योग्यतेप्रमाणे हजार रुपये घेण्यात आले. ते कुणीही स्वतःच्या घरासाठी वापरलेले नाहीत. देवस्थानाच्याच कामासाठी वापरले जाणार होते.'

'वेंकटरमणा! तू जुनाट शास्त्री आहेस. तुला मान-अपमान या गोष्टीचं भान

नाहीय! धर्मशास्त्राचं नाव सांगतोस आणि निर्लज्जासारखा हवं ते बोलतोस! काहीही सहनही करतोस. माझं तसं नाही; मला मान-सन्मान आहे!'

'मलाच हे सांगतोयस? मी काही तुझ्या घरचा चाकर नाही! मी तुझ्या भिक्षेवरही जगत नाही! तू काळिंगाज्ज्याचा नातू आहेस आणि माझा मित्र आहेस, म्हणून मी सतत तुझ्या भल्याचाच विचार करतोय! अजूनही सांगतोय, ऐक! त्याच रात्री गावकऱ्यांचा राग शांत झाला. तूही तिथंच गप्प राहायला हवं होतं. गावात पोलीस आल्यामुळे आता गावात तुझ्याविषयी राग उसळला आहे! तुझ्या भल्यासाठी हे सगळं तुझ्या कानांवर घालायला आलोय!'

'उगाच मोठ्या गप्पा मारू नकोस!' सोफ्यावर ताठ बसत काळिंगा म्हणाला, 'माझ्या भिक्षेवर जगत नाहीस म्हणून मोठ्या तोंडानं सांगतोयस! आज तुझ्या घरात जे अन्न शिजतंय ते कुणाच्या जमिनीतलं? ती जमीन माझ्या आजोबांनी तुला भिक्षा म्हणूनच दिली होती ना?'

'तोंड सांभाळून बोल! ती काही भिक्षा म्हणून दिलेली जमीन नाही. देवाची पूजा करण्यासाठी म्हणून दिलेली जमीन आहे ती!'

'पूजेच्या कारणासाठी म्हणून का होईना, माझ्या आजोबांनी ती आपली जमीन सोडून तुला दिली! त्या अन्नावर तू जगतोयस की नाही? माझ्या घरचं अन्न खाणारा तू! तरीही त्या दिवशी गावकऱ्यांच्या बाजूनं का उभा राहिलास? त्या दिवशी तू माझ्या बाजूनं उभं राहून त्यांना हटकायला हवं होतंस!..'

'तुझी चूक असताना मी कसा तुझ्या बाजूनं उभा राहू? देवाची पुष्करणी तू स्वार्थासाठी वापरलीस. हजार वेळा तसं करू नकोस म्हणून मी सांगितलं, तरी तू बायकोच्या बरोबरीनं त्यात जलविहार करत होतास! महिन्याचे सगळे दिवस कुठलाही विधीनिषेध न बाळगता तुझी बायको देवाच्या पुष्करणीत पोहत होती! सगळे दिवस! सगळं समजत होतं मला! शेवटी तिनं गोहत्या करायचंही बाकी ठेवलं नाही. या सगळ्याकडे दुर्लक्ष करून, वर तुझ्या बाजूनं उभं राहण्यासाठी काही मी पुण्यकोटी देवस्थानाची पूजा करत नाही! मला सांगायच्या ऐवजी तुझ्या बायकोला अक्कल शिकव!'

शेवटची वाक्यं बोलताना वेंकटरमणाचा आवाज तीव्र झाला होता. गळ्याच्या शिरा उठून दिसत होत्या. छप्पर उडून जाईल इतका उंच आवाज चढला होता.

आता काळिंगा स्तब्ध झाला. कितीतरी वेळ कुणीच बोललं नाही. काळिंगा काहीतरी विचार करत होता. 'निघतो!...' म्हणत वेंकटरमणा उठून उभा राहिला. काळिंगानं त्याला पुन्हा बसायला सांगितलं. नंतरही काळिंगा गप्पच बसला तेव्हा वेंकटरमणाच म्हणाला, 'काय बोलायचंय ते बोल!...'

'हे बघ, तुला त्रास द्यायचा माझा अजिबात उद्देश नाही! पण एक गोष्ट लक्षात

ठेव! माझ्या आजोबांनी जो काही कागद केला आहे, त्यातला व्यवहाराचा भाग मीही समजावून घेतला आहे. आजोबांनी देवस्थानासाठी जमीन लिहून दिली, तेव्हा मी सव्वीस वर्षांचा होतो. त्यामुळे त्यांनी त्यासाठी माझी संमती घेणं आवश्यक होतं; ती त्यांनी घेतलेली नाही! त्यामुळे त्या दानपत्रावर माझी सही नाही. तुला दिलेली जमीन आमच्याकडे वंशपरंपरेनं चालत आलेली होती. माझ्या आजोबांनी तर एक एकर जमीनही स्वतः कमावलेली नाही! मी परदेशी असताना माझ्या वृद्ध आजोबांना फसवून तुम्ही ती जमीन आपल्या नावानं करून घेतली आहे, म्हणून मी आज केस केली तर निकाल माझ्याच बाजूनं लागेल, यात शंका नाही. पण मला ते करायचं नाही! माझं म्हणणं इतकंच; माझ्या घरचं अन्न खाऊन तू जगतोयस! मी अडचणीत असताना मला मदत करणं तुझं कर्तव्य नाही का? उलट, माझ्यासमोर उभं राहून माझ्या आणि माझ्या बायकोच्या विरोधात बोलण्याची तुझी वृत्ती बरोबर नाही, हे लक्षात ठेव!'

हे ऐकत असताना वेंकटरमणाला गरगरल्यासारखं झालं. काळिंगाचं अखेरचं वाक्य ऐकल्यावर काही क्षण त्यानं खुर्चीच्या पाठीवर डोकं टेकलं. नंतर स्वतःला सावरत तो पुन्हा ताठ बसला आणि तीव्र स्वरात म्हणाला, 'अरे वा! आजोबांनी केलेल्या पुण्याच्या कामाचा सत्यानाश करायला तू नातू जन्मलास तर! हे तुझ्या तोंडून आलं. आता तुझा सत्यानाश कुणीही वाचवू शकत नाही. तुझं तळपट होईल! हा काही फक्त माझा शाप नाही! तुझ्या आज्ज्याचाही शाप आहे, लक्षात ठेव! फक्त आजोबाच नव्हे, त्या मागच्या सगळ्या आज्या-पणज्यांचा शाप आहे. कोर्टात जाणार आहेस? ज्जा! काय करतोस ते मीही पाहतोच!..'

एवढं बोलून तो ताडकन उठला आणि बाहेर आला. तिथून तो सरळ देवळात गेला. तिथं ठेवलेलं प्रसादाचं भांडं उचलून घेत त्यानं देवळाला कुलूप लावून पुन्हा एकदा घंटा वाजवली. तरातरा उतार उतरत तो काळेनहळ्ळीला गेला.

तो यंग्टेगौडाच्या घरी आला तेव्हा त्याच्या मुलानं, माटानं तो तायव्वाच्या घरी गेल्याचं सांगितलं. वेंकटरमणाही तायव्वाच्या घरी आला.

तायव्वा एका चटईवर झोपली होती. डोक्याला लाकडी पाट होता. यंग्टेगौडाबरोबरच गावातली आणखी तीन माणसंही तिथं भिंतीलगत बसून गप्पा मारत होती. वेंकटरमणाला पाहताच तायव्वा उठून बसायचा प्रयत्न करू लागली. पण कुणाच्याही मदतीशिवाय उठणं तिला जमलं नाही. त्याच्या अवतारावरून तो देवळातून सरळ इथंच आल्याचं सगळ्यांच्या लक्षात आलं. त्यानं सगळ्यांना हात धुवून घ्यायला सांगितलं. सगळ्यांच्या हातावर त्यानं प्रसाद ठेवला. नंतर तो तायव्वालाही म्हणाला, 'थोडं तोंड उघड बघू! देवाचा प्रसाद आहे!' तिनं तोंड उघडलं. वेंकटरमणानं तिच्या तोंडात चिमूटभर प्रसाद घातला.

तो पाटावर बसल्यावर यंग्टेगौडानं विचारलं, 'देवळातून थेट इकडंच आला! तिकडं जाऊन आला काय?'

'हं! गेलो होतो! भरपूर हुषारीनं बोलत होता! मलाही दम दिलाय त्यानं. त्याच्या आजोबांनी दानपत्र केलं तेव्हा त्यानं सही केलेली नाहीय म्हणे! म्हणून मी त्याचं ऐकायचं म्हणे! दररोज त्यानं एकेक गाय मारून खाल्ली तरी त्याला जाब विचारायचा नाही! आणि मी हे केलं नाही तर हा माझी जमीन काढून घेणार आहे!'

'निर्वंश होऊ दे म्हसण्याचा!.... त्याची पुण्यवंत आई अजून आहे म्हणावं! आम्ही तिची साक्ष काढू!..... तो कशी जमीन काढून घेतोय ते बघू याच!...' तिथं असलेल्या सगळ्यांनीच सांगितलं. गरज पडली तर सगळ्या गावकऱ्यांचीही साक्ष सादर करायचं आश्वासन दिलं.

आता कुठं वेंकटरमणाचं मन थोडं शांत झालं. त्यानं तायव्वाच्या प्रकृतीची चौकशी केली. यंग्टेगौडा म्हणाला, 'कसला रोग म्हणून काय विचारतोस? तसल्या मुलाला जल्म दिला न्हवं? तोच तिच्या पोटातला रोग! आता काय ही वाचत न्हाय घे! गौडज्जा-गौडज्जीसारखंच हिचं बी होनार!'

तायव्वाचा चेहरा सुकून पांढरा फटक पडला होता. एखाद्या भुतानं झपाटावं, तशी ती कुठंतरी नजर खिळवून पडून राहिली होती. हाता-पायाच्या सुकलेल्या काड्या झाल्या होत्या. कांबळ्याच्या खाली एखादा सांगाडा असावा तसं दिसत होतं. यंग्टेगौडा म्हणाला, 'ती गाय आणि हिचा मुलगा कृष्णाला पुरलेल्या ठिकाणावरून मोटार-गाड्या धावू लागनार म्हटल्यावर गौडज्जा-गौडज्जी गेले! रस्ता झाला असला तरी समाधीच्या जागी दर अमावस्येला तायव्वा दूध-तूप सोडून यायची. काळिंगा आला; त्यानं म्हातारी जनावरं खाटकाला विकली, तेव्हा हिचा जीव कळवळला. गाईंना नव्या गोठ्यात हलवलं तेव्हापासून त्यांच्या जिवाची हिला दररोज काळजी वाटतच होती. गाईंचं मशिननं दूध काढतात, त्यांना वासरांची गरज नाही, वासरांना पान्हा दिला जात नाही हे सांगताना-ऐकताना प्रत्येक वेळी तिच्या डोळ्यांना पाण्याच्या धारा लागत होत्या! पन ती तरी काय करनार? ना लेकाला अडवायची तिची ताकद होती, ना सुनेला शहानपन सांगायला तोंड! तिनं ते सगळं कसंबसं सहन केलं होतं. आपला हा दरिद्री जीव का जगतोय, मरण का येत नाही म्हणून ती कितीतरी वेळा तळमळायची.'

सगळे सुन्न झाले होते.

शेवटी लेकाच्या घरात गोहत्याही घडला. वंशाला आधार असलेल्या पुण्यकोटीच्या वंशातल्या गाईचीच हत्या झाली, हे ऐकल्यावर तर ती वेडीपिशी झाली होती. सगळ्या गावकऱ्यांच्या बरोबरीनं जाऊन तिनं पाप करणाऱ्याला दंडही केला होता.

कदाचित सगळे गावकरी ही घटना तिथंच विसरू शकत होते; पण तायव्वा

कशी ती विसरणार? त्यातच पोलिसांनी गावकऱ्यांकडून चार हजार वसूल केल्याचंही तिला समजलं होतं.

यंग्टेगौडानं सांगितलं, 'तिची जगायची इच्छाच मरून गेलीय! आता प्रत्यक्ष जीव जानं तेवढंच ऱ्हायलंय!'

वेंकटरमणाचं लक्ष गेलं- तायव्वा काहीतरी खुणेनं सांगत होती. दंडात त्राण नसल्यामुळे तिच्या हालचालीही स्पष्ट नव्हत्या. चेहऱ्यावरच्या भावांचंही तसंच झालं होतं. तरीही यंग्टेगौडानं समजून घेऊन सांगितलं, 'तो कसा जमीन काढून घेतोय, बगूया; कोर्टात चल; मी बी येते; म्हनतेय म्हातारी! व्हय न्हवं?' यावर तायव्वानं होकारार्थी मान हलवली.

'तायव्वा, या पायी तू नको जीव सोडू! माणसानं जगायला पाहिजे, जगून अनुभवायला पाहिजे! तुला इथं राहायला नकोसं झालं असेल, तर आमच्या गावी चल. नाहीतर दररोज देवळाला ये आणि तिथं देवाच्या दारी सडा-केर-वारे करत राहा!..' असं तिच्या समाधानासाठी चार वाक्यं सांगून वेंकटरमणा गावी जायला निघाला.

तो घरी पोहोचला तेव्हा दुपारचा एक वाजून गेला होता. अजूनही उपाशी असलेल्या आईच्या हातात प्रसादाचं भांडं देऊन, न जेवता तो त्याच पावली शानभोगांच्या घरी गेला.

त्यांनाही सगळ्या परिस्थितीचं पुरेपूर भान होतं. त्या दिवशी घडलेल्या घटनेविषयी वेंकटरमणानं सांगितलं. सगळं ऐकून त्यांनी सांगितलं, 'त्याची सही हवी होती हे खरं! पण गौडज्ज्यानं दिलंय ते दान. कुणी ती जमीन अन्यायानं हिसकावून घेतलेली नाही. साक्षीदार म्हणून माझीही त्यावर सही आहे. तसा काही प्रसंग आलाच तर मीही येईन साक्ष द्यायला! त्यासाठी आधी त्याला कोर्टात जावं लागेल! त्या आधी आपण काहीही करू शकणार नाही! तूही काही करू नकोस!'

६

कोर्टाकडून काही नोटीस येतेय का, याची वेंकटरमणानं दहा-पंधरा दिवस वाट पाहिली. पण तसं काहीच आलं नाही. आपल्या परीनं वेंकटरमणा काळिंगावर, तो कुठं जातो-येतो यावर लक्ष ठेवून होता. मधल्या अवधीत काळिंगा दोनदा तालुक्याला जाऊन आल्याचं समजलं. पण तो आपल्यावर दानपत्राविरुद्ध केस करण्यासाठीच गेलाय, असं म्हणायला काहीच आधार नव्हता.

एकूण काय, काळिंगानं तो विषय काढलेल्या दिवसापासून वेंकटरमणाची

मनःशांती नष्ट होऊन गेली होती. आतापर्यंत त्यानं स्वतःला देवस्थानाच्या पूजेशी बांधून ठेवलं होतं. कितीही काम असलं तरी सकाळची देवाची पूजा केल्याशिवाय त्यानं तोंडात पाण्याचा थेंब घेतला नव्हता. फक्त एकदा ताप येऊन तो झोपला असता त्याची आई देवळात जाऊन मंत्राशिवाय केवळ फुला-फळांची पूजा करून त्याला तीर्थ आणून दिल्यावरच त्यानं औषध घेतलं होतं. आता त्याच पूजेवर वज्राघात होऊ पाहत होता!

काळिंगा दानपत्राविरुद्ध आपल्याविरुद्ध केस करेल की काय या विचारानं त्याचं मन शंकित होत होतं. तो पुन्हा-पुन्हा काळिंगाच्या त्या दिवशीच्या बोलण्याचा विचार करत होता. तेव्हा तो म्हणाला होता, '..केस करावी असा माझा उद्देश नाही. तू माझ्या अन्नावर जगतोयस. त्यामुळे तू कठीण प्रसंगी माझ्यामागं उभं राहिलं पाहिजेस! माझ्याशी तिरस्कारानं बोलायचा, माझ्या बायकोच्या विरोधात बोलायचा किंवा मला अक्कल शिकवायचा तुला अधिकार नाही!....'

पण मी कुठं त्याला अक्कल शिकवायला गेलो होतो? गौडज्ज्याचा नातू म्हणून आपुलकीनं त्याला चार चांगल्या गोष्टी सांगणं हे माझं कर्तव्य नव्हतं काय? त्याच्या घरचं अन्न खातोय म्हणून मी त्याला संकटाच्या वेळी काय मदत करायला हवी होती? यानं म्हाताऱ्या गाई विकल्या! चवीसाठी म्हणून याच्या बायकोनं गाय मारून खाल्ली, तरीही हा वागला तेच बरोबर होतं, असं मी सांगायला हवं होतं? मी तसं केलं तर ही दानाची जमीन माझी राहू शकेल! हा माझ्या वाटेला येणार नाही. पोटासाठी मी देवळातल्या दगडी मूर्तीची पूजा केली पाहिजे... खऱ्या गोमातेची हत्या झाली तरी तिकडं दुर्लक्ष करून काळिंगाची बाजू घेतली पाहिजे...

छे:!...काय करावं?....

दगडी मूर्तीची पूजा थांबली तरी काही बिघडणार नाही; पण खऱ्या गोमातेचा वध खपवून घेता कामा नये! असं पुन्हा घडलं तर आणखी-आणखी दंगा घडवून आणायला पाहिजे. त्याचं घर भस्मसात करायला पाहिजे...यांच्या मनात भय निर्माण झाल्याशिवाय यांना अकला येणार नाहीत!...

पण दुसरीकडे त्या दगडी मूर्तीची पूजा सोडायलाही त्याचं मन तयार होत नव्हतं. देवळातल्या त्या मूर्तीकडे केवळ दगड म्हणून पाहायला त्याचं मन अनुमती देत नव्हतं. देऊळ बांधत असताना वेंकटरमणाही त्या प्रक्रियेचा एक भाग झाला होता. देवळाची आणि पुष्करणीची जागा ठरवण्यापासून त्यांची पूर्ण निर्मिती होईपर्यंत प्रत्येक टप्प्यावर त्यांच्याशी सल्लामसलत करत होता. तिथं काम करणाऱ्या बायका-पुरुष-स्वयंसेवक आणि इतरांना गोपूजेचं महत्त्व आणि त्या संदर्भातलं धर्मशास्त्र आणि पुराणातल्या कथा सांगून त्यांच्या मनातली भक्ती जागती ठेवत होता. इथल्या मूर्तीची प्रतिष्ठापना होताना चाललेल्या मंत्र-तंत्रात त्यानं भाग घेतला

होता. तेव्हापासून आतापर्यंत पुण्यकोटी ही सुरभी देवता असल्याचं आणि त्यामागील तिन्ही मूर्ती या ब्रह्मा-विष्णू-महेशाच्या असल्याचं सांगत...तसं मुद्दाम सांगायची गरजही नव्हती म्हणा...पूजा करत होता. आता त्यांना केवळ दगडी मूर्ती मानणं कसं शक्य होतं? काळिंगाच्या फार्मवर वध झाला, यानंतरही तसा वध होण्याची शक्यता होती ती खऱ्या देवतेची! देवळात होतं ते त्या देवस्वरूपाचं प्रतीक. त्या प्रतीकाला केवळ दगड कसं मानायचं?

वेंकटरमणाचं देवळाशी असलेलं नातं न सुटण्यासारखं घट्ट बनून गेलं होतं. त्याला तर ते केवळ अशक्य होतं. काळिंगानं धमकी दिली होती ती पूजेसाठी दिलेलं दान काढून घेण्याविषयी! पूजाच काढून घेण्याविषयी तो काहीही बोलला नव्हता. जमिनी गेल्या तरी पूजा तर आपल्याकडेच राहील!....

हा विचार सुचताच त्याच्या मनातला अंधकार निघून जाऊन त्या जागी प्रकाश दिसू लागला. त्याला हवं तर त्याची जमीन काढून घेऊ दे! मी माझी पूजा करतच राहीन!...हा विचार त्याच्या मनात दृढ होऊ लागला.

पण पोटाचं काय? आई-बायको-दोन मुलं यांचं पोट कसं भरायचं? काय करायचं? सरकारला दिलेला राजीनामा मागं घ्यायचा काय? पण का? गोहत्या-निषेधाच्या चळवळीला मदत केली, म्हणून त्यांनी बदली केली होती..जर राजीनामा मागं घ्यायचा झाला तर तेव्हाचं आपलं वागणं चुकलं, असं मान्य केल्यासारखं होईल! थोडक्यात, काळिंगा आणि सरकार दोघंही आपल्याकडून एकाच प्रकारची मागणी करताहेत! काळिंगाच्या कचाट्यातून सुटून सरकारच्या खाईत पडण्यात कसला आलाय शहाणपणा?

या परिस्थितीची घरात बायको आणि आईलाही कल्पना होती. त्यामुळे त्यानं घरात प्रश्न मांडला तेव्हा बायको म्हणाली, 'तुम्ही सरकारमधल्या वरच्या अधिकाऱ्याला भेटून 'चूक झाली' म्हणा. दर महिन्याला पगार येत राहील. म्हातारपणी पेन्शनही येईल...'

पण आई म्हणाली, 'बाळा, पूर्वजांकडून मिळालेलं घर सोडून कुठंही जायला नको. त्या काळिंगाला चार वर्षं मी अन्न शिजवून वाढलंय! त्याला मी सांगून बघते. बघू ऐकतोय काय! कोर्टात जाऊ नकोस, पूर्वजांनी केलेल्या पुण्यकर्मावर पाणी टाकू नकोस म्हणून सांगते!...आणि तूही त्याच्या विरोधात न जाता हुषारीनं राहा.'

'मी कशाला त्याच्या विरोधात जातोय? त्यानं गोहत्या केली तरी मी मुकाट्यानं राहू म्हणतेस?'

वेंकटरमणाच्या या बोलण्यावर आईही निरुत्तर झाली. '..काळ बिघडलाय बाबा! काय करायचं?...' म्हणत त्या गप्प बसल्या.

त्या दिवशी पूजा झाल्यावर मोठ्या समाधानानं वेंकटरमणा कठोपनिषदाचं मोठ्यानं पठण करत होता. त्यातला एक श्लोक म्हणताना त्याला नचिकेतची तीव्रपणे आठवण झाली.

'पीतोदका जग्धतृणा मग्धदोहा निरिंद्रियाः ।
आनंदा नाम ते लोकास्तान् स गच्छति ता ददत् ॥'

नचिकेतनं असा विचार करून वडिलांनी मृत्यूचं वर्णन करून

'तत कस्मै माम दास्यसि' असं विचारलं. 'मृत्यवे त्वा ददानि' असं वडिलांनी सांगताच तो यमपुरी निघून गेला. शोकाकुल झालेल्या वडिलांना त्यानं समजावलं,

'अनुपश्य यथा पूर्वे प्रतिपश्य तथापरे ।
सस्यमिव मर्त्यः पच्यते स स्यमिवाजायते पुनः ॥'

वा! काय तो नचिकेतचा धीरोदात्तपणा!....

वेंकटरमणाचं मन आता पाठाकडून आणखी कुठंतरी धावू लागलं. अर्धाएक तास तो कुठल्याशा विचारात गढून गेला. नंतर कुठल्याशा निर्धारापर्यंत पोहोचल्यावर त्यानं प्रसादाचं भांडं घेऊन, देवळाला कुलूप लावलं; अंगणातली घंटा वाजवून बाहेर आला आणि त्यानं सभोवताली नजर टाकली.

फार्ममध्ये काळिंगाच्या घरापाशी नवी विहीर खोदायचं काम जोरात सुरू होतं. वीस-तीस माणसं पहारीनं खोदकाम करत होती. आतली माती बाहेर आणून टाकली जात होती. काळिंगा त्या कामावर देखरेख करत होता.

वेंकटरमणा थेट आपल्या घरी गेला. सोवळ्यात असलेल्या आईच्या हातात प्रसादाचं भांडं देऊन त्यानं छोटी लाकडी पेटी उघडली. त्यात असलेला जाड लखोटा हातात घेतला आणि त्याच पावली बाहेर आला. पुन्हा देवळापाशी आला. लखोटा देवळाच्या पायरीवर ठेवून त्यानं तीन प्रदक्षिणा घातल्या. दंडवत घालून तो उठून उभा राहिला. नंतर तिथून बाहेर येऊन पुष्करणीच्या बाजूनं उतरून तो काळिंगाच्या फार्ममध्ये आला. अजूनही विहिरीचं काम सुरूच होतं.काळिंगा तिथंच उभा होता.

पूजेच्याच कपड्यात आणि डोक्यावरची शिखा तशीच मोकळी सोडलेला, कपाळ-हात-छाती-दंडांवर विभूतीचे पट्टे माखलेल्या देवळाच्या पुजाऱ्याला पाहताच काही जण तसेच उभे राहिले. तर काही जण त्याच्याकडे मुद्दाम दुर्लक्ष करत उभे राहिले. काळिंगाचंही त्याच्याकडे लक्ष गेलं. विहिरीपाशी उभं राहून कामावर देखरेख करणाऱ्या हिल्डानं मात्र त्याच्याकडे पूर्णपणे दुर्लक्ष करून मनातली उपेक्षा व्यक्त केली.

जवळ येऊन वेंकटरमणानं हातातला लखोटा काळिंगाच्या हाती दिला. त्यानं तो घेत विचारलं, 'हे काय आहे वेंकटरमणा?'

'तुझ्या आजोबांनी देवस्थानाच्या पूजेसाठी लिहून दिलेलं दानपत्र! त्या दिवशी तू म्हणाला होतास, तुझं ऐकून राहायचं नसेल तर केस करून जमीन काढून घेईन म्हणून? मी काही तुझं ऐकून राहणार नाही! तू घरात गाय मारून खात राहिलास तरीही मी तोंड मिटून गप्प राहणार नाही! तुझाही कोर्टात जाऊन वकिलासाठी पैसा खर्च व्हायला नको! हे दानपत्र घे. आजपासून माझा त्या जमिनीशी काहीही संबंध नाही! होन्नालाही हे सांगेन. यानंतर तिचं जे काही करायचंय ते तू कर!'

हे वागणं-बोलणं काळिंगाच्या दृष्टीनं केवळ अनपेक्षितच नव्हतं; आश्चर्यकारकही होतं. तो काहीतरी बोलणार, तेवढ्यात वेंकटरमणाच मोठ्यानं म्हणाला, 'हे बघ! देवळाची जागा तू तुझ्या नावावर करून घेतली आहेस; मला ठाऊक आहे! ही दानाची जमीन मी देऊन टाकली असली तरी मी देवळात पूजा करायचं थांबवणार नाही. पूजा करून मिळणारं अन्न आजवर मी जेवत होतो. तो संबंध आज मी तोडून टाकत आहे! यानंतर माझा संबंध फक्त पूजेपुरता राहणार आहे. तुझ्या अधिकारात तू हेही बंद करू शकशील. एवढंच नव्हे, त्याच अधिकारानं यानंतर गोमांस खायची इच्छा झाली म्हणून देवळातच पुण्यकोटी गाईचा बळी देऊन तिथंच शिजवूनही खाल! त्यानंतर वाढलेली चरबी जिरवण्यासाठी नवरा-बायको देवस्थानाच्या पुष्करणीत पोहाल!'

एवढं बोलून वेंकटरमणा मागं वळला. सगळे गडी स्तब्ध उभे राहून त्याचं बोलणं ऐकत होते. आता हिल्डाही वळून त्याच्याकडे पाहत होती. चार-पाच पावलं जाऊन वेंकटरमणा पुन्हा मागं वळला आणि काहीतरी आठवून म्हणाला, 'हे बघ! देवालय आणि पुष्करणीची जागा तुझ्या नावावर असेलही! त्यासाठी गौरम्मानं खर्च केलाय, हेही खरं. पण पुष्करणी भरून वाहेपर्यंत गावातल्या बायका-पुरुषांचा घाम वाहिलाय! देवळासाठीही सगळ्यांनी घाम गाळलाय! आता देवस्थानाच्या भोवताली पन्नास कोसांपर्यंत देवळाचा महिमा पसरलाय. तिथून भक्त येत असतात. जशी दान दिलेली जमीन हिसकावून घेतलीस, तसा जर तू देवस्थानाच्या पुण्याचा नाश करायला पुढं सरसावलास तर मात्र तुझी कवटीही शिल्लक राहणार नाही! लक्षात ठेव! मी उद्याच काळेनहळ्ळीच्या गावकऱ्यांना जमवून देवस्थान आणि पुष्करणी एकीकडे आणि तुझं शेत दुसरीकडे असं करून एक जाडजूड कुंपण घालायला लावतो! जर तू मध्ये पोलिसांना आणलंस तर तुझी खैर नाही, आधीच सांगतो! त्या वेळी सगळ्या गावकऱ्यांच्या पुढ्यात मी स्वत: हातात काठी घेऊन उभा असेन! तेव्हा तुझाही जो काही पुरुषार्थ आहे तो सगळ्या जगाला दिसेल!..' एवढं सांगून वेंकटरमणा पुन्हा पाठ वळवून तरातरा चालू लागला.

मागून काळिंगा हाक मारत राहिला, 'वेंकटरमणा! जरा थांब!...'

पण तो थांबला नाही. मागं वळूनही न बघता तो ओरडून म्हणाला, 'तुझ्यासारख्या

चांडाळाचा चेहरा बघितला तर नसतं पाप लागेल मला! माझ्या नादाला लागू नकोस!' आणि दुप्पट वेग वाढवून चालू लागला.

त्या दिवशी जे काही घडलं ते त्यानं घरात कुणालाही सांगितलं नाही. शांतपणे जेवण झाल्यावर त्यानं गाईंना घरातच वाळलेलं गवत खायला दिलं. नंतर तो शांतपणे झोपला. संध्याकाळी निवांतपणे तळ्याच्या काठापर्यंत फिरायला जाऊन आला. रात्री सगळे झोपी गेल्यावर त्याचं मन विचार करू लागलं.

इतके दिवस जोतिष्याचं ज्ञान कोपऱ्यात सारलं होतं. आता ते करण्याजोगं होतं. लोकांचा कर्मकांडावरचा विश्वास उडत चालला असला तरी जन्मपत्रिका, भविष्य यावरचा विश्वास मात्र वाढत चालल्याचा तोही अनुभव घेत होता. एक व्यवस्थित कुंडली तयार करून दिली तर दहा रुपये आणि एका जन्मपत्रिकेचं संपूर्ण भविष्य लिहून दिलं तर शंभर रुपये मिळणं सहज शक्य होतं. ज्योतिष सांगणाऱ्यानं कुठल्या ना कुठल्या एका देवाची उपासना करणं आवश्यक असतं; तरच मनाचं संतुलन राहतं. मला दुसऱ्या कुठल्या देवाची काहीही गरज नाही म्हणा! दररोज पहाटे उठून पुण्यकोटी देवस्थानाला जाऊन नेहमीसारखी पूजा केली की पुरे. तेवढ्यानं मन एकाग्र व्हायला काहीच हरकत नाही. पोट भरायला काही ना काही मार्ग असतोच!

गाईंना चरायला जागा नाही हा प्रश्न आहे म्हणा! तोही काही फार मोठा नाही. काळेनहळ्ळीच्या यंग्टेगौडाला सांगितलं, तर तो त्याच्या गायरानावर किंवा गावाजवळच्या जमिनीच्या बांधावर तेवढी व्यवस्था करू शकेल. देवळात युगादीच्या म्हणजे चैत्र प्रतिपदेच्या दिवशी भविष्य सांगितल्यावर दर वर्षीपेक्षा जास्त धान्य द्यायला सांगितलं तर फक्त काळेनहळ्ळीचेच नव्हे, इतर गावाचे रयतही जास्तीचं धान्य देतील. तेवढं भरपूर होईल!...

शिवाय घरात असलेल्या काही गोष्टींचाही त्यानं हिशेब केला. इतक्या दिवसांत त्यानं पगारातले अडीच हजार रुपये शिल्लक टाकले होते. शिवाय त्याच्या आईनं घरात येणारं जास्तीचं धान्य विकून सुनेच्या अंगावर सर, बांगड्या वगैरेच्या रूपात हजारेक रुपयांचं सोनंही केलं होतं. घरात वर्षभर पुरेल एवढं भात आणि नाचणीही होती. आणखी काय लागतं माणसाला? या उप्पर माणसाच्या आशेला मर्यादाच नाही!..

या विचारानं मन शांत झालं. तो आता झोपी जायची तयारी करू लागला.

तरीही दुपारी काळिंगाशी झालेलं बोलणं आठवून तो थोडा अस्वस्थ झाला. काही का असेना, मी त्याच्याशी एवढा का रागावून बोललो? त्याच्या हातात कागद देऊन त्याला जे काही सांगायचं ते संयमानं सांगायला हवं होतं...

...पण त्या नालायकाला ती भाषा समजायला हवी ना! आणि रागानं बोललो

म्हणून तरी काय होणाराय? तो माझ्याकडून काय हिसकावून घेणार आहे? मी कशाला त्याला घाबरू? जमिनीची आशा असली तर त्याला घाबरायचा प्रश्न होता! कसलीच आशा नसताना कसली भीती?...

या विचारांच्या उलट-सुलट प्रवाहामुळे त्याला झोप लागली तेव्हा बराच उशीर झाला होता.

७

दुसऱ्या दिवशी उठायला उशीर झाला तरी वेंकटरमणा घाईघाईनं प्रसादाचं भांडं घेऊन देवळाकडे गेला. मन शांत झालं होतं. त्यानं मोठ्यानं मंत्रपठण करायला सुरुवात केली. नंतर पूजा करून अखेर मंगळारती करत असताना बाहेर कुणीतरी धावत आल्यासारखं वाटलं. पण तिकडं लक्ष न देता त्यानं आधी शांतपणे मंगळारती संपवली.

बाहेर यंग्टेगौडाचा मुलगा माटा आला होता. त्यानं धापा टाकतच सांगितलं, 'चला लवकर! तायव्वा आज मरणार हाय म्हणं! तुमी लवकर चला!...'

'तुला कुणी सांगितलं?'

'माज्या बानं सांगितलंय. तायव्वा मरायच्या आदी गोदान करनार हाय म्हनं! तुमाला शोधायला एक जण तुमच्या घराकडं गेलाय, मी हिकडं आलो!...चला..पळत या म्हनं!'

प्रसादाच्या भांड्यासहित घाईनं निघून देवळाला कुलूप लावून बाहेरची मोठी घंटा वाजवत अंगावरच्या सोवळ्या कपड्यानिशी वेंकटरमणा धावला.

खरोखरच तायव्वाचं मरण जवळ आलेलं दिसत होतं. इतर विषयांत मन गुंतल्यामुळे वेंकटरमणा गेल्या तेरा-चौदा दिवसांत गावात गेला नव्हता. त्यामुळे त्याला तायव्वाच्या प्रकृतीविषयी काहीच माहीत नव्हतं. कालच जेमतेम त्याच्या मनाला शांती लाभली होती. कदाचित एक-दोन दिवसांत तो म्हातारीला भेटायला काळेनहळ्ळीकडे जाऊन आला असता.

तो तिथं पोहोचला तेव्हा घरासमोर पन्नास-साठ माणसं जमली होती. हा जाताच सगळ्यांनी त्याला वाट करून दिली. आत एका कांबळ्यावर म्हातारीचा क्षीण देह झोपला होता. हात-पाय हलवायची शक्ती नसली, तरी डोळे मात्र प्रकाशमान होते. वेंकटरमणा आल्याचं तिला समजलं. उठून बसायची शक्ती नसल्यामुळे तिनं तसा प्रयत्नही केला नाही. तिच्या डोक्यापाशी चार-सहा गावांतल्या बायका बसल्या होत्या. खांबापाशी यंग्टेगौडा आणि सहा-सात गावकरी बसले होते. जमलेल्यांपैकी एका बाईनं वेंकटरमणाला पाट मांडून दिला.

यंग्टेगौडानं विचारलं, 'काल तुम्ही तसं कशाला केलंत?'

'काय केलं मी?'

'विहिरीच्या कामासाठी गेलेल्या रोजगारावरच्या गड्यांनी सांगितलं. दानाचे कागद का दिले त्याला? कोर्टात गेला असता, तर आम्ही सगळे गावकरी तुमच्या बाजूनं साक्ष द्यायला आलो असतो!'

'ते होय! सगळ्या गावकऱ्यांनी कोर्टात येऊन साक्ष देण्यापेक्षा या पुजाऱ्याला एकेक सूप नाचणी देणं सोपं नाही काय? मी ती जमीन सोडलीय. पूजा नाही सोडली! हे काय, आताही देवळातूनच येतोय. तीर्थ-प्रसादही घेऊन आलोय. तू कसलीही काळजी करू नकोस. पूजेत कसलाही खंड पडणार नाही!'

'ते ठाऊकाय घ्या! काल गडी सांगत आले, ते ऐकल्यापासून तायव्वाचं वाढलंय बघा! काल रात्रीही दोन-तीनदा आता मी मरणार, म्हणत होती. सकाळी मी आलो तेव्हापासून घरातल्या सगळ्या गाई दान करनार म्हनून मागं लागलीय! तुला बोलव म्हनून सारकं धोसरा काडलाय!'

वेंकटरमणानं क्षणभर विचार करून सांगितलं, 'तिची तशी इच्छा आहे, तर उगाच खोडा घालायला नको. एखादा लोभी माणूस मनाविरुद्ध दान देत असेल तर ते घेता कामा नये. तायव्वा शुद्ध मनानं दान करायचं म्हणतेय. पण या घराचा यजमान! त्याची बुद्धी कशी चालते हे तुलाही ठाऊक आहे! मग मी कसा हे दान स्वीकारू? नको!'

हे ऐकताच तायव्वाच्या सुकलेल्या शरीरावरच्या त्या डोळ्यात पाणी भरलं. जवळ बसलेल्या सगळ्यांनीच ते पाहिलं. यंग्टेगौडा म्हणाला, 'पन त्यो कसा या घरचा यजमान? त्यांच्या घरचं धन-सोनं-नाणं-धन-धान्य सगळं त्यालाच खाऊ दे! पन पुण्यकोटीच्या वंशातल्या गाई काळिंगाच्या पूर्वजांच्या आहेत. पुढं त्यांची भक्तीनं निगा राखनारं कुनी नसंल तर दानच कराया पायजे! आन अधिकार घरच्या यजमानिणीला न्हाय व्हय? तुमी नाही म्हनू नका!'

हे आपलंच मत असल्यासारखा तायव्वाचा चेहरा खुलला. मग मात्र वेंकटरमणा म्हणाला, 'तसं असेल तर पूजेची सामग्री मागवून घे. फुलं-गंध-तुपाचं गाडगं-सोन्याचा तुकडा.. आणि तायव्वाला आंघोळ करायला जमणार नसेल तर ओल्या फडक्यानं तिचं अंग पुसून घ्या. हीच जमीन शेणानं सारवून त्यावर रांगोळी काढा. एवढे सगळे जमलाय. सात-आठ नारळ खोवून त्यात गूळ घालून प्रसाद करा. असतील तर त्यात केळीही कुस्करून घाला.'

तायव्वाला आंघोळ घालायला बायका पुढं झाल्या. सगळे पुरुष बाहेर आले, फुलं-पत्री गोळा करायला दोन मुलांना पिटाळण्यात आलं. माटानं आपल्या माळ्यावरचे आठ असोले नारळ काढून सोलून दिले. सगळी तयारी होईपर्यंत वेंकटरमणा

घरासमोरच्या पिंपळाच्या झाडाखाली बसला.

तासाभरात सगळी तयारी पूर्ण झाली. सारवून रांगोळी काढलेल्या आतल्या ओसरीत सात पुण्यकोटी गाई, दोन गोऱ्हे, एक वळू, एक दूध प्यायचं सोडलेलं वासरू आणि मारल्या गेलेल्या गाईचं वासरू या सगळ्यांना आंघोळ घालून, कपाळाला कुंकू लावून आणण्यात आलं. तिथंच थोड्या उंच जागी तायव्वाचं अंथरूण घालण्यात आलं होतं. डोक्यावर तरट ठेवून तायव्वालाही आंघोळ घातली होती. तिला त्या अंथरुणावर भिंतीला टेकवून बसवण्यात आलं. वेंकटरमणा आत आला. यंग्टेगौडा आणि इतर काही मुख्य गावकरीही आत येऊन जागा मिळेल तिथं बसले. वेंकटरमणानं एकवार पूजेची सामग्री नीट आहे की नाही, याची परीक्षा केली. तो आवश्यकतेनुसार गंध उगाळून घेऊ लागला. वासरं आपापल्या आयांच्या थानांना मधूनच तोंड लावत होती. ते दृश्य पाहणाऱ्या यंग्टेगौडानं तायव्वाला विचारलं, 'हे तांबडं वासरू हाय न्हवं, तेच अनाथ झालं होतं न्हवं?'

तायव्वानं होकारार्थी मान हलवली. नंतर यंग्टेगौडाच म्हणाला, 'पन बग तर! त्याला आपली आय मेलीय असं अजिबात वाटलेलं नाही! त्यानं कुटल्या बी गाईच्या थानाला तोंड घातलं, तरी कुनी बी त्याला लाथाडत नाय! त्याला बी आपलंच वासरू समजून अंग चाटतीय! दूध पाजतेय!'

गंध उगाळत असलेला वेंकटरमणा म्हणाला, 'गौडय्या, म्हणूनच गाईला सगळ्यांची माता म्हणतात ना! तुला ठाऊक आहे ना, पुण्यकोटी गाय वाघाच्या तोंडी जायला निघाली तेव्हा तिनं इतर गाईंना काय सांगितलं होतं? 'आयांनों, तायांनो! माझ्या आईच्या पोटी जन्मलेल्यांनो! आपलंच लेकरू म्हणून बघा, या अनाथ लेकराला!' तेव्हा सगळ्या गाईंनी, 'अम्मा पुण्यकोटी, तू ऐक! तुझं लेकरू तेच आमचं लेकरू! तू मनात का कष्टी होतेस? निर्मल मनाची राहा तू!' असा शब्द दिला होता ना! हे सगळं कुठं घडलंय? याच घरामागच्या गोठ्यात! तेव्हा ती पुण्यकोटी वाघाच्या तोंडी गेली. त्या वाघालाही हिची सत्यावरची निष्ठा बघून हिला मारून खाणं हाच धर्म असलेल्या आपल्या देहाचाच राग आला आणि त्यानं जीव दिला. याच गोठ्यातल्या पुण्यकोटीला त्या गावाबाहेर राहणाऱ्या राक्षसांनी मारून खाल्लं! याचाच अर्थ गाईंना आपल्या पूर्वजांनी दिलेला शब्दही लक्षात असतो, बघा! आपल्या गोठ्यातलं कुठलंही वासरू अनाथ झालं तरी इथल्या गाई त्याला पारखं करत नाहीत. त्याला आपलंच वासरू समजतात. पण माणसाला मात्र आपले पूर्वज कसे वागत होते, त्यांनी काय वचनं दिली होती या सगळ्याचा विसर पडतोय. गाय आणि माणसामध्ये हाच फरक आहे!'

वेंकटरमणा खाली मान घालून गंध उगाळत बोलत होता. त्या अनाथ वासराकडे बघत सगळे त्याचं बोलणं ऐकत होते. यंग्टेगौडा उद्गारला, 'पापी! चांडाळ रांडेच्चे!'

तेवढ्यात गंध बोटानं निपटून घेत वेंकटरमणानं सहज वळून पाहिलं. त्याला आश्चर्य वाटलं. घराच्या परसूदारी काळिंगा उभा होता. तो गोठ्याकडच्या दारातून येऊन उभा होता. आतापर्यंत त्याच्याकडे कुणाचंच लक्ष गेलं नव्हतं. आता सगळ्यांचंच तिकडं लक्ष गेलं. वेंकटरमणानं आपलं बोलणं आवरतं घेतलं.

त्याच्या गड्यांनी त्याची आई आज मरतेय, ही बातमी त्याच्यापर्यंत पोहोचवली होती. ती ऐकताच काळिंगाला राहवलं नाही. घरात सगळे गावकरी जमले असतील याची त्याला कल्पना होती. त्या सगळ्यांच्या पुढ्यात घरात जायचा त्याला संकोच वाटला होता. जन्मदात्री मरणाच्या दारात असल्याचं समजल्यावरही घरीच मुकाट्यानं राहणं त्याला शक्य नव्हतं. शक्य असेल तर एखाद्या चांगल्या डॉक्टराला दाखवायच्या विचारानं तो निघाला. त्यानं घरापुढची गावकऱ्यांची गर्दीही पाहिली होती. म्हणूनच तो मागच्या दारानं तिथं येऊन दाखल झाला होता.

बाहेरची गर्दी बघून त्याला वाटलं होतं, आपल्याला यायला उशीर झालाय. आत जाऊन पाहिलं तर वेगळंच दृश्य होतं! घरातलं सगळं गोधन आतल्या रांगोळी घातलेल्या जमिनीवर उभं होतं. वेंकटरमणा पूजेची तयारी करत होता. एका बाजूला बसून माटा नारळ खोवत होता.

मरायच्या आधी गोदान करायची पद्धत त्याला ठाऊक होती; पण आपली आई घरातली सगळी जनावरं अशा प्रकारे दान करून टाकत आहे; का? उत्तर त्यालाही ठाऊकच होतं म्हणा! अपमान वाटून तिथून निघून जावंसं वाटलं, तरी त्याचे पाय तिथून निघायला तयार झाले नाहीत. त्यालाही न कळणारी एक शक्ती त्याला त्या जागी बांधून ठेवत होती.

वेंकटरमणानं विचारलं, ‘करायचं का सुरू?’

यंग्टेगौडा म्हणाला, ‘हं, करा सुरू..’

एका बाईनं एका मोठ्या पणतीत घट्ट तुपाची वात पेटवून आणून ठेवली. माटाचं नारळ खोवायचं काम अजूनही सुरूच होतं. ‘शुक्रांबरधरं विष्णूम्..’ वगैरे गणेशपूजेचे मंत्र सांगितल्यावर वेंकटरमणानं ‘आद्यपूर्वोचरित कालविभागे कथानेक गुणविशेषे सुशिष्टायम् शुभपुण्यतिथौ मम आत्मनाहा श्रुती-स्मृती-पुराणोक्त फलप्राप्त्यर्थम् यथाज्ञानम् यथाविनितोपचारैही गोहो पूजेनवहम् करिश्ये..’ असं म्हणून सुरुवात केली. ध्यानमंत्र-आवाहनमंत्र-अर्घ्य-आचमन-मंत्रतंत्र संपवून स्नान-वस्त्र अर्पण केलं. नंतर तो उठला. सगळ्या गाईंना चंदन लावल्यानंतर तायव्वाकडे वळून तो म्हणाला, ‘हे बघ माते, आता न्यासमंत्र सांगतो. मन देऊन ऐक. शृंगमूलयोर्ब्रह्मविष्णून्यसास्मा, शृंगाद्योयो: सर्वतीर्थानी न्यसास्मि ललाटेमहादेवंम् न्यसास्मि...म्हणजे....’ आपण म्हणत असलेल्या मंत्रांचा अर्थ सांगत गाईच्या कुठल्या अंगात कुठल्या देवाचा वास आहे हे विस्तारानं सांगितलं. समोर उभ्या असलेल्या प्रत्येक गाईच्या त्या त्या अंगात

त्या त्या देवतेचा वास असल्याचा अनुभव तायव्वा घेत असल्याचं तिच्या चेहऱ्यावरून दिसत होतं.

धूप-दीप-नेवैद्य-प्रदक्षिणा-अर्घ्य सगळ्या गोष्टी झाल्या. वेंकटरमणानं विचारलं, 'आता गोपूजा संपूर्ण झाली. गोदान करायचं?' तायव्वानं नजरेनंच होकार दिला. कितीही अशक्त झाली असली तरी एका कुशीवर पडून ती सगळे विधी लक्ष देऊन पाहात होती. चेहऱ्यावरच्या वेदना आता नाहीशा झाल्या होत्या.

मागच्या दाराला टेकून काळिंगा सगळं पाहत होता.

'गोर्मे माता वृषभाः पिता वे दिवं चर्म जगती मेव प्रतिष्ठा..' असा मंत्र म्हणत वेंकटरमणानं एका गाईला तिच्या वासरासहित सोडून आणलं आणि तिचं शेपूट तायव्वाकडे येईल अशा प्रकारे उभं केलं. नंतर तो स्वतः उत्तराभिमुख होऊन बसला. एका भांड्यात तूप भरून त्यात सोन्याचा तुकडा घातला. त्या भांड्यासह गाईचं शेपूट धरून त्यानं त्याला तायव्वालाही हात लावायला सांगितलं. जवळ उभ्या असलेल्या बायकांनी तिला बसतं करून तिचा हात तुपाच्या भांड्याला आणि गाईच्या शेपटीला लागेल असं केलं.

'यज्ञसाधनभूताया विश्वस्याघप्रणाशिनी।

विश्वरूपः परोदेवः प्रीयतामया गवा।।' म्हणत वेंकटरमणानं तायव्वाला स्पर्श करायला लावला. त्यानं एक पळीभर पाणी आपल्या तळहातावर सोडलं. नंतर त्यानं सांगितलं, 'हे बघ, आता तू मनातल्या मनात मी सांगतो तसं म्हण, 'गोमाते, तू माझंच स्वरूप आहेस. तुझ्या-माझ्यात काहीही अंतर नाही. त्यामुळे आज मी तुला दान म्हणून देऊन मी मलाच दान दिलं आहे. यावैयूयं सो... सोह मद्दैव भावोयुष्मान...' म्हणत तिनं स्पर्श केलेल्या तुपाच्या भांड्यासहित त्यानं गाईचा स्वीकार केला. नंतर तो तायव्वाला म्हणाला, 'हे बघ, आता मी गाईला सांगतोय...सौम्य आणि उग्र रूप धारण करणाऱ्या (गाई,) आता घेणाऱ्याचं मन तुझ्याविषयी तृप्त झालं आहे. आता तू माझ्या ममत्वाची वस्तू झाली आहेस. त्यामुळे अभीष्ठ भोग देऊन तू माझं आणि दातृचं कल्याण कर..'

गोदान संपलं. त्यानंतर एकेका गाईचं शेपूट तायव्वाच्या हातून स्वीकार करत त्यानं सगळ्या गाईंचा स्वीकार केला. नंतर त्यानं माटेगौडाला सगळ्या गाईंची दावी देऊन बाहेर उभं राहायला सांगितलं आणि तो सगळ्यांना तीर्थ-प्रसाद देऊ लागला.

सगळ्या गाई वासरांबरोबर बाहेर गेल्या. वेंकटरमणानं तायव्वाला गंध लावून कानापाशी प्रसादाचं कण्हेरीचं फूल ठेवलं, तिच्या तोंडात त्यानं पळीभर तीर्थ घातलं. देवळातून आणलेला प्रसाद माटेगौडानं खोवून गुळात मिसळलेल्या नारळाच्या चवात मिसळून त्यातला एक चिमूटभर तायव्वाच्या तोंडात घातला. नंतर सगळे तीर्थ-गंध घ्यायला आत आले. वेंकटरमणानं सगळ्यांना प्रसाद दिला. मागच्या

भिंतीपाशी उभ्या असलेल्या काळिंगापाशी तो फिरकलाही नाही आणि त्याला प्रसादही दिला नाही. तिथून जायला न जमल्यामुळे काळिंगा तिथंच उभा होता.

सगळं संपल्यावर वेंकटरमणा म्हणाला, 'मी निघतो माझे आई!'

तायव्वानं पडल्या-पडल्या त्याला नमस्कार केल्याप्रमाणे डोकं हलवलं. तो तिच्या डोक्यापाशी येऊन उभा राहिला. शेजारच्या बाईनं तायव्वाचे हात उचलून त्याच्या पायावर ठेवले. आपल्या शुष्क काष्ठासारखे हात त्याच्या पायांवर ठेवून तायव्वानं डोळे मिटले. सवयीप्रमाणे आशीर्वचन म्हणायला गेलेल्या वेंकटरमणाला नेहमीचे मंत्र सुचले नाहीत. काही क्षण गेले तरी मंत्र तोंडून बाहेर पडले नाहीत. काही तरी विचार मनात येऊन तो अचानक हसला. त्याचे डोळे पाण्यानं भरले होते.

'तू माझ्या आईसारखी आहेस! तुला मी काय आशीर्वाद देऊ? तू तुझ्या आयुष्यात कुठलंही पाप केलेलं नाहीस. पुण्यवान आहेस तू! तुलाही गाईसारखी वाचा नाही! तुझं जीवनही पुण्यवंत गाईसारखं गेलंय! तरीही तू नमस्कार करत असताना मी काहीतरी आशीर्वाद दिलाच पाहिजे! या नंतर जगायचं नाही असा तुझा निश्चय झालाय! तुला तुझ्या इच्छेप्रमाणे मृत्यू येऊ दे! कुठल्याही वेदनेशिवाय तुला शांतपणे मृत्यू येऊ दे! तुझा आत्मा गो-गर्भात जाऊ दे.'

एवढं सांगून तो वाकला आणि तिचे हात उचलून घेत त्यानं तिला नीट झोपवलं. काळिंगा जागीच उभा होता. वेंकटरमणानं त्याच्याकडे पाहिलं नाही. त्यानं देवस्थानाच्या प्रसादाचं भांडं उचललं, बाहेर आला, त्यानं माटेगौडानं धरलेली गाईंची सगळी दावी हातात धरली आणि मोठ्यानं गोमती-मंत्र म्हणत चालू लागला,

'गावहः सुरभयो नित्यं गावो गुग्गुलगंधिकाः।
गावः प्रतिष्ठा भूतानां गावः स्वस्त्ययनं महत् ॥
अन्नमेव परं गावौ देवानां हविरुत्तमम् ।
पावनं सर्वभूतानां रक्षंति च वहंति च ॥

चढ्या आवाजात स्वतःलाच विसरल्यामुळे बजावत तो चालू लागला. पायांनी धूळ उडवत सगळ्या गाई त्याच्या पाठोपाठ निघाल्या. त्यांच्या पाठोपाठ आपापल्या आयांच्या थानांना लुचत, आपसात आपल्या भाषेत बडबडत त्यांची वासरं चालू लागली.

या दृश्याकडे पाहत एकटाच काळिंगा उभा राहिला.

।। सोळा ।।

१

वेंकटरमणा निघून गेल्यावरही काळिंगा तसाच उभा होता. त्याच्याशी कुणीच बोललं नाही.

घराबाहेर जमलेले प्रसाद खाऊन झाल्यावर हात धुवायला आपापल्या घरी गेले. तायव्वापाशी बसलेल्या बायकांना 'तुम्ही हितंच थांबा बायांनो! आज संध्याकाळी किंवा उद्या पहाटंपर्यंत ऱ्हाईल जीव! मी घरापोत्तर जाऊन जेवून येतोय. तिला येवढं दूध जातंय काय, बगा..' असं सांगून यंग्टेगौडा गेला. श्रमांमुळे तायव्वाला झापड येत होती. तिचा दंड हलवून विचारलं तर ती 'नको' म्हणाली.

आईपाशी बसून चार गोष्टी करायची काळिंगालाही इच्छा होती. पण तिनं काहीच उत्तर दिलं नाही, तर मोठा अपमान वाटला असता. त्या परक्या बाईसमोर झालेला अपमान सहन करायला तो तयार नव्हता. ती बाईही तिथून हलायची लक्षणं नव्हती. त्याच्या मनात आलं, त्या बाईला सांगावं, तुम्ही जा..मी माझ्या आईकडे बघतो..! पण दुसऱ्याच क्षणी भीती वाटली; जर ती बाई 'लेकरा! तुझ्या बघण्यामुळेच ही अशी होऊन पडलीय!' म्हणाली तर काय उत्तर द्यायचं? तो आणखी मोठा अपमान होईल!

उभं राहून-राहून निघून जाणंही त्याला अवघड वाटत होतं. कुठल्याशा अगम्य शक्तीनं त्याला गेले तीन तास एकाच जागी जखडून ठेवलं होतं. अखेर शरीरातली सगळी संकल्पशक्ती एकवटून तो मागच्या दारातून बाहेर आला. घरामागच्या आजोबांच्या काळी भरलेल्या गोठ्यात आता एकही जनावर नव्हतं. उरलीसुरली

जनावरं त्याच दिवशी दान म्हणून देऊन टाकण्यात आली होती! बाकीचे बैल चरायला गेले होते. क्षणभर तो भावाकुल झाला. पण दुसऱ्याच क्षणी पुन्हा भानावर येऊन तो तसाच मागच्या दारानं बाहेर पडून शूज चढवून आपल्या फार्मच्या दिशेनं चालू लागला. त्याच तंद्रीत तो नव्या गोठ्याशी येऊन पोहोचला, पण तिथंही राहणं अशक्य वाटून तो फार्महाऊसकडे चालू लागला.

विहिरीचं काम सुरूच होतं. आत पाझरणारं चिखलाचं पाणी बाहेर काढून आणखी खणायचं काम सुरूच होतं. त्याच दिवशी येऊन पडलेल्या विटांची रास तशीच पडली होती.

काळिंगा थेट घरात गेला आणि पलंगावर आडवा झाला. आत आलेल्या हिल्डानं विचारलं, 'हे काय डिअर? जेवला नाहीस तू! चल जेवून घे..'

'नको. मला जेवायचं नाही!'

'का? तिथं काही खाणं झालंय का? तुझी आई कशी आहे?'

'बरी नाही! आज-उद्या एवढ्यातच.....'

'पण तू का स्वस्थ बसतोयस? एखाद्या उत्तम डॉक्टरांना बोलवायला नाही का जमणार? नाही तर ॲम्ब्युलन्स बोलावून डिस्ट्रिक्ट हॉस्पिटलला घेऊन जा.'

'नो नो! तुला समजणार नाही! तू गप्प राहा बघू!'

त्याची बोलायची इच्छा नसल्याचं तिच्या लक्षात आलं. 'सॉरी! तू शांत हो!..' म्हणत ती तिथून बाहेर आली.

संध्याकाळ झाली तरी तो तसाच झोपून राहिला. काही खाल्लंही नाही.

हरल्याच्या भावनेत तो पूर्णपणे बुडून गेला होता. त्याची संकल्पशक्ती संपूर्णपणे नाहीशी झाली होती. वेंकटरमणा दान स्वीकारत होता, तेव्हा आपणही गाईच्या शेपटाला हात लावून त्या दानक्रियेत सहभागी व्हायचं त्याच्याही मनात येऊन गेलं होतं. पण त्याच वेळी मनात आलं, आपण स्पर्श केल्यावर यानं 'या चांडालानं स्पर्श केलेलं दान मी घेणार नाही!' अशी घोषणा केली तर? या विचारानं भय वाटून तो मागं सरला होता. दानविधी सुरू असताना तिथून निघून जावं असंही हजार वेळा त्याच्या मनात येऊन गेलं होतं. पण तेही त्याला शक्य झालं नाही. त्या वेळी त्याची एकूणच गलितगात्र अवस्था झाली होती. आताही तो मोठ्या प्रयत्नानं तिथून निघून आला होता.

आताही त्याच्या मनात पुन्हा तिथं जायचा विचार आला. ती जागा, ते वातावरण आणि तिथला त्याच्या आईपाशी कणाकणानं येणारा मृत्यू यांचं त्याला विचित्र आकर्षण वाटत होतं. तरीही उठून पुन्हा गावात जाण्याइतकी शक्ती आपल्या शरीरात नाही, असं त्याला जाणवत होतं.

त्याला रात्रीही जेवायची इच्छा नव्हती. पण हिल्डासाठी म्हणून तो उठून

टेबलापाशी येऊन बसला. त्याचा एकंदर मूड बघून तीही गप्पच राहिली. जॅक काही बोलायचा प्रयत्न करू लागला तेव्हाही हिल्डानंच त्याला आवरलं.

रात्री काळिंगाला तशी झोपही आली; पण ती झोप होती की काहीशी बेशुद्धावस्था होती, हे त्यालाही समजलं नाही. काही का असेना, जागृतावस्थेत छळणाऱ्या भावनांपासून तेवढा वेळ त्याला मुक्ती मिळाली होती.

सकाळी मुखमार्जन आटोपून तो गोठ्यापाशी गेला. जमाल करत असलेल्या कामासाठी एक दुसरा माणूस मिळाला होता. सुमारे पंचविशीचा तो तरुण लिंगायत समाजातला होता. मल्लेशी त्याचं नाव. या आधी तो तालुक्यातल्या एका मोटार-सर्व्हिस कंपनीत क्लीनर म्हणून काम करत होता. त्याला आई-वडील नव्हते. मोटार ड्रायव्हरचं काम येत असल्यामुळे त्याला ट्रॅक्टर चालवता येत होता. महिन्याला पंचाहत्तर रुपये पगार ठरला होता. शिवाय जेवण-खाण-राहायला जागा असं ठरलं होतं. हा शुद्ध शाकाहारी होता. आपला आपण स्वयंपाक करून जेवायचा. अर्थात हॉटेलचं जेवण मात्र त्याला चालायचं. पण यांच्या घरातल्या कॉफीलाही हात लावायचा नाही.

काळिंगा तिथं पोहोचला तेव्हा मल्लेशी गड्यांच्या मदतीनं, यंत्रानं गाईचं दूध काढत होता. ते पाहत काळिंगा तिथंच उभा राहिला. इतर गड्यांनी कॅनमध्ये दूध भरून रस्त्याच्या कडेला सगळे कॅन्स नेले. मल्लेशी दुधाच्या नळ्या धुवत होता. आठच्या सुमारास देवळापाशीच्या मोठ्या घंटेचा आवाज झाला. हातातलं काम तिथंच ठेवून मल्लेशी देवळाकडे वळला आणि त्यानं हात जोडले. घंटेचा आवाज लहान होत जाऊन पूर्णपणे थांबेपर्यंत तो तसाच उभा होता. नंतर पुन्हा पुढचं काम करू लागला. काळिंगाच्या मनात मल्लेशीविषयी कुतूहल निर्माण झालं. खाकी चड्डी आणि चौकड्याचा शर्ट असा त्याचा कायमचा वेष असायचा. कमरेला कायम बेल्ट. मोटार चालवतो. बस-सर्व्हिसमध्ये काम केल्यामुळे तो उर्दूही बोलायचा. तिथंच त्याला बिडीचीही चटक लागली होती. हे सगळं ठाऊक असलं, तरी त्याच्या मनात इतकी श्रद्धा आहे, हे काळिंगाला ठाऊक नव्हतं.

पण त्याविषयी त्याच्याशी काहीही न बोलता काळिंगा घरी परतला. गडी विहिरीची कामं करतच होते. हिल्डा त्यावर लक्ष ठेवून होती. तिथं उभं राहायचा कंटाळा येऊन तो घरात जाऊन झोपला. एकटेपणा आणि त्याचा परिणाम म्हणून कंटाळा यामुळे तो त्रस्त झाला होता.

दहाच्या सुमारास हिल्डानं आत येऊन विचारलं, 'अरे, आज काही सण आहे का? कितीतरी माणसं देवळाच्या दिशेनं चालली आहेत! काही विशेष पूजा आहे काय? पण त्या पुजाऱ्याला तर मी मगाशीच पूजा संपवून जाताना पाहिलंय!..'

काळिंगा घराबाहेर आला. खरोखरच दोन-अडीचशे माणसं पुष्करणीचा चढ चढून देवळाच्या दिशेनं चालली होती. त्यात बायका-मुलं-पुरुष सगळेच होते. त्यानं कंपाऊंडपाशी जाऊन पाहिलं. सगळी गावातलीच माणसं होती. त्याची नजर कुतूहलानं आणखी पुढं गेली आणि सगळाच खुलासा झाला. चौघं जण एक मृतदेह तिरडीवर बांधून घेऊन चालले होते.

याचा अर्थ आपली आई मरण पावली आहे! आपल्या शेताच्या एखाद्या कोपऱ्यात आपल्याला माती देण्यापेक्षा देवळाच्या परिसरात कुठंतरी माती दिली जावी अशी तिची इच्छा होती की काय कोण जाणे! पण तोंडात माती घालून फावडं कोण ओढणार? निदान यासाठी तरी गावकऱ्यांनी मला नको का बोलवायला? अशा वेळी आपणच तिथं गेलं तर काय होईल? पण आदले दिवशीचा अनुभव ताजा असल्यामुळे तो जागीच थबकला.

तेवढ्यात विहिरीवर काम करणाऱ्यांपैकी वीस-पंचवीस माणसं धावत सुटली आणि तो उभा असलेल्या जागेवरूनच पुढं जाऊन त्या गर्दीत मिसळली. त्यापैकी कुणीही काळेनहळ्ळीतलं नव्हतं. जवळच्याच खेड्यातली होती. त्यांचा तायव्वाशी थेट कसलाच संबंध आला नसावा. तरीही गौडज्ज्याची सून किंवा देऊळ बांधलेल्या घराची मालकीण असल्याचं ठाऊक असल्यामुळे कुठल्याही निमंत्रणाशिवाय ते सगळे आपापली भावना व्यक्त करण्यासाठी मूठभर माती टाकण्यासाठी धावत चालले होते.

घोळका पुढं गेला होता. पाठोपाठ धावत जाऊन मल्लेशीही त्यांना जाऊन मिळाला. या मल्लेशीला तर कामावर हजर होऊन जेमतेम वीस दिवस झाले होते. तसा त्याचा काळेनहळ्ळीशी कसलाच संबंध नव्हता. त्याची जात वेगळी होती, जिल्हाही वेगळा होता. हा कशाला गेला असेल? उगाच प्रेत बघायला? की माती द्यायला?

आता मात्र काळिंगा तिथं न थांबता घरी परतला. पुन्हा झोपला. हिल्डानं विचारलं, 'तुझी आई वारली म्हणून गडी सांगून गेले. खरं?'

'होय!'

'गावकऱ्यांनी तुला बोलवायला हवं होतं! नाही का?'

यावर तो काही बोलला नाही.

'तुला बोलावल्याशिवाय शवसंस्कार करायचा त्यांना कसला अधिकार आहे, डिअर? तू या पॉईंटवर ॲक्शन घेऊ शकशील!..'

'..हिल्डा..प्लीज! तुला या गोष्टी समजत नाहीत! तू गप्प राहा बघू!'

'मला समजत नाही म्हणतोयस! पण तू मला समजावून तरी कुठं सांगतोयस?'

'हे बघ! माझा आता बोलायचा मूड नाही. आय एम सॉरा. तू गप्प राहा!'

त्यानं पुन्हा तेच सांगताच ती जॅकला घेऊन स्वयंपाकघरात निघून गेली.

दुपारी बाराच्या सुमारास मल्लेशी परतला. आपल्या शेडचा दरवाजा उघडून तो स्वयंपाकासाठी आत गेला. दरवाजा पत्र्याचा असल्यामुळे उघडताना-बंद करताना त्याचा आवाज यायचा. जमाल राहत असलेल्या शेडमध्येच तो गाईच्या शेणानं शुद्धी करून राहत होता. त्याचा स्वयंपाकही विशिष्ट असा नसायचा. कधी फक्त दही-भात असायचा. कधी मनात आलं तर भाजीच्या फोडी घालून नाचणीची उकड शिजवून घ्यायचा, तर कधी तांदळाच्या पिठाची भाकरी करून त्यावरच दिवस काढायचा. कितीही भूक लागली तरी काळिंगाच्या घरात मात्र तो घासभरही जेवायचा नाही.

काळिंगानं त्याच्या शेडमध्ये जाऊन विचारलं, 'तू का तिकडं गेला होतास?'

या प्रश्नामुळे मल्लेशी घाबरा झाल्यासारखा दिसला. तो उद्गारला, 'चुकलं!'

'चुकीचा प्रश्न नाही! मला सांग, काय-काय केलं?'

हातातलं भाताचं भांडं खाली ठेवत तो म्हणाला, 'काही केलं नाही. देवळापुढे एकदा डोकं टेकवलं. तेवढ्यात पुजाऱ्यांनी दार उघडलं,..आधीच येऊन पूजा करून गेले होते वाटतं,...मढ्यापुढे पळीभर तीर्थ आणि प्रसाद ठेवला. नंतर घेऊन जाऊन माती दिली.'

'कुठं माती दिली?'

'देवळामागं वाघाची गुहा आहे न्हवं? तिथंच वाघाला पुण्यकोटी गाईनं 'वासराला दूध पाजून परत येईन' असं वचन दिलं होतं, ते सगळं तिथंच घडलं, न्हवं!..त्याच्या पलीकडे खड्डा खणला आणि माती दिली.'

'नंतर काय केलं?'

'पुजाऱ्यांनी आंघोळ करून पुन्हा एकदा देवाला तुपाची मंगळारती केली. दोन गाडगी घेऊन दोन गडी पुष्करणीचं पाणी काढून आलेल्या सगळ्यांना काठावर बसवून सगळ्यांच्या डोक्यावर दोन-दोन तांबे पाणी ओतत राहिले.'

मल्लेशीचे केसही ओले झाले होते. शेडपुढच्या दोरावर त्याचे कपडे वाळत टाकले होते. आता तो लहानसा पंचा आणि पांढरा शर्ट घालून स्वयंपाक करत होता.

काळिंगा काही बोलला नाही. तो घरी परतला. त्यानं देवळाकडे पाहिलं, तेव्हा तिथली गर्दी ओसरलेली होती.

२

तायव्वाच्या मृत्यूच्या अकराव्या दिवशी कुणीही गडी कामावर आले नाहीत. त्यामागचं कारण समजणं काळिंगाला कठीण नव्हतं. शिवाय ते काही अनपेक्षितही नव्हतं. काळिंगानं त्याचा फारसा विचारही केला नव्हता. त्या दिवशी त्याच्या आईचं श्राद्ध असणार होतं. गावातच ते होईल. सगळे गावकरीच याचा खर्च करतील. कदाचित घरातलंच धान्य-धुन्य घेऊन खर्च निभावतील, पण कुणीही काळिंगाला बोलावलं नव्हतं. तो आपणहोऊन गेला तरी कुणी त्याच्याशी बोलणार नाही हेही त्याला ठाऊक होतं.

त्या दिवशी सकाळी आठ-दहा बैलगाड्या काळेनहळ्ळीकडून डोंगराकडे गेल्या. नव्या गोठ्याकडे जात असताना मोठमोठी भांडी, धान्यांची पोती आणि लाकूडफाटा भरलेल्या त्या गाड्या काळिंगानं पाहिल्या. याचा अर्थ देवस्थानाच्या परिसरात करायचा विचार दिसतोय! नुकतेच दुधाचे कॅन्स बसमध्ये चढवून आलेल्या मल्लेशीला त्यानं विचारलं, 'आज देवळापाशी काय होणार आहे?'

'सकाळी देवळात पूजा होणाराय म्हणं, आन सानच्याला आजूबाजूच्या गावकऱ्यांना जेवन भी हाय म्हनं! सगल्या जातीची मिळून पाच-सहा हजार मानसं येनार म्हनं! आमच्या जातीच्या लोकांसाठी बी वेगळा स्वयंपाक होनार हाय!...मी बी जेवायला तिकडं जानाराय.'

काळिंगानं पुढं काही विचारलं नाही. तो तिथून सरळ घरीच गेला. हिल्डा स्वयंपाकघरात होती. त्यानं तिला सांगितलं, 'चल. आपणही आज तालुक्याला जाऊ या. तिथल्या सरकारी प्रवासी-बंगल्यात मुक्काम करून उद्या परतू या.'

'हे काय अचानक?'

'देवळाजवळच माझ्या आईचं श्राद्ध करताहेत. तिथं संध्याकाळी पाच-सहा हजार जणांचं जेवण आहे. तिथं आपल्याला ते बोलावणार नाहीत. आपण गेलो तरी ते आपली दखल घेणार नाहीत. अशा वेळी आपण इथं राहणं मला नाही बरोबर वाटत! आपल्यालाही तेवढाच चेंज होईल!...'

'ते तसं वागताहेत म्हणून आपण का घाबरून पळून जायचं? आपल्या घरात राहायला कुणाची भीती?'

'हा भीतीचा प्रश्न नाही! इथं राहिलं तर माझं मन अस्वस्थ राहील. चल जाऊ या.'

आता हिल्डाला सातवा महिना भरत आला होता, तरीही बसनं प्रवास करायला तिची काहीच हरकत नव्हती. अलीकडे जॅकही फारच केविलवाणा झाला होता. जमाल आणि त्याची बायको निघून गेल्यापासून त्याला कुणीच जोडीचं राहिलं

नव्हतं. नव्यानं आलेल्या मल्लेशीला जॅकविषयी अजिबात आस्था नव्हती.

दहा वाजता एक बस होती. घराला कुलूप लावून, मल्लेशीला लक्ष द्यायला सांगून ते बसच्या रस्त्यावर आले. हिल्डा म्हणाली, 'मला तर या लोकांचं काही कळतच नाही! या देशात अन्नाची एवढी कमतरता आहे, म्हणतात! पण मी बघतेय, इकडं ज्या प्रमाणात सामूहिक जेवणं होतात, तेवढी आणखी कुठंच होत नाहीत. लग्न म्हटलं की चार हजार माणसं! कुणी मेलं तर चार हजार माणसं! आज तर पाच-सहा हजार माणसं जमणार आहेत, असं तूच सांगतोयस. आमच्यासारखं इथं ताटल्या-पोर्क-चमचे गोळा करायचाही प्रश्न नाही! जंगलातल्या पानांवर जेवायला वाढतात! हे सोपं आहे हे तर खरंच; पण एवढ्या लोकांना का जेवू घालायचं?'

यावरचं इथल्या लोकांचं उत्तर काळिंगाला ठाऊक होतं. पण तिला हे सगळं समजावून सांगत बसायचा त्याचा आता मूड नव्हता.

तिनं पुन्हा विचारलं, 'हा सगळा उगाच खर्च, नाही का?'

यावरही त्यानं होकार किंवा नकार दिला नाही. याला खरोखरच बोलायची इच्छा नाही हे जाणून ती पुढं काही बोलली नाही.

तालुक्याच्या गावी जाताच हिल्डानं तिथल्या लेडी डॉक्टरला प्रकृती दाखवून घेतली. तालुक्याच्या गावी एक नवं थिएटर सुरू झालं होतं, तिथं सिनेमा पाहिला. कन्नड सिनेमा होता. त्यातही देव-दैवत-चमत्कार-बोलणारे प्राणी-हजारो माणसांचं जेवण असलीच दृश्यं होती.

ती रात्र आणि दुसऱ्या दिवशी दुपारपर्यंतचा वेळ काढून ते तिघं पुन्हा बसनं संध्याकाळी आपल्या फार्मवर परतले. संध्याकाळी मल्लेशीही सगळी कामं संपवून मोकळा होऊन शेडला परतल्यावर त्याला न राहवून काळिंगानं विचारलं, 'काल सगळं कसं काय झालं?'

'सगळं व्यवस्थित झालं. मोठा मांडव टाकला होता. धोतर, तांब्या, ताट असं काय-कायतरी दान दिलं. आईंनी मरायच्या आधी गोदान दिलं होतंच. आता पुन्हा दान करायची गरज नाही, म्हणून शास्त्रींनी सांगितलं. गावात एक गोऱ्हा वळू म्हणून सोडला...'

'गोऱ्हा कुणी दिला?'

'कुनी नाही. आईंनी दान दिलं तेव्हा एक अनाथ वासरू होतं,..' बोलता बोलता मल्लेशी जीभ चावून बोलायचा थांबला. तो फार्मवर मारलेल्या गाईचा गोऱ्हा होता हे त्याला सगळ्यांकडून ऐकून ठाऊक होतं. हे लक्षात येऊन काळिंगाच म्हणाला, 'बोल तू!...'

मल्लेशी पुढं सांगू लागला, 'त्याच्या मागच्या पायांच्या आतल्या बाजूला

दोन्हीकडे त्रिशूल-मुद्रा लावली होती. त्या गोऱ्ह्याचं दावं सोडलं. तरीही तो तिथल्या एका गाईच्या पान्ह्याला लुचत होतं. मग शास्त्रींनीच सांगितलं, आणखी वर्षभर याला असंच असू द्या, नंतर गायरानावर सोडू या. तरी बी आजपासून त्याच्या गळ्याला दावं बांधायचं नाही म्हणं!..'

'आणखी काय झालं?'

'काही नाही.'

'माझ्याविषयी कुणी काही बोलत होतं काय?'

मल्लेशी काहीच न बोलता घुटमळला.

काळिंगा म्हणाला, 'सांग तू! काहीही करणार नाही तुला!'

'म्हणत होते, हे कसलं बेणं जल्मलं! आज्ज्यानं गाईचं देऊळ बांधलं. या रांडेच्यानं गाईची हत्या केलीय. गेली आन पुण्यवान झाली बिचारी! हिला तर स्वर्ग मिळनार हे नक्की. या चांडाळाच्या आन त्याच्या बायकोच्या तोंडात किडं पडतील!....असलंच कायतरी बोलत सगळे जेवत होते..'

'कोण बोलत होतं?'

'सगळेच!'

त्याच वेळी तिथं होन्ना आला. आतापर्यंत वेंकटरमणाची जमीन वाट्यानं करणाऱ्या होन्नाचं डोकं कालच वपन केल्याप्रमाणे तुळतुळीत होतं. थोड्या लांबूनच तो काळिंगाला म्हणाला, 'शेतात रागी आणि वाल आलेत. पुष्य मासात शेत नांगरायला पाहिजे. शेतात नारळ काढायला आलेत. ते कुटं आणून टाकू?'

'कुठलं शेत? कुठले नारळ? कुठले वाल?'

'वेंकटरमणांचं. त्यांनी सांगितलंय, जमीन त्यांची आहे; त्यांना परत दिलीय. याचं काय करायचं ते तुमालाच विचारायला सांगितलंय.'

'कधी सांगितलंय?'

'बारा दिवसांपूर्वीच सांगितलं होतं; पन आई गेल्या न्हवं! तवा मला सवडच झाली नाही. तिथंच कामं होती न्हवं का! तवा शेताकडं जायला जमलंच नव्हतं. आज सकाळी सवड झाल्यावर शेताकडं गेलो होतो. तवा बी त्यांनी हेच सांगितलं.'

काळिंगाला काय बोलावं ते सुचलं नाही. त्याला गरगरल्यासारखं झालं. तो तडक घरी येऊन सोफ्यावर बसला. होन्नाही पाठोपाठ तिथं आला. काळिंगाला आता काहीतरी सांगायलाच हवं होतं. 'आता तू जा. नंतर मी सांगतो!' असं सांगून त्यानं होन्नाला माघारी धाडलं. तो गेल्यावर काळिंगा मल्लेशीपाशी आला आणि त्यानं विचारलं, 'या होन्नानं का केस काढलेत?'

'काल आईंची तिथी केली तेव्हा. तसं शास्त्र हाय म्हणं! त्यानंच मुलाच्या जागी उभं राहून सगळं केलं न्हवं का! कुणी विधी करायचे असा प्रश्न आला तवा हाच

म्हणाला, 'मला गौडव्वानं दूध-तूप वाढून सांभाळलंय! मीच तिचा मुलगा हाय. मीच केस काढतो.' मग शास्त्री बी बरं म्हनले.'

काळिंगा पुन्हा अस्वस्थ झाला. गरगरल्यासारखं वाटून तो घरात येऊन सोफ्यावर टेकला. जॅक येऊन त्याच्या मांडीवर बसला. त्याला आपल्या वडिलांच्या मनःस्थितीची कल्पना येणं शक्य नव्हतं. त्याचा प्रश्न वेगळाच होता. त्याच्यासोबत खेळायला तिथं कुणी राहिलं नव्हतं. म्हणून वडिलांजवळ जाताच काळिंगानं त्याला फटकारलं, 'मला बरं नाही. तू आत स्वयंपाकघरात जा बघू!'

तेवढ्यात यंग्टेगौडाचा मुलगा माटा तिथं येऊन उभा राहिला. अर्धी चड्डी आणि लांब हाताचा हिरवा शर्ट, पायात जाडजूड वहाणा, मनगटात सोन्याचं कडं, बोटांत कितीतरी सोन्याच्या जाडजूड अंगठ्या. त्याच्या काळ्या रंगावर ते सोनं उठून दिसत होतं. जाड ओठ. तो ताठ उभा होता. त्याच्या हातात जाडजूड सोटा होता. त्याचा एकंदर रोख भांडण काढायला आल्यासारखा दिसत होता.

पण त्यानं भांडण न काढता चड्डीच्या खिशातून एक जाड चावी काढून काळिंगाच्या पायाशी भिरकावली. नंतर म्हणाला, 'तुमच्या गावातल्या घराला कुलूप लावलंय. ये आन तिथं काय सामान असंल तर तुझं तू घेऊन जा! इतके दिवस तुझ्या बैलांना तिथंच बांधत होते. उद्यापासून तू त्यांना तुझ्या गोठ्यात बांधायला घेऊन ये, असं आमच्या अप्पांनी सांगितलंय. पायजे तर तू त्यांना मारून खा!...'

एवढं बोलून माटा मध्येच बोलायचा थांबला. काळिंगा काहीही बोलला नाही. नंतर काहीतरी आठवून माटा म्हणाला, 'हे बघ! तुझी आई गेल्यावर तुमच्या घरात भात, नाचणी, वाल, आणखी काही होतं ते सगळं तसंच आहे! त्यातल्या कशाला बी गावातल्या कुनी बी हात लावलेला नाही! तुज्या आईचं दिवस-कार्य बी सगळ्या गावकऱ्यांनी धान्य गोळा करून केलंय. भक्तीपोटी होन्नानं चार पायली नाचणी, चार पायली भात आन पन्नास रुपये दिलेत. उद्या, आमची आई मेली आन गावकऱ्यांनी आमच्या घरचं धान्य संपवलं, असं तू म्हनायचं कारन नाय! म्हनलंस तर याद राख! पायजे तर कुलूप काडून आत्ताच बगून घे!...मी तुज्याकडे तुज्या घरची चावी दिलीय याला सगळं गाव साक्षी आहे!..'

एवढं सांगून तो, आपलं काम झालं असं समजत तिथून माघारी जायला वळला. हा हातात सोटा का घेऊन आला असेल? कदाचित आपण त्याच्याशी भांडण काढलं तर स्वतःचं रक्षण करण्यासाठी त्यानं तो आणला असावा.

तो दिवसभर काळिंगा कुणाशीच फारसा बोलला नाही. तो मुकाट्यानं आपल्या खोलीत पडून राहिला. केवळ वेंकटरमणा आणि गावकरीच नव्हे, तर हा डोंगर, हा भूप्रदेश आणि इथं वाहणारा वाराही आपल्याला एकटं करून दूर सारत असल्यासारखं

त्याला वाटत होतं. त्याला भेटायला कुणी आलं तरी ते आपल्याशी असलेला संबंध तोडण्यासाठीच येत असल्यासारखं त्याला सतत वाटत होतं.

त्या संध्याकाळी दोघं कोले-बसव जातीचे तिथं आले. त्यांच्या सोबत राम आणि सीतम्मा नावाचं गोऱ्ह्याचं आणि गाईचं जोडपंही होतं. ते तरुण-तरुणीचं जोडपंही होतंच. तो एकवीस-बावीसचा आणि ती अठरा-एकोणीस वर्षांची होती. तिच्या काखेत एक लहान बाळही होतं. त्यांचे वेगळ्या प्रकारचे वेष वाटल्यामुळे हिल्डा आणि जॅक त्यांच्याकडे पाहात राहिले. त्या तरुणानं सुरात विचारलं, 'काळिंगा ग्वाला धन्याचं हेच घर काय?'

हे ऐकून काळिंगा बाहेर आला. त्याला त्या तरुणानं विचारलं, 'मरून गेलेल्या गौडज्जीचा नातू तूच काय?' त्याचा बोलायचा सूरही नंदीबैलाला विचारावं तसाच होता.

'का?'

'आमच्या लग्नासाठी म्हाताऱ्या गौडज्ज्यानं पन्नास रुपये कर्जाऊ दिले होते. आम्ही आमच्या सीतम्माची शेपटी हातात घेऊन शब्द दिला होता. हे घे तुझ्या आज्यानं दिलेले पैसे!..' असं म्हणून त्यानं आपल्या चड्ड्या-पड्ड्याच्या कोटाच्या खिशातून नोटा गुंडाळलेलं एक कापड काढून पुढं धरत म्हणाला, 'पैसे घेताना आम्ही सीतम्माची शेपूट धरून शपथ घेतली होती. आता तूही तिची शेपूट धरून पैसे मिळाले म्हणून सांग!'

काहीही न बोलता काळिंगा उभा होता. तो तरुण पुन्हा म्हणाला, 'का पुट्टेगौडा? पैसे नकोत?'

'माझ्या आजोबांनी तुम्हाला दिलेलं मला कसं ठाऊक?'

'अरेच्चा! आमी कशाला तुला उगाच पैसे देऊ? घे!'

काळिंगानं हात पुढं केला. तो तरुण पुन्हा म्हणाला, 'आधी गाईच्या शेपटीला हात लावून पैसे मिळाले म्हण!'

'आणि नाही म्हणालो तर?'

'पैसे देणार नाही! त्याच पैशात आमच्या सीतम्माला एक लुगडं आणून नेसवेन!'

'मी इथं आहे म्हणून तुला कुणी सांगितलं?'

'तुज्या गावातल्या घरात गेलो होतो. तिकडं सांगितलं!'

'आणि काय म्हणाले?'

'कोण काय म्हटलं ते घेऊन मला काय करायचंय? तुझे पैसे घे आन आमाला मोकळं कर!'

या उत्तरानं काळिंगा खजील झाला. या कोले-बसवण्णालाही सगळं समजलंय! गावकऱ्यांनी आपल्यावरचा राग याच्या समोरही बोलून दाखवलाय. यानंतर हे गावोगावी फिरतील. जातील तिथंही सगळ्यांना सांगतील!....

हिल्डानं विचारलं, 'तुम्ही कुणीकडून आलात?'

'तुझ्या सासऱ्यानं बांधलेल्या देवळाला जाऊन आलो. आमच्या सीतम्माचं देऊळ ते. गेलो, बगितलं, दंडवत घातला आन आलो.'

'पण दार कुणी उघडलं या वेळी?'

'पुजारीशास्त्री तिकडंच हायेत की! तिकडंच बसून मंत्र सांगतात..'

हे ऐकून काळिंगाला पुन्हा हरल्यासारखं वाटलं. त्यानं सांगितलं, 'हे बघ, मला हे पैसे नकोत. ते पैसे तू त्या पुजाऱ्याला दे.'

'असं कसं म्हणतोस? आज्ज्याचा पैसा नातवाला मिळेल. तूच घे.'

'पण मला नको म्हणतोय ना!...'

'हे चालनार नाही! आन तो, तुझ्या आज्यानं दिलेली जमीन नको म्हननारा या पैशाला हात तरी लावेल काय?'

आता मात्र त्याच्या बायकोनं मध्येच तोंड घालत त्याला आवरत म्हटलं, 'तुला काय करायचंय ते? गप्प बस बगू!..'

हातातल्या नोटा काळिंगापुढे ठेवत बसवा म्हणाला, 'तू पैसे मिळाले म्हणाला नाहीस तरी मी पैसे दिलेत. माझी सीतम्मा साक्षी आहे!...चल रामण्णा...' म्हणत तिथून जायला निघाला. त्याची बायको सीतम्माही त्याच्या पाठोपाठ जायला निघाला.

डोक्यावर वीज कोसळावी तसा काळिंगा जागीच उभा होता. आतून तो धुमसत होता. या कोले-बसवण्णाला एवढं सगळं आगाऊपणानं बोलायचा अधिकार कुणी दिला? त्याला एक थोबाडीत लगावून द्यावी, एवढा त्याला राग आला होता. पण एवढ्यात ते बऱ्याच लांब निघून गेले होते.काळिंगा त्या दिशेनं निघाला तेव्हा हिल्डानं विचारलं, 'कुठं निघालास?'

तिला काय उत्तर द्यावं ते न सुचून त्यानं मागं वळून पाहिलं. पण काय बोलावं ते न समजून तो जागीच उभा राहिला. वळला आणि घरात शिरून मुकाट्यानं पडून राहिला.

३

तायव्वा वारली आणि काळिंगाला आपण पोरके झालोय, या सगळ्या जगालाच पारखे झालोय असं वाटू लागलं. आई गेली की मुलं पोरकी होतात, म्हणजे त्यांना

कुणी आपलं असं राहत नाही; हे वाक्य त्यानं लहानपणापासून ऐकलं होतं. पण त्याचा नेमका अर्थ त्याला आता कुठं जाणवत होता. आता तर आईबरोबरच सगळं जगच त्याच्यापासून दूर गेलं होतं!..

या भावनेचं एकीकडे त्याचं त्याला आश्चर्य वाटत होतं.

तसं पाहिलं तर तायव्वा जिवंत असताना तरी कुठं तिच्याशी त्याचं फारसं सख्य होतं? या मुकीबरोबर संवाद कसा साधायचा हा त्याला नेहमीच न सुटणारा प्रश्न वाटत राहिला होता. तसाच तो शिकला. सुशिक्षित झाल्यानंतर तर तिच्याशी बोलायचा काही संदर्भच राहिला नाही. अमेरिकेतून येऊन इथं नवीन फार्म निर्माण करताना तर प्रत्येक टप्प्यावर ती त्याच्या विरोधातच उभी राहिली होती. भाकड जनावरं खाटकाला विकल्यानंतर, देवळाच्या पुष्करणीतला पंप काढायला लावेपर्यंत ती गावकरी आणि वेंकटरमणाच्याच बाजूनं उभी होती. तिच्याविषयी त्याच्या मनात अव्यक्त रागच भरला होता. पण एवढ्यात ती मरूनच गेली! मेल्यानंतरही गावकऱ्यांनी त्याला दूर ठेवूनच तिची उत्तरक्रिया केली होती! त्याद्वारा तो त्या कुटुंबाशी कशाही प्रकारे संबंधित नाही, हेच त्यांनी पंचक्रोशीत दाखवून दिलं होतं.

काळिंगा अपमानानं धुमसत होता. केवळ वैयक्तिक अपमान असता, तर त्यानं तो मुकाट्यानं सहन केला असता. पण याचा परिणाम म्हणून या परिसरात, या गावात; एवढंच नव्हे, या देशातही आपल्याला कुणी नाही अशी भावना त्याच्या मनाला ग्रासू पाहत होती. कॉलेजमध्ये असताना चार-चौघांत उत्तम खेळाडू म्हणून त्याला मान्यता होती. पण अमेरिकेतून आल्यापासून तो एकटा पडला होता. तरीही त्याची आई जिवंत असेपर्यंत तो या परिसरातला म्हणूनच जगत होता. गाईला मारल्यानंतर दंड भरला. त्यानंतर पोलिसांना न कळवता पुढचा प्रसंग तसाच जाऊ दिला असता तर बरं झालं असतं की काय, असंही त्याच्या मनात काही वेळा येऊन गेलं होतं. पण आपण तेव्हा गप्प बसलो असतो, तर गावकऱ्यांची पुंडाई वाढली असती आणि त्यांनी जगणं नकोसं केलं असतं असं वाटून त्यानं तेव्हा ती भूमिका घेतली होती. शिवाय, त्याही वेळी नंतर काही ना काही करून गावकऱ्यांना पुन्हा वळवून घेता येईल, असा आत्मविश्वास त्याला वाटला होता.

पण तायव्वाच्या मरणानंतर तो नष्ट होऊन गेला होता.

त्या सगळ्या परिसरात तो अगदी एकटा पडला होता. गडी येताहेत, पोटासाठी राबून निघून जाताहेत. ते कधीच आपल्याशी श्रद्धा आणि संस्कारानं आत्मीय होणार नाहीत. वेंकटरमणा! लहानपणापासूनचा जिवाभावाचा सखा! त्याच्याबरोबरही पुन्हा संबंध प्रस्थापित होणं शक्य नाही. गावकऱ्यांचा विचार करताना काळिंगाला किंचितही

भीती वाटली नाही.

पण वेंकटरमणाची आठवण येताच मनात एक प्रकारचं अनामिक भय दाटून येत होतं. या कारणासाठी त्या वेंकटरमणानं शाळेतली नोकरी सोडली. त्याच उद्दामपणानं त्यानं दान म्हणून दिलेली जमीनही तोंडावर फेकून दिली. मी यातलं काहीही त्याला सोडायला सांगितलं नव्हतं. अरे, तू गावकऱ्यांची बाजू घेऊन माझ्यावर कुरघोडी करायला आलास; मी फक्त सावधगिरीचा इशारा दिला, तर यानं तेच डोक्यात घेऊन असं का वागावं? जमीन गेली तरी यानं पूजा करायचं सोडलेलं नाही! देवावर तर याची आधीपासून भक्ती होती म्हणा! पण कुठलाही स्वार्थ नसताना, पोटातही काही नसताना दीड मैल चालत येऊन पूजा करून जातोय ना! त्याची आई आणि बायको मला काय समजत असतील कोण जाणे!

एक दिवस काळिंगा सहजच देवस्थानाकडे गेला. काळेनहळ्ळीचे चाळीस-पन्नास गडी आणि बायका हातात पहारी-कुदळी घेऊन काहीतरी करत असलेले दिसले. जवळ न जाता काळिंगा दुरूनच पाहत राहिला. फार्ममधून देवस्थान आणि पुष्करणीला जाता येणार नाही अशा प्रकारे तिथं कुंपण घालण्यात येत होतं. कुंपण भक्कम होणार यात शंका नव्हती. या कामावर स्वतः वेंकटरमणाच देखरेख करत होता.

आपण पुष्करणी आणि देवळाच्या जमिनीवर हक्क सांगू नये म्हणून हे चाललं असल्याचं काळिंगाच्या लक्षात आलं. तो माघारी वळला आणि पलंगावर आडवा झाला. तो तिथंच उभा राहिला असता, तर वेंकटरमणा किंवा गावकऱ्यांचं लक्ष जाईल याची त्याला भीती वाटली. काय होईल त्यांनी पाहिलं तर? याचं उत्तर मात्र त्याला सुचलं नाही. तसंच तिथं उभं राहायचं त्याला धैर्यही झालं नाही.

तासाभरानं हिल्डा त्याला शोधत तिथं आली आणि तिनं विचारलं, 'इथंच आहेस का तू! किती शोधलं मी तुला!...'

तरीही तो उठला नाही. हिल्डाही त्याच्या शेजारी बसली आणि म्हणाली, 'हे पाहा, बाळंतपणाला आणखी सतरा-अठरा दिवस राहिले आहेत. अशा वेळी मला पुरेशी विश्रांती देऊन मनाचं स्वास्थ्य सांभाळणं तुझं कर्तव्य आहे. तू काहीही करत नाहीयेस! मी एकटी काय-काय करू?'

यावरही तो काही बोलला नाही. तीच पुढं म्हणाली, 'विहिरीचं काम झालंय. आता तिथं पंप लावायचा तेवढा राहिलाय. ते मात्र अशा परिस्थितीत मला शक्य नाही. सिमेंटचं काम करणाऱ्यांना निरोप पाठवून हे करवून घ्यायला पाहिजे. तुझ्या गाववाल्यांनी तंबाखूची झाडं खराब केली....त्याला चार महिने झाले ना?....तेव्हापासून सगळी जमीन पड राहिली आहे! अशा प्रकारची आर्थिक नुकसानी सहन करायची मनोवृत्ती आहे ना, तीच निर्लज्जपणाची परिसीमा आहे! पंपानं पाणी काढून आधी

जमीन भिजवली नाही तर तो मल्लेशी तरी काय ट्रॅक्टर चालवणार?....आणि यंदा काय पेरायचं याचा काही विचार केलास काय?'

तरीही काळिंगा काही बोलला नाही. हिल्डाच म्हणाली, 'त्यात काय विचार करायचा म्हणा! जमिनीत गेल्या खेपेचंच खत अजूनही आहे. आधीच झाडं उपटली ना!...शिवाय चार महिने जमीनही पडून आहे. यंदाही आपण तंबाखूच लावू या. गेल्या खेपेपेक्षा उत्तम जातीच्या बिया घेऊन ये. गेल्या खेपेचं नुकसानही भरून येईल असं पीक नाही काढलं तर मी इथं राहून काय उपयोग?'

आता मात्र तिचं बोलणं ऐकत असताना त्याला उत्साह आला. तो उठून बसला. पण दुसऱ्याच क्षणी उत्साह वठून गेला आणि तो नुसताच बसून राहिला.

आता मात्र हिल्डानं विचारलं, 'कालींग डिअर! काय झालंय तुला?'

तो काहीच बोलला नाही. त्याचं डोकं छातीशी कवटाळून ती कुजबुजली, 'असा का आहेस, माय चाईल्ड? चल ऊठ!'

आता मात्र काळिंगाला दुःख अनावर झालं. तोही भावुकपणे पुटपुटला, 'एकटेपणा! सगळ्या जगात मी एकटा आहे, ही भावना मला छळतेय! सगळ्यांनी मला दूर लोटलं आहे. परकं केलंय. माझ्या कर्तृत्वानं इथं कोण आनंदित होणार आहे?'

'असं का म्हणतोस? मी नाही का?...'

'आहेस ना! पण माझा एकटेपणा तू दूर करू शकत नाहीस!..'

हे ऐकून हिल्डा गंभीर झाली. काळिंगाला ग्रासलेल्या आजारानं आता तिलाही घेरून टाकलं. पण तरीही तिनं स्वतःला सावरत सांगितलं, 'तुझी भावना मला समजतेय! मी मागंही तुला सांगितलं होतं ना? हा देशच असा आहे! इथं मीही एकटेपणानं तळमळतेय! ते मी बोलून दाखवलेलं नाही, एवढंच! तूही तो प्रयत्न केला नाहीस! आता माझं ऐक! '

'काय?'

'हे सगळं विकून टाकू! शक्य तेवढे पैसे घेऊन तिकडं जाऊ या. चल! अमेरिकेत नव्यानं जीवनाला सुरुवात करू या!'

काळिंगानं तिच्याकडे पाहिलं. त्याच्या चेहऱ्यावर कुत्सित हसू उमटलं.

'काय झालं?' तिनं विचारलं.

'मी तोही विचार केलाय. तिथंही मी परकाच राहीन! सगळ्या जगापासून पारखाच! काळा म्हणून मला ती माणसं मनापासून स्वीकारणार नाहीत. फक्त एवढंच नाही, माझी आई मरायच्या आधी मी ते करू शकलो असतो की काय कोण जाणे! पण आता मला काहीही केलं तरी इथून निघणं शक्य नाही! मला इथं कुणीतरी बांधून ठेवलंय, असं मला वाटतंय.'

काही क्षण हिल्डानं त्याच्या बोलण्याचा गंभीरपणे विचार केला. तिच्या डोळ्यांत पाणी भरलं. ती म्हणाली, 'कालिंग! तू निरर्थक बोलतोयस! एकीकडे एकटेपणाचं बोलतोयस, दुसरीकडे बांधून घातल्याच्या गोष्टी करतोस! तुझा एकटेपणा दूर करणं मलाही शक्य नाही, म्हणतोयस! हे म्हणताना मी तुझ्यासाठी काय-काय सोडून आलेय, याचं अजिबात भान नाही. जन्म झालेला देश सोडला, सगळ्या जवळच्या माणसांना सोडलं. इथं माझं कुणीही नाही. कुणी आप्त नाही, मित्र नाही! कसलीही करमणूक नाही. इथं माझी मातृभाषा नाही; असं असूनही संयम बाळगून मी सगळी कामं, सगळ्या जबाबदाऱ्या पार पाडतेय. आणि तू तुझ्या कर्तृत्वहीनतेचं समर्थन करताना माझ्या तोंडावरच सांगतोयस, मी तुझा एकटेपणाला काहीही करू शकत नाही, म्हणून! माझा एवढा मोठा अपमान करताना तुला काहीच कसं वाटत नाही?'

काळिंगा अवाक् होऊन तिच्या चेहऱ्याकडे पाहत होता.

शेवटी ती निग्रहानं म्हणाली, 'यानंतर इथं नको राहायला! तू आलास तर ठीकाय; आला नाहीस तर मी एकटी निघून जाईन!'

'काय बोलतेयस हे तू?'

'सरळच सांगतेय! मला तुझ्यासारखं आडून आडून बोलता येत नाही. तो देवस्थानाचा पूजारी आहे ना, तसंच आहे माझं बोलणं! सरळ आणि स्पष्ट! एका काडीचे दोन तुकडे करावेत तसं! तुला यायचं नसेल तर जॅकला घेऊन मी माझ्या देशात निघून जाईन. तू हवं तर इथंच राहा! याच देशातल्या एका मुलीशी लग्न कर आणि सुखात राहा. मग निघून जाईल तुझा हा एकटेपणा! गुड बाय!..'

ती तडक दुसऱ्या खोलीत गेली, दार बंद केलं आणि हुंदके देऊन रडू लागली. काळिंगा त्या बंद दरवाज्याबाहेर मुकाट्यानं उभा राहिला.

एवढा वेळ मल्लेशीच्या शेडपाशी खेळत असलेला जॅक घरात आला. त्यानं मम्मीला दोन-तीनदा हाका मारल्या तरी तिनं काहीच उत्तर दिलं नाही. आता काळिंगानं स्वत:ला सावरलं. त्यानंच जॅकचे हात-पाय धुतले, त्याला टेबलापाशी बसवलं आणि जेवायला वाढलं.

दोन तास उलटले, तरी हिल्डा खोलीबाहेर आली नाही. ती बाहेर यायची बराच वेळ वाट पाहून अखेर काळिंगा जॅकला सोबत घेऊन झोपायला गेला. अर्ध्या तासात जॅकला झोप लागली. आता मनावरचा आघात ओसरून काळिंगालाही भूक जाणवू लागली होती.

या जगात त्याला सगळेच परके होते. पण आता तर त्याची पत्नीही त्याला सोडून निघून जायची भाषा बोलू लागली होती. एकदा हा विचार मनात आल्यानंतर दांपत्यजीवन पूर्ववत होणं अशक्य असल्याची भावना त्याच्या मनात ठसठसत

होती. खरोखरच हिल्डा निघून गेली तर आपली काय गत? ती म्हणतेय तसं इथल्याच एखाद्या मुलीशी लग्न करून.....हा विचार करणंही अशक्य असल्याचं त्याला जाणवू लागलं. हिल्डाशी त्यानं प्रेमविवाह केला होता. दोघांनी मिळून या देशात, या भूमीवर शेतीच्या संदर्भात चमत्कार करायची स्वप्नं पाहिली होती. आता ती आपल्यावरच्या तिरस्कारानं निघून जाणार आणि आपण एखाद्या देशी मुलीशी लग्न करायचं?...

त्याचं मन हिल्डाच्या सुख-दुःखाकडे वळलं.

जमाल इथून निघून गेल्यानंतर मांस न मिळाल्यामुळे तिच्या जेवणाचीही आबाळ होत आहे. त्यात ती दोन जिवांची! आणखी कुणी गडी-माणसं तिला खाटीकखान्यातून आणून देत नव्हतं. तोही बसमधून आणू लागला, तर बसमधली माणसं त्या वासावर आक्षेप घ्यायची. जमालची बायको असताना कोंबड्या पाळल्या होत्या. तेव्हा काही नाही म्हटलं तर निदान अंडी तरी मिळायची. आता माणूसबळ कमी झाल्यामुळे कोंबड्या पाळणंही हिल्डाच्या हातात राहिलं नव्हतं. परिणामी जेवणात अंडीही मिळेनाशी झाली होती. जन्मजात मिळणारा आहार नाही, आपली माणसं नाहीत..तीही एकटेपणानं तळमळतेय! दोघंही एकेकटेच! तर मग एकमेकांना का सोबती होऊ शकत नाही?...

या नव्या प्रश्नानं तो उद्विग्न होऊन गेला.

४

संध्याकाळी हिल्डाच्या विव्हळण्याचा आवाज ऐकू आला. काळिंगा तिथं गेला तेव्हा खोलीचा आतला कोयंडा काढला होता. त्यानं आत जाऊन विचारलं, 'का? काय झालं?'

'कळा सुरू झाल्यात.'

'पण तू तर म्हणत होतीस, आणखी सतरा-अठरा दिवस आहेत म्हणून?'

'हो. पण मनावर काही आघात झाला तर बाळंतपण लवकरही होऊ शकतं! आज आपल्यात जे काही घडलंय तो शॉक काही कमी नव्हता!'

यावर काय बोलावं ते न समजून तो मूकपणे तिच्या शेजारी उभा राहून तिच्या डोक्यावरून हात फिरवू लागला. मग म्हणाला, 'तू आधी शांत हो बघू!'

'या कुग्रामात एखादी व्हॅन किंवा कार असती तर आपण लवकर हॉस्पिटलला जाऊ शकलो असतो! निदान आता तरी शक्य तितक्या लवकर एखाद्या डॉक्टरांना बोलवायची व्यवस्था कर! जा!...'

काळिंगा उठला. खोलीबाहेर आला. हिल्डानं पुन्हा ओरडून सांगितलं, 'हे बघ! अशा वेळी बायकोची सेवा करणं हे नवऱ्याचं कर्तव्य आहे! प्रेमानं पार पाडायचं कर्तव्य! पण आपल्यात ती वेळ टळून गेली आहे! माणुसकीच्या दृष्टीनं तू माझ्यासाठी जे काही करायचं ते कर! या नंतर मी फार दिवस तुझ्याकडे मदतीची याचना करणार नाही!..'

काळिंगा काहीच बोलला नाही. तिचा चेहरा वेदनेनं पिळवटून गेला होता. तो सरळ मल्लेशीच्या शेडकडे गेला. तिथली सायकल घेऊन त्यानं रस्ता गाठला. दीड मैलावर विद्युत खात्याचा कॅम्प होता. तिथून तालुक्याच्या विद्युत विभागाशी संपर्क साधणं शक्य होतं. तिथून तिथल्या मेस्त्र्याकरवी तालुक्याशी संपर्क साधून निरोप दिला, 'मिळेल त्या वाहनानं नर्स आणि डॉक्टरना तातडीनं घेऊन या...अवघड बाळंतपण आहे..कितीही फी असली तरी हरकत नाही...'

निरोप देऊन काळिंगा पुन्हा सायकलवरून माघारी परतला. तो परतला तेव्हा हिल्डाच्या कळा आणखी वाढल्या होत्या. काहीही न समजून जॅक बधिरासारखा बसून राहिला होता. बाळंतपणासाठी लागणाऱ्या प्राथमिक गोष्टी हिल्डानं आधीच बेडरूममध्ये आणून ठेवल्या होत्या. काळिंगानं डॉक्टरांना निरोप दिल्याचं ऐकून तिला काहीसं बरं वाटलं तरी त्याचा चेहरा बघून ती पुन्हा उद्विग्न झाली. तिनं त्याला ओरडून सांगितलं, 'तू इथून बाहेर जा! मला तोंड नको दाखवू!...'

काळिंगा हे ऐकून पुन्हा बाहेर जाऊन उभा राहिला. आत ती विव्हळण्याचा आवाज बाहेरही ऐकू येत होता.

अर्ध्या तासानं तिनं त्याला आत बोलावलं. ती घामेघूम झाली होती. ती म्हणाली, 'हे बघ, तू प्राणिशास्त्राचा अभ्यास केला आहेस! तुला बाळंतपण कसं होतं याची माहिती आहे ना? मी सूचना देत जाईन, तसं तू करत जा! जर माझी शुद्ध हरपली तर पुढं तुला सुचेल तसं कर! सगळं सामान इथं आहे. जॅक घाबरेल! त्याला मल्लेशीच्या शेडला पाठव.'

तेवढ्यात विद्युत कॅम्पचा एक गडी बाहेर आला. त्यानं सांगितलं, 'डॉक्टर आणि नर्स कारनं येताहेत. ते निघालेत..'

हेच काळिंगानं आतल्या खोलीत जाऊन सांगितलं. पण हिल्डाला आता पराकोटीच्या कळा यायला सुरुवात झाली होती. त्यातही तिनं भान राखून सगळं विस्तारानं सांगितलं. प्रत्यक्ष बाळंतपणाच्या घटकेलाही ती भानावर होती. काळिंगाही ती सांगेल तसं करत गेला. हिल्डा बाळंत झाली. ती दमून झोपी गेली. बाळाची चौकशी करण्याइतकंही तिला त्राण राहिलं नव्हतं. काळिंगानंच बाळाचं निरीक्षण केलं. मुलगी होती. रंग मात्र जॅकसारखा नव्हता, काळिंगासारखा होता.

काळिंगा विजेच्या हिटरवर पाणी तापवत असताना डॉक्टरांची कार आली.

त्यांनी आणि त्यांच्या सोबत आलेल्या नर्सनं पुढील सर्व पार पाडलं. बाळंतिणीची तपासणी केल्यावर डॉक्टरांनी सांगितलं, 'त्या फार थकल्या आहेत. आधी त्यांना ग्लुकोजचं पाणी द्या. नंतर त्यांना झोपेची आवश्यकता आहे, त्याची गोळी द्यायला पाहिजे.'

अर्ध्या तासानंतर डॉक्टर त्याच कारमधून माघारी गेले. त्या दिवशी राहून नर्सनं दुसऱ्या दिवशी सकाळी बसनं जायचं ठरलं. त्या नर्सच्या घरी तिची आई होती. तीही याच व्यवसायात निवृत्त झाली होती. नर्स हवं तर आपल्या आईला पुढं पंधरा दिवस पाठवायला तयार होती. तिचा जायचा-यायचा बसचा खर्च, जेवणखाण आणि दिवसाला चार रुपये द्यायचे होते. काळिंगानं ते मान्य केलं.

डॉक्टरांनी बहुधा जरा जास्तच झोपेचा डोस दिला असावा. हिल्डा दुसरे दिवशी सकाळी दहा वाजता जागी झाली. त्या वेळेपर्यंत आईला पाठवून देते असं सांगून नर्स निघून गेली होती. काळिंगानं हिल्डाला ब्रेड-कॉफी दिली. ती अजूनही झोपेच्या ग्लानीतच होती. त्यातच तिनं बाळाकडे नजर टाकली. त्याही अवस्थेत बाळाचा रंग तिला खुपला. आता ते बाळ सगळ्या बाळांप्रमाणे लालसर दिसत असलं, तरी हे बाळ नंतर आपल्या किंवा जॅकसारखं गोरं न होता काळिंगाच्या रंगावर जाणार असल्याचं तिच्या लक्षात आलं. पुन्हा झोपेच्या ग्लानीनं अंमल टाकल्यामुळे ती पुन्हा झोपी गेली.

तिला पुन्हा जाग आली तेव्हा रात्र झाली होती. एव्हाना म्हातारी नर्सही येऊन दाखल झाली होती. हिल्डाची छाती दुधानं भरून जड झाली होती. पहिलं दूध बाळाला द्यायचं नाही म्हणून नर्सनं हिल्डाची छाती पंप लावून पिळून काढली. खाणं खाऊन हिल्डा पुन्हा झोपी गेली.

दुसऱ्या दिवशी हिल्डाला जाग आली तेव्हा बाळ चढ्या आवाजात रडत होतं. नर्सनं सांगितलं, 'हं! आता बाळाला पाजायला घ्या!..तिला भूक लागलीय!..'

हिल्डा बाळाकडे कुशीवर वळली. बाळानं आपल्या मृदू हिरड्यांमध्ये तिच्या स्तनाचं बोंड धरलं आणि ते दूध प्यायला धडपडू लागलं. नर्सनं तिला स्तन पिळून बाळाला जरा मदत करायला सांगितलं. पण त्याची गरज पडली नाही. काही क्षणातच बाळ नीट स्तन चोखून दूध पिऊ लागलं. आपल्या चिमुकल्या मुठीनं ते आईच्या स्तनावर नाजूक प्रहारही करू लागलं. असह्य वेदना होऊन हिल्डानं बाळाचं डोकं छातीशी धट्ट धरलं.

५

मनावर झालेल्या अकस्मात आघातामुळे आपल्या कळा लवकर सुरू झाल्याचं हिल्डाच्या लक्षात आलं होतं. तरीही त्या दिवशी, त्या मनःस्थितीत घेतलेला निर्णय मात्र तिनं बदलला नाही. बाळंतपणानंतर दोनेक महिन्यांनंतर जॅकबरोबर अमेरिकेला निघून जायचा तिचा निश्चय होता.

बाळंत झाल्यानंतर बराच काळ तिनं बाळाला नीट पाहिलं नव्हतं. दुसऱ्या दिवशी पूर्णपणे जाग आल्यानंतर तिला त्याच्या रंगाचं भान आलं तेव्हा तिला काहीसा निरुत्साह वाटला होता. पुढं काळ्या रंगाच्या होणाऱ्या या मुलीला आपल्या देशात घेऊन जाऊन काय करायचं, सगळं विसरून तिथल्या जगात मिसळून जायचा निर्णय होत असताना, पूर्वजीवनाचं साक्षात रूप असलेल्या या मुलीला नेऊन कसं जगायचं, हा प्रश्न मनात तरळत असतानाच तिचा पुन्हा डोळा लागला होता. रात्री जड झालेले स्तन पिळून हलके करताना पुन्हा तोच विचार मनात जन्मला. मनात विचित्र प्रश्न आला, हे मूल माझ्या पोटी का जन्मलं?.....

तसं पाहिलं तर यात अनपेक्षित असं काहीच नव्हतं. तरीही, काळिंगाबरोबर लग्न केल्यानंतर आपल्या पोटी असं एखादं अपत्य जन्माला येईल, असंही तिला वाटलं नव्हतं, हेही तितकंच खरं! आपल्या देशात या बाळाला काहीही स्थान नाही, असा निर्वाळा आता मात्र तिचं मन देत होतं. बाळ बघून तिच्या मनात ममता जागृत झाली नाही. एक प्रकारच्या उपेक्षेची नजर त्याच्याकडे टाकून तिनं पुन्हा डोळे मिटून घेतले होते.

पण जेव्हा तेच बाळ तिच्या छातीशी झटून दूध पिऊ लागलं तेव्हा तिच्या मनातली ती उपेक्षा नाहीशी झाली. एकदा त्या बाळानं तिच्या छातीवर आपल्या बालमुठीनं प्रहार करत सर्वशक्तीनिशी दूध ओढायला सुरुवात केली, तेव्हा तेव्हा तर मनातलं उरलंसुरलं किल्मिष नाहीसं झालं आणि छातीतून त्याच्या तोंडात वाहणाऱ्या दुधाबरोबरच ममतेचा प्रवाहही सुरू झाल्याचा तिला अनुभव आला. त्याचा कळ आणणारा प्रहार चुकवण्यासाठी म्हणून तिनं त्याला छातीशी घट्ट कवटाळलं.

तिथं नर्स पुढचे पंधरा दिवस होती. त्या अवधीत हिल्डा उठून घरात वावरू लागली, स्वतःचं आणि बाळाचंही सगळं करून घेऊ लागली. नर्स निघून गेलेल्या संध्याकाळी जॅक पाळण्याशी उभा राहून आपल्या छोट्या बहिणीला खेळवत होता. त्याला कुणीतरी सोबती मिळाल्याचा आनंद झालेला दिसत होता.

बाहेरच्या सोफ्यावर बसून काळिंगा काहीतरी विचार करत होता. त्या दिवशी

हिल्डानं निघून जायचा विचार बोलून दाखवल्यापासून त्याला तिच्या नजरेला नजर देऊन बोलायला जमत नव्हतं. भय, निराशा, निरासक्ती.. कशामुळे कोण जाणे, पण तो सतत स्वतःच्याच विचारात गढून गेलेला दिसत होता.

'पपाला बोलाव!' हिल्डानं जॅककडून निरोप पाठवून त्याला बोलावून घेतलं. तो आत आल्यावर त्याच्या दंडाला धरून बसवत तिनं विचारलं, 'विहिरीचं काम कुठवर आलंय?'

खालच्या मानेन काळिंगा उत्तरला, 'जिथल्या तिथं थांबलंय!..'

हिल्डानं क्षणभर थांबून विचारलं, 'असा का वागतोयस तू?'

तो काही बोलला नाही. तीच म्हणाली, 'हे बघ! तुझ्या या असल्या वागण्याचा मला आणखी त्रास होतोय. तू आधीसारखा उत्साहानं काम कर बघू. माझ्या बरोबरीनं तुला राबलं पाहिजे. सल्ला द्यायला मी आहेच. असं दोघं मिळून राबू लागलो तर मला आपण सोबत असल्याची भावना वाटेल!..तुलाही माझी साथ जाणवेल. दोघांचाही एकटेपणा नाहीसा होईल!..'

काळिंगानं तिच्याकडे वळून पाहिलं.

तीच पुढं म्हणाली, 'तू माझाही विचार कर! तू जर तुझाच एकटेपणा मोठा म्हणत राहिलास तर माझा एकटेपणा कसा कमी होईल? तू उद्यापासून कामाला लाग. विहिरीला पंप लाव. लवकर ट्रॅक्टर सुरू होऊ दे. निदान त्या आवाजानं तरी इथली अंगावर येणारी शांतता नाहीशी होऊ दे. नाही तर या जंगलात जगणंच शक्य नाही.'

काळिंगानं हिल्डाचा हात घट्ट धरला. दोघंही काही क्षण तसेच राहिले. तेवढ्यात बाळ रडू लागलं. पाळण्याजवळ उभ्या असलेल्या काळिंगानं तिला उचलून घेतलं.

हिल्डानं विचारलं, 'सतरा दिवस झाले. हिला काय म्हणून हाक मारायची?'

'तूच सांग.'

'जॅकलीन? की एस्तर म्हणू या? इथं जवळपास कुणी पाद्री नाही का? नाहीतर असं करू..आणखी काही दिवसांनी आपणच तालुक्याच्या गावी जाऊन येऊ या..'

आता मात्र काळिंगानं नकारार्थी मान हलवली.

'का?' तिनं विचारलं.

'तू बाळाकडे लक्ष देऊन पाहिलंस का? हिचे डोळे, चेहरा, रंग, कपाळ..सगळं माझ्या आईसारखं आहे!'

'कालिंग! असं कसं शक्य आहे?'

'का शक्य नाही?'

'खरंय! अलीकडे माझं डोकं नीट काम करत नाहीये! हे शक्य आहे; एवढंच

नव्हे, ते स्वाभाविकही आहे!'

काळिंगा तिच्या चेहऱ्याकडे बघत होता. नंतर तो म्हणाला, 'माझ्या आईचं नाव बाळाला ठेवू या.'

'त्यांचं नाव काय?'

'तायव्वा.'

'म्हणजे काय?'

'मदर.'

'स्वतःच्या मुलीला आई म्हणून हाक मारणं विचित्रच नाही का?'

'ते ठाऊक नाही मला! पण माझी आई जन्मली तेव्हा तिच्या आईनं तिचं तेच नाव ठेवलं होतं ना! ते कसं ठेवलं असेल, त्याच भावनेनं आपणही तायव्वाच नाव ठेवू! वेंकटरमणाला विचारलं तर तो याचंही मर्म सांगू शकेल.'

'पण ती शक्यता आता कुठं राहिली आहे?'

यावर काळिंगा काही बोलला नाही. बाळ पुन्हा रडू लागलं. उठून बसून त्याला पाजत हिल्डा म्हणाली, 'बाळाचं नाव ठेवताना इथं काय करतात?'

'जन्म झाल्याचा दिवस आणि वेळ वेंकटरमणाला सांगतात. त्यावरून तो हिशेब करून सांगतो. पहिला मुलगा असेल तर त्याच्या आजोबांचं आणि मुलगी असेल तर आजीचं नाव लक्षात घेऊन, त्या हिशेबानं तो नाव सुचवतो.'

'तर मग आपली मुलगी जन्मलेला दिवस आणि वेळ कुणाकरवी तरी त्याला सांगून पाठवलं तर ते नाव सुचवतील?'

'कदाचित....नाही!..' असं सांगून तो हसला.

'का हसलास?' तिनं विचारलं.

'जन्मलेल्या या बाळाचं नाव काय ठेवायचं ते सुचत नाही! तू सांगतेस ते नाव शोभत नाही! हिचा चेहरा आजीसारखा आहे, म्हणून हिच्या आजीचं नाव ठेवायचंही आपल्याला स्वातंत्र्य नाही! हिचं नामकरण करून हिला इथल्या जीवनात स्थान मिळवून देऊ शकेल असा पुरोहित आपला शत्रू झाला आहे! कसली परिस्थिती ही!'

काय उत्तर द्यावं हे न सुचून हिल्डा त्याच्याकडे पाहत राहिली.

६

पुढच्या पंधरा दिवसांत विहिरीला पंप लावून जमिनीला पाणी पाजायची व्यवस्था करण्यात आली. आतापर्यंत निवांत असलेला मल्लेशी ट्रॅक्टर सुरू करून कामाला लागला. हिल्डाही आता घराबाहेर पडू लागली होती. वावरताना तिला थोडी दमणूक जाणवत होती. एकदा काळिंगाही तिला म्हणाला, 'आमच्याकडे बाळंतिणी

सहा-सहा महिने बाजल्यावरून उतरत नाहीत! तू महिन्याच्या आतच एवढं काम करायला लागलीस तर कसं?'

'इथली पद्धत राहू दे डिअर! जमाल निघून गेल्यापासून मांसही मिळेनासं झालंय! तूच एखाद्या दिवशी करीमच्या दुकानात जा. त्याला म्हणावं, दररोज एखाद्या मुलाकरवी घरी पाठवून दे. त्या मुलालाही आपण दरमहा काहीतरी मजुरी देऊ या. पुरेसं प्रोटीन मिळालं नाही तर कामं कशी होतील?'

काळिंगानं तशी व्यवस्था केली. आता हिल्डाला दररोज योग्य आहार मिळू लागला. तिची प्रकृती सुधारू लागली. आता काळिंगालाही पूर्ववत् उत्साह जाणवू लागला. यंदा तंबाखूच्या पिकाची सगळी देखभाल आपण करायची त्यानं ठरवलं. सकाळ-संध्याकाळी फिरणं होत असल्यामुळे हिल्डानं दोन्ही वेळच्या गोठ्याची जबाबदारी स्वतःकडे घेतली. आता मल्लेशीकडे ट्रॅक्टरचं काम आल्यामुळे दुधाची जबाबदारीही आपसूकच तिच्याकडे आली.

गेल्या काही दिवसांत गोठा अव्यवस्थित होऊन गेला होता. तायव्वाच्या मृत्यूनंतर तिथलीही सगळी जनावरं इथं आणून बांधली होती. काही गडी गावातल्या इतर जमिनीवर राबत असले, तरी काळिंगानं तिथल्या जमिनींवर जाऊन कधीही प्रत्यक्ष देखभाल केली नव्हती. गावकऱ्यांसमोरून त्या जमिनींकडे जाणं त्याला अवघड वाटत होतं.

पण गोठ्यात कोंबल्या गेलेल्या जनावरांच्या संख्येचा हिल्डा विचार करू लागली. ते खात असलेल्या चाऱ्याचा तिनं हिशेब केला. निरर्थकपणे एवढा खर्च करून मिळणारा फायदा काहीच नसल्याचं तिच्या लक्षात आलं. त्यातल्या चार-पाच गाई वांझ असल्याचा तिला अनुभव आला. गड्यांकडे चौकशी करताच त्या भाकड असल्याचं समजलं.

यांचं काय करायचं, हा तिच्यापुढचा मोठा प्रश्न होता. यांना विकत तरी कोण घेणार?

असेच दोन महिने गेले.

हिल्डाची प्रकृती अचानक बिघडली. बाळाला पाजताना तिच्या छातीत पराकोटीच्या कळा येऊ लागल्या. तसंच आत काही तरी जड-जड जाणवत होतं. तिनं स्वतःशीच विचार करून बाळाला पाजायचं बंद केलं. पण दुसरेच दिवशी ते आणखी वाढलं. आता दूध न मिळाल्यामुळे बाळही हट्ट करत रडू लागलं. बाटलीनं दूध पाजायचा प्रयत्न केला तर ते तोंड लावायलाही तयार होईना. तिनं पुन्हा बाळाला पाजायला घेतलं.

बाळ शांत झालं. छातीचा भारही थोडा कमी झाला. पण पूर्णपणे कमी झाला

नाही. तिनं शेक देऊन कमी करायचा प्रयत्न केला. थोडा गुण आला. तेवढंच.

काळिंगा या दुखण्याची दररोज चौकशी करत होता. त्याला तिनं सांगितलं, 'जॅक तान्हा असताना त्याला इतकं दूध पाजलं नाही मी! बाटलीतलं दूध-बेबी फूड यावरच तो वाढला. ही मात्र अंगावरच्या दुधालाच चटावली आहे!'

'हे भारतातलं लेकरू आहे ना! इथली वासरंही तशीच असतात..'

'डिअर, थट्टा नको! तरीही..तुझं खरंय! दूध पितानाही ही वासरासारखीच जोरात चावते, ओढते. वेगळा कुठलाही आहार दिला तरी नको म्हणते. ही सारखी जोरजोरात ओढते ना; म्हणून कदाचित शिरा दुखावल्या असतील.'

'पण या देशातल्या बायका मुलांना कितीतरी महिने अंगावरच पाजतात. त्यांना का असा त्रास होत नाही?'

'मला कसं ते ठाऊक? मी काही या देशातली नाही ना! मला एवढंच सांगायचंय, बाळाला पाजायचं कमी करायला पाहिजे. त्यात या दरिद्री देशात दूध पाजायला दायाही मिळत नाहीत! ती नर्स सांगत होती..'

काळिंगा गप्प बसला.

शेतात तंबाखूची रोपं लावायचं काम झालं होतं. त्यांचं निरीक्षण करून त्यांना योग्य त्या प्रमाणात पाणी पाजण्यात काळिंगाचा बराच वेळ जात होता. गोठ्याची देखभाल करायची संपूर्ण जबाबदारी हिल्डावरच होती. गावातल्या घरात थोडा नाचणीचा चाराही होता. पण तिकडं कुणाचं लक्ष नसल्यामुळे गावकरी तो घेऊन जात होते. नव्या गोठ्यातला वैज्ञानिक चारा वर्षभर पुरण्यासारखा नव्हता. त्या वर्षाची वैरण संपायला आली होती. तिचा विचार चालला होता, गावातल्या फुटकळ जमिनी विकून ट्रॅक्टरनं शेती करता येईल अशी एकत्र जमीन विकत घेतली पाहिजे..गोठ्यातल्या या जास्तीच्या जनावरांना ठेवून काय करायचं?...

जनावरं विकायचा विचार बोलून दाखवताच गड्यांनीच गिऱ्हाइकं आणली. त्यातल्या आणखी राबू शकतील अशा बैलांना गिऱ्हाइकं मिळाली. पण कसलाही उपयोग नसलेले बारा बैल आणि चार म्हाताऱ्या गाई मात्र तशाच राहिल्या.

हिल्डानं घरी मांस आणून देणाऱ्या मुलाबरोबर करीमला निरोप पाठवला. त्यानंही ही निरुपयोगी जनावरं विकत घ्यायला असमर्थता दाखवली. तो म्हणाला, 'मी काय करू विकत घेऊन? मी त्यांना मारलं असं गावात समजलं, तर गावकरी माझं घर-दार जाळून होळी साजरी करतील! तुम्ही एक करा..तालुक्याच्या गावीही एक गुरांचा व्यापारी आहे. त्याला पाठवून देतो. त्याला हवं तर विका!...'

'तो काय करतो?'

'रेल्वेतून मुंबईला पाठवून देतो. तिथल्या कसाईखान्यात मारून डबे भरून विकतात.'

‘ठीक आहे! त्याला पाठवून दे!..’

चौथ्या दिवशी गुरांचा व्यापारी आला. तो खाटीक असल्याचं गावात कुणालाही ठाऊक नव्हतं. त्यानं गाईचे दहा आणि बैलाचे पंधरा रुपये ठरवले. रोख पैसे देऊन त्यानं सगळी जनावरं सोबत घेतली आणि निघून गेला. गोठ्याबाहेर भेटलेल्या गड्यांना त्यानंच सांगितलं, ‘गो-धर्मशाळेत घेऊन चाललोय. नदीच्या काठी आम्ही भाकड जनावरं सांभाळतो! धर्माचं काम म्हणून!..’

यावर गडीही काही बोलले नाहीत.

।। सतरा ।।

१

त्याच दिवशी दुपारच्या वेळी पुन्हा हिल्डाच्या छातीचं दुखणं वाढलं. उजव्या स्तनात आतल्या बाजूला काहीतरी घट्ट-घट्ट लागत होतं. डाव्या स्तनातून येणाऱ्या दुधाचाही रंग बदलून पिवळट दिसू लागला. दुःख असह्य होऊन ती तळमळू लागली. असं का व्हावं हे तिला किंवा काळिंगाला उमजेना.

काही का असेना, डॉक्टरांना दाखवणं योग्य ठरेल असा काळिंगानं निर्णय घेतला. दोघंही दोन्ही मुलांना घेऊन रस्त्यावर आले आणि मिळालेली बस पकडून तालुक्यात बाळंतपणासाठी दाखवत असलेल्या सरकारी दवाखान्यात गेले. रस्ताभर हिल्डानं कसंबसं रडू आवरलं होतं. त्यातच भूक असह्य होऊन बाळही रडू लागलं.

तपासणी करून डॉक्टरांनी सांगितलं, 'हे ब्रेस्ट-ॲबसिस असू शकेल. उजव्या स्तनात गाठ झालेली दिसते. पण डावीकडे काय आहे ते समजत नाही. आता इंजेक्शन देतो. कदाचित ब्रेस्ट कॅन्सरही असू शकेल!...तुम्ही आणखी तपासण्यासाठी मोठ्या हॉस्पिटलमध्ये दाखवावं हे बरं!'

हिल्डा हादरून गेली. कॅन्सर झाला की माणूस जगत नाही! तिच्या आईच्या थोरल्या बहिणीचा हा आजार तिनं पाहिला होता. आता मात्र तिचा बांध फुटला. जवळ असलेल्या बाळाला कुशीत घेऊन ती रडू लागली.काळिंगाही हताश होऊन उभा राहिला. इंजेक्शन दिलेल्या डॉक्टरांनी सांगितलं, 'मी काही स्त्रीरोगतज्ज्ञ नाही. तुम्ही आधी जिल्ह्याच्या हॉस्पिटलला जा. तिथं तज्ज्ञ असतील. त्यांचा सल्ला घेऊन कुठल्यातरी कॅन्सर इन्स्टिट्यूटला जा.'

लगोलग ते दोघं एक टॅक्सी करून जिल्ह्याला गेले. तिला हॉस्पिटलमध्ये दाखल करण्यात आलं. पण तिथलेही तज्ज्ञ तीन दिवसांसाठी रजेवर होते. जवळच्या एका हॉटेलमध्ये काळिंगा उतरला. उपाशी असल्यामुळे बाळ रडत होतं. लेडी डॉक्टरांनीच आस्थेनं एका नर्सला विचारलं आणि सहा महिन्याचं बाळ असणाऱ्या एका नर्स-मातेनं या बाळालाही पाजायची तयारी दर्शवली. तिला भरपूर पैसे द्यायला हिल्डा तयार झाली.

तिथं दिल्या गेलेल्या इंजेक्शनमुळे हिल्डाचं दुखणं काही प्रमाणात कमी झालं होतं. तरीही दोघांच्याही मनातली भीती कमी झाली नव्हती. या रोगामुळे आपण मरणार याची तिला खात्रीच झाली होती. तसा तिनंही प्राणिशास्त्राचा अभ्यास केला होता. कॅन्सर कुणाला, का आणि कधी होतो याचा अजूनही शोध लागलेला नाही, पण हा आजार झाला की माणूस जगत नाही, अगदी तज्ज्ञ डॉक्टर असला तरी तो रोग्याचं मरण काही दिवस-काही महिने पुढं ढकलू शकतो, तरीही तोपर्यंत भोगाव्या लागणाऱ्या शारीरिक यातना आणि मानसिक वेदना नरकसदृश असतात, त्यापेक्षा लवकर मृत्यू आलेला चांगला..इत्यादी सगळं तिला ठाऊक होतं. घरात असलेल्या बंदुकीच्या साह्यानं क्षणार्धात या सगळ्यातून मुक्तता करून घेता येईल असंही तिच्या मनात हजारदा येऊन गेलं.

मरणाच्या विचारासरशी हिल्डाला पहिल्यापासून आपलं जीवन आठवू लागलं. आपलं जन्मगाव, बालपण, शिक्षण, काळिंगाबरोबर प्रेम, लग्न, या देशातलं एकटेपणानं ग्रासलेलं जीवन, सोबती नसलेल्या रानात जगणारा जॅक, अजूनही नावाचा पत्ता नसलेली ही लहान मुलगी....सगळं तिच्या नजरेसमोरून तरळून गेलं. हिचा जन्म तर कुणाचीही मदत नसताना नवऱ्याच्या मदतीनं झाला! लवकरच अनाथ व्हायची तर ती पूर्वसूचना नव्हती? आपल्या माघारी ही कशी जगेल? कोण हिला दूध पाजेल? कोण कुशीत घेऊन झोपेल? मध्यरात्री संपूर्ण हॉस्पिटल मौन असताना हिल्डाच्या मनात मात्र कल्लोळ चालला होता. बाळाला पाजणारी नर्सही सकाळी येत असल्याचं सांगून घरी गेली होती.

खोलीतल्या मंद प्रकाशात हिल्डानं एकदा बाळाकडे वळून पाहिलं. आता तिचा रंग स्पष्टपणे भारतीयांसारखा दिसत होता. तीन महिन्यांच्या त्या मुलीचा चेहरा आता स्पष्टपणे काळिंगाच्या आईशी साम्य दर्शवत होता.

ही का माझ्या पोटी जन्मली?.....आपल्या माघारी या बाळाचं कसं होईल?

अनाथ मुलांना काही धर्मसंस्था सांभाळतात हे तिलाही ठाऊक होतं; पण कितीही नीट सांभाळलं तरी अनाथ ते अनाथच! त्यात या बाळाचा स्वभावही विचित्र आहे! आईच्या दुधाव्यतिरिक्त ही आणखी कशाला तोंडही लावायला तयार होत नाहा. जन्मजात खोड आहे ही! का ही अशी हट्टी बनलीय? मिळेल ते पिऊन

जगणारं मूल असतं, तर मी कुठल्याही विवंचनेशिवाय मरून गेले असते; पण हिच्या या स्वभावामुळे माझं मरण आणखी कठीण होतंय!...

मला मरता कामा नये! कितीही खर्च झाला तरी मला जगलं पाहिजे. माझ्या या लेकराला अनाथ करता कामा नये!.......तिनं मनोमन निर्धार केला. पण हा दुर्धर आजार!.....

न राहवून ती हुंदके देऊन रडू लागली.

तिच्या रडण्यामुळे बाळाची झोप चाळवली. तीही रडू लागली. तिला कसं शांत करायचं? कुठून दूध द्यायचं?...

बाळाच्या रडायच्या आवाजासरशी बाहेरच्या खुर्चीवर विश्रांती घेत असलेली ज्युनियर नर्स धावून आली. ती बाळाला घेऊन दूधवाल्या नर्सच्या क्वार्टरकडे धावली.

दुसरे दिवशीही हिल्डाच्या छातीला ठणका लागला होता. एक्सरे काढूनही काही कारण समजलं नाही. तिथं असलेल्या डॉक्टरांनीही मोठे डॉक्टर येईपर्यंत म्हणजे दुसऱ्या दिवसापर्यंत वाट पाहायला सांगितलं.

काळिंगा हताश होऊन वॉर्डमध्ये बसला होता. वेदनांकडे दुर्लक्ष व्हावं म्हणून हिल्डा त्याच्याशी बोलायचा प्रयत्न करत होती. मधूनच जॅकलाही जवळ घेऊन कुरवाळत रडायला सुरुवात करत होती. हे पाहून जॅकही रडू लागला. अखेर काळिंगानंच तिची समजूत काढली.

शेवटी हिल्डा म्हणाली, 'कालिंग डिअर! माझ्या दृष्टीनं मरण हे एक जवळ येऊन ठाकलेलं सत्य आहे! खरं सांग! तू माझ्या मुलांची आई होशील?..' नंतर म्हणाली, 'नाही! या जगात कुणीही बाप आई होऊ शकणार नाही! पण आई मात्र बापही होऊ शकेल!..'

बाहेरची नर्स आत येऊन म्हणाली, 'बाई! अशा भावविवश होऊन इथल्या शांततेला बाधा आणू नका!...' तरीही हिल्डा शांत झाली नाही.

त्या रात्री वेदना पराकोटीला पोहोचल्या. तिकडं दुर्लक्ष करत डॉक्टरांनी ब्रेस्ट-पंप वापरून दुधाचा निचरा केला. थोडा वेळ बरं वाटलं तरी पुन्हा वेदना सुरू झाल्या. शेवटी डॉक्टरांनी झोपेचं इंजेक्शन दिलं. तेव्हा कुठं मध्यरात्रीनंतर तिला झोप लागली.

संध्याकाळी डॉक्टर येईपर्यंत ती वेदनेनं तळमळत होती. अनेकदा ती मरण आणि आत्महत्येविषयी बोलत राहिली. संध्याकाळी मोठे डॉक्टर आले. त्यांनी सगळी चौकशी केली, तपासणी केली, पुन्हा एकदा दूध काढून तेही तपासून पाहिलं. नंतर त्यांनी सांगितलं, 'मला नाही वाटत हा कॅन्सर आहे असं! मी औषध

देतोय. दोन दिवसांत गुण आला पाहिजे. गुण आलाच नाही, तर पुढच्या तपासण्या करू या.'

त्यानंतरही एक दिवस वेदना होत्या. नंतर मात्र वेदना कमी होऊ लागल्या. नंतर डॉक्टरांनी सांगितलं, 'माझा अंदाज खरा ठरला. हा कॅन्सर नाही. पूर्ण बरं वाटेपर्यंत यांना इथंच राहावं लागेल. तुम्ही हवं तर गावी जा.'

नंतर चार दिवस तिथं राहून काळिंगा गावी परतला. उजव्या स्तनातली गाठ कापून काढल्यावर वेदना बऱ्याच कमी झाल्या होत्या. डाव्या स्तनातली गाठही पूर्ण बरी होईपर्यंत राहणं भाग होतं. तिनंच काळिंगाला जॅकबरोबर घरी जाऊन शेताकडे आणि जनावरांकडे बघायला सांगितलं. हॉस्पिटलमध्ये बाळाला पाहायला ती दूध पाजणारी नर्स मिळाली असल्यामुळे तो प्रश्न नव्हता. काळिंगानं तीन-चार दिवसांतून एखादी चक्कर मारायचं ठरलं.

२

हिल्डा येईपर्यंत काळिंगा आणि जॅकच्या जेवणाचं बघायची जबाबदारी मल्लेशीवर टाकण्यात आली होती. तोही भात आणि भाजी एका ॲल्युमिनियमच्या भांड्यात आणून देत होता.

एक दिवस जॅक आणि काळिंगा जिल्ह्याच्या गावी जाऊन परतले, तेव्हा कुणीतरी त्यांच्या घरासमोर तेरा पोती आणून ठेवली होती. जवळ जाऊन पाहिलं तर त्यातलं एक पोतं पावट्याचं, एक तुरीचं, आणि बाकीची पोती नाचणीची होती. काळिंगानं मल्लेशीला हाक मारून विचारलं, 'ही सगळी कुठली पोती?'

त्यानं सांगितलं, 'अग्रहारातल्या होन्नानं दोन गाड्यांमधून भरून आणून टाकलंय!..तुमच्या वाट्याचं येवढं झालंय, म्हणे. तो इचारत होता, रागीचा चारा कुटं आणून टाकू म्हणून!...मला ठाऊक नाही..धनी आल्यावर इचार म्हणून सांगितलं..'

'याचंही तसंच का नाही सांगितलंस? म्हणावं धन्यांना विचारून दे!..'

'तसंच सांगितलं मी! पन त्याच्या घरी ठेवायला जागा नाय म्हणं!..'

काळिंगानं मल्लेशीकडे पाहिलं. याला याची पार्श्वभूमी ठाऊक आहे की काय? इथल्या बाकीच्या गड्यांना सगळं ठाऊक आहे. हाही देवस्थानाला जाऊन येत असतो. म्हणजे कदाचित यालाही सगळं ठाऊक असणार!...

काळिंगा म्हणाला, 'हे बघ, सायकलवरून जा आणि होन्नाला घेऊन ये.'

रात्री सातच्या सुमारास होन्ना आला. त्याला काळिंगानं विचारलं, 'हे इथं का आणून टाकलंस?'

'मग आनी कुटं घालायचं होतं?'

'ते जोईसांना विचारायचं!..'

'कितीतरी दिवसांत ते तर जमिनीकडं फिरकले बी नाहीत! म्हणून इचारलं तर म्हनत्यात, ऋण संपल्यावर मी कशाला तिकडं बगू? शेतातलं खोबरं घाण्याला घातलंय. त्याचे हजार रुपये झालेत.'

हे काळिंगालाही अपेक्षित नव्हतं. सगळा खुलासा करून घेण्यासाठीच त्यानं होन्नाला निरोप पाठवला होता.

होन्ना पुढं म्हणाला, 'रागीचा चारा तुमच्या गोठ्यापाशी आणून टाकतो..' आणि तो निघून गेला.

रात्री मल्लेशीनं दिलेलं जेवण जेवल्यानंतर जॅक आणि काळिंग झोपायला गेले. आता हिल्डाची प्रकृतीही बरी होत चालली होती. त्यामुळे काळिंगा निश्चिंत मनानं घरी आला होता. पण होन्नानं आणून टाकलेलं धान्य बघून त्याची झोप उडून गेली होती. किती वेळा कूस बदलली तरी झोप येईना.

या वेंकटरमणाचा स्वभाव आपल्याला याआधी नीट समजलाच नव्हता की काय? लहानपणी आपला अभ्यास घेताना हा किती मृदू होता! म्हैसूरमध्ये शिकत असतानाही हा 'आपल्यापुरता आपण' राहायच्या मनोवृत्तीचा होता. तेव्हा तर हा थोडा बावळटही वाटायचा! परदेशप्रवास आणि विज्ञानाची पार्श्वभूमी असल्याशिवाय माणूस आत्मविश्वासपूर्ण बनू शकणार नाही अशी त्याची भावना होती. पण आता का आपल्याला वेंकटरमणाएवढा आत्मविश्वास नसल्याचं जाणवतंय?....

वेंकटरमणाच्या पाठोपाठ त्याला आपल्या आईचीही आठवण झाली. वेंकटरमणानं निदान संस्कृतचा तरी अभ्यास केलाय! तसं त्याला काही प्रमाणात इंग्लिशही येतं. पण आपल्या आईला तर काहीच येत नव्हतं! एवढंच काय, तिला तर बोलायलाही येत नव्हतं! पण तिचाही आत्मविश्वास किती प्रचंड होता. अखेरच्या काळात गावकऱ्यांच्या बरोबरीनं आपल्याला किती जोरदार विरोध केला तिनं. अगदी मरणासन्न असतानाही सगळ्या गाई वेंकटरमणाला दान देतानाही तिनं आपल्याला पाहून कसं न बघितल्यासारखं केलं. तिच्या मृत्यूनंतरही आपली उपेक्षा चालूच आह. आता तिच्याबरोबरच सगळे गावकरीही आपली उपेक्षा करताहेत. आता तर देवस्थान आणि फार्मच्या मध्ये घातलेल्या कुंपणामुळे ती उपेक्षा आणखी अधोरेखित होतेय.

का कोण जाणे, त्याला एकाएकी जाणवलं, तायव्वाला जाऊन इतके दिवस झाले तरी आपण तिचं दिवसकार्यच केलेलं नाही! पण आपल्या हातून ते होऊ नये असा गावकऱ्यांनी निर्णय केल्याचं स्पष्ट दिसत होतं. असं ठरल्यावर जरी आपण करायचं ठरवलं तरी कुणी येणार नाही हे स्पष्टच होतं!

मध्यरात्र उलटली तरीही झोप न येण्यामागं काय कारण असावं? हिल्डा गावात असती तर असल्या विचारांना पळवून लावणं सहज शक्य होतं. तिचं घरातलं नुसतं अस्तित्वही त्याच्या मनाला ताब्यात ठेवायला कारणीभूत होत होतं. आता काही दिवसांसाठी तीही घरात नाही!...

याचा अर्थ हिल्डा नसेल तर माझा आत्मविश्वासही चक्काचूर होणार की काय? या बाळंतपणाच्या वेळी तिनं तर आपल्याला सोडून जायचा निश्चय केला आहे! ती खरोखरच निघून गेली तर आपली गत काय?

पहाटे-पहाटे त्याचा थोडा डोळा लागला. पण पहाटेच मल्लेशीनं विहिरीचा पंप सुरू केला. त्या आवाजानं त्याला जाग आली. आता ट्रॅक्टरचं काम नसल्यामुळे मल्लेशीच गोठ्यात जाऊन मशिननं दूध काढायचं कामही पाहत होता.

काळिंगा बाहेर आला तेव्हा होन्नानं आणून टाकलेली पोती अजूनही तिथंच होती. त्यांचं काय करायचं याचा निर्णय न झाल्यामुळे ती तशीच पडून होती. काळिंगाला अजूनही त्या प्रश्नाचं उत्तर सुचलं नव्हतं.

साडेआठच्या सुमारास मल्लेशी परतला तेव्हा काळिंगानं विषय काढला, 'तू अजूनही देवळाला जात असतोस का?'

'नाही.'

'खोटं बोलू नकोस. माझा काही तुझ्या जाण्याला आक्षेप नाही.'

'जातो!'

'जोईस तिथं काय करत असतात?'

'खरं-खरं सांगू?'

'सांग!'

'तुमची जमीन सोडून दिल्यानंतर ते जास्त वेळ देवळातच असतात. तिथंच बसून कुणाकुणाची पत्रिका-कुंडली लिहीत असतात. ते तिथंच असत्यात म्हटल्यावर देवाला पूजा करनारे बी लई लोक येतात.'

'रोज देवाला प्रसाद घेऊन येतात? की...?..'

'होय. रोज आणतात की!..पूजेसाठी येताना घरच्या सगळ्या गाई बी घेऊन येतात. संध्याकाळी घरी जाताना घेऊन जातात. पूजा झाल्यावर आलेल्यांना देऊन उरलेला घासभर प्रसाद दुपारला खातात. पत्रिकेचं काम नसलं की मोठ्यानं मंत्र म्हणत गाईंच्या मागं फिरत असतात.'

'त्यांचं जीवन कशावर चालतं, ठाऊक आहे?'

'पत्रिका लिहून चार पैसे मिळतात म्हनं! यानंतर गावकरी बी युगाधीचं फल सांगितल्याबद्दल दहा-दहा शेर जास्तीचं धान्य देनार हायेत म्हनं! बाकीच्या गावच्या लोकांनी बी द्यायचं कबूल केलंय म्हनं. आन गाईंसाठी गावकऱ्यांनी जास्तीचा चारा

बी दिलाय. आन होन्नानं भक्तीपायी आदीच वीस शेर रागी आन चाऱ्याचा भारा त्यांच्याकडं पोचता केलाय..'

सगळं ऐकून काळिंगा मूक झाला. पुढं काय सांगायचं ते न कळून मल्लेशीही गप्प झाला. काळिंगाच म्हणाला, 'एवढ्या गाई चरताहेत त्याच्या! सगळ्या दुधाचं काय करतोय तो?'

'ते कुटं सगळ्या गाईंचं दूध काढतात? गाईंचंही सगळं दूध ते काढत नाहीत. वासराचं पोट भरल्यावर राहील तेवढंच दूध काढतात. तेच गाडगंभर होतंय! त्यातलंच देवाच्या पूजेसाठी आणतात. घरात दोन्ही वेळेला दूध पितात. राहिलं तर ताक करून लोणी काढतात.'

'दूध विकत नाहीत?'

'नाही. गवळी दूध विकू शकतात- मी विकायचं नसतं..म्हनतात. गाईला पाडी झाली तरी ते विकत नाहीत. गोऱ्हा मात्र मोठा झाला की देतात. या महिन्यात त्यांनी दोन मोठे गोऱ्हे विकले. चारशे रुपये आले.'

काळिंगानं पुढं काही विचारलं नाही. स्वयंपाकासाठी चूल पेटवायची असल्यामुळे मल्लेशीही निघून गेला. पण अर्ध्या तासानं काळिंगा त्याच्या शेडमध्ये जाऊन म्हणाला, 'हे बघ, एक काम करायचंय.'

'मी तुझ्याकडे काही पैसे देतो. तू सायकलवरून गावात जाऊन पूजेचं सामान घेऊन ये. सामान भरपूर आण आणि जोईसांच्या घरी देऊन ये. उद्या त्यांनी देवळात पूजा केल्यानंतर मला प्रसाद आणून दे.'

यावर मल्लेशी काहीच बोलला नाही.

'का? काहीच का बोलला नाहीस?' काळिंगानं विचारलं.

मल्लेशी काहीसे आढेवेढे घेत म्हणाला, 'खरं सांगितलं तर रागाला नाही येनार न्हवं?'

'नाही. बोल तू!'

'तुमचं नाव सांगितलं तर ते पूजेचं सामान घेनार नाहीत! तुमच्या नावानं पूजा बी करनार नाहीत ते! आन प्रसाद बी देनार नाहीत!'

कुणीतरी थोबाडीत मारावं तसं काळिंगाला झालं. पण ते न दाखवता तो म्हणाला, 'तसं नव्हे. तू तुझ्या नावानं पूजा करायला सांग. म्हणजे तुझ्या आईच्या किंवा वडिलांच्या नावानं करायला सांग. घरात खायला पाहिजे असं सांगून प्रसाद मागून आण.'

हे मल्लेशीला पटलं. कधीतरी हे जोईसांना कळालं, तर ते त्यानंतर आपल्याशी बोलणं टाकतील, पण आता धन्याला 'नाही' म्हणणंही शक्य नाही..पण आता धन्यांना का पूजा करायची असेल? बायकोच्या आजारात त्यांनी नवस बोलला

असेल काय? की आईचे दिवस केले नाहीत म्हणून यांच्या बायकोला हा आजार झाला असेल? मल्लेशीनं आपल्या पद्धतीनं धन्याच्या वागण्याचा अर्थ लावायचा प्रयत्न केला. या संदर्भात आपल्या वाटेला असा काही महत्त्वाचा कार्यभाग आल्यामुळे तो रोमांचित झाला होता!

सायकलवरून गावात जाऊन सगळं पूजेचं सामान घेऊन तो जोईसांच्या घरी गेला तेव्हा ते घरातच होते. त्यांनी पूजेचं कारण विचारताच त्यानं सांगितलं, 'काय नाही! सपान पडलं. आईच्या नावानं पूजा कर म्हनून! बस्सम्मा तिचं नाव!..'

दुसऱ्या दिवशी सकाळी लवकर आंघोळ करून मल्लेशी देवळात गेला. पूजा झाल्यावर दुपारी आणि रात्री पोटभर होईल एवढा जोईसांनी दिलेला प्रसाद घेऊन तो परतला. त्या दिवशी पूजेच्या वेळी आलेल्या दहा-बारा जणांनाही मल्लेशीच्या नावानं भरपूर प्रसाद मिळाला.

त्या दिवशी काळिंगानंही लवकर आंघोळ करून उपवास केला होता. घरी आल्यावर मल्लेशीनं पुजाऱ्याच्या आविर्भावात त्याला आणि जॅकला प्रसाद दिला. आता हिल्डा घरात असती तर... असा विचार करतच काळिंगानं प्रसाद घेतला. ती घरात असती तर आपण पूजा करायला सांगितलं असतं का? हे असं का व्हावं? तो आता गंभीरपणे विचार करू लागला.

३

वीस दिवस हॉस्पिटलमध्ये राहून हिल्डा बाळाबरोबर घरी परतली. आता तिला पूर्णपणे बरं वाटलं होतं. पण या उपचाराचा एक परिणाम म्हणून आता तिला दूध येणंच बंद होऊन गेलं होतं.

त्यामुळे बाळाची समस्या तशीच राहिली होती. तिला दूध पाजणारी नर्स आपली नोकरी सोडून इथं येणं शक्य नव्हतं. आणखी कुणी माता केवळ पैशासाठी दुसऱ्याच्या बाळाला दूध पाजायला तयार नव्हती. त्यात या बाळाचा स्वभाव तर असा होता, की ते दुसऱ्या कुठल्याही दुधाला किंवा बाल-आहाराला तोंड लावायला तयार नव्हतं. कितीही मृदू निप्पलची बाटली कुशीत धरून पाजायचा प्रयत्न केला तरी ती त्याला धरायला नकार देत होती. हॉस्पिटलमधल्या नर्सेसही आपसात बोलू लागल्या होत्या, 'ही या आपल्या हट्टी स्वभावामुळे मरणार हे नक्की!...'

घरी आल्यावरही बाळाचा हा हट्टीपणा तसाच होता. फळांचा रस, साखरेचं पाणी.. असे नाना प्रयोग केले तरी बाळाचा नकार ठरलेला! या हट्टीपणामुळे हिल्डाचा तिच्याविषयीचा राग वाढत चालला होता. पण त्या इवल्याशा जिवाचा असह्य आक्रोश ऐकताना तिचा राग पुन्हा कुठल्याकुठे पळून जाई आणि तीही

असहाय होऊन जाई. त्याला कितीही समजवायचा प्रयत्न केला तरी ते ऐकायला तयार नव्हतं.

बाळाचा आक्रोश ऐकून मल्लेशी आपल्या शेडमधून बाहेर येऊन म्हणाला, 'कुठल्यातरी गाईच्या थानाला हिचं तोंड लावा! म्हनजे ही गप्प होईल. आमच्याकडं बाळं तशी गप्प बसतात.'

हे ऐकताच काळिंगाला नवा प्रकाश दिसल्यासारखं वाटलं. त्याला हे पटलं. तो स्वतःही लहानपणी अशा प्रकारे गाईचं दूध प्यायचा, हेही त्याला आठवलं. पण मग हा उपाय आपल्याला का सुचला नाही, या विचारानं त्याला मनोमन खंत वाटली.

पण हिल्डा म्हणाली, 'हे खरं असेलही, पण हे दूध आरोग्याच्या दृष्टीनं चांगलं नसतं. गाईच्या सडावर आणि दुधात किती आणि कसले रोगजंतू असतात, कुणास ठाऊक! दूध तापवून, थंड करून, त्यातलं फॅट काढून बाळांना पाजवायला पाहिजे!'

'मी तर तसाच प्यायलो होतो! मला काहीच झालं नव्हतं! काहीतरी करून याचा जीव वाचवायला पाहिजे!..' म्हणत काळिंगानं बाळाला उचललं आणि तो गोठ्याकडे चालू लागला. निरुपायानं जॅक आणि घराकडे मल्लेशीला लक्ष द्यायला सांगून हिल्डाही त्याच्या पाठोपाठ निघाली.

दोघंही गोठ्यात गेले. हिल्डानं एका आरोग्यवंत गाईची निवड केली. तिचं सड पाण्यानं स्वच्छ धुतल्यानंतर हिल्डानंच बाळाचं तोंड तिथं धरलं. गाईनं दचकून धडपड केली. बाळाला काही झालं नाही. पण त्याला हातात घेऊन उकिडवं बसलेल्या हिल्डाच्या गुडघ्याला गाईचा खूर लागला आणि तीही धडपडली. काळिंगानं दुसरी गाय आणली. अशा चार गाईंबरोबर प्रयोग केले तरी एकही गाय दूध पाजायला तयार झाली नाही. पुढच्या एका गाईला आधी वासराला सोडून प्रयत्न केले. आता तर गाईनं वासरालाही लाथ मारली. हिल्डा म्हणाली, 'ही वासरंही या बाळासारखं जोरात दूध ओढतात! म्हणून या गाईही अशा वागताहेत!'

काहीतरी विचार करून काळिंगानं विचारलं, 'तसं नाही! या गाईंना रबरी नळ्यांमधून दूध सोडायची सवय झालीय! ज्या गाईंना स्वतःच्या वासरांनाच पाजायची सवय नाही, त्या माणसाच्या पिल्लांना कसा पान्हा सोडतील?'

हे हिल्डालाही पटलं. पण 'आता काय करायचं' हा प्रश्न होताच.

काळिंगा विचार करत म्हणाला, 'गावात बाळांसाठी पान्हा सोडणाऱ्या गाई असतीलही; पण आपल्याला कुणी देणार नाही. सगळ्या गाईही इतक्या गरीब नसतात. आमच्याकडच्या पुण्यकोटी गाई मात्र तशा गरीब होत्या! त्यातली कुठलीही गाय असती तर तिनं बाळाला पाजलं असतं!..'

'कुठली गाय?'

'तू जमालला सांगून मारलीस ना, ती..' बोलता बोलता काळिंगा थांबला. अशा परिस्थितीत हिल्डाला हिणवायचा त्याचा अजिबात विचार नव्हता, पण त्याच्या बोलण्याचा व्हायचा तो परिणाम झालाच. हिल्डा व्यथित होऊन म्हणाली, 'आता तूही मला हिणवायची संधी सोडणार नाहीस का? का? त्या दिवशी तूही त्यातलं मांस खाल्लंस की नाही?'

काळिंग वरमून म्हणाला, 'तसं नाही! विषय निघाला म्हणून सांगितलं मी.. एवढंच..! त्या जातीच्या सगळ्या गाई तेव्हा आई घेऊन गेली ना! मरायच्या आधी तिनं त्या सगळ्या वेंकटरमणाला दिल्या ना! आता माझ्या समजुतीप्रमाणे त्याच्याव्यतिरिक्त आणखी कुणाकडेही या जातीच्या गाई नाहीत, हा खरा मुद्दा आहे!..'

हिल्डा निरुत्तर झाली. बाळ अजूनही चढ्या स्वरात रडत होतं. सतत रडल्यामुळे आता त्याचा आवाज बसल्यासारखा झाला होता. डोळेही लाल झाले होते. त्याला चुचकारत हिल्डा म्हणाली, 'अशा वेळी तुमचा तो मित्रही सहकार्य करेल! तू त्याला विचारून ये!'

'नाही करणार! आणि दुसरं म्हणजे मेलो तरी मी स्वतःला अशा हीन अवस्थेत नेऊ शकणार नाही!'

क्षणभर हिल्डा स्तब्ध झाली. इकडं बाळ पुन्हा जोरात रडू लागलं. ती म्हणाली, 'डिअर! हा तुझ्या जगण्या-मरण्याचा प्रश्न नाही; या बाळाच्या जीवनाचा प्रश्न आहे! तू बाप आहेस या बाळाचा! अशा प्रसंगी आपल्या मुलाच्या जीवनापेक्षा आपला मान महत्त्वाचा मानणं हा फक्त अहंकार आहे.'

'तसं असेल तर तू जा!'

'तू तसं स्पष्टपणे सांग, म्हणजे मीच जाईन! तुझा या बाळाशी काहीही संबंध नाही का? तू तर सतत सांगतोस, हिचा चेहरा तुझ्या आईसारखा आहे म्हणून?'

आता काळिंगा निरुत्तर झाला. अपमान, आत्मतिरस्कार यांसारख्या नाना भावनांमुळे त्याचं मन उद्विग्न झालं होतं. हिल्डा पुन्हा रडणाऱ्या बाळाला गप्प करण्यासाठी निष्फळ प्रयत्न करू लागली. काही क्षणांनंतर काळिंगा म्हणाला, 'आता साडेतीन वाजलेत. आता वेंकटरमणा देवळापाशी गाईंसमवेत असेल. तू बाळाला घेऊन घरी जा. मी सरळ देवळापाशी जातो.'

४

वेंकटरमणा पुष्करणीपाशी असलेल्या मोकळ्या जागेत गाई चारायला घेऊन गेला होता. अंगावर पूजेच्या वेळचा सोवळ्याचा पंचा होता. हातात कुठलंसं पुस्तक

होतं. त्याच्या पुढ्यात अचानक उभा राहून काळिंगानं विचारलं, 'हे बघ, तू मला हवं ते म्हण! माझ्या बायकोचं दूध वठून गेलंय. माझी चार महिन्यांची मुलगी आईच्या दुधाव्यतिरिक्त आणखी कशालाही तोंड लावेनाशी झालीय! रडून-रडून ती मरणासन्न झालीय! तुझ्याकडची गाय दे! निदान तिच्या स्तनाला तरी तोंड लावते का, बघतो!'

काळिंगाच्या बायकोच्या आजाराची वेंकटरमणालाही कल्पना होती. पण ते न दाखवून देता तो काही न बोलता बसून राहिला.

काळिंगाच म्हणाला, 'हे बघ, आता बाळाला वाचवणं तुझ्या हातात आहे!'

'का? तुझ्या गोठ्यात गाई नाहीत?'

'आहेत! पण त्या बाळाला तोंड लावू देत नाहीत!'

'का?'

फारसा विचार न करता काळिंगा म्हणाला, 'त्या गाईंना मशिननं दूध काढायची सवय झालीय. त्यामुळे त्या वासरांनाही तोंड लावायला देत नाहीत; त्या माझ्या मुलीला कुठून देणार?'

यावर वेंकटरमणाही तिरसटपणे म्हणाला, 'तर मग तुझ्या बाळाच्या तोंडालाही मशिनच लाव ना!'

त्याच्या बोलण्यातला कुत्सितपणा लक्षात येऊन काळिंगा म्हणाला, 'हे बघ! तू हवं तेवढं कुजकं बोल! मरत असलेल्या बाळाचा बाप म्हणून मी तुझ्यासमोर उभा आह. तुझ्यात थोडी जरी माणुसकी असेल, तर अशा वेळी हा असला क्षुल्लकपणा न करता मला एक गाय देशील काय ते बोल!'

'जेव्हा आपल्या पोटचं मूल मरायला टेकतं, तेव्हा माणुसकीही सुचते आणि क्षुल्लकपणाही दिसतो! तेच आपल्याला जन्म देणारे मरायला टेकले तर यातलं काहीही आठवत नाही; नाही का? काळिंगा, तू माझ्यापेक्षा लहान आहेस. माझ्याकडून तू चौदाखडी शिकला आहेस. तू मला शहाणपण शिकवायला येऊ नकोस, जा! तुझं मूल मेलं तर या जगाचं काहीही बिघडणार नाही!'

यावर काय सांगायचं ते काळिंगाला सुचलं नाही. काहीतरी बोलायला तो तोंड उघडणार तेवढ्यात वेंकटरमणा म्हणाला, 'तुझं संतान म्हणजे तुझ्यापासून जन्मलेलं मूल, तुझ्या बायकोच्या पोटी वाढलेलं मूल मेलं, तर धर्माच्या दृष्टीनं चांगलंच! आज त्याचा जीव वाचवायला मी गाय दिली तर तुझं मूल त्या गाईच्या पोटी जन्मलेल्या मुलांना, नातवांना आणि पुढच्या सगळ्या पिढ्यांना मारून खाणार आहे. एवढ्या गोहत्येला कारणीभूत होण्याइतका मी काही मूर्ख नाही! तू मुकाट्यानं इथून निघून जा!..'

तिथून निघून जाण्याव्यतिरिक्त काळिंगाकडे काहीच उपाय राहिला नव्हता. पण तेवढीही शक्ती त्याच्यामध्ये राहिली नव्हती. तायव्वा मरत असताना तो जसा निष्प्रभ

होऊन तीन तासांपेक्षा जास्त काळ उभा राहिला होता, तशीच त्याची आता अवस्था झाली होती.

वेंकटरमणा पुन्हा म्हणाला, 'काळिंगज्जाचा वंश वाढू दे म्हणून मी दररोज पूजेच्या वेळी प्रार्थना करायचो! आता मी पूजेच्या वेळी रोज काय म्हणतो, ठाऊक आहे? हा वंश नष्ट होऊ दे, चांगल्या वंशात वाईट संतान वाढू लागलं, तर त्या वंशाचं तळपट झालं पाहिजे! गौडज्जा-तायव्वा आणि तुझा बाप कृष्णा यांना तर मुक्ती मिळाली आहे. केवळ त्या रक्तातून जन्म झाला या तुच्छ कारणासाठी तू आणि तुझ्या मुला-बाळांनी जगायची आवश्यकता नाही! देवानं तुझ्या भल्यासाठीच तुझ्यावर ही परिस्थिती आणली आहे. जा तू! तुझ्या आईला मूठमाती द्यायचं पुण्य तुझ्या नशिबात नव्हतं! ती तुझी आईच या मुलीच्या रूपानं जन्मलीय असं सगळे म्हणताहेत! दिसायलाही तशीच आहे म्हणे! ती मेली की तिला नीट मूठमाती दे! म्हणजे तेवढंच आईचं ऋण फिटेल!'

वेंकटरमणा इतका क्रूरपणे बोलेल असं त्याला अजिबात वाटलं नव्हतं. त्याच्या प्रत्येक वाक्यासरशी काळिंगाच्या काळजात सुरा खुपसल्यासारखं होत होतं. आता काळिंगाच्या डोळ्यांत पाणी भरलं. तो गदगदलेल्या आवाजात म्हणाला, 'मी शेवटचं विचारतोय, बोल! देणार आहेस की नाही? तू केवळ सूड घेणार आहेस की जरा वरचा विचार करणार आहेस? शेवटचं सांग!'

हे ऐकताच वेंकटरमणा शरमून गेला. त्यानं काही क्षण विचार केला. नंतर म्हणाला, 'हे बघ, मी एक गाय देतोय, तरीही एक गोष्ट लक्षात ठेव, दान म्हणून मिळाल्यामुळे ती माझी गाय आहे! बाळाचं कारण सांगतोयस म्हणून ती तुला मी चार दिवसांसाठी देतोय! तरीही मी तुझ्या किंवा तुझ्या बायकोच्या भरवशावर देणार नाही! तू तुझा तो नोकर मल्लेशी आहे ना, त्याला घेऊन ये! त्याच्या विश्वासावर मी ही गाय त्याच्या ताब्यात देईन! माझा त्याच्यावर विश्वास आहे; तुम्हा दोघांवर नाही!'

तिथून काळिंगा पुष्करणीपाशी आला. पण तिथं नुकतंच कुंपण घातलं होतं. ते तोडलं तर वेंकटरमणा गप्प बसणार नाही, हे त्याला समजत होतं. तिथून हिल्डा बाळाला समजावत असल्याचं दिसत होतं. त्यानं तिला खुणेनंच जवळ यायला सांगितलं. ती जवळ आल्यावर त्यानं मल्लेशीला पाठवायला सांगितलं. धावत आलेल्या मल्लेशीला तो म्हणाला, 'इथं यायला जागा नाही. तू पलीकडे वेढा घेऊन ये!..'

'नाही. इकडून यायला एक चोरवाट आहे. येतो मी..' म्हणत तो मधला बांबू बाजूला करून हलकेच आला.

नवलानं काळिंगानं विचारलं, 'ही वाट कुणी बनवली? तुला कशी ठाऊक?'

तो संकोचून म्हणाला, ‘आपल्या गड्यांनीच केलीय! पूजेच्या वेळी जाऊन प्रसाद आणायला म्हणून..’

मल्लेशी येताच त्याला वेंकटरमणानं सांगितलं, ‘हे बघ! आमची ही पांढरी शुभ्र गाय आहे ना, घरात तिचं कोवळं वासरू आहे. कपाळावर गोचंदनाचा छापही असल्यासारखा आहे. त्या वासराला घेऊन ये! पण थांब! तू तसा मागायला गेलास तर घरचे देणार नाहीत. हे भांडं आणि हे फुलपात्र नेऊन दे. म्हणजे त्यांचा विश्वास बसेल. मी सांगितलंय म्हणून सांग.’

मल्लेशी येईपर्यंत काय करायचं हे काळिंगाला सुचेना. पण घरी जावं म्हटलं तर पायातली शक्तीच गेल्यासारखं झालं होतं. वेंकटरमणाच उठला आणि तो सगळ्या गाईंना दावी पकडून एकत्र करू लागला.

हे दृश्य पाहताना त्याच्या मनात एक प्रकारचा अलौकिक भाव उमटला होता. हे दृश्य काही काळिंगाच्या दृष्टीनं नवं नव्हतं. तो लहान असताना तोही असाच गाईंच्या मागं जात होता. रात्री गोठ्यात परतल्यावर त्यांच्या गळ्यातल्या घंटा सोडून ठेवल्या जायच्या. आता त्यांच्या गळ्यातल्या घंटा ऐकताना त्याच्या मनात वेगळीच भावना निर्माण होत होती.

तासाभरात वेंकटरमणाच्या सगळ्या गाई गावाकडे जायला सज्ज झाल्या होत्या. त्याच वेळी मल्लेशीही वासराला उचलून घेऊन आला. वासराला त्याच्या आईपाशी घेऊन जाऊन वेंकटरमणानं सांगितलं, ‘हे बघ! तुला या गाईची शेपूट हातात घेऊन शपथ घेतली पाहिजे. जर यांनी हिला मारून खाल्ली, तर ते पाप तुझ्यावर असेल. तू नरकात जाशील! उद्या पूजेच्या वेळी तू ही गाय आणि हिचं वासरू इथंच आणून दिलं पाहिजेस! या दोघींना तू तुझ्याच शेडमध्ये बांधलं पाहिजेस.’

मल्लेशी गाईची शेपूट हातात धरून वचन देत असताना तिथं काळिंगा आला. वेंकटरमणा त्याच्याशी अवाक्षर बोलला नाही. तो इतर गाईंना हाकत निघून गेला. ही गायही आधी इतर गाईंच्या मागोमाग जायला निघाली; पण मल्लेशीनं तिला कुरवाळून-खाजवून समजावल्यावर ती त्याच्याबरोबर जायला निघाली.

काळिंगानं विचारलं, ‘हे काय? त्या एवढ्याशा रस्त्यानं गाय येऊ शकेल काय? त्यापेक्षा तिकडून घेऊन ये!’

‘येईल. चला तुम्ही!’

कुंपणापाशी आल्यावर आधी बांबू काढून मल्लेशी आत गेला. त्याच्यापाठोपाठ गायही गेली. वासरासमवेत काळिंगाही आत आला. हिल्डा कुंपणापाशीच उभी होती. रडून रडून हैराण झालेलं बाळ थकून गप्प झालं होतं.

हिल्डाला बघून गाय थोडी घाबरी झाली. मल्लेशीनंच बाळाला घेतलं. हिल्डा

थोड्या अंतरावर जाऊन उभी राहिली. काळिंगानं वासराला सोडलं. ते धावत आलं आणि त्यानं गाईच्या आचळाला एकीकडून तोंड घातलं. दुसरीकडे मल्लेशी बाळाला घेऊन बसला आणि त्यानं हलकेच एक सड बाळाच्या तोंडात दिला.

आधी बाळानं चोखायला नकार दिला. मल्लेशीनं त्याच्या तोंडापाशी थोडंसं दूध पिळलं. बाळाला त्याची चव कळाली. पुन्हा एकदा मल्लेशीनं हलकेच दूध पिळलं. आता बाळाला समजलं आणि ते दूध पिऊ लागलं.

हे दृश्य लांबून पाहाणाऱ्या हिल्डाला आश्चर्याबरोबरच कौतुकही वाटलं. गाईचं दूध शांतपणे पिणाऱ्या या बाळानं बाटलीचं दूध का पिऊ नये? किती विचित्र बाळ हे!....

५

रात्री पोटभर दूध पिऊन बाळ शांतपणे झोपी गेलं. पण काळिंगाला झोप आली नाही. त्याचं मन बाळपणीच्या आठवणींत गढून गेलं होतं. तोही असंच एका पुण्यकोटी गाईच्या आचळाला तोंड लावून दूध पीत होता. कदाचित ती या गाईची आजी-पणजी असेल. पाठोपाठ तायव्वाची आठवण झाली. त्याची आजी कुणालातरी सांगत होती, तेही आठवलं. तो वर्षाचा असताना त्याच्या आईला दूध येईनासं झालं होतं, तेव्हा लहानगा काळिंगा स्तनाचंच दूध पाहिजे म्हणून हट्टाला पेटला होता. तेव्हा त्याला गाईच्या आचळाला तोंड लावून दूध प्यायची सवय लागली होती. नंतरही कितीतरी दिवस तो तसंच दूध प्यायचा म्हणे! याच्या बालपणीच्या आठवणी निघाल्या की ही आठवण आजोबा-आजी न चुकता सांगायचे!

त्याच्या मनात आईची आठवण दाटून आली. वर्षभर मी तिचं दूध प्यायलो होतो...

त्यानं हातातल्या घड्याळावर टॉर्च सोडून पाहिला. रात्रीचे अडीच वाजले होते. हिल्डालाही झोप लागली नसल्याचं त्याला जाणवलं. त्यानं तिला विचारलं, 'गेल्या वीस दिवसांपूर्वी म्हातारी जनावरं विकलीस ना? कुणाला विकलीस? त्याचं नाव काय?'

या प्रश्नाचं नवल वाटलं तरी हिल्डानं आठवून सांगितलं, 'तालुक्याचा माणूस होता. शुकुरसाब त्याचं नाव. का विचारतोयस?'

'काही नाही.'

पहाटेच्या वेळी त्याला झोप लागली. पण सकाळी सात वाजता तो गडबडीनं उठला. तो तोंड धुऊन बाहेर आला, तेव्हा मल्लेशी बाळाला गाईचं दूध पाजत होता. आवरून झाल्यावर काळिंगानं कपडे बदलले आणि खिशात पैसे भरून घेतले.

हिल्डानं विचारलं, 'कुठे निघालास? असा अचानक?...'

'तालुक्याला जाऊन येतो!' त्यानं सांगितलं.

तालुक्याला जाऊन शुकुरसाबचा पत्ता शोधून त्याच्याकडे चौकशी केली तेव्हा त्यानं सांगितलं, 'सर, तुमची जनावरं घेऊन बावीस दिवस झाले की! ती मी जिल्ह्याच्या कॉंट्रॅक्टरला विकली!'

'तर मग तू माझ्याबरोबर चल. तो मागेल तेवढे मी पैसे द्यायला तयार आहे! पण माझी जनावरं मला पाहिजेत!'

'यायला माझी काहीच हरकत नाही; पण जनावरं त्याच्याकडेही नसतील. पन्नास-शंभर जनावरं जमली की ते रेल्वेतून मुंबईला पाठवून देतात.'

'म्हणजे त्यांना मारून विकायचं काम मुंबईत चालतं काय?'

'दुसरीकडेही चालतंय. पण आमचा मोठा कॉंट्रॅक्टर मुंबईला पाठवून देतो. तिकडं जेवढा फायदा मिळतो, तेवढा दुसरीकडे मिळत नाही.'

शुकुरसाबबरोबर एक टॅक्सी करून काळिंगा जिल्ह्याला गेला. तिथल्या कॉंट्रॅक्टरनं सांगितलं, 'तुम्ही सांगता ती जनावरं मुंबईला पाठवून दहा दिवस झाले. ती तुम्हाला मिळतील की नाही ते सांगता येत नाही.'

'का?'

'एवढ्या अवधीत मुंबईला पोहोचली असतील तर एव्हाना कापून पॅक झाले असतील. विकत घेतलेल्या जनावरांना कोण उगाच चारा-पाणी देऊन खर्च वाढवत बसेल? असा धंदा केला तर नुकसान नाही काय होणार?'

'असू दे! मी शोधेन तिथं जाऊन! कसं करू?'

'तसं असेल तर मी चिठ्ठी लिहून देईन. तिथला मोठा कॉंट्रॅक्टर आमच्यापैकीच आहे. इकडच्या भागातली सगळी जनावरं त्याच्याकडेच जातात. जरी तुमची जनावरं तुम्हाला मिळाली तरी त्यांचा रवाना-खर्च, चारा-पाण्याचा आणि गडी-माणसांचा खर्च, शिवाय त्याचा नफा तुम्हाला द्यावा लागेल.'

या कामासाठी मुंबईपर्यंत जावं लागेल असं काळिंगाला वाटलं नव्हतं. खिशात पैसे होते, पण कपडेलत्ते सोबत आणले नव्हते. शिवाय तसं घरी सांगितलंही नव्हतं. त्यामुळे त्याला घरी येऊन जाणं आवश्यक होतं. तीच टॅक्सी घेऊन तो तसाच घरी आला.

तो घरी पोहोचला तेव्हा संध्याकाळचे चार वाजले होते. सहा वाजता तालुक्याला जाणारी एक बस होती. तिनं जाऊन पुढं मिळेल ती रेल्वे पकडायचं त्यानं ठरवलं. पण घरात हिल्डा नव्हती. गोठ्यात गेल्याचं मल्लेशीनं सांगितलं. आपल्या छोट्या

सूटकेसमध्ये कपडे भरून आणि आणखी थोडे पैसे घेऊन काळिंगा तयार झाला. स्वयंपाकघरात मिळेल ते खाऊन तो जायला निघाला, तेव्हा हिल्डा परत येत होती. तिच्या हातात तान्हं बाळ होतं. जॅक मागोमाग खेळत येत होता.

हिल्डानं विचारलं, 'हे काय? कुठं निघालास? मला काहीच बोलला नाहीस तू!'

'चल, सांगतो..' त्यानं चालता-चालता म्हटलं. तीही चालू लागली. तो म्हणाला, 'वीस दिवसांपूर्वी तू जनावरं खाटकाला विकली होतीस ना, ती म्हातारी जनावरं पुन्हा विकत आणायला गेलो होतो. त्यांना मुंबईला पाठवलंय म्हणे. जर त्यांना कापलं नसेल तर घेऊन येण्यासाठी म्हणून मुंबईला निघालोय!...'

ती आश्चर्यानं म्हणाली, 'असला कसला विचार सुचलाय तुला?'

'हिल्डा! अजूनही तुला नाहीच का समजलं?'

'नाही समजलं! तू समजावून सांग!'

'आपलं बाळ जगतंय की मरतंय अशा परिस्थितीत असताना त्याला वाचवणाऱ्या गाईला ती म्हातारी झाल्यावर आपण आईसारखं सांभाळायला नको का? तू विकलेली सगळी जनावरंही तसेच आपले आई-वडील आहेत.'

त्याच्या तोंडून हे बोलणं ऐकताच हिल्डा थक्क झाली. स्वतःला सावरून ती म्हणाली, 'तूही त्या पुजाऱ्याच्या नादानं बदललास! आता तू भावनावेगाच्या अधीन आहेस! थोडा शांत होऊन विचार कर.' बोलता बोलता ती त्याच्या हातातली सूटकेस काढून घ्यायला गेली.

सूटकेस न सोडता काळिंगा म्हणाला, 'खरं सांगायचं, तर मी त्याच्यामुळे बदललो नाही! त्यात बदलण्यासारखं काहीही नाही. हा माझ्या मनात लहानपणापासूनच असलेला विश्वास आहे. मध्ये काही वर्षं मलाच त्याचा विसर पडला होता. या बाळामुळे तो पुन्हा दृढ झालाय, एवढंच!...' म्हणत त्यानं तिच्या काखेतल्या बाळाचा मुका घेतला.

दोघं रस्त्यावर पोहोचले. तिथल्या झाडाखाली बसल्यावर हिल्डा पुन्हा म्हणाली, 'डिअर, तू अजूनही भावुकपणेच बोलतोयस! तू असा विचार करायला लागलास तर पशुपालनाचा आर्थिक तोल कसा सांभाळायचा? आणि तू पाहिलास तो कुठलाही चमत्कार नव्हता, हे लक्षात घे! जर एखादं बालक स्तनपानाचा टोकाचा आग्रह धरत असेल तर हे घडणं स्वाभाविकच आहे. बहुतेक गाई गरीबच असतात. गाईच कशाला, इतर प्राण्यांपैकीही कितीतरी प्राणी अशा प्रकारे माणसाच्या बालकाला दूध पिऊ देतात. डोंगराळ प्रदेशात माणसं बकरीचं दूध पितात. तिथं मुलंही बकरीच्या थानाला तोंड लावून दूध पितात. पण तीही माणसं बकरीला मारून खातातच ना? एखाद्या प्राण्याचं दूध स्तनाला तोंड लावून पिणं आणि भांड्यात

काढून पिणं यात तसा काहीच मूलभूत फरक नाही, हे लक्षात घे! फक्त या कारणासाठी तुला एवढं भावुक व्हायची काहीही गरज नाही!'

काळिंगा काहीच बोलला नाही. हिल्डाच पुन्हा म्हणाली, 'इतकी वर्षं तू अमेरिकेत कष्टानं मिळवलेलं ज्ञान तू क्षणभराच्या भावनावेगानं गमावणार आहेस का?'

'नाही! विद्युत-शक्ती, वैज्ञानिक खतं यांसारखं विज्ञान मलाही हवंय. पशूंना आजार झाले, तर त्यांना बरं करणारं विज्ञान मला पाहिजे. पण ते केवळ माणसाच्या उपयोगासाठीच आहेत, असं मानणारा दृष्टिकोन मला अजिबात नकोय.'

यावर हिल्डा काहीच बोलली नाही.

काळिंगाच नंतर म्हणाला, 'माझे आजोबा सांगायचे, वेंकटरमणाही तेच सांगत असतो. श्रद्धा निर्माण व्हायची असेल, तर चमत्कार घडावाच लागतो! माझ्यावर हे संस्कार जन्मल्यापासूनच होते, असं दिसतं. मैसूरमध्ये शिकत असताना मी एकदा माझ्या नकळत एका युरोपियन प्राध्यापकांच्या घरी गोमांस खाल्लं होतं. पण ते समजल्यावर पंचगव्य घेऊन प्रायश्चित्त घेईपर्यंत मी अस्वस्थच होतो. अमेरिकेला गेलो तेव्हा हे अदृश्य झालं होतं. आता पुन्हा त्या संस्कारांनी आपलं अस्तित्व दाखवून दिलं आहे!'

हिल्डा मौन होऊन बसली होती. ती कसला तरी गंभीरपणे विचार करत असल्याचं तिच्या चेहऱ्यावरून दिसत होतं.

काळिंगा म्हणाला, 'तुझे संस्कार वेगळे आहेत, हे मला ठाऊक आहे! म्हणूनच माझ्या मनात जी श्रद्धा निर्माण झाली ती तुझ्या मनात झालेली नाही. कालपासून आपण दोघंही एकाच अनुभवातून चाललो आहोत; पण तुझ्या मनात का तशी श्रद्धा निर्माण झाली नाही?'

हिल्डाच्या डोळ्यांत पाणी साचलं. न राहवून ती किंचाळली, 'क्रूर आहेस! तू क्रूर खाटीक आहेस! मला ठार मारतोयस!'

'डार्लिंग, शांत हो!....'

'कशी शांत होऊ? मला इतक्या लांबच्या देशातून घेऊन आलास! इतके दिवस माझ्या बुद्धीचं वारेमाप कौतुक करून वरच्या स्थानावर चढवून ठेवलंस, आणि आता तू आणि तुझे संस्कार माझ्यापासून कसे वेगळे आहेत याविषयी लेक्चर झोडून मला आपल्यापासून पारखं करतोयस! तुला वैवाहिक निष्ठा असायला नको का?'

'अरेच्चा! मी कुठं तुला निघून जायला सांगतोय? माझं तुझ्यावर किती प्रेम आहे हे तुला ठाऊक नाही काय? तू समजून घे ना मला!....'

'नो नो! तुझं हे बोलणं मला बौद्धिकदृष्ट्या हिंसा देतंय. या हिंसेसहित मी सुखानं जगू शकणार नाही! मला इथून गेलंच पाहिजे!..'

'मी नाही तुला जाऊ देणार! आणि या बाळाचं काय करणार आहेस?'

हिल्डा पुन्हा हुंदके देत म्हणाली, 'तुझ्यावर विश्वास ठेवून लग्न केलं तुझ्याशी! तुझ्या मुलांची आईही झाले. मला या सगळ्या बंधनात अडकवल्यानंतर तू तुझ्या श्रद्धेचा मार्ग धरून चालला आहेस. मी नाही त्या अपरिचित मार्गानं तुझ्यामागून येऊन स्वतःची फरपट करून घेणार. पण तुझ्या विरुद्ध दिशेनं प्रवास करण्यात मला आनंद आहे असंही तू समजू नकोस. ही काही बायकोवर प्रेम करायची पद्धत नाही, काळिंग!'

तेवढ्यात बसचा आवाज आला. एवढा वेळ दूर खेळत असलेला जॅक 'बस-बस' म्हणत ओरडत जवळ आला.काळिंगा उभा राहिला. हिल्डानं त्याचा हात धरून सांगितलं, 'तू नको जाऊस! जायचं असेल तर मला पटवून जा!'

बस जवळ येऊन उभी राहिली. काळिंगा म्हणाला, 'तुला पटवेपर्यंत म्हाताऱ्या गाई जिवंत राहणार नाहीत. शिवाय कितीही वाद घातला तरी तू पटवून घेणार नाहीस! चल, निघतो..'

तरीही हिल्डा त्याची सूटकेस घट्ट धरून राहिली. लोकांसमोर भांडण नको म्हणून काळिंगानं सूटकेस सोडली आणि बसमध्ये चढला. बस सुरू झाली.

'क्रूर! खाटीक! दुष्ट!...' म्हणत हिल्डा रडत त्या दिशेला पाहत उभी राहिली. बसच्या मागच्या काचेतून काळिंगा रडणाऱ्या हिल्डाकडे पाहत राहिला.

६

रात्री रेल्वेत काळिंगाला झोपायला जागा मिळाली, तरीही त्याला झोप लागली नाही. तो आता वेगळाच माणूस झाला होता. आपण आपल्या आई-वडील आणि आजोबांच्या जातीचा असल्याची भावना त्याच्या मनाला व्यापून राहिली होती.

पण आपल्या श्रद्धेला हिल्डा इतका का विरोध करतेय, हे त्याला समजत नव्हतं. आपल्या मनात आहे तेवढी श्रद्धा तिला वाटायला पाहिजे असं नाही; पण जर मी म्हाताऱ्या गाई आणून सांभाळायला तयार असेन, तर हिला कसली अडचण?

आणि या एकाच कारणासाठी हिल्डा आपल्याला सोडून निघून जाईल का? तिची समजूत काढण्यासाठी घरी परतावंसं मनात आलं तरीही कुठलीशी शक्ती त्याला उठू देत नव्हती.

दुसऱ्या दिवशी त्याला जाग आली तेव्हा गाडी कुठल्याशा मोठ्या स्टेशनमध्ये शिरत होती. त्याची गाडी उभी राहिली. तिच्या शेजारी एक गुड्स गाडी उभी होती. तिच्या सगळ्या डब्यांमध्ये म्हाताऱ्या गाई आणि बैल भरले होते. सगळे प्रवासी

नाश्त्यासाठी धावले. काळिंगा मात्र त्या गाडीतल्या सगळ्या डब्यांत डोकावून बघू लागला. पण त्याला त्याची गुरं कुठंच दिसली नाहीत. कदाचित एव्हाना ती मुंबईला पोहोचलीही असतील. या विचारानं तो पुन्हा आपल्या गाडीत चढून बसला.

रेल्वगाडी सुरू झाली. त्याला आठवलं, हिल्डानं विकलेली जनावरं त्यानं नीट पाहिलीही नव्हती. आता ती समोर आली तरी आपण त्यांना ओळखू शकू याचीही त्याला खात्री वाटेना. तंबाखूचं काम असताना तो गोठ्याकडे जातही नव्हता. त्याच काळात गावातली गुरं त्यांच्या नव्या गोठ्यात आणून बांधली होती. ती एकूणच गुरं त्यानं नीट पाहिली नव्हती. आधीपासून त्या गोठ्यात असलेल्या चार म्हाताऱ्या गाईंचा तेवढा त्याला परिचय होता. त्यांच्यावरून आणि अमुक जिल्ह्यातून आणलेली गुरं या आधारावर कदाचित ती शोधता येतील. याच विचारात तो खिडकीतून बाहेर पाहत होता.

त्याची रेल्वेगाडी सगळ्या स्टेशन्सवर थांबत नव्हती. मधल्या कुठल्यातरी स्टेशनवर ती जनावरांची गाडी उभी राहिली. त्यात तर आपली जनावरं नसतील ना? तो हा विचार करत असतानाच त्याची रेल्वेगाडी पुढं धावू लागली.

पुण्याला गाडी थांबताच पोटासाठी काहीही न खाता त्यानं मुंबईची गाडी पकडली. संध्याकाळी मुंबईला उतरल्यावर आपल्याकडच्या कागदावर लिहिलेल्या पत्त्याची चौकशी करत तो निघाला.

रात्री आठ वाजता त्याला त्या मोठ्या कॉंट्रॅक्टरचं घर मिळालं. मोठ्या आलिशान फ्लॅटमध्ये राहणारा तो बराच श्रीमंत माणूस दिसत होता. मोठा दिवाणखाना, भिंतीवर लक्ष्मी-सरस्वती-बद्रिनाथ-केदारनाथ यांचे फोटो होते. जमिनीवर भारी गालिचा अंथरला होता. सोफासेटही भारी होता. घरीच असलेल्या कॉंट्रॅक्टरनं दोन दिवस आंघोळ-दाढी नसलेल्या काळिंगाकडे काहीशा उपेक्षेनंच पाहिलं. त्यानं दिलेला कागद पाहून सांगितलं, 'कुठं आहेत सांगता येणार नाही.'

त्यानं न सांगताच तिथल्या सोफ्यावर बसत काळिंगा अमेरिकन शैलीत म्हणाला, 'खूप लांबून आलोय मी; तुम्ही मला शोधून दिलं पाहिजे!'

या शैलीचं इंग्लिश समजलं नसलं तरी तो हिंदुस्थानी इंग्लिशमध्ये म्हणाला, 'पण तुम्हाला कशाला पाहिजेत?'

'आम्ही गाई मारण्यासाठी विकत नाही. आमच्या नकळत घरच्या नोकरांनी विकलीत ती!'

'उद्या सकाळी आठ वाजता तुम्ही इथं या. सोबत एक गडी देतो. त्याच्याबरोबर जाऊन शोधा. आम्हाला तुमच्या गाई आल्यात की नाही ठाऊक नाही. सगळी कामं आमचे मेस्त्री करतात.'

तिथून बाहेर पडून काळिंगानं एका हॉटेलमधली एक खोली धरली. आंघोळ-

खाणं उरकून तो झोपी गेला. सकाळी लवकर उठून सगळं आवरून तो कॉंट्रॅक्टरच्या घरी गेला. कॉंट्रॅक्टरनं एक गडी त्याच्या सोबत देऊन सांगितलं, 'आणलेली जनावरं आम्ही फार दिवस ठेवत नाही. कसाईखान्यासमोर आमची थोडी जागा आहे. तिथं काही जनावरं ठेवली आहेत. तुम्ही तिथं शोधून बघा. मिळाली तर तुमचं सुदैव; नाहीतर आम्हाला ठाऊक नाही!'

काळिंगा गड्याबरोबर बांद्र्याच्या कसाईखान्याकडे गेला. समोरच्या मोकळ्या जागेत शेकडो गुरं कोंडून ठेवली होती. बांबूचे विभाग करून त्यांना त्यातल्यात्यात वेगवेगळं ठेवलं होतं. गड्यानं त्यातल्या एका बाजूला नेऊन सांगितलं, 'इकडची बाजू आमची. यात तुम्ही तुमची गुरं हवं तर शोधा.'

तिथं तीनशेपेक्षा जास्त जनावरं होती. काळिंगानं तिथं जाऊन प्रत्येकाकडे निरखून पाहिलं; पण त्याला कुणाचीच ओळख पटली नाही. यातली कुठलीही गाय 'ही माझी' असं सांगणं त्याला शक्य झालं नाही. त्यातल्या कुठल्याही गाईनं याला हुंगून चाटायचा प्रयत्न केला नाही. त्याला वाटलं, मला त्यांची ओळख पटली नाही तरी त्यांना तरी माझी ओळख का पटू नये? पण हे तरी कसं होणार? त्यानं कधीही गोठ्यात जाऊन कुठल्याही गाईच्या अंगावरून प्रेमानं हात फिरवला नव्हता, की मान खाजवून प्रेम दाखवलं नव्हतं! अनेकदा तोही मशिननं दूध काढायला जायचा. पण तेवढ्यानं गाई आपली ओळख ठेवतील काय? तेवढं पुरेसं आहे का?

त्याला आठवलं, हातानं दूध काढलेलं आचळ आणि मशिननं दूध काढलेलं आचळ यात फरक असतो. त्यावरून आपल्या गाईंची ओळख पटू शकेल काय? त्या दृष्टीनं पाहिलं तरी त्याला काही समजलं नाही. सगळ्याच गाई म्हाताऱ्या असल्यामुळे सगळ्यांची आचळं सारखीच होती.

काळिंगाची धडपड बघत असलेल्या गड्यानं सांगितलं, 'तुम्हाला वेळ लागणार आहे काय? मला उशीर होतोय. मी निघतो.'

'दहा दिवसांपूर्वी आमच्या गावाहून निघालेली वॅगन इथं केव्हा येईल?'

'ते सगळं आम्हाला सांगायला जमणार नाही! कधी चार दिवसांत येतात, तर कधी उशीर लागतो. आल्यावर आम्ही फार दिवस ठेवत नाही. लगेच पुढची कामं सुरूच होतात. खर्च वाढत जातो बघा!'

त्याला विचारण्यासारखं आणखी काहीच नव्हतं. काळिंगानं पाहिलं, तिथं आणखी कितीतरी म्हाताऱ्या गाई आणून सोडल्या जात होत्या. त्यानं गड्याला विचारलं, 'तुम्हाला इतकी जनावरं कुठून मिळतात?'

'कुठून म्हणजे? म्हातारे बैल आणि भाकड गाई घेऊन कोण काय करणार? मग शेतकरी आमच्या एजंटना विकून टाकतात.'

गप्पा निरर्थक पद्धतीनं चाललेल्या बघून गड्यानं काढता पाय घेतला. काय

करायचं ते न कळून काळिंगा जागीच उभा होता. त्याच्या भोवतालची जनावरांची गर्दी वाढत चालली होती. तो पुन्हा-पुन्हा कुणाची ओळख पटते का ते पाहत होता.

त्याला एकाएकी आपल्या तान्ह्या बाळाची आठवण झाली. पाठोपाठ आईची आठवण आली. मनातून कळ उमटली, ती मरायला नको होती!...गावकरी म्हणतात ते खरंय!...माझ्यामुळे ती लवकर गेली!..

आई तर गेली.. आता हिल्डाही आपल्या देशाला निघून जाईल की काय; की ती माझ्या श्रद्धेचा मान राखत इथंच राहील? तिची विचार करायची पद्धत आणि वागायची रीत बघितली तर ती निघून जाईल, यात शंका नाही!

पण तिच्या पोटात ती माझ्या आईसारखी माझी मुलगी जन्मली आहे ना! तिच्यासाठी ती राहील का, या आशेनं त्याचा जीव तरारला. तरीही हा आशेचा तंतू अत्यंत क्षीण असल्याचं त्याचं त्यालाही समजत होतं.

या विचारासरशी त्याचा जीव कळवळला. तरीही पूर्णपणे हताश वाटलं नाही. एक मात्र खरं; आई असायला हवी होती. ती असती, तर मी हिल्डा सांगते तसा तिच्याशी जुळवून घेऊन राहिलो असतो. पण ती मरून गेली आणि मला हरवून गेली. आता काहीही झालं तरी हिल्डानंच माझ्याशी जुळवून घेतलं पाहिजे! पण हे कसं जमणार?

त्यानं एकवार मान वर करून पाहिलं. समोरच्या जनावरांपैकी निम्मी जनावरं खाटीकखान्यात ओढून नेली जात होती. यांच्यापैकी आपलं कुणी नसेल ना? त्यानं जवळ जाऊन पाहिलं. त्यातलं प्रत्येक जनावर त्याला आपलंच वाटत होतं. कदाचित मरणाचा वास आल्यामुळे, ती सगळीच आत जायला विरोध करत होती.

मरायच्या दिवशी आपल्या आईच्या चेहऱ्यावरही हेच भाव होते का?

काही का असेना, आत जाणारं प्रत्येक जनावर आपलंच असल्यासारखं त्याला वाटू लागलं. त्याचा हात खिशात गेला. या सगळ्या म्हाताऱ्या गाईंना आणि बैलांना सांभाळायची आपली आर्थिक कुवत नसल्याचं त्यालाही ठाऊक होतं. त्याच्या हाता-पायातली शक्ती नाहीशी झाली. गरगरल्यासारखं होऊन त्यानं तिथंच बसकण मारली.

तसाच तो किती वेळ बसला होता कोण जाणे. नंतर तो उठला आणि वळून बांद्रा स्टेशनकडे चालू लागला. टॅक्सीनं स्टेशनवर येऊन पुण्याच्या गाडीची वाट पाहताना त्याला पुन्हा हिल्डाची आठवण झाली. ती राहील की जाईल?...

मनातला एक प्रश्न मागं सरला की दुसरा पुढं ठाकत होता.

ट्रॅक्टरनं नांगरून शेती करणाऱ्या माझ्यासारख्याला गाईचा आणि बैलाचा काय उपयोग? दुधासाठी म्हणून गाय सांभाळली, तरी तिच्या पोटी जन्मलेल्या नरांचं काय करायचं? त्यांना विनाकारण चारापाणी करून सांभाळणं कितपत शक्य आहे?

मादीच जन्माला यावी अशा प्रकारे गो-विज्ञान विकसित झालं तर ती समस्या सुटू शकेल. दूध देणाऱ्या गाई भाकड झाल्या तरी त्या नैसर्गिक मृत्यू पावेपर्यंत चारापाणी देऊन सांभाळणं शक्य आहे. शेतीसाठी बैलाचा वापर करायचं सोडल्यानंतर दुधासाठी गाईचा वापर करणंही सोडलं तर समस्या सुटेल का?...

पण आता मी काय करू? ट्रॅक्टर विकून आजोबांच्या काळाप्रमाणे बैलांचा आणि नांगराचा वापर करायला सुरुवात करू? पण यात काय अर्थ आहे? अमेरिकावाल्यांना हा प्रश्नच सामोरा येत नाही! इतर सगळे प्राणी माणसाच्या उपयोगासाठीच, अशी त्यांची श्रद्धा आहे; पण आपलं तसं नाही! आम्हाला ट्रॅक्टर पाहिजे आणि गो-पूजाही पाहिजे!

त्याला वेंकटरमणाची आठवण झाली. त्याची श्रद्धा-शक्ती मात्र भरपूर आहे. पण माझ्या या मुख्य प्रश्नाला तोही उत्तर देऊ शकणार नाही! तो सांगेल, 'ट्रॅक्टरला मोडून फेकून दे! गोपूजा आणि गोध्वनी यातच मोक्ष आहे!'

आता काळिंगाला बधिर झाल्यासारखं वाटलं. लवकरच रेल्वेगाडी आली. बसायला जागाही मिळाली. तिथं जाऊन तो बसला. तासाभरात कल्याण आलं. परतीचा प्रवास सुरू झाला. गाडी सुरू झाली. बाहेर डोंगर दिसू लागले. त्याला फार्मशेजारचा अरुणाद्रीगिरी आठवला. पाठोपाठ आईची आठवण धावून आली.

..ती मरायला नको होती..तिच्या बाबतीत मी जपून वागलो असतो, तर ती इतक्या लवकर गेली नसती..चूक माझीच आहे..

..हा केवळ तिच्याशी जपून वागायचा प्रश्न नाही!..जपून म्हणजे किती जपून वागता आलं असतं?..तिची श्रद्धा असताना तिच्याशी काहीही बोलणं शक्य झालं असतं. बाहेरच्या या वागण्याच्या संदर्भात ती तर मुकीच होती ना! ट्रॅक्टर आणायच्या आधी किंवा नंतर तिचं मरण अनिवार्य होतं का?...

काळिंगाला या विचारापाठोपाठ उमटणाऱ्या अनेक विचारतरंगांनी घेरून टाकलं. या प्रश्नाची पूर्ण व्याप्तीही आकलनात न आल्यामुळे तो त्याच विचारात तोंड उघडं टाकून बसून राहिला.

◆